मी, कमलेश कोठुरकर

शिवराज गोर्ले

सकाळ प्रकाशन

सकाळ प्रकाशन

Mi, Kamlesh Kothurkar
© Shivraj Gorle, 2022

मी, कमलेश कोठुरकर
© शिवराज गोर्ले, २०२२

प्रथम आवृत्ती : जुलै २०२२

मुखपृष्ठ : मुकुंद बहुलेकर

मुद्रितशोधन व मांडणी : संदीप घावरे

प्रकाशक : सकाळ मीडिया प्रा. लि.
५९५, बुधवार पेठ,
पुणे ४११ ००२

ISBN : 978-93-95139-15-1

संपर्क : ०२०-२४४० ५६७८ / ८८८८८ ४९०५०
sakalprakashan@esakal.com

प्रकरण : एक

'माझा जन्म सामान्य म्हणून जगण्यासाठी झालेला नाहीय.'

हे वाक्य डायरीत लिहिलं, तेव्हा मी आठवीत होतो. मौज अशी की, ते लिहिलं आणि अचानक... ओह्ऽ सॉरी! खरंच सॉरी! प्रथम 'मी' कोण हे तर सांगायला हवं. सांगतो.

मी कमलेश कोठुरकर.

चमकलात ना?

असालच. खूपच प्रसिद्ध आहेत कमलेश कोठुरकर! प्रसिद्ध आणि प्रतिष्ठितही.

प्रतिष्ठा तर हवीच ना. प्रतिष्ठेशिवाय प्रसिद्धीला अर्थ नसतो. ॲक्च्युअली शाळा-कॉलेजच्या वयात 'प्रतिष्ठित' होता येत नाही म्हणून... नाही तर तेव्हाच झालो असतो मी. प्रसिद्ध मात्र होतोच. कॉलेजमधली एक मैत्रीण तर मला 'प्रसिद्ध कोठुरकर'च म्हणायची. 'ओ, प्रसिद्ध कोठुरकर' अशीच हाक मारायची किंवा 'प्रसिद्ध कोठुरकर आले' असं म्हणायची; पण फक्त प्रसिद्धच नव्हे, 'आदर्श'ही! होय, आदर्श! हा शब्द तर मला अगदी शाळेपासून चिकटलेला. खरं तर मीच चिकटवून घेतलेला! आजही तो तसाच आणि तितकाच चिकटलेला आहे. मौज वाटेल तुम्हांला... जरा चकितच व्हाल, पण कुठलाही 'आदर्श पुरस्कार' द्यायचा म्हटलं की परीक्षकांच्या नजरेसमोर पहिलं नाव येतं ते कमलेश कोठुरकर!

थोडी अतिशयोक्ती आहेच ही, पण थोडीच!

माझ्याहीबाबतीत तसंच... म्हणजे होत असणार. 'आदर्श शिक्षक' पुरस्कार द्यायचा म्हटला तरी पहिलं नाव – कमलेश कोठुरकर. मग कुणीतरी म्हणणार, 'अहो, पण ते शिक्षक नाहीयेत!'

'असं कसं? प्रशिक्षक आहेतच ते. तरुणांसाठी प्रशिक्षण शिबिरं घेत असतात.'

'मान्य आहे. पण आपला पुरस्कार शाळेतल्या शिक्षकांसाठी आहे. अर्थात कोठुरकरांबद्दल मलाही आदरच आहे, पण....'

असा सगळा प्रकार! पुरस्कार तर अक्षरशः 'चालतच' येत असतात. तसे तर काय प्रसिद्ध, प्रतिष्ठित अनेक जण असतात, पण प्रतिष्ठा खरी की वरवरची, हा मुद्दा असतोच. बऱ्याच मंडळींना समोर जेवढा मान दिला जातो, तेवढा पश्चातही दिला जातोच असं नाही.

मी मात्र खात्रीनं सांगू शकतो, माझ्या पश्चातही 'कमलेश कोठुरकर' हे नाव आदरानंच घेतलं जातं. कुठल्याही देशाचं शिष्टमंडळ पुण्यात आलं की त्यांच्या स्वागताला महापौरांच्या बरोबरीनं मीही असतोच. महापौर बदलत असतात, मी मात्र कायम असतो!

त्याहीपुढे जाऊन सांगतो. माझ्या शब्दाला पुण्यात मान आहे, तो (सहसा) डावलला जात नाही.

मी कुणी राजकीय नेता नाही... आमदार, खासदार नाही; बडा उद्योगपती नाही की विख्यात बिल्डर नाही. शिक्षणसम्राट नाहीय की कुठल्या वृत्तपत्राचा मालक, संचालक नाही; आणि तरीही... होय तरीही!

तुम्ही हवं तर इतिहाससंशोधकांना विचारू शकता. ते हेच सांगतील तुम्हांला – आजवरच्या पुण्याच्या इतिहासात, असं कधीच झालेलं नाही!

हे कसं साध्य केलं मी?

साध्यच करावं लागतं ना ते. आपोआप थोडंच मिळतं!

जे काही मिळवलं ते माझं मीच. कसं मिळवलं मी ते? शाळकरी वयापासून इथपर्यंत कसा पोहोचलो – कसा घडत गेलो, कसं घडवत गेलो स्वतःला... हे सारं जाणून घ्यायला तुम्हांला आवडेलच. फारच इंटरेस्टिंग आहे ते... आणि वेगळंही. ते सारं मी लिहिणारच आहे, पण – लिहिण्यामागचं माझं कारण वेगळंच आहे!

मला खात्री आहे, तुमच्यापैकी काहींनी माझाच आदर्श ठेवला असेल समोर. ज्येष्ठांनी नाही म्हणत आहे मी. मुलामुलींनी, तरुण-तरुणींनी, चाळिशीतल्या काही प्रौढांनीही. अर्थात आपल्या मुलानंही 'कमलेश कोठुरकर' व्हावं असं वाटणारे काही कमी पालक नसतील. पुण्यातल्या असंख्य, अगणित व्याख्यानमालांमध्ये तर भाषणं दिलीच आहेत मी, पण शाळा-कॉलेजच्या स्नेहसंमेलनातही प्रमुख पाहुणे असतातच – कमलेश कोठुरकर. त्यातून मी तर पट्टीचा वक्ता. (यात मात्र थोडीही अतिशयोक्ती नाहीय!) भाषण न रंगेल तरच नवल! एरव्ही संमेलनाचा मूड कुणाचं लेक्चर ऐकण्याचा नसतो, पण माझं लेक्चर सुरू झालं की मुलांचा 'ॲप्रोच' बदलतोच. पहिल्या दोन मिनिटांतच मी त्यांना खेचून घेतो. मग खिळवूनच ठेवतो. मुलंमुली मंत्रमुग्ध!

काही मुलं मग मला भेटण्यासाठी धडपडतात. सह्या घेतात, पाया पडतात. त्यातलेच कुणी माझा 'आदर्श' ठेवत असण्याची दाट शक्यता आहे. माझं हे 'आत्मकथन', त्यांच्यासाठी एक पर्वणीच ठरावी.

तशा तर व्याख्यानांतही मी काही 'मोलाच्या टिप्स' देत असतोच. काही अनुभवही 'शेअर' करत असतो, पण शेवटी जेमतेम तासाभरात तुम्ही किती आणि काय देऊ शकता? म्हणूनच मी हे लिहितो आहे. तरुणाईसाठी माझा अवघा जीवनपट उलगडतो आहे.

नेमकं काय केलं... खरं तर काय काय केलं म्हणजे 'कमलेश कोठुरकर' होता येईल... आय मीन 'मोठं' होता येईल, हे इतकं स्पष्ट होईल इथे, की त्यांनीही – बस् – डायरी घ्यायची आणि त्यात लिहूनच टाकायचं, माझा जन्म सामान्य म्हणून जगण्यासाठी झालेला नाही!

ऑनेस्टली... दे हॅव टू जस्ट फॉलो माय फूटस्टेप्स!

तशी गॅरंटीच देऊ शकतो मी.

मला नाही वाटत, आजवर अशी कुणी दिली असेल. इतकं सारं यश, ही प्रतिष्ठा, हे सारं आपल्यालाही मिळावं असं कुठल्या तरुणाला वाटणार नाही?

पण मौज अशी की, आज मीच काहीसा संभ्रमात आहे.

होय... इथे मीच स्वतःला काही प्रश्न करतो आहे.

खरंच माझा 'आदर्श' कुणी ठेवावा काय?

मी स्वतःला जसं घडवलं तसं त्यांनीही स्वतःला घडवावं का?

मी जे आयुष्यात मिळवलं, ते मिळवण्याची आस त्यांनीही बाळगावी का?

अर्थात हे शेवटी ज्यानं त्यानंच ठरवायचं आहे, पण एक मात्र निश्चित – मला आता सारंच तुम्हांला सांगायला हवं. आजवर जे कुठे बोलू शकलो नाही मी – तेही तुमच्याशी 'शेअर' करायला हवं.

त्यासाठीच तर हे 'आत्मकथन' करतो आहे मी. शिवाय हेही सांगतो – देवाशपथ खरं सांगेन, खोटं सांगणार नाही! होय, फक्त सत्य... तेही संपूर्ण सत्य! नाहीतर इतरांच्यात आणि माझ्यात फरक काय राहिला? असं म्हणतात (काही सन्माननीय अपवाद सोडले तर) की, बहुतेक चरित्रं ही मुलामा दिलेली, खोटी खोटीच असतात. 'तुम्ही आत्मचरित्र का लिहित नाही?' या प्रश्नावर काही जण तर थेट उत्तरतात, 'कारण खरं लिहिण्याचं धाडस माझ्याकडे नाही!'

मी ते धाडस करणार आहे.

तसंही अगदी नाईलाज झाल्याशिवाय मी खोटं बोलत नाही कधी! तुमच्या संदर्भात तर नाईलाजाचा प्रश्नच उद्भवत नाही. अर्थात माझ्या 'धाडसा'ची जातकुळीही वेगळीच असणार आहे म्हणा. पण ते असो....

तो जानेवारी महिना होता. बाबांनी नव्या वर्षाची एक नवी कोरी डायरी दिलेली. त्यांना दरवर्षी (सप्लायर्सकडून) अगणित डायऱ्या मिळत. वाटाव्याच लागत, तरीही उरत! आठवीत असल्यामुळे असेल कदाचित, बाबांनी मला प्रथमच डायरी दिली होती. ती सुबक, सुंदर डायरी समोर ठेवून मी बसलो होतो, माझ्या छोट्याशा खोलीत. (ही खरं तर स्टोअर रूम होती, पण बाबांनी ती खास मला अभ्यासासाठी दिलेली माझी स्टडी रूम!)

रात्रीचे दहा वाजले होते. छोट्याशा खिडकीतूनही बरंचसं आकाश दिसत होतं. चांदण्या लुकलुकत होत्या वगैरे. ती डायरी माझ्यासाठी फारच खास होती. त्यामुळे तिच्यात काहीतरी खासच लिहायला हवं होतं –

काय लिहावं बरं?

थोडा विचार केला. पेन उचललं आणि हेच लिहिलं –

'माझा जन्म सामान्य म्हणून जगण्यासाठी झालेला नाही.' मौज अशी की, ते लिहिलं आणि अचानक 'आवाज' आला.

'अरे वा!'

'अरे वा काय?'

'काही नाही. कौतुक वाटलं मला. ते व्यक्त केलं!'

'पण कोण तू?'

'हा प्रश्न तू विचारावास म्हणजे कमाल आहे. इतक्या वर्षांत आजच बरा हा प्रश्न पडला तुला!'

'म्हणजे, आपण भेटलो आहोत?'

'भेटलो नाही म्हणता येणार. पण बोललो तर आहोतच.'

'केव्हा एक्झॅक्टली?'

'नेहमीच तर बोलत असतो. ॲक्च्युअली फक्त मीच बोलत असतो. तू ऐकत असतोस. आज तूही बोललास माझ्याशी एवढंच.'

'असं?'

'हो.'

'तुला असं म्हणायचंय, आपण नेहमी बोलत असतो... पण भेटत मात्र नाही.'

'हो.'

'का म्हणे?'

'कारण, मी फक्त बोलू शकतो. तेही फक्त तुझ्याशीच.'

'अच्छा! हे साधारण केव्हापासून रे?'

'वेल, मी म्हणेन, जसं तुला समजायला लागलं तेव्हापासून.'

'कमाल आहे!'

'पटतंय तुला?'

'आता तू म्हणतोयस तर... बरं, तुला काही नावबिव?'

'नाही.'

'मग तुला म्हणायचं काय?'

'कशाला काही म्हणायचं? हाक मारण्याची गरजच नाहीय. आणि हेही लक्षात ठेव. मला बोलावंसं वाटेल तेव्हा मी बोलणारच!'

'ही जबरदस्ती झाली.'

'हो... पण एक सवलतही आहेच तुला.'

'कुठली?'

'माझं ऐकायचं की सरळ उडवून लावायचं हे, तूच ठरवायचंयस!'

'फारच छान!' मी अतिशय आनंदात म्हणालो.

त्याला बोलण्याचं स्वातंत्र्य होतं – मला न ऐकण्याचं! ही फारच चांगली सोय होती.

'उत्तम!' मी म्हटलं, 'तू अगदी बिनधास्त बोलत जा!'

'तेच करतोय मी! हे जे तू डायरीत लिहिलंयस....'

'थांब, ही डायरी नाहीय!' भलताच ठाम होता माझा स्वर.

डायरीत मी लिहिलं होतं, ते काही फक्त एक वाक्य नव्हतं. तो निर्धार होता, माझा संकल्प होता. फक्त नव्या वर्षाचा नव्हे, अवघ्या आयुष्यभराचा. त्यामुळे ती डायरी माझ्यासाठी इतकी खास झाली होती की, तिला 'डायरी' म्हणावंसं वाटेना. (तिचाही जन्म सामान्य डायरी होण्यासाठी झालेला नव्हताच!)

काय म्हणावं बरं?

ती काही दैनंदिनी नव्हती माझ्यासाठी.

मी समोर पाहिलं. भिंतीवर कॅलेंडर लटकत होतं.

दिनदर्शिका. तो 'दर्शिका' शब्द भिडलाच मनाला.

ही माझ्यासाठी 'दर्शिका'च असणार होती. मार्गदर्शिका-दिशादर्शिका.

'ही दर्शिका आहे माझी,' मी म्हटलं.

'वा... छान दर्शिका!' तो उद्गारला.

'थँक्स.' मी म्हटलं. (तुम्हांला सांगायला हरकत नाही. त्याचं साधं कौतुकही मला सुखावून गेलं.)

'या दर्शिकेत तू जे लिहिलंयस...'

'तो संकल्प आहे माझा!'

'तुझा जन्म सामान्य म्हणून जगण्यासाठी झालेला नाहीय!'

'अर्थात!'

'म्हणजे तू 'असामान्य' व्हायचं ठरवलंयस!'

त्यानं 'असामान्य' शब्द असा काही उच्चारला होता, की मी विचारातच पडलो.

'का रे, बोल ना...'

'हे बघ,' मी म्हटलं, " 'अगदी 'असामान्य' असं नाही, पण 'मोठं' नक्कीच व्हायचंय मला!"

'संकल्प उत्तमच आहे तुझा... पण तो संदिग्ध आहे.'

'म्हणजे?'

'दोन प्रश्न आहेत.'

'कुठले?'

'पहिला प्रश्न – मोठं व्हायचं म्हणजे कोण व्हायचं... काय व्हायचं?'

'आणि दुसरा?'

'कसं व्हायचं मोठं? या दोन्ही प्रश्नांची उत्तरं तुला शोधावी लागतील.'

'खरंय.'

खरं तर हा कोण माझ्या 'संकल्पा'त लुडबुड करणारा? असं मनात आलं होतं; पण आता कळलं, तो तर मला मदतच करतोय. ॲक्चुअली 'गाईड'च करतोय.

'पहिल्याचं उत्तर सोपं आहे.' तो म्हणाला, 'तू मोठा चित्रकार होऊ शकतोस!'

बाप रे! हे तर विसरलोच होतो मी. असा कसा विसरलो?

चित्रकलेचे प्रधान सर तर म्हणत असत, 'मुलांनो, लक्षात ठेवा... कमलेश कोठुरकर हा एक मोठा चित्रकार होणार आहे! तुम्ही अभिमानानं सांगू शकाल... तो आमच्या वर्गात होता!'

वर्गात, शाळेतही माझं नाव होतं ते चित्रकलेसाठी. तसा 'भाषा' विषयही चांगला होता माझा. सर मला माझे काही निबंध वर्गासमोर वाचायलाही सांगत असत, पण माझं ड्रॉइंग 'लय भारी' होतं. प्रधान सरांचा मी खास लाडका होतो. मी केलेलं भाजीवालीचं स्केच त्यांनी चित्रकलेच्या वर्गात लावलंही होतं.

'तो' म्हणत होता ते खरं होतं. पहिल्या प्रश्नाचं उत्तर अगदीच सोपं होतं. कोण व्हायचं? मोठा चित्रकार व्हायचं!

उत्तर तर मिळालं, पण ते काही मनाची पकड घेईना.

मी विचारात पडलेला पाहून 'तो'नं म्हटलं, 'एक सांग ना, तुला सर्वात जास्त आनंद कशात मिळतो?'

'चित्रकलेत.'

'म्हणूनच म्हणतोय मी...'

'अरे पण, छंद म्हणून ठीक आहे. करिअर असा विचार नाही केला मी कधी!'

'आता करू शकतोस.'

विचार करणं तर भागच होतं. प्रश्न उभ्या आयुष्याचा होता.

मी दर्शिकेत लिहिलेल्या त्या संकल्पाकडे पाहिलं...

'माझा जन्म सामान्य म्हणून जगण्यासाठी झालेला नाही!'

ऊर भरूनच आला. नंतर मग स्वतःशी म्हटलं, 'माझा जन्म चित्रकार होण्यासाठी झाला आहे.'

छट् – काही 'दम'च वाटेना... कसलं 'स्फुरण'च चढेना.

'छे रे,' मी म्हटलं, 'चित्रकार तर काय मी सहज होऊ शकतो, पण मोठं व्हायचं असेल तर काही वेगळाच विचार करावा लागेल.'

'हो, पण शेवटी...'

'बस!' मी ओरडलोच. अचानक काय झालं मला, कळलं नाही.

असं वाटलं, तो आता माझ्या खनपटीलाच बसणार आणि मला चित्रकार व्हायला भाग पाडणार. मला सामान्य म्हणूनच जगायला लावणार!

'मी एकदा ठरवलं म्हणजे ठरवलं. माझा जन्म चित्रकार होण्यासाठी झालेला नाही!' अक्षरशः कडाडलोच मी. नाहीतरी ऐकायचं की उडवून लावायचं, हे मीच ठरवायचं होतं. 'तो' म्हणजे तरी काय 'आवाज'च होता फक्त. दडपूनच टाकला मी. बोलतीच बंद केली त्याची. अर्थात कायमची नाही, तेव्हापुरती... पण पुढेही कधी त्यानं तो विषय काढला नाही. 'चित्रकार' हा शब्दही उच्चारला नाही.

प्रधान सर मात्र अगदी शेवटपर्यंत म्हणत होते, 'तू आर्टस्कूलमध्ये जायला हवंस!' पण मी ऐकलं नाही. सरळ आहे हो, चित्रकारच व्हायचं तर त्यासाठी निर्धार कशाला हवा? संकल्प कशाला हवा?

माझा संकल्प झाला होता आणि मी तो दर्शिकेत लिहिला होता.

भले लहान असेन तेव्हा, पण एक निश्चित कळत होतं; 'मोठं व्हायचं असेल तर तुमच्याकडे काही 'ऊर्मी' हवी! मग ती तुमची स्वतःची असेल किंवा कुणी तुमच्या मनात पेरलेली.'

'आमचा बाप आणि आम्ही'मध्ये नरेंद्र जाधवांनी लिहिलंय, "आमचा बाप आम्हांला म्हणायचा, 'पोरा, खिसेकापू झालास तरी चालेल, पण एक नंबरचा खिसेकापू हो!" हीसुद्धा एक ऊर्मीच! अर्थात जाधव काही खिसेकापू नाही झाले, कुलगुरू वगैरे झाले.

माझी ऊर्मी मात्र यशवंतरावांच्या जातकुळीतली. यशवंतराव म्हणजे यशवंतराव चव्हाण... महाराष्ट्राचे मुख्यमंत्री, देशाचे उपपंतप्रधान. एक छोटासाच पण फार जबरदस्त किस्सा आहे त्यांचा.

'यशवंता' शाळेत असताना शिक्षकांनी वर्गातल्या मुलांना एक प्रश्न विचारला होता, 'मोठेपणी तुम्हांला कोण व्हावंसं वाटतं?' एका मुलानं म्हटलं, 'मला टिळक व्हावंसं वाटतं!' दुसरा एक म्हणाला, 'मी कवी केशवसुत होणार!'

शिक्षकांनी म्हटलं, 'यशवंता, तू कोण होणार?'

यशवंता उत्तरला, 'मी यशवंतराव चव्हाण होणार!'

क्या बात है!

मला कुणी सरांनी नाही विचारलं कधी... पण विचारलं असतं तर मीही उत्तर दिलं असतं, 'मी कमलेश कोठुरकर होणार!' असो.

त्या रात्री 'तो'ची बोलतीच बंद केली मी, पण (जाता जाता) त्यानं दोन महत्त्वाचे प्रश्न ठेवले होते समोर. पहिला तर फारच महत्त्वाचा होता. मोठं व्हायचं म्हणजे कोण व्हायचं, काय व्हायचं? त्याचा तो 'असामान्य' शब्द अजूनही घुमत होता कानात. त्यामुळे हा एक उपप्रश्नही आलाच मनात – ' 'मोठं' व्हायचं की 'असामान्य' व्हायचं?'

दोन्ही शब्द लिहिले मी दर्शिकेत. क्षणभर तर वाटलं, बस्.. 'असामान्य' शब्दापुढे 'टिक्' करायचा अवकाश की झालोच मी असामान्य! पण थोडा विचार केला आणि 'मोठं' शब्दापुढे बरोबरची खूण केली. 'असामान्य' शब्दापुढे मात्र फुली नाही केली! फक्त प्रश्नचिन्ह केलं. (न जाणो, चुकून झालोच असामान्य तर!)

भाबडा तर नव्हतोच मी. 'मुंगेरीलाल' नव्हतो. तसा बराचसा प्रॅक्टिकल साईडचा. तो पिंडच म्हणा ना!

'थोर महात्मे होऊनी गेले, चरित्र त्यांचे पहा जरा
आपण त्यांच्या समान व्हावे, हृदयी धरा हा बोध खरा...'

हा 'हितोपदेश' शाळेत एका भिंतीवर रंगवलेला होता. मला तो पटलाच नव्हता. हा बोध हृदयी धरण्यात काही 'पॉईंट' होता असं मला कधी वाटलंच नाही. थोर, महात्मे... थोर ते थोरच. आपण कसे त्यांच्या 'समान' होऊ शकू? सगळेच काय टिळक, गांधी, महात्मा फुले होऊ शकतात का? उगाच काहीही!

पाहिलंत, त्या वयातही 'फंडाज्' किती 'क्लिअर' होत्या माझ्या. आपल्याला काय झेपणारं, पेलणारं नव्हे – हे अगदी स्पष्ट होतं. तरीही 'मोठं' व्हायचं म्हणजे 'कोण' व्हायचं – हे काही ठरेना.

मग मी दुसऱ्या प्रश्नाकडे वळलो – कसं व्हायचं मोठं? ते 'सम आर बॉर्न ग्रेट'चं कोटेशन माहिती होतं. काही उपजतच ग्रेट असतात, काही जण प्रयत्नपूर्वक मोठेपण मिळवतात, तर

काहींवर मोठेपण (चक्क) लादलं जातं. ('गाईड'मधल्या देव आनंद वर लादलं गेलं होतं तसं!)

एक तर नक्की, 'उपजत ग्रेट' मधला नव्हतोच मी. 'जिनियस' असतात ते. त्यांच्याकडे विलक्षण प्रज्ञा असते, प्रतिभा असते. आपल्याकडे असं काही असल्याचा जराही भ्रम नव्हता माझा. आपली झेप जास्तीत जास्त (त्यावेळच्या) सत्तर टक्क्यांपुढे!

बरं, कुणी माझ्यावर मोठेपण 'लादण्या'चीही शक्यता नव्हती. म्हणजे एकच मार्ग होता माझ्यासाठी मोठं होण्याचा. दर्शिकेत लिहूनच ठेवला तो – 'प्रयत्नपूर्वक'.

मोठेपण मला प्रयत्नपूर्वकच मिळवावं लागणार होतं. लिहिलं खरं, पण समाधान होईना. 'तो'च्या भाषेत सांगायचं तर फारच संदिग्ध होतं ते. कसले प्रयत्न... कधी करायचे ते?

अर्थात सगळं काही लगेच ठरणार नव्हतं... पण काहीतरी ठरवायला हवंच ना. संकल्प मारे लिहिला ऐटीत आणि जाऊन झोपलो शांतपणे... हे शक्यच नव्हतं. हेही कळत होतं, कुणी एका रात्रीत मोठं होत नसतं... पण त्यासाठीचे प्रयत्न तर आत्तापासूनच करायला हवेत ना!

मोठं होण्यासाठी अगदी आत्तापासून काय करू शकतो आपण...? काहीतरी सुचल्याशिवाय झोपायला जायचंच नाही आज. खूप विचार केला. हळूहळू काही सुचतही गेलं. वाचन करू शकतो मी... नवं नवं काही शिकू शकतो... चिंतन, मनन करू शकतो... 'मोठं' होण्यासाठी स्वतःला 'तयार' करू शकतो!

अखेर दर्शिकेत लिहिलंच मी,

वाचन, मनन, चिंतन, निरीक्षण.

त्या रात्री लिहिलं ते एवढंच. 'अनुभव' हे मात्र नंतर 'अॅड' केलं मी. खरं तर अनुभवच सर्वात महत्त्वाचे असतात. खरं शिकणं हे प्रत्यक्ष अनुभवांतूनच होत असतं. अनुभव हेच तुमचे गुरू असतात.

हेही अनुभवातूनच लिहिलं आहे मी! होय, एका अनुभवानंच आयुष्य बदलून गेलं माझं. तो अनुभव आला नसता, तो प्रसंग घडला नसता तर कुणी सांगावं... दर्शिकेतला माझा संकल्प दर्शिकेतच राहिला असता. मी चारचौघांसारखाच झालो असतो कदाचित.

पुण्यातल्या एका चांगल्या शाळेत होतो मी. त्या काळी शाळा चांगल्या असत, शिक्षकही चांगले असत. हल्ली चांगले शिक्षक नसतातच, असं नाही. पण जे खरंच चांगले शिक्षक असतात, ते स्वतःचा क्लास काढतात म्हणे. असो. हिंदीचा तास होता. म. प्र. गोडबोले सरांचा. 'म. प्र.' सर शिकवायचे मस्तच, पण जीभ फार तिखट होती. आडनाव गोडबोले असले तरी कधी नावाला जागतील तर शपथ. अगदी संक्रातीलासुद्धा कुणी त्यांना 'तिळगूळ घ्या, गोड बोला' म्हणायच्या फंदात पडत नसत!

त्या दिवशी झालं काय, बऱ्याच मुलांनी गृहपाठ केला नव्हता. ज्यांनी केला होता त्यांनी तो धड केला नव्हता. सर चिडले, 'गृहपाठ करायला नको. परीक्षेत मार्क्स कमी दिले की गळा काढता.' वगैरे. त्यांचा तोंडपट्टा सुरू झाला. अचानक ते बोलून गेले, 'कष्ट नकोत करायला. मार्क्स फक्त हवेत. एखाद्या बाजारबसवीसारखंच झालं हे.'

बाप रे! हे काय बोलले सर? सगळी पोरं हबकलीच. शाळेतल्या मुलांनाही अस्मिता असतेच ना. झोंबलेच ते शब्द. सगळ्यांनी एकमेकांकडे पाहिलं. कुणी काहीच बोललं नाही, पण सगळ्यांच्या नजरेत तीव्र निषेध होता आणि मनात संताप!

तो तास कसाबसा संपला. सर निघून गेले. ते पुरेसे दूर गेले तसा एक जण ओरडला, 'ए हाडक्या.'

'हाडक्या' हे त्यांचं टोपणनाव होतं, मुलांनी ठेवलेलं. नंतर काही मुलं थेट शिव्यांवर आली. तसा मी उठलो, म्हटलं, 'एक मिनिट माझं ऐका.'

मुलं गप्प झाली. मी वर्गासमोर गेलो.

'अशा नुसत्या शिव्या देण्यात काय पॉइंट आहे? शिव्या देणं चुकीचंच आहे. ते सर आहेत आपले,' मी म्हटलं.

'पण त्यांनी अपमान केलाय वर्गाचा.'

'खरंय. म्हणूनच त्यांना धडा शिकवला पाहिजे.'

माझं ते वाक्य तर भिडलंच सगळ्यांना.

'सरांना धडा शिकवला पाहिजे!' असं कुणी विद्यार्थी कदाचित प्रथमच म्हणाला असावा.

सेक्रेटरी माधव घाटे येऊन माझ्या शेजारी उभा राहिला. म्हणाला, 'कमलेश काय म्हणतोय ते ऐकून घ्या.'

'मला एकच म्हणायचंय,' मी म्हटलं, 'त्यांनी आपला अपमान केलाय ना. याबद्दल त्यांनी वर्गाची माफी मागितली पाहिजे!'

हे तर पटलंच सगळ्यांना. आता प्रश्न होता, कशी माफी मागायला लावायची त्यांना? क्षणभर विचार केला आणि म्हटलं, 'आपण एक करू शकतो. जोपर्यंत ते माफी मागत नाहीत, तोपर्यंत त्यांच्या तासाला बसायचं नाही.'

सगळ्यांच्या चेहऱ्यावर होकार उमटला.

'पण मग कुठे जायचं? काय करायचं?' घाटेनं प्रश्न केला.

माझ्या डोळ्यासमोर चटकन शाळेचं सभागृह आलं. ती एकच जागा होती, जी रिकामी असणार होती.

'आपण सगळे त्यांचा तास सुरू व्हायच्या आधी सभागृहात जाऊन बसायचं. सर तिथे येऊन माफी मागत नाहीत, तोपर्यंत वर्गात यायचं नाही.'

हे सगळं मला कसं सुचलं? किंवा खरं तर मलाच कसं सुचलं?

असंही असेल — मी केलेला तो संकल्प. तेव्हापासून मेंदू 'चार्ज' झाला असावा. संधी मिळताच कल्पना स्फुरली असावी. सगळ्यांना ती पटलीही.

शाळा सुटली, घरी आलो. गृहपाठ झाला, जेवण झालं. सगळं नेहमीसारखंच सुरू होतं. पण डोक्यात ती कल्पनाच खदखदत होती. काय होईल, काय होऊ शकेल? पोरांची साथ तर होती, पण अपेक्षित तसंच होईल की अंगाशी येईल?

रात्री 'दर्शिका' उघडली.

'पहिलं पाऊल' असं लिहून प्रश्नचिन्ह केलं.

'नक्कीच,' आवाज आला.

'आलात का आपण?'

'गेलो नव्हतोच मी!'

'ठीक आहे, बोललात का आपण?'

'राहवलं नाही म्हणून बोललो. खूपच छान कल्पना. प्रश्नच नाही.'

'थँक्स.'

'एक सांगू? मला यात सरळ सरळ 'गांधी' डोकावताना दिसतात.'

'म्हणजे?'

'असहकार, सत्याग्रह, बहिष्कार...'

'असेल, पण त्या क्षणी काही गांधी नव्हते डोक्यात.'

'असंही असेल, नकळत तेवढ्यापुरते 'बापू' संचारले असतील तुझ्यात.'

'तू उगाच 'चढवू' नकोस मला.'

'शक्यच नाही. माझं काम नेमकं उलटं आहे.'

'म्हणजे?'

'ते असो. मला मुख्य काय आवडलं सांगू?'

'काय?'

'तू जे बोललास ना... काही झालं तरी ते सर आहेत आपले, त्यांना आपण शिव्या देऊ शकत नाही.'

'शिव्या देणं चुकीचंच आहे.'

'अर्थात. आता बघू या, उद्या काय होतंय ते.'

दुसऱ्या दिवशी आधीचा तास संपला, तसे सगळे आपापली दप्तरं घेऊन उठले. गडबड, गोंधळ नाही. सगळे रांगेत शिस्तीनं जाऊन सभागृहात बसले. आम्ही दिवे, पंखे सुरू केले.

घाटे वर्गासमोर उभा राहिला. सगळे शांतपणे पुस्तकं वाचत बसून राहिले. पुस्तकं फक्त समोर उघडून ठेवलेली. वाचतंय कोण? माझी तर छातीच धडधडत होती. काय होईल कोण जाणे! 'म. प्र.' येणं तर दूरच – समजा पर्यवेक्षक, मुख्याध्यापक आले आणि त्यांनी फैलावरच घेतलं तर... पण तसं काही नाही झालं.

'म. प्र.' वर्गावर गेले तर वर्गात कुणीच नाही. त्यांनी शेजारच्या वर्गात चौकशी केली. सगळे सभागृहाच्या दिशेने गेलेत, हे कळल्यावर ते सभागृहात आले. बघताहेत तर सारे चिडीचूप पुस्तक वाचताहेत.

'अरे, काय झालं काय? इकडे का येऊन बसलात?' त्यांनी प्रश्न केला. कुणी त्यांच्याकडे पाहिलंही नाही.

'अरे, काय झालंय. मला कळू तरी द्या.'

तरीही सारे गप्पच.

'माझं काही चुकलंय का?' हा प्रश्न आला.

मग मात्र घाटेनं म्हटलं, 'सर, काल तुम्ही आम्हांला उद्देशून एक अत्यंत वाईट शब्द वापरलात. आम्हांला ते अपमानास्पद वाटलं.'

क्षणभर... हो अगदी क्षणभरच सर विचारात पडले. बहुधा तेही 'तो' शब्द आठवत असावा. मग मात्र त्यांनी अचानक म्हटलं, 'तसं असेल तर त्याबद्दल मी तुम्हां सर्वांची माफी मागतो. चूक झाली माझी, मला माफ करा आणि प्लीज सर्वांनी वर्गात चला.'

आमचा तर विश्वासच बसेना. सर बोलले होते खरे, पण त्या वेळी त्यांचा चेहरा असा काही झाला होता की सगळ्यांनी माझ्याकडे पाहिलं. मी फक्त मान हलवली अन् उठलो. तसे मग सगळेच उठले आणि पुन्हा वर्गाकडे निघाले.

एक छोटासाच प्रसंग, पण केवढा मोठा विजय!

आम्ही जे ठरवलं होतं, ते करून दाखवलं होतं.

इतिहासाच्या पुस्तकातला हा संदर्भच आठवला – '*गो बॅक सायमन...* सायमन परत जा!'

आम्ही तसंच काहीसं केलं होतं. पण किती शांतपणे!

'म. प्र. माफी मागा!'

म. प्रं.ना माफी मागावीच लागली होती.

त्या दिवशी शाळा सुटल्यावर वर्गातला प्रत्येक जण मला भेटून गेला. कुणी फक्त हसलं, कुणी हात मिळवला, कुणी पाठीवर थाप मारली. अशी भरभरून दाद!

आजवर माझ्या निबंधांचं कौतुक झालं होतं, चित्रकलेचं कौतुक झालं होतं. हे मात्र थेट 'माझं' कौतुक होतं! कमलेश कोठुरकरचं!

'खरं तर तूच सेक्रेटरी व्हायला हवंस,' घाटेनं म्हटलं.

‘छे रे, तूच चांगला सेक्रेटरी आहेस!’ मी म्हटलं.

मला ‘सेक्रेटरी’ हे लेबल नको होतं. सेक्रेटरी नसतानाही मुलांनी माझं ऐकणं, हेच माझ्या लेखी विशेष होतं.

काय मौज आहे पाहा. पुढे ‘एमबीए’ करताना कळलं, अधिकार म्हणजेच ‘ऑथॉरिटी’ दोन प्रकारची असते. *‘ऑथॉरिटी बाय पोझिशन’* आणि *‘ऑथॉरिटी बाय ॲक्सेप्टन्स’*. मला त्या वयातही हवी होती ती *‘ऑथॉरिटी बाय ॲक्सेप्टन्स’!* मुलाचे पाय पाळण्यात दिसतात असं म्हणतात, ते काही उगाच नव्हे. असो.

त्या दिवशी शाळेतून परतताना मन आनंदानं, ऊर अभिमानानं भरून आला होता.

रात्री दर्शिकेत लिहिलं, ‘ठरवलं तर मी करू शकतो!’

‘प्रश्नच नाही.’ हा प्रतिसाद अपेक्षित होताच.

‘अभिनंदन,’ ‘तो’नं म्हटलं.

‘*थँक्स.*’

‘पण प्लीज... लगेच फुशारून जाऊ नकोस.’

‘नाही जाणार, पण आत्मविश्वास नक्कीच आला.’

‘तो हवाच पण ‘अति’ नको.’

‘ठीक आहे,’ मी खांदे उडवत म्हटलं.

‘पण, तुझ्यात नेतृत्वगुण आहेत हे नक्की.’

‘मलाही आजच ते जाणवलं.’

हे झालं माझ्यापुरतं. पण एवढंच नाही झालं.

सर्वांत महत्त्वाचं – ‘म.प्र.’ त्या दिवसापासून बदललेच. त्यांच्या भाषेनं तर कात टाकली. तिखट जीभ एकदम थेट सौजन्यावर आली. पोरांचा, इतर सरांचा विश्वासच बसेना. मग चौकशा सुरू झाल्या. आमच्या वर्गातल्या मुलांचे, इतर वर्गात मित्र होते, त्यांच्यापर्यंत आणि त्यांच्या मार्फत इतर सरांपर्यंत वार्ता पोहोचली.

‘म. प्रं.’बद्दल थेट तक्रारी नव्हत्या तरी एकूण नाराजी होतीच. ‘म.प्रं.’मधल्या बदलाची दखल अवघ्या शाळेनं घेतली. पोरापोरांनी एका ‘सरां’ना धडा शिकवला होता. जे सत्तावीस वर्षांत झालं नव्हतं, ते आम्ही एका तासात – खरं तर काही मिनिटांतच करून दाखवलं होतं.

‘आठवी ए’च्या मुलांनी घडवलेल्या चमत्काराचा गवगवा झाला. कमलेश कोठुरकर हे नाव पोरासरांत प्रसिद्ध झाले.

येस, *अ ‘स्टार’ वॉज बॉर्न!* एका ‘नेत्या’चा उदय झाला होता!!

'झालं ते योग्यच झालं, पण एक सांगू?' 'तो'नं म्हटलं.

'बोल नं.'

'आता जरा 'म.प्र.' सरांच्या बाजूनं विचार करून बघ.'

'म्हणजे?'

'आपली चूक स्वीकारताना, आपली भाषा बदलताना त्यांना किती प्रयत्न करावा लागला असेल, किती क्लेश झाले असतील.'

'हं...'

'पटतंय तुला?'

'हो.'

'म्हणूनच म्हणतो, त्यांच्याबद्दल आदराचीच भावना ठेव. जे करायला हवं होतस, ते तू केलंस. पण कसा धडा शिकवला सरांना, आणलं की नाही वठणीवर... असलं काही डोक्यात ठेवू नकोस.'

'नाही ठेवणार.'

मला आठवलं, 'तू असंच बोलतोस का नेहमी?' या माझ्या प्रश्नावर तो उत्तरला होता, 'माझं कामच आहे ते.' त्याचं नेमकं काय 'काम' आहे ते आता मलाही स्पष्ट झालं होतं... असो.

या एकाच अनुभवातून खूप काही शिकलो मी...

तुमचा हेतू प्रामाणिक हवा. सत्य तुमच्या बाजून हवं. पुढाकार तर घ्यायलाच हवा, पण सगळ्यांची साथ हवी.

असं खूप काही... पण सर्वांत महत्त्वाचं शिकलो ते हेच की, प्रत्येक अनुभवातून खूप काही शिकण्यासारखं असतं!

होय, अनुभव शिकवतातच तुम्हांला; तुमची शिकण्याची तयारी मात्र हवी. माझी तर ती 'त्या' रात्रीच झाली होती.

पहिलं पाऊल योग्य दिशेनं पडलं होतंच, हे दुसरं!

आठ-दहा दिवसांनंतरच हे घडलं. यावेळी तावडीत सापडले ते मराठीचे दाते सर. दाते सर काहीसे जुन्या वळणाचे होते. आणि 'स्ट्रीक्ट' जातकुळीतले. भरपूर नोट्स देत आणि क्वचितच हसत असत. धडा किंवा कविता शिकवून झाल्यानंतर ते प्रश्नोत्तरं घेत. मुलांना नीट उत्तरं देता आली नाहीत की, त्यांची 'शिक्षा' ठरलेली असे. 'उद्या येताना पूर्ण धडा लिहून आणा' किंवा 'कविता पाच वेळा लिहून आणा!'

त्या दिवशी हीच शिक्षा फर्मावली त्यांनी – 'ही कविता उद्या पाच वेळा लिहून आणा!' कविताही चांगली मोठी अशी! तो शुक्रवार होता. दुसऱ्या दिवशी शनिवार. घाटेनं म्हटलं,

'सर उद्या सकाळची शाळा आहे. बाकी पण खूप गृहपाठ आहे. आम्ही कधी लिहिणार कविता?'

'रात्री जागून लिहा,' दाते सरांनी म्हटलं, 'हीच तर शिक्षा आहे.'

पोरं कुरकुरली. तेवढ्यात एकानं – त्याचं नाव आठवत नाही – हां हां आठवलं... चिंचोळकरनं म्हटलं, 'सर, आई रागावते.'

'का?'

'ती म्हणते तुमच्या सरांचं काय जातं शिक्षा द्यायला. वह्या भरतात त्याचं काय?'

'उगाच सबब सांगू नको. तुला वही हवी असेल तर शाळा सुटल्यावर 'भांडारा'त ये. मी देतो वही. पण कविता लिहून आणायचीच.'

तास संपला. सर निघून गेले. माझी बत्ती पेटली होती!

मी म्हटलं, 'एक करायचं का?'

'काय?'

'सर म्हणाले ना, मी देतो वही. आज सगळ्यांनीच जायचं भांडारात. आम्हांला पण वही हवी, म्हणायचं.'

'हां, हां, चालेल,' पोरं म्हणाली.

'पण सगळ्यांनी म्हणजे सगळ्यांनी जायचं हं.'

मी बजावलं. शेवटी 'एकी हेच बळ' हो! शाळा सुटली तसा अख्खा वर्ग भांडाराकडे. सर आले. 'तुम्ही सगळे काय करताय इथं?' त्यांनी प्रश्न केला.

'सर आम्हांला पण शुद्धलेखनासाठी वही हवी,' मी म्हटलं.

'मी फक्त याला म्हटलं होतं,' सरांनी चिंचोळकरकडे बोट दाखवलं.

'सर, आमची पण आई ओरडते; त्यानं बोलून दाखवलं एवढंच;' मी म्हटलं तसं, 'हो सर, हो सर,' सगळ्या पोरांनी गलकाच केला.

काय बिशाद सरांची, अख्ख्या वर्गाला वह्या देतील!

'बदमाश कुठले. चला पळा, कुणाला मिळणार नाहीत वह्या!' ते उद्गारले.

'सर, शुद्धलेखनाचं काय?' अर्थातच मी!

'काही आणू नका. पळा आता सगळे.'

एकच जल्लोष करत आम्ही सुटलो घरी. त्यानंतर दाते सरांची लाडकी 'शुद्धलेखनाची शिक्षा' बंदच झाली, रद्दबातल!! फक्त आमच्या वर्गापुरती नाही, एकूणच. तीही तब्बल पंधरा वर्षांनंतर!

मला विचाराल तर, त्या वेळी शाळेत शिकणाऱ्याच नव्हे... पुढेही दाखल होणाऱ्या शेकडो विद्यार्थ्यांची मी एका निरर्थक, जाचक शिक्षेतून सुटका केली. (*कमेन्डेबल... इज इट नॉट?*)

यावेळी 'कमलेश कोठुरकर' या नावाचा काही गवगवा झाला नाही. पण ते श्रेय माझंच आहे, याला इतिहास साक्षी आहे!

त्या दिवशी माझी दर्शिकेतली नोंद ही अशी...

डोकं लढवलं तर सुचतं. तसे छोटेसेच आहेत हे प्रसंग, पण हीच तर सुरुवात होती. म्हणतात ना... *थिंक बिग, स्टार्ट स्मॉल.*

पुढे कधीतरी हेही वाचलं मी –

> 'स्वप्न पाहताना मोठंच पाहिलं पाहिजे. पण एकदम जसा मोठा घास घेता येत नाही, तसंच मोठं स्वप्न एका प्रयत्नात पुरं होत नाही. त्यासाठी त्या स्वप्नांचे तुकडे करून त्याचं छोट्या छोट्या स्वप्नांत रूपांतर करावं लागतं. त्यातलं एक एक छोटं स्वप्न पुरं करत, मोठ्या स्वप्नाला सत्यात आणावं लागतं.'

मी नेमकं तेच केलं. शाळकरी वयातली छोटी, छोटी स्वप्नं पुरी करीत राहिलो, पण त्यातूनच... त्यातूनच पुढच्या तीन वर्षांत मी जे काही शाळेत केलं, तसं मला नाही वाटत... कुठल्याही शाळेत कुणा विद्यार्थ्यानं केलं असेल! हा तुम्ही अहंकारही समजू शकता, पण फक्त फुशारकी नाही ही, वस्तुस्थिती आहे.

अर्थात ते तर येईलच पुढे, पण त्यापूर्वी आठवीतच घडलेला हा एक छोटासा प्रसंग... एक वेगळाच अनुभव, अगदी वेगळीच जाणीव देऊन गेलेला.

दामले सर आमचे वर्गशिक्षक होते. त्यांचा तास संपल्यानंतर त्यांनी मला बोलावून म्हटलं, 'छोट्या सुटीत येऊन भेट.' मी भेटायला गेलो तर त्यांनी मला थोडं बाजूला नेलं व म्हणाले, 'एक जरा वेगळं काम आहे. कुठेही बोलायचं नाही. तुझ्यावर विश्वास ठेवून सांगतोय मी.'

एवढी प्रस्तावना केल्यानंतर त्यांनी काम सांगितलं, 'हे बघ, आपल्या वर्गातला प्रदीप तोरणे आहे ना, त्याचे वडील येऊन मला भेटले होते. त्यांना संशय आहे, प्रदीप त्याच्या घरातूनच पैसे चोरतो आहे. तसे किरकोळच, पण अलीकडे हे नेहमीच सुरू झालं आहे. त्यांना हवं आहे करतो काय हा पैशांचं? खरं तर एकच शक्यता आहे... मधल्या सुटीत किंवा शाळा सुटल्यावर हा हॉटेलमध्ये जाऊन काही खात असावा. कारण हल्ली बऱ्याच वेळा तो मधल्या सुटीतला डबा नको म्हणतो. कारण विचारलं तर 'भूक नसते' म्हणून सांगतो. बस, तेवढंच बघायचंय आपल्याला. तू आज एक कर. मधल्या सुटीत तो शाळेबाहेर गेला की त्याच्या मागे मागे जा... त्याच्यावर पाळत ठेव. कुठे जातो, काय करतो बघ आणि मला येऊन सांग. त्याला मात्र काही कळता कामा नये. हे करशील?'

'हो सर, नक्की.'

मला तर हे अगदीच अनपेक्षित होतं; पण सरांनी नेमकं मलाच सांगावं, हे नक्कीच महत्त्वाचं होतं. आता सर्वांनाच माझ्याबद्दल विश्वास वाटू लागला होता.

काम फारसं अवघड नव्हतंच. मधल्या सुटीत मी त्याच्या मागे मागे गेलो. अपेक्षेप्रमाणे हा शाळेजवळच्या एका हॉटेलमध्ये घुसला, तसा परत आलो. माझं काम झालं होतं. पण फक्त सरांनी सांगितलेलं. आता डोकं खूप वेगळ्या पद्धतीनं चालू लागलं होतं. मी काही फक्त सांगकाम्या नव्हतो. मला 'सांगकाम्या' व्हायचं नव्हतं. मी विचार करत राहिलो. एक मित्र म्हणून मला काय करता येईल? शाळा सुटल्यावर तोरणेला म्हटलं, 'जरा थांब, माझं काम आहे तुझ्याकडे.' तोरणे जरा बुचकळ्यात पडला.

शाळेतच एका कट्ट्यावर बसून त्याला थोडक्यात सगळं सांगितलं तसा बिचाऱ्याचा चेहरा कावराबावरा झाला.

'हे बघ, आजपासून हे थांबव.' मी त्याला म्हटलं, 'स्वतःच्याच घरात काय पैसे चोरायचे? तुला वाटेल तेव्हा मागून घेत जा ना. ते काय नाही म्हणणार आहेत? तुझ्या बाबांना कळत होतंच. फक्त तू पैशाचं वेगळं काही करतोस का एवढंच, त्यांना हवं होतं. त्यांना धास्ती वाटत होती, तुला दुसरी कुठली चुकीची सवय तर लागली नाही ना!... मी दामले सरांना सांगतो, ते तुझ्या बाबांना समजावतील.'

'नको,' अचानक तोरणनं म्हटलं, त्याच्या डोळ्यांत पाणी होतं. 'मी आज घरी गेलो की मीच आईबाबांना सांगेन. त्यांची माफी मागेन.'

'मग तर फारच उत्तम,' मी म्हटलं, 'रडू नकोस. तसा काही फार मोठा गुन्हा नाही केलास तू. ते तुला माफ करतील. शेवटी आईबाबांचं प्रेमच असतं आपल्यावर. हे लक्षात ठेव, काय?'

'हो.' डोळे पुसत त्यानं म्हटलं.

'आणि हे बघ. हे मी वर्गातल्या कुणालाही बोलणार नाही. *आय प्रॉमिस...*'

तोरणेनं घट्ट मिठीच मारली मला. काटाच आला अंगावर! त्याक्षणी अगदी प्रकर्षानं जाणवलं ते हे – 'अरे, आपण असंही करू शकतो!'

हे असे छोटे छोटे प्रसंगच असतात, जे तुम्हांला घडवत असतात... हातून काही चांगलं घडून गेलं होतं खरं, पण त्या रात्री डोक्यात बरंच काही सुरू होतं. 'चुका सगळ्यांच्या होतात, मुळात वाईट कुणीच नसतो' वगैरे वगैरे.

दर्शिकेत काय लिहावं, हे मात्र सुचत नव्हतं.

खूप विचार केला आणि अचानक एक छान वाक्य सुचलं.

दर्शिकेत लिहिलंच मी ते... 'चुकतो तो माणूस, पण शिकतो तो खरा माणूस!'

स्वतःवरच खूश झालो मी; तेवढ्यात धारदार स्वरात एक प्रश्न आला, 'तू काय शिकलास?'

'म्हणजे?'

'तूही चोरी केलीयस. गाडीवाल्याचं लक्ष नाही हे पाहून चिक्कू चोरलायस. रस्त्यात जाताना एका माणसाची दहाची नोट पडलेली पाहिलीस. ती तू उचललीस; पण त्याला नेऊन नाही दिलीस. चैन केलीस त्या पैशांची. बसमध्ये त्या जाड मुलीला तू...'

'बस कर! माझ्या चुकांचा पाढा मलाच कशाला ऐकवतोस?' मी करवदलोच.

'नाही. चुका सगळ्यांच्याच होतात, वाईट कुणीच नसतो, हे सगळं ठीक आहे. पण तरीही...'

'तुला काय म्हणायचंय?'

'तरीही मोठं व्हायचं असेल तर तुला काही ठरवावं तर लागेलच.'

त्याचं म्हणणं योग्यच होतं. माझी दर्शिका ही फक्त 'सुविचार' लिहिण्यासाठी नव्हती. ते विचार आचरणात कसे आणणार मी, हे ठरवण्यासाठी होती. संकल्पांसाठी होती!

तोरणेला मी सांगितलं होतं, 'आजपासून चांगलं वाग.'

मला स्वतःलाही तेच सांगावं लागणार होतं.

मी लिहूनच टाकलं, 'या पुढे चांगलं वागायचं.'

चांगलं वागायचा संकल्प तर केला मी, पण अचानक मनात एक प्रश्न आला, 'एक विचारू?' मी 'तो'ला म्हटलं.

'विचार नं...'

'चांगलं वागून मोठं होता येतं की फक्त 'चांगलं'च होता येतं?'

बाप रे! बोलून गेलो, पण माझं मलाच जाणवलं, साधा नव्हता माझा प्रश्न... अगदी 'बेसिक'च म्हणा ना!

प्रत्येकाला आयुष्यात कधी ना कधी पडत असणारच हा प्रश्न. प्रश्न कळीचा होता खरा, पण त्याला काही ठोस उत्तर तरी होतं का? आजची तरुण मुलं म्हणतील, 'कशाला घोळ घालताय राव! मोठं व्हायचं की चांगलं व्हायचं – एकदा ठरवून टाका ना!' पण माझा प्रश्न त्या काळातला होता... माझ्या शाळकरी वयातला. सहज मनात आलं, हा प्रश्न अर्जुनानं कृष्णाला विचारला असता तर कृष्णानं काय उत्तर दिलं असतं?

माझा 'कृष्ण' मात्र अजून गप्पच होता. स्वतःच संभ्रमात होता की काय?

'प्रश्न पुन्हा विचारू का?' मी मुद्दामच म्हटलं, त्याला डिवचण्यासाठी.

'नको!' तो उत्तरला.

'मग उत्तर दे ना!'

'चांगलं वागूनच मोठं होता येतं, असं मी मानतो!'

मी त्यावर काही बोलणार, तेवढ्यात त्यानंच म्हटलं, 'पण समजा, मी समजा म्हणतोय... मोठं होता येत नसलं तर?'

'तर काय?'

'तू चांगलं वागणं सोडून देणार आहेस का?'

च्या मारी! सॉरी, पण त्याक्षणी हाच शब्द आला मनात. हा लेकाचा मला 'खिंडी'तच गाठतोय. 'चॅलेंज'च करत होता मला तो. पण मीही आता माघार घेणार नव्हतो. अतिशय ठाम स्वरात मी म्हटलं, 'मी एकदा दर्शिकेत लिहिलं म्हणजे लिहिलं!'

'फारच छान, पण त्यातही पर्याय असतात!' त्यानं म्हटलं.

मला त्याचा टोन वेगळा वाटला. का कोण जाणे, पण आज त्यानं माझी कोंडीच करायची ठरवली असावी, असं वाटलं.

'चांगलं वागण्यातही पर्याय असतात?' मी प्रश्न केला.

'हो.' त्यानं म्हटलं.

'कुठले?'

'शक्य तितकं चांगलं वागणं किंवा जास्तीत जास्त चांगलं वागणं!'

'नेहमीच चांगलं वागलं तर?' मी जरा तिरकस स्वरात.

'प्रयत्न करायला हरकत नाही!' तो शांतपणे!

छे, हा फक्त शब्दांचा खेळ नव्हता; ही फक्त शाब्दिक जुगलबंदी नव्हती आमची.

दर्शिकेत लिहिलेलं प्रत्येक वाक्य मी 'जगणार' होतो.

तीच माझी दिशादर्शिका, मार्गदर्शिका असणार होती.

तेच तर माझं 'बायबल' असणार होतं... मोठं होण्याचं!

मोठं होण्याला तर गत्यंतर नव्हतंच, पण आता... चांगलं वागण्यालाही गत्यंतर नव्हतं!

मोठा तर झालोच मी... पण चांगलं वागण्याचं काय? त्यासाठीचे जे पर्याय असतात, त्यातला कुठला निवडला मी? शक्य तितका चांगला वागलो, जास्तीत जास्त चांगला वागलो की अगदी निकरानं – नेहमीच चांगलं वागण्याचा प्रयत्न केला?

'चांगलं वागूनच मोठं होता येतं,' हा 'तो'चा फक्त भाबडा विश्वास होता की तेच अंतिम सत्य होतं?

मला खात्री आहे, सारं वाचाल तेव्हा तुम्ही थक्कच व्हाल... कदाचित!

आणि शेवटी तर... ते अर्थातच शेवटी!!

❦ ❦ ❦

सगळेच काही 'मोठे' होऊ शकत नाहीत. अगदी खरंय, मग प्रश्न असा आहे – सामान्य माणसानं काय करावं? सांगू? सामान्य असल्याची सबब सांगणं बंद करावं! क्या बात है! बोलतीच बंद ना 'सामान्या'ची!

बट लेट मी बी ऑनेस्ट. हे माझे नव्हेत, कुणा विचारवंताचे विचार आहेत.

अलीकडेच वाचले मी ते. पण सुदैवानं मी तर आठवीतच ठरवलं होतं, 'सामान्य' म्हणून जगायचं नाही!

कुठली सबब सांगायला 'स्कोप'च ठेवला नव्हता. पण बहुतेक मध्यमवर्गीय – म्हणजे तसे तुम्ही आम्ही सगळेच – 'मध्यमवर्गीय' म्हणून जन्माला येतो आणि मध्यमवर्गीय म्हणूनच जगत राहतो. जणू प्रत्येकानं त्याच्या त्याच्या दर्शिकेत लिहूनच ठेवलेलं असतं. 'माझा जन्म मध्यमवर्गीय म्हणून जगण्यासाठीच झालाय!'

त्या वयात नेमकं कळत नव्हतं, पण पुढे जाणवत गेलं –

एकूणच मध्यमवर्गीयांच्या मानसिकतेवर त्या काळातल्या अनेक विचारांचा आणि संस्कारांचा पगडा होता. अर्थात मला कल्पनाही नव्हती. त्यातल्या 'उदात्त' मानल्या गेलेल्या काही विचारांविरुद्ध मी स्वतःच नंतर लढा देणार होतो... किंबहुना त्या लढ्याचं नेतृत्वही करणार होतो!

नारायण मूर्ती – जे पुढे माझे 'आयकॉन' ठरले – त्यांनी या मध्यमवर्गीय मानसिकतेवर अगदी नेमकं बोट ठेवलं आहे. ते म्हणतात,

'आर्थिक स्थिती अगदीच ओढाताणीची आहे की खाऊनपिऊन सुखी एवढाच फरक, बाकी माझ्या पिढीतल्या जवळपास सगळ्या मध्यमवर्गीय भारतीयांचं बालपण सारखंच होतं. प्रत्येक सरळमार्गी मध्यमवर्गीय घराच्या दर्शनी खोलीत पंडित नेहरूंचा फोटो असे. गांधींबद्दल आदर, नेहरूंचं आकर्षण आणि संस्कारांमध्ये समाजवाद.

आपल्या वाट्याला आलेल्या ओढगस्तीच्या अवस्थेबद्दल एक खोल समजूत होती. सहन करण्याची, वाट पाहण्याची तयारी होती. गरिबीचा राग नव्हता. श्रीमंतीबद्दल दुस्वास नसला तरी सूक्ष्म संशय जरूर असे!

कमीत कमी गरजा, साधे साधे आनंद, जीवनमूल्यांबद्दल कमालीचा आग्रह, गरिबीचा अभिमान नसला तरी अपमानही न वाटून घेण्याचा संस्कार, पैसा आणि श्रीमंती याबद्दल काहीसा दुरावा... या वातावरणात मी वाढलो.

मीच का, स्वातंत्र्याच्या आगेमागे जन्मलेल्या माझ्या पिढीचंच हे चित्र आहे.

आपल्याजवळ जे असेल ते सर्वांनी सारखं वाटून घेणं आणि आपल्या वाट्याला येईल त्यात सुख मानणं हीच 'आदर्श' व्यवस्थेची एकमात्र कल्पना होती. नेहरूंचा समाजवाद तेच तर सांगत होता.'

थोडक्यात काय – ठेविले अनंते तैसेचि राहावे – जे असेल ते सर्वांनी वाटून खावे, तोंडचे काढून भुकेल्याला द्यावे! सारंच किती उदात्त!

अरे हो, पण, आपणच इतके कमवावे की स्वतःचे पोट भरून काही इतरांनाही देता यावे – हे का सुचू नये?

आम्हा भारतीयांना गरिबीची खंत वाटणं तर सोडाच, काहीसा अभिमानच वाटतो की काय अशी शंका येते. म्हणून तर राजकपूरचा भाबडा नायक *'हम उस देश के वासी है'* हे गीत आळवताना *'ज्यादा की नहीं आदत हमको – थोडे में गुजारा होता है!'* असं अभिमानानं सांगत असतो.

'ज्यादा की आदत' ही मुळातच त्याज्य मानल्यावर *'ज्यादा कमावण्या'*चं सुचणार तरी कसं? मग करा जन्मभर *'थोडे में गुजारा!'* अभिनेता शाहरूख खान हा तर पुढच्या पिढीचा, पण त्यानंही या मध्यमवर्गीय मानसिकतेवर असं जबरदस्त भाष्य केलं आहे की दादच द्यायला हवी. तो म्हणतो,

'मध्यमवर्ग नावाच्या दोन्हीकडून मार खाणाऱ्या, पिचलेल्या गटात जन्म झाला माझा. कसा असतो हा मध्यमवर्ग? देवापासून सरकारपर्यंत प्रत्येकाला वचकून मधल्यामध्ये अखंड लोंबकळत राहणं, हेच यांच्या नशिबात. नेहमी समाजाशी, सिस्टीमशी, मूल्यांशी नाही तर देवाशी जुळवून घ्यायचं. वचकून राहायचं. आहे ते गोड मानून घ्यायची सवय लावून घ्यायची. ना खालचे, ना वरचे. मध्यमवर्गीय म्हणून जगणं हाच एक संघर्ष असतो.'

अशा मध्यमवर्गात जन्मलेल्या शाहरूखचंही 'मोठं होणं' हेच स्वप्न होतं का? त्यासाठी त्यानं कुठला संकल्प केला होता?'

तो म्हणतो, 'मोठं होणं, श्रीमंत होणं – हे काही स्वप्न नव्हतं माझं, पण गरीब राहणं मान्य नव्हतं. शिक्षणानं आपलंही नशीब पालटेल. शिक्षणाशिवाय दुसरं काय? स्वतःच्या मेहनतीवर मोठं होऊ. आपल्याला कुणाच्या वशिल्याची, कुणा गॉडफादरची, कुणापुढे लाळ घोटण्याची, कुणाला खाली खेचून वर चढण्याची जरूरच काय? मिळेल नोकरी, घेऊ गाडी, होईल घर – नाही झालं तर भाड्याच्या घरात राहू – पण नेहमी आपल्या मस्तीत राहू.'

पुन्हा एकदा – क्या बात है! आपल्या मस्तीत राहायचं, हाच 'संकल्प' होता शाहरूखचा. इथेच तर नेमकं घोडं अडतं मध्यमवर्गीयांचं. मध्यमवर्गाला 'मस्ती' नको असते, त्याला हवी असते फक्त 'सेफ्टी', त्याला हवी असते सुरक्षितता. त्याला हवी असते 'नोकरी'. बस – आपली नोकरी बरी आपण बरं!

'छे, छे, छे... उद्योग व्यवसाय हे आपलं काम नव्हे. दहा ते पाच हजेरी लावली की आपण मोकळे. दरमहा खात्यात पगार जमा! पुन्हा बोनस वगैरे म्हणजे तर धन्यधन्यच!'

इथे एक अगदी साधा प्रश्न आहे. अक्षरशः करोडो लोकांना नोकऱ्या हव्या असतात. या नोकऱ्या येणार कुठून? आभाळातून टपकणार का? हा विचार केलाय तुम्ही कधी? आलाय कधी डोक्यात? साधी गोष्ट आहे... या नोकऱ्या निर्माण करणारेही कुणी हवेतच ना!

जन हो – या नोकऱ्या निर्माण करतात ते उद्योगपती! तुम्हांआम्हांला नोकऱ्या देतात ते उद्योगपती. येस, उद्योगपती-कारखानदार, कंपन्यांचे संस्थापक, चालक-मालक. बाबांचा आवडता शब्द म्हणजे उद्योजक. दरमहा तुमच्या खात्यात पगार जमा होत असतो तो या उद्योजकांमुळेच. त्यांच्यामुळेच लाखो, करोडो संसार चालत असतात, त्यांच्यामुळेच देश समृद्ध होत असतो. पटतंय ना तुम्हांला? मग आता एक सांगा हो – या उद्योजकांबद्दल तुमच्या मनात आदर, कृतज्ञता असते की काहीसा द्वेष आणि असूया?

तुम्हांला असेल नसेल पण 'भांडवलदार' म्हणून त्यांना तुच्छ लेखणारे आणि त्यांचा द्वेष करणारेही असंख्य असतातच. त्यांनाच तर उद्देशून शंतनुराव किर्लोस्करांनी म्हटलं होतं, 'श्रीमंतांचा द्वेष करा हवं तर, पण श्रीमंतीचा कशाला करता?' हीच तर मेख आहे. 'श्रीमंतां'चा दुस्वास करता करता आपण 'श्रीमंती'चाही द्वेष करू लागतो. थोडक्यात आयुष्यभर गरिबीत राहण्याची तरतूदच करून ठेवतो!

मला गरिबी मान्यच नव्हती. श्रीमंतीची आस तर होतीच, पण ती 'निर्माण' करणाऱ्या उद्योजकांबद्दल नितांत आदर होता. आजही त्यांच्याबद्दल बोलताना ऊर अक्षरशः भरून येतो माझा. का येऊ नये?

अहो, शून्यातून विश्व निर्माण करतात हे उद्योजक. स्वतःचं स्वप्न प्रत्यक्षात आणण्यासाठी जिवाचं रान करतात, प्रसंगी सर्वस्व पणाला लावतात. आपला तर सलाम आहे त्यांना.

या उद्योजकांची थोरवी माझ्या मनात शाळकरी वयातच रूजवली ती बाबांनी.

बाबा स्वतः काही उद्योजक नव्हते. मध्यमवर्गीय नोकरदारच होते... कारकून होते. पण तरीही 'कारकुंडे' नव्हते. थोडी, थोडी का? बरीच वरची पातळी होती. एका अतिशय बड्या (म्हणजे 'लिमिटेड') कंपनीच्या 'पर्चेस डिपार्टमेंट'मध्ये बाबा 'सिनियर क्लार्क' होते. बाबांनीच माझ्या मनावर बिंबवलं ते उद्योगविश्वाचं महत्त्व. टाटा, बिर्ला तर जणू त्यांची दैवतंच होती पण किर्लोस्करांबद्दलही ते नितांत आदरानं बोलत. मी 'इंटरेस्ट' दाखवला तसं, कंपनीच्या ग्रंथालयातून त्यांनी लक्ष्मणराव किर्लोस्करांचं चरित्रच आणून दिलं. मी वाचलेलं कुणा उद्योजकाचं पहिलंवहिलं चरित्र ते! अक्षरशः झपाटल्यासारखं वाचलं मी ते.

त्या मराठी माणसाच्या उत्तुंग कर्तृत्त्वामुळे थक्क झालो. वेडाच झालो. विश्वास बसू नये असंच होतं सारं.

कुंडलच्या उजाड, ओसाड माळरानावर – जिथं फक्त बाभळीची झाडं आणि निवडुंग माजला होता... दोन दोन, तीन तीन फूट उंचीची वारूळं होती – मनुष्यवस्तीची कुठलीही खूण नव्हती, पैसे मोजूनही जिथे कुणी कामाला यायला तयार नव्हतं, त्याच माळरानावर

लक्ष्मणरावांनी 'किर्लोस्करवाडी' ही पहिली उद्योगनगरी उभी केली... केवढं अफाट कर्तृत्व! हे कुणा सामान्य माणसाचं काम नव्हे!

मला स्वतःलाही सामान्य म्हणून जगायचं नव्हतंच... तसा संकल्पच केला होता मी.

साहजिकच त्या काळात, रात्रंदिवस मनात एकच प्रश्न धगधगत होता.

आपण 'उद्योजक' होऊ शकतो का?

आपणही शेकडो-हजारो नोकऱ्या निर्माण करू शकतो का?

देशाच्या समृद्धीत आपणही योगदान देऊ शकतो का?

होय, तेही स्वप्न बाळगलं होतं मनाशी.

कुणीतरी म्हटलंय – तुम्ही झोपेत पाहता ते खरं स्वप्न नव्हे.

खरं स्वप्न ते, जे तुमची झोप उडवतं!

माझीही झोप उडाली होती.

अनेकदा मोह होत होता, दर्शिकेत लिहूनच टाकावं – 'मी उद्योजक होणार!'

कित्येक रात्री दर्शिका समोर ठेवून तसाच बसायचो मी!

अखेर एके रात्री साहेब बोललेच, 'तो' साहेब! म्हणाले,

'तुला वाटतं तितकं अवघड उत्तर नाहीय, या प्रश्नाचं!'

'कुठला प्रश्न?'

'तू उद्योजक होऊ शकतोस की नाही!'

'कसं काय?'

'अगदी सोपं आहे. जे प्रश्न स्वतःला विचारणं टाळतो आहेस, ते विचारून टाक.'

'कुठले प्रश्न?'

'मी विचारू?'

'विचार.'

'शून्यातून विश्व निर्माण करू शकतोस तू? मनातली कल्पना प्रत्यक्षात आणण्यासाठी जिवाचं रान करू शकतोस? सर्वस्व पणाला लावू शकतोस?'

माझी बोलतीच बंद. यातल्या प्रत्येक प्रश्नाचं जे उत्तर होतं – तेच माझ्या मूळ प्रश्नाचंही उत्तर होतं! अर्थातच 'नाही!' 'तो' म्हणत होता ते खरं होतं. उत्तर फारसं अवघड नव्हतंच.

'तू मला नाउमेद करतोयस!' मी कुरकुरलो.

'माझ्यावर खापर फोडू नकोस,' त्यानं म्हटलं, 'दर्शिकेत 'असामान्य' शब्दापुढे प्रश्नचिन्ह मी नव्हतं केलं, तूच केलं होतंस. 'प्रॅक्टिकल साईड'चा आहेस तू, तोच पिंड आहे तुझा. आपल्याला काय झेपणारं नाही, पेलणारं नाही याबद्दलच्या 'फंडाज्' क्लिअर आहेत तुझ्या!'

'ओके, ओके,' मी म्हटलं, 'मी मान्य करतो – उद्योजक होणं मला शक्य नाहीय... झालं समाधान?'

'तो' काही बोलला नाही. प्रश्न त्याचं समाधान होण्याचा नव्हता. प्रश्न मी सत्य स्वीकारण्याचा होता!

ते स्वीकारलंही मी, पण त्यामुळे तर भलताच तिढा निर्माण झाला.

उद्योजक होणं मला शक्य नव्हतं – पण मला सामान्य नोकरदार म्हणूनही जगायचं नव्हतं! मग नेमकं करायचं काय? कसा सुटायचा हा तिढा? पुन्हा एकदा झोपच उडाली माझी.

कसा पुरा होणार आपला संकल्प? शाळेतल्या पोरांमध्ये पुढाकार घेणं वेगळं आणि मोठं होणं वेगळं! काही काळ तर वाटलं, आपला संकल्प दर्शिकेतच राहणार. आपण मध्यमवर्गीय, सामान्य म्हणूनच जगणार, आयुष्यभर कुणाला तरी 'येस बॉस' करतच राहणार.

कित्येक दिवस दर्शिका उघडण्याचं धैर्यच होत नव्हतं. पण पुन्हा एकदा बाबांनीच सोडवला माझ्यापुढचा तिढा, मात्र त्यांच्याही न कळत!

उद्योगविश्वाची थोरवी जशी त्यांनी माझ्या जनात रुजवली, तशीच रुजवली एक लाख मोलाची संकल्पना. ती संकल्पना म्हणजे, 'मॅनेजमेंट.' माझ्या पुढे दोन प्रश्न होते. 'मोठं व्हायचं म्हणजे कोण व्हायचं?' आणि 'मोठं कसं व्हायचं?'

मौज म्हणजे... त्या दोन्ही प्रश्नांची उत्तरं मला मिळाली ती फक्त बाबांच्या एका वाक्यात!

होय, एकच वाक्य. जे बाबांच्या तोंडी कायम असायचं. तेही असं काही उच्चारीत... जणू ब्रह्मवाक्यच! ते नेहमीच म्हणत, 'सर्वांत महत्त्वाची असते ती मॅनेजमेंट... सगळ्या पॉवर्स मॅनेजमेंटकडेच असतात!'

माझ्यासाठी तर तो 'साक्षात्कार'च होता. 'आपल्याकडे पॉवर हवी', हे माझं स्वप्न होतं आणि बाबा अगदी पुन्हा पुन्हा बजावत होते, पॉवर असते ती 'मॅनेजमेंट'कडे! अर्थ सरळ होता – मोठं व्हायचं असेल तर आपण 'मॅनेजमेंट'मध्ये असायला हवं... मॅनेजमेंट आपल्याकडे असायला हवी. आपण स्वतः उद्योजक नसलो तरी! कशी मिळवायची ते पाहता येईल. डोकं लढवलं की सुचतंच काहीतरी, पण एक मात्र नक्की, आपल्याकडे मॅनेजमेंट हवी. आपण 'मॅनेजमेंट'मध्ये असायला हवं.

इथे आणखी एक 'सिक्रेट' खुलं करतोय मी.

'मॅनेजमेंट' या संकल्पनेनं मला मोहिनी घातली, तिचं काही खास कारण आहे. मोठं व्हायचं असेल तर तुम्हांला अपार कष्ट करावे लागतात, असं सांगितलं जातं. त्यात तथ्यही आहे, पण 'मोठेपणा'ची अशी काही भीती आपल्याला घातली आहे की विचारूच नका.

ही उद्धरणंच पाहा ना...

'मोठेपण ही सुळावरची पोळी होय.'

'जया अंगी मोठेपण, तया यातना कठीण'

आणि हे तर अक्षरशः काहीच्या काहीच.

म्हणे 'मोठेपणाचा मार्ग मरणाच्या मैदानातून जातो.'

'म'चा अनुप्रास साधायचा म्हणून थेट 'मरणाचं मैदान'च!

छट्, मला मरणाच्या मैदानातून जायचं नव्हतं, मला जीवनाच्या मैदानात लढायचं होतं.

कष्ट करायला माझी ना नव्हती, पण मला कष्ट करून नव्हे, तर 'डोकं लढवून' मोठं व्हायचं होतं! आजच्या भाषेत सांगायचं तर *वर्क स्मार्टर, नॉट हार्डर* हा माझा फंडा होता. त्यासाठीही...

हीच संकल्पना कामी येणार होती – मॅनेजमेंट.

होय, हीच असणार होती – माझ्या यशाची गुरूकिल्ली! आपल्याला 'सुपीक डोकं' लाभलेलं आहे, ही तर खात्रीच होती आणि 'सुपीक डोकी' असतात ती 'मॅनेजमेंट'मध्येच! माझा आत्मविश्वास इतका बळावला की पुढचंही पाऊल उचललं मी. 'मॅनेजमेंट' हा फक्त मार्ग होता. पण आपल्याला साध्य काय करायचं आहे, आयुष्यात काय काय मिळवायचं आहे याचा मी विचार करू लागलो. होय, तेही आताच ठरवायला हवं. ते ठरवल्यानंतरच माझ्या 'संकल्पा'ला स्पष्टता येणार होती. माझ्यासाठी तो दिवस – ती रात्रही महत्त्वाची होती. अगदी जानेवारीतल्या त्या संकल्परात्री इतकीच. मोठ्या आत्मविश्वासानं मी दर्शिका उघडली. तिचं नवं कोरं पान जणू मला प्रश्न करत होतं. बोल, तुला काय हवंय आयुष्यात?

मला माहिती होतं, आत कुठेतरी खात्रीच वाटत होती. जे जे मी लिहीन ते मिळवीनच. मनात पहिला शब्द आला तो अर्थातच 'पॉवर'! 'पॉवर' तर हवीच पण पैसाही हवा – तो तर सर्वांत महत्त्वाचा. मला मध्यमवर्गीय राहायचं नव्हतं, मला श्रीमंत व्हायचं होतं; प्रश्नच नाही!

पैसा तर हवाच; पण प्रतिष्ठाही हवी. पैसा असेल आणि समाजात तुम्हांला प्रतिष्ठा नसेल तर काय उपयोग? हे सगळं मिळवणं म्हणजेच तर 'मोठं' होणं!

आता तर सारंच अगदी स्पष्ट झालं. कसली 'संदिग्धता'च राहिली नाही. अतिशय निःशंक मनानं, दृढ निश्चयानं सुवाच्य अक्षरात लिहिलं मी – हे सारं मिळवायचं आहे मला – पैसा, पॉवर आणि प्रतिष्ठा.

'तो' तर दचकलाच. कसं कोण जाणे पण त्या क्षणी त्याचं ते 'दचकणं' मलाही जाणवून गेलं. त्यानं प्रश्न केला, 'हे सगळं मिळवायचंय तुला आयुष्यात?'

'हो.'

'पहिला पैसा!'

'अर्थात.'

तो गप्पच. 'मला कळत नाही,' मी म्हटलं, 'यात तुला प्रश्न पडावा, असं काय आहे? पैसा तर सगळ्यांनाच हवा असतो. बरोबर आहे ना?'

'हो.'

'मग झालं तर. मलाही तो हवाय, कारण मला मध्यमवर्गीय म्हणून जगायचं नाहीय. मला श्रीमंत व्हायचंय, भरपूर पैसा कमवायचाय.'

माझ्याही नकळत मी असं काही ठणकावून म्हटलं की, 'टोन' थेट तोच होता – *अब दुनियाकी कोई ताकद मुझे रोक नहीं सकती.*

'तो'लाही ते जाणवलं असणारच. काहीशा मवाळ स्वरात त्यानं म्हटलं, 'ते ठीक आहे, पण...'

'पण काय?' धारदार स्वरातच माझा प्रश्न.

'तुम्ही तो कसा कमावता, हेही महत्त्वाचं असतं.' 'तो' उत्तरला.

'एवढंच ना?' क्षणाचाही विलंब न लावता मी म्हटलं, 'मी तो चांगल्या मार्गानंच मिळवणार. शब्द देतो मी तुला.'

हेही तितकंच ठणकावून बोललो मी. त्याबद्दल मनात जराही किंतु नव्हता. घरचे संस्कारच होते तसे. बाबा पर्चेस डिपार्टमेंटमध्ये होते. सप्लायर्सकडून कमिशन घेणं वगैरे तर दूरच – नव्या वर्षाच्या डायऱ्या सोडल्या तर इतर कुठल्या गिफ्ट्सही घेत नसत. आईचाही तोच खाक्या होता. 'हवे तेवढे कष्ट करू, पण हरामाचा एक पैसा नको घरात,' हेच तिचंही ब्रीद होतं. अशा संस्कारात वाढलेला मी.

'फारच छान!' असं तो म्हणेल असं वाटलं होतं, पण तो गप्पच.

'एवढा शब्द दिला मी तुला तरी तू गप्पच?' मी म्हटलं.

तरीही 'तो' काही बोलेना.

मी हसलो. माझ्या ध्यानात आलं – त्याला मी ते दर्शिकेत लिहायला हवं होतं. दर्शिकेत लिहिल्याशिवाय त्याला 'संकल्पा'चं स्वरूप येणार नव्हतं. अगदी आनंदानंच लिहिलं मी –

'मी तो चांगल्या मार्गानंच मिळवेन.'

'शिवाय पॉवरही हवी तुला?' त्यानं पुढचा प्रश्न केला.

'येस.'

'म्हणजे सत्ता!'

'अर्थात.'

'एक विचारू.'

'जरूर.'

'सत्ता कशासाठी हवीय तुला?'

मी हसलो. 'हसलास का?'

'काही नाही. हा प्रश्न तू विचारणं अपेक्षितच होतं.'

'हो?'

'हो, पण अगदीच साधं, सरळ उत्तर आहे तुझ्या प्रश्नाचं. मला सांग, सामान्य माणसाकडे सत्ता असते का?'

'नसते.'

'म्हणूनच तर तो सामान्य राहतो. तुम्हांला सामान्य म्हणून जगायचं नसेल तर तुमच्याकडे सत्ता हवीच.'

चटकन काही बोलला नाही तो. का कोण जाणे, मला हे जाणवत होतं की तो काहीसा घुटमळतो आहे. कदाचित मला सत्तेच्या 'मोहा'पासून परावृत्त करता येईल का, याचा विचार करतो आहे. पण... त्यानं तो विचार सोडून दिला असावा.

'माझं एकदा ठरलं म्हणजे ठरलं,' हे वाक्य त्याला पुन्हा ऐकायचं नव्हतं!

काही वेळानं त्यानं एवढंच म्हटलं, 'सत्तेचा दुरुपयोग होऊ शकतो.'

मुद्दा तर अगदीच रास्त होता त्याचा. 'आर्ग्युमेन्ट'ला जागा नव्हतीच. मी बोललो नाहीच... दर्शिकेत लिहूनच टाकलं, 'मी सत्तेचा दुरुपयोग करणार नाही.'

'उत्तम.'

'थँक्स.'

तो पुढे बोलेल असं वाटलं होतं, पण तो काही बोलला नाही.

मग मीच म्हटलं, 'प्रतिष्ठा राहिली ना!'

'तिचं काय?'

'तिच्या संदर्भात आपल्या काही '*एक्स्पर्ट्स कॉमेन्ट्स*' असतील तर...'

'एकच आहे.'

'कोणती?'

'काही वेळा ती दिखाऊ, बेगडी असू शकते.'

'मी खरी प्रतिष्ठा मिळवीन,' चटकन लिहूनच टाकलं मी.

'फारच छान. समाधान वाटलं.' त्यानं (समारोपात्मक) म्हटलं.

मला तर धन्य, धन्यच झालं म्हणा ना. 'तो'चा संतोष हेच माझं समाधान!

कमालीचा खूश होतो मी. खूप दिवसांनी, त्या रात्री अगदी शांत झोप लागली मला. आता सारंच कसं स्वच्छ, स्पष्ट झालं होतं.

'मोठा' होणारच होतो मी आणि हे सारं मिळवणारच होतो. पैसा, पॉवर, प्रतिष्ठा...!

तिन्हींसाठी 'तो'चं 'ॲप्रूव्हल'ही मिळालेलं होतं. फक्त एवढंच की प्रत्येक गोष्टीसाठी त्यानं एक एक कलम 'ॲड' केलं होतं! असेना का, पण आठव्या इयत्तेतच हे सारं स्पष्ट व्हावं, हेही विशेषच नाही का?

शिवाय एव्हाना तुम्हीही हे ओळखलं असेलच... आपलं म्हणजे... एकदा ठरलं की ठरलं!

'मोठं' कधी होता तुम्ही? जेव्हा लोक तुमचं ऐकू लागतात. लोक तुमचं केव्हा ऐकतात? जेव्हा तुमचे मुद्दे बिनतोड असतात... महत्त्वाचे असतात.

पण तेवढंच पुरेसं नसतं. ते मुद्दे तुम्हांला प्रभावीपणे मांडताही यावे लागतात. त्यासाठी तुमच्याकडे 'संभाषण कौशल्य' असावं लागतं, वक्तृत्व असावं लागतं.

नेतृत्व करायचं असेल तर तुमच्याकडे वक्तृत्व हवंच हवं. अर्थात कर्तृत्वही हवंच, पण त्याला वक्तृत्वाची जोड असेल तर नेतृत्व तुमच्याकडे चालत येतं. तसंच तर ते मिळवलं मी! म्हणतातच ना... बोलाल तर जिंकाल!

माझ्या वक्तृत्वाचे काही नमुनेही पुढे देणारच आहे मी. पण महत्त्वाचा मुद्दा हाच की, त्याची तयारी शाळेत असतानाच सुरू झालेली होती.

नववीचे वर्ग सुरू झाले होते आणि मी वाटच पाहत होतो. वक्तृत्व स्पर्धेची नोटीस कधी लागतेय त्याची! तसा मी तयारीला तर लागलोच होतो. शनिवारवाड्यासमोर राजकीय नेत्याच्या प्रचंड सभा होत असत... त्या गर्दीत आता मीही उभा राहू लागलो होतो. हजारोंच्या समुदायाला तासन्‌तास खिळवून ठेवणं ही सोपी गोष्ट नव्हे. मी अगदी मंत्रमुग्ध होऊन ती भाषणं ऐकत होतो. प्रत्येकाची शैली किती वेगळी असायची, पण तरीही प्रत्येक वेळी सभा भारावूनच जायची. घरी गेल्यावर माझ्या खोलीत... कधी दिवाणखान्याच्या मोठ्या आरशासमोर, मी त्या नेत्यांच्या नकलाही करू लागलो होतो.

मौज म्हणजे त्यांची आठवत असलेली वाक्यं तर मी बोलायचोच, पण बोलण्याच्या ओघात पदरचंही काही जोडून द्यायचो. काही वेळा इतकी छान वाक्यं सुचत, की माझं मलाच आश्चर्य वाटायचं आणि थोडं कौतुकही. 'जमेल आपल्यालाही', असा विश्वास वाटू लागला होता.

अर्थात... त्या सगळ्या भाषणांची खासियत म्हणजे विरोधकांची खिल्ली! तो माझा सर्वांत आवडता भाग होता! प्रतिस्पर्ध्याची खिल्ली उडवता आली की तुम्ही जिंकलीच. मग भले तुमच्याकडे काही मुद्दे असोत नसोत.

अखेर ती नोटीस लागलीच.

'राजवाडे आंतरशालेय वक्तृत्व स्पर्धा'

विषय : लोकशाही ही आदर्श राज्यपद्धती आहे.

(हल्ली कुठले विषय असतात कल्पना नाही, पण त्यावेळचे विषय हे असेच.)

मी जाऊन बापट सरांना भेटलो. माझं नाव नोंदवलं. नाव ऐकल्यावर किंचित हसले ते. बहुधा ते त्यांच्याही कानी गेलं असणार. 'काळजी करू नका सर,' मी मनात म्हटलं, 'लवकरच हे नाव सर्वांच्या कानी जाणार आहे! प्रथम वक्ता म्हणून आणि नंतर... असो.'

'तयारी करा आणि चाचणीला या,' त्यांनी म्हटलं, 'शनिवारी चाचणी आहे. दहा मिनिटं बोलावं लागेल.' प्रत्यक्ष चर्चेत वीस मिनिटं बोलावं लागणार होतं. त्या वर्षी मराठीला वैद्य सर

होते. स्वतः खूप छान बोलायचे. मी त्यांना भेटलो. त्यांनी काही मुद्दे दिले, काही टिप्स्ही दिल्या. एवढंच नव्हे, म्हणाले, 'चाचणीच्या वेळीही येईन मी. तू कसा बोलतोस पाहायला.'

मी जय्यत तयारी केली. भाषण लिहून काढलं. पाठच केलं. चढउतार, हातवारे, हावभाव – काही विचारू नका! सरळ आहे हो – आता थेट 'मैदाना'त उतरायचं होतं.

अखेर तो शनिवार उजाडलाच. चाचणीसाठी एकूण सात मुलं आली होती. त्यातून दोघांची निवड होणार होती. एकाची निवड तर पक्कीच होती, आनंद गोखले. आजवर कितीतरी स्पर्धांत त्यानं पारितोषिकं पटकावली होती. दुसरा कोण... एवढाच प्रश्न होता.

बापट सर तर होतेच पण नाट्यविभाग बघणारे पाटणकर सरही होते. म्हटल्याप्रमाणे वैद्य सरही आले होते. बापट सरांनी क्रम जाहीर केला. आनंद गोखलेला त्यांनी मुद्दामच शेवटी ठेवलं होतं. माझा तिसरा क्रमांक होता. पहिली दोन मुलं तशी साधारणच होती. एक तर मध्ये विसरलाही होता. माझा नंबर आला. क्षणभरच डोळे मिटून मी दर्शिकेतला संकल्प आठवला... माझा जन्म सामान्य म्हणून जगण्यासाठी झालेला नाहीय. बस, मग समोर गेलो आणि जोशातच भाषण केलं.

माझं पहिलंवहिलं भाषण. टेन्शन तर होतंच. एकदोन ठिकाणी विसरल्यासारखं झालंही, पण मी ते समोर कळू दिलं नाही. (नंतर कळलं, तेच महत्त्वाचं असतं! तुमचे पाय लटपटत असले, तुमचा घसा कोरडा पडला असला... तरी ते फक्त तुम्हांलाच जाणवत असतं. तिकडे दुर्लक्ष करून तुम्ही बोलत राहिलात की तुम्हीही ते विसरता. मग गाडी रूळावर येतेच.)

भाषण संपल्यावर वैद्य सरांनी हसून मान डोलावली. मग इतरांची भाषणं झाली. शेवटी आनंद गोखले बोलला आणि त्यानं कळसच चढवला. कसलेला वक्ता होता तो. त्याची निवड तर निश्चित होती, पण दुसरा कोण? माझं काळीज आता धडधडत होतं. अखेर बापट सरांनी निकाल जाहीर केला – आनंद गोखले आणि कमलेश कोठुरकर!

चला... निदान पहिली फेरी तरी मी जिंकली होती. पण एक प्रॉब्लेम होताच. 'हे बघ कोठुरकर,' बापट सरांनी म्हटलं, 'तुझी निवड तर झालीय, पण तुला बाजू बदलून बोलावं लागेल.'

स्पर्धेचा तो नियमच होता. प्रत्येक शाळेनं दोन विद्यार्थी पाठवायचे. एकानं विषयाच्या बाजूनं बोलायचं, दुसऱ्यानं उलट! आनंद आणि मी, आम्ही दोघंही 'लोकशाही ही आदर्श राज्यपद्धती आहे', याच बाजूने बोललो होतो. त्यात अर्थातच आनंदचं भाषण उत्तम झालेलं होतं. साहजिकच मला 'लोकशाही ही आदर्श राज्यपद्धती नाही,' ही बाजू मांडावी लागणार होती.

'पण सर, मला तीच आदर्श राज्यपद्धती वाटते,' मी म्हटलं. तसे सगळेच हसले.

'कोठुरकर, इथे तुझं मत काय आहे हे महत्त्वाचं नाहीय. तू ते मांडतोस कसं हे महत्त्वाचं आहे. तुला न पटणारं मतही तू समोरच्याला पटवून देऊ शकला पाहिजेस. त्यालाच तर वक्तृत्व म्हणतात.'

मुद्दा तर सही होता. पण त्याहीपेक्षा भारी म्हणजे – 'कोठुरकर,' वैद्य सर म्हणाले, 'तुला एक जबरदस्त किस्सा सांगतो. दत्तो वामन पोतदारांचा किस्सा आहे. स्त्रियांच्या एका संस्थेतच परिसंवाद ठेवलेला होता. विषय होता – 'स्त्री ही पुरुषाच्या प्रगतीच्या मार्गातील धोंड आहे काय?' पहिल्या वक्त्यानं तो पार खोडूनच काढला. नंतर 'द. वा.' बोलले. त्यांनी 'होय, ती धोंडच आहे,' हे हिरीरीनं मांडलं. मौज म्हणजे नंतर जेव्हा कौल घेतला गेला तेव्हा सगळ्या स्त्रियांनी 'द. वां.'च्या बाजूनं कौल दिला! 'होय, स्त्री ही धोंड आहे' हे स्त्रियांनीच मान्य केलं. याला म्हणतात वक्तृत्व!'

प्रश्नच नाही, याला म्हणतात वक्तृत्व! पटलंच मला. सोपं नव्हतं ते, पण मी तयार झालो. चॅलेंज स्वीकारायची सवय लागली ती तेव्हापासूनच.

'आम्ही आहोतच ना,' बापट आणि वैद्य सरांनी म्हटलं, 'आम्ही तुझी तयारी करून घेऊ, तुला मुद्दे देऊ.'

'मी पण मदत करीन,' गोखले म्हणाला, 'शेवटी तू आणि मी एका संघाचे आहोत. स्पर्धक नाही आहोत.'

बाजू बदलून बोलायला तयार तर झालोच मी, पण एव्हाना माझा मेंदू 'चार्ज' झालेला होता. कल्पना स्त्रवू लागल्या होत्या!

'सर,' मी म्हटलं, 'पूर्ण भाषण तयार होईल – वीस मिनिटांचं – ते नंतर थेट स्पर्धेतच करायचं ना?'

'अरे, त्या अगोदर रिहर्सल घेऊच ना. आम्ही ऐकूच.'

'पण सर, तिथे श्रोते असतात ना? माईकवर बोलायचं असतं ना?'

'म्हणजे काय! हॉल पूर्ण भरलेला असतो. स्पर्धा खुली असते श्रोत्यांसाठी.'

'मग आम्ही तशीच रिहर्सल केली तर?'

'म्हणजे?'

'आम्ही मुलांसमोर बोललो तर?'

'कुठल्या मुलांसमोर बोलणार?'

क्षणभर विचार करून मी सुचवलंच, 'सर, आठवीच्या मुलांना 'सांस्कृतिक'चा तास असतो, त्या वेळी आमची दोघांची भाषणं ठेवली तर?'

'अरे! फारच छान कल्पना आहे,' पाटणकर सर बोलले, 'नाही तरी त्या तासाला काय करायचं, हा प्रश्नच असतो.'

आठव्या इयत्तेपर्यंतच 'सांस्कृतिक'चा तास असायचा. आठवड्यातून एकदा सर्व आठही तुकड्यांची चारशे मुलं सभागृहात जमत असत. मला तो भरलेला हॉल नजरेसमोर दिसत होता. समोर श्रोते हवेतच हो!

'हुशार आहेस!' बापट सरांनी म्हटलं.

पण माझी हुशारी संपली नव्हती.

'सर, आणखी एक आयडिया करता येईल!'

'कसली?'

'वैद्य सरांनी द. वा. पोतदारांचा किस्सा सांगितला. त्यावरून सुचलं मला...'

'बोल तर खरं!'

'आमच्या दोघांची भाषणं झाल्यानंतर मुलांचा कौल घेतला तर?'

'अरे, चारशे मुलं असतात, मतदान कसं घेणार?'

'काही नाही, हात वर करायला सांगायचे फक्त!'

तिन्ही सरांनी एकमेकांकडे पाहिलं. बापट सरांनी गोखलेला म्हटलं, 'तुला काय वाटतं.. करू या असं?'

'चालेल सर,' त्यानं म्हटलं, 'मजाच येईल, आम्ही दोघंही जोरदार तयारी करतो.'

तशी आम्ही केलीही. मला वैद्य, बापट सरांनी तर मदत केलीच, पण गोखलेनंही काही 'टिप्स' दिल्या. मी मात्र थोडी चलाखी केली. 'चालूगिरी'ही म्हणता येईल. शनिवारवाड्यासमोरच्या राजकीय नेत्यांच्या सभांमुळे विरोधकांची खिल्ली कशी उडवावी, याचं थोडंसं बाळकडू मिळालं होतं. आनंदचं भाषण... त्याचे मुद्दे... त्याची विधानं... सगळंच मला माहिती होतं. त्या आधारे त्याची कुठे आणि कशी खिल्ली उडवायची, हे मी ठरवून ठेवलं. तशी खास 'वाक्यं' तयार ठेवली. ती त्याला सांगितली मात्र नाहीत!

आजही शाळेतला तो दिवस अगदी लख्ख आठवतोय. त्याच दिवशी एका वक्त्याचा... खरं तर एका 'नेत्या'चा उदय होणार होता. माझं भवितव्य ठरणार होतं. शाळकरी मुलांची का होईना, पण 'सभा' जिंकू शकलो मी तरच पुढे...

ठरल्याप्रमाणे सभागृहात आठवीची मुलं 'सांस्कृतिक'च्या तासासाठी जमली. बापट सरांनी छोटंसं प्रास्ताविक केलं. नंतर आम्हा दोघांची भाषणं. लोकशाहीच्या बाजूनं बोलणार असल्यानं – प्रथम अर्थातच गोखले बोलला. वक्तृत्व तर अंगात भिनलेलंच होतं त्याच्या... तयारीही जबरदस्त केलेली. वीस मिनिटं कधी संपली कळलंच नाही. खिळवूनच ठेवलं त्यानं. 'धन्यवाद,' म्हणून तो थांबला आणि पोरांनी टाळ्यांचा जोरदार कडकडाट केला. गोखलेनं बाजी मारली होती. 'लोकशाही हीच कशी आदर्श राज्यपद्धती आहे' हे त्यानं अगदी मुद्देसूद आणि ठणकावून सांगितलं होतं. त्यानंतर सरांनी माझं नाव पुकारलं, 'कमलेश कोठुरकर'. मी कसा बोलणार, याबद्दल साऱ्यांनाच उत्सुकता होती. खुद्द मलाही! जाहीर असं माझं हे पहिलंच भाषण होतं. पण मनात स्पष्ट होतं – मला (गोखलेसारखं) फक्त वक्ता व्हायचं नाहीय, मला 'नेता' व्हायचं आहे! फक्त बक्षीस नव्हे, सभा जिंकायची आहे.

मी भाषण सुरू केलं आणि काही मिनिटांतच एकदम चित्र बदललं. गोखलेनं कितीही जबरदस्त भाषण केलं होतं, तरी त्याला भाषण सुरू असताना हशा, टाळ्या मिळाल्या नव्हत्या. त्यानं तसा 'वाव'च ठेवला नव्हता.

मी मात्र माझी खास वाक्यं टाकली आणि गोखलेच्या बिनतोड मुद्यांची खिल्लीच उडवली. सगळ्यांनाच ते अनपेक्षित होतं. पण पाहता पाहता मी मुलांना कबजात घेतलं. 'लोकशाहीत म्हणे प्रत्येकाला मत असतं. म्हणजे फक्त डोकी मोजली जातात. पण बहुसंख्य बिनडोक असतात. त्याचं काय?'

बाप रे, माहोल बदलूनच गेला.

'अशी असते ही लोकशाही राज्यपद्धती! तरीही तुम्हांला ती आदर्श वाटत असेल तर ती तुमची तुम्हांला लखलाभ होवो आणि होय, देव तुमचं भलं करो. धन्यवाद.'

मी समारोप केला आणि पोरांनी टाळ्यांचा कल्लाच केला. पहिल्यावहिल्या भाषणातच मी (पोरांची का होईना) सभा जिंकली होती. 'मित्रांनो, तुम्ही दोन्ही बाजू ऐकल्यात,' बापट सरांनी म्हटलं, 'आता तुमचा कौल हवा आहे. लोकशाही हीच आदर्श राज्यपद्धती आहे असं ज्यांना वाटतं त्यांनी हात करावेत.'

पन्नास-साठ हात वर आले.

'ठीक आहे, आता ज्यांना ही आदर्श राज्यपद्धती नाही असं वाटतं, त्यांनी हात वर करावेत...'

मोजण्याची गरजच नव्हती. उरलेले तीनशे-साडेतीनशे हात वर आले होते. क्षणभर तर वाटलं जणू बापट सर विचारताहेत, 'मुलांना तुम्हांला काय वाटतं... कमलेश कोठुरकर 'मोठं' होऊ शकतात काय... आयुष्यात हवं ते मिळवू शकतात काय?' आणि मुलं हात उंचावून कौल देताहेत... होय, मिळवू शकतात!'

'आजच्या स्पर्धेचे विजेते आहेत... कमलेश कोठुरकर!' बापट सरांनी जाहीर केलं. पुन्हा प्रचंड टाळ्या. गोखलेनं खिलाडू वृत्तीनं हात मिळवीत माझं अभिनंदन केलं – मी त्याला मिठीच मारली. नंतर मात्र मी पुन्हा माईकसमोर गेलो, म्हटलं, 'मित्रांनो, आज मला जास्त मतं मिळाली असली तरी मला हे सांगायचं आहे – बापट आणि वैद्य सरांनी तर माझी तयारी करून घेतलीच होती, पण आनंद गोखले यानंही मला मदत केली होती. त्यामुळे त्याच्यासाठीही टाळ्या झाल्या पाहिजेत.' पुन्हा एकदा टाळ्यांचा कडकडाट. मला त्याक्षणीही जाणवलं, 'मी पुन्हा एकदा 'जिंकलो' आहे!'

आमचा (इथे मी 'माझा' म्हणण्याचा मोह टाळला आहे!) प्रयोग कमालीचा यशस्वी झाला, हे सांगायला नकोच. नंतर तो पायंडाच पडून गेला. 'राजवाडे वक्तृत्व स्पर्धे'ची अंतिम चाचणी – आठवीच्या वर्गासमोर 'सांस्कृतिक'च्या तासाला! 'कमाल आहे, आज इतकी वर्षं मी

मुलांना वक्तृत्व स्पर्धांसाठी तयार करतोय, पण अशी शाळेतच मुलांसमोर चाचणी घ्यावी, हे कधी सुचलंच नव्हतं.' बापट सरांनी कितीतरी वेळा बोलून दाखवलं.

'कसं सुचणार सर?' मी मनातच म्हटलं, 'माझा जन्म सामान्य म्हणून जगण्यासाठी झालेला नाहीय,' हे वाक्य तुम्ही कुठं डायरीत लिहिलं होतं?

प्रत्यक्ष स्पर्धेसाठी हॉल तर श्रोत्यांनी खचाखच भरला होताच, पण बापट आणि वैद्य सरांबरोबरच आमच्या वर्गातलीही काही मुलं आली होती. गोखलेचं आणि माझं, दोघांचीही भाषणं खणखणीत झाली. स्पर्धेत मात्र गोखलेनंच पहिला क्रमांक पटकावला. मी तिसऱ्या क्रमांकावर आलो. वैशाली मोहिते या मुलीनं दुसरं बक्षिस पटकावलं होतं. स्पर्धा जिंकणं वेगळं आणि सभा जिंकणं वेगळं. श्रोत्यांना खूश करणं वेगळं आणि परीक्षकांना प्रभावित करणं वेगळं, हा माझ्यासाठी एक 'धडा'च. पण तरीही आम्ही इतिहास घडवलाच. स्पर्धेचा करंडक सांघिक सर्वोत्कृष्ट कामगिरीमुळे आमच्या शाळेनंच जिंकला, तोही प्रथमच. साहजिकच आनंद गोखलेबरोबरच कमलेश कोठुरकर हे नाव शाळेत सर्वतोमुखी झालं. अर्थात एक महत्त्वाचा फरक होता... गोखलेसाठी वक्तृत्व हेच फक्त 'साध्य' होतं. माझ्यासाठी ते 'साधन' होतं. त्याला फक्त स्पर्धा जिंकायच्या होत्या, मला अजून बरंच काही...

'मला जग जिंकायचंय,' असं मी कधी मनाशीही म्हटलं नव्हतं. दर्शिकेतही लिहिलं नव्हतं. पण त्या काळात तरी शाळा हेच माझं जग होतं आणि ते मात्र मला (आता) निश्चित जिंकायचं होतं!

पुढे मला जे काही करून दाखवायचं होतं, त्याची 'रिहर्सल' शाळेतच करायची होती. तशी तर ती सुरू झालीच होती! रोजचे तास, गृहपाठ, चाचण्या, परीक्षा इकडे जराही दुर्लक्ष न करता, मी आणखी काय करता येईल याची संधीच शोधत होतो. आपोआप तर काहीच होत नसतं... खरं शिक्षण अनुभवातून होत असतं, हे मनात पक्कं असल्यानं नव्या, नव्या अनुभवांच्या शोधात असायचो मी, एका अर्थी आसुसलेलाही. दिवस दिवस तसं काही घडलं नाही... काही करून दाखवता आलं नाही तर अस्वस्थही व्हायचो.

त्यातूनच हा एक अनुभव अक्षरशः अंगावर ओढवून घेतला मी.

थोडक्यात वाचलो, नाही तर...

छोटी सुटी संपून पुढच्या तासासाठी मुलं आपापल्या वर्गात चालली होती. पोहोचलीच होती. मीही लगबगीनं वर्गाकडे निघालो होतो. तेवढ्यात बाजूच्या व्हरांड्यातून दोन-तीन मुलांचा आवाज कानी आला. ती पोरं ओरडत होती, 'ए दीडपाय!'

मी समोर पाहिलं. कोशिद सर चालले होते. कोशिद सरांचा एक पाय किंचित आखूड होता. ते दुडक्या चालीनं चालत असत. ही पोरं ओरडून त्यांनाच चिडवत होती – 'ए दीडपाय!'

कोशिद सरांनी काही वळून पाहिलं नाही, पण त्यांनी अर्थातच ते ऐकलं असणार. ते वर्गात गेले. मीही वर्गावर गेलो, पण डोक्यात भुंगा सुरू झाला होता.

हे योग्य नाही. त्या पोरांना धडा शिकवलाच पाहिजे. आपण 'सरां'ना धडा शिकवतो, तर 'पोरां'ना का नाही शिकवू शकणार?

एकदा डोक्यात घेतलं की घेतलं. मी काही दिवस पाळतीवर राहिलो. ती मुलं – दोघं-तिघंच होते – पण रोजच हा उद्योग करत होती. सहावी, सातवीचे असावेत. एकदा ठरवलंच, आपल्याला वर्गावर जायला उशीर झाला तरी हरकत नाही, पण आज त्या पोरांना पकडायचंच. तसं ते अगदीच सोपं होतं. प्रारंभी ती मुलं लपून वगैरे ओरडत; पण कोशिद सर काही करत नाहीत हे कळल्यावर त्यांची भीड चेपली होती. ते त्यांच्या अगदी मागे जाऊन, ओरडून पळून जाऊ लागले होते.

मी तयारीत होतोच. मुलं ओरडून जाणार, तेवढ्यात त्यातल्या एकाचं बखोटं धरलं मी. त्याच्या बरोबरीची पोरं पळून गेली. हा सटपटलाच. म्हटलं, 'फार मस्ती आलीय का तुला? चल तुला साने सरांकडेच नेतो.' (साने सर पर्यवेक्षक होते.)

तो गयावया करू लागला. मी त्याला म्हटलं, 'नाव सांग तर सोडतो.'

त्यानं म्हटलं, 'विकास कामठे.' मी इयत्ता, तुकडी, हजेरी क्रमांक सगळं विचारून घेतलं, मगच सोडलं. उशीर झाला होता. धावतच वर्गावर गेलो. वैद्य सरांचाच तास होता. त्यांनी जरा आश्चर्यानं माझ्याकडे बघितलं. पण काही विचारलं नाही – 'चल ये ये बस,' म्हटलं आणि तास पुढे सुरू केला.

झालेलं मी काही कुणाला बोललो नाही. पण शाळा सुटल्यावर मी घरी निघालो तर गेटजवळ विकास कामठे उभा होता आणि त्याच्याबरोबर बाप रे... त्याला ओळखत होतो मी. शाळेच्या कबड्डी संघाचा कॅप्टन होता तो – अशोक कामठे. त्याचा मोठा भाऊ असणार!

विकास कामठेनं माझ्याकडे बोट दाखवत म्हटलं, 'हाच तो.' धट्टाकट्टा, उंचापुरा (दहावी 'एच' तुकडीतला!) अशोक माझ्याजवळ आला. माझी मानगूट धरत त्यानं म्हटलं, 'का रे, स्वतःला फार शहाणा समजतो का? नाव काय तुझं?'

मी नाव सांगितल्यावर त्यानं म्हटलं, 'तूच का तो वक्तृत्व स्पर्धेवाला?'

'हो.'

'मग! स्पर्धा जिंकली म्हणजे फार अक्कल आली का काय तुला? याला का दम दिलास?'

'तो, कोशिद सरांना चिडवत होता,' मी चाचरतच म्हटलं.

'मग तुझं काय दुखलं? कोशिद सर कोण मामा लागतो तुझा का काका? पुन्हा त्याच्या वाटेला गेलास ना तर थोबाड फोडीन आणि हातात देईन, कळलं?'

कळलं तर होतंच. आतून टरकलोच होतो. त्यानं तसं ठरवलं असतं तर नक्कीच तो ते करू शकला असता, पण तरीही माझ्यासाठी तो कसोटीचा क्षण होता... नक्कीच!

चुकीचं वागत होता तो विकास कामठे. मी योग्य तेच केलं होतं आणि तरीही बोलणी मलाच खावी लागली होती. याला काय अर्थ आहे? अशोक कामठेनं खरं तर भावालाच दम द्यायला हवा... पण हे त्याला कसं समजावणार? अचानक माझी बत्ती पेटली.

'कोशिद कोण मामा लागतो का तुझा का काका?' या त्याच्याच शब्दांनी ती 'आयडिया' आली डोक्यात. मी त्याला म्हटलं, 'कोशिद सर माझ्या काकांचे मित्र आहेत.'

'बरं मग?'

'ते परवाच काकांकडे आले होते. काकांना म्हणत होते...' कामठे ऐकतोय याचा अंदाज घेऊन मी पुढे म्हटलं, 'हल्ली शाळेत मुलं मला माझ्या चालण्यामुळे 'दीडपाय' असं चिडवतात. मागूनच ओरडून पळून जातात. त्यानंतर शिकवताना लक्षही लागत नाही माझं. हे सांगताना ते रडत होते...' खोटं बोलता बोलता इतका त्यात बुडालो मी की माझेही डोळे पाणावले, 'तुझं काय दुखलं?' या प्रश्नाचं उत्तर होतं ते! मग तर काय... माझा धीर दुणावला.

'मला खूप वाईट वाटलं... म्हणून मी याला म्हटलं चिडवू नकोस...'

बाप रे, आता तर डोळे वाहूच लागले माझे. कामठे चक्क द्रवला. 'बरं बरं, कळलं मला. तू कशाला रडतो?' त्यानं म्हटलं आणि मग छोट्या भावालाच (मोठा भाऊ या नात्यानं रीतसर दमात घेत) म्हटलं, 'का रे ए डिंगळ्या... कशाला चिडवतो सरांना... परत कधी चिडवलंस तर याद राख आणि बाकीच्या पोरांनाही सांग, कोशिद सरांना कुणीही चिडवायचं नाही.'

पुन्हा माझ्याकडे वळून त्यानं म्हटलं, 'चल, चल. ठीक आहे. जा तू आता...'

मी कशाला थांबतोय... सटकलोच, पण स्वतःची पाठ थोपटतच. जे काही बेमालूम खोटं बोललो होतो, जे काय हृदयद्रावक नाटक केलं होतं, तेही अगदी उत्स्फूर्त... त्याला तोड नव्हती. पुन्हा एकदा हीच थरारक जाणीव – 'अरे, आपण असंही करू शकतो तर!'

> 'मोठं व्हायचं' तर तुम्हांला असं स्वतःलाही ओळखावं लागतं. कसोटीच्या वेळी स्वतःतल्या सुप्त गुणांना असा वाव द्यावा लागतो!

शाळा नेहमीसारखी सुरू होती आणि... अचानक ती बातमी आली. अख्खी शाळा 'हादरली' असं नाही म्हणता येणार... पण हबकली नक्कीच. मुलांना ते अनपेक्षित होतंच पण शिक्षकांसाठी तर तो धक्काच होता. आजच्या 'मीडिया'च्या भाषेत सांगायचं तर 'ब्रेकिंग न्यूज'च ती. पर्यवेक्षक साने सरांचा अचानक राजीनामा!

साने सर सिनिअर होते, तितकेच सिन्सिअरही. अतिशय शिस्तशीर अन् कार्यक्षमही. विद्यार्थी आणि शिक्षकवर्गात लोकप्रिय होते, असं नाही म्हणता येणार, पण त्यांच्याबद्दल

निश्चितच आदराची भावना होती. कुणाचीही तक्रार असो, कुठलाही प्रश्न असो, जातीनं लक्ष घालणार आणि तो सोडवण्याचा प्रयत्न करणार, खरं तर सोडवणारच. पण हे अचानक, असं कसं झालं?

मुख्याध्यापक दीक्षित सर निवृत्त झाले होते आणि त्यांच्या जागी महाशब्दे सरांची नियुक्ती झाली होती. महाशब्दे सर हे आमच्या 'एज्युकेशन सोसायटी'च्याच दुसऱ्या शाळेत पर्यवेक्षक होते. त्यांची नियुक्ती झाली अन् महिन्याभरातच साने सरांनी पर्यवेक्षक पदाचा राजीनामा देऊन शाळेचा निरोप घेतला. त्यांच्या जागी पर्यवेक्षक म्हणून दामले सरांची नियुक्ती झाली. हे मात्र तसं अनपेक्षित नव्हतं. दामले सरांना त्याची कल्पना असावी. क्वचित कधीतरी त्यांनी 'मी पर्यवेक्षक होईन, तेव्हा पाहू' असं म्हटलेलंही आठवतं. पण साने सर तडकाफडकी शाळा सोडतील, याची मात्र त्यांनी कधी कल्पनाही केली नसणार.

मला त्या वयातही इतकं नक्की कळत होतं... पडद्यामागे बरंच काही घडलं असणार! 'नेमकं काय घडलं' हे जाणून घेण्यासाठी मी कमालीचा उत्सुक होतो. काय मौज आहे पहा. शाळेत तसे शेकडो विद्यार्थी होते. दोन हजारांहूनही अधिक; पण त्यातल्या कुणालाही 'नेमकं काय घडलं' यात स्वारस्य नव्हतं. का असावं? शाळेतल्या विद्यार्थ्यानं शाळेच्या 'व्यवस्थापना' संदर्भात विचार तरी का करावा?

मी तो करत होतो. कारण... मी इतरांसारखा नव्हतोच! इतरांसारखं राहायचंही नव्हतं मला... मला 'मोठं' व्हायचं होतं. इतर मुलं 'वंदे मातरम, शेंडी कातरम्' अशा शाळकरी विनोदात रमत होती, त्याच वेळी मी मात्र शाळेतल्या घडामोडींवर विचार करत होतो. शिवाय मला हेही माहिती होतं, 'काय नेमकं झालं' हे मी दामले सरांना थेट विचारू शकत होतो.

तसं तर हेही विशेषच होतं. इतक्या वरच्या पातळीवरील घडामोडींविषयी आठवी-नववीतल्या विद्यार्थ्यांनं थेट शाळेच्या पर्यवेक्षकांशी 'चर्चा' करावी ही काही साधी गोष्ट नव्हे! पण दामले सरांचा माझ्यावर प्रचंड विश्वास होता. 'तोरणे' प्रकरणानंतर तर ते माझ्यावर काहीसे 'फिदा'च होते. 'राजवाडे वक्तृत्व स्पर्धे'त करंडक मिळवला, त्यानंतर त्यांनी माझी फक्त पाठ थोपटली नव्हती, मला प्रेमानं जवळ घेतलं होतं. 'तुझ्याकडून खूप अपेक्षा आहेत, असाच 'मोठा' होत राहा,' म्हटलं होतं.

आता 'मोठं' होत राहायचं तर अवतीभवती काय चाललंय ते समजून घ्यायला हवंच ना! 'का बुवा साने सरांनी अचानक राजीनामा दिला,' हेही जाणून घ्यायला हवं. सांगायचा मुद्दा, थोडं स्थिरस्थावर झाल्यावर दामले सरांकडून ते जाणून घेतलंच मी.

साने सरांचा राजीनामा हा 'नाराजीनामा'च होता. खरं तर दीक्षित सरांनंतर मुख्याध्यापक पदावर ज्येष्ठते/श्रेष्ठतेनुसार त्यांचाच हक्क होता. पण सोसायटीकडून तो डावलून, अगदीच अनपेक्षितपणे महाशब्दे सरांना नेमलं गेलं होतं. साने सरांना तो धक्काच होता. त्यांना 'शांत' करण्यासाठी 'उपमुख्याध्यापक' म्हणून नियुक्ती करण्याचाही प्रस्ताव सोसायटीनं दिला होता,

पण तो साफ नाकारून 'व्यक्तिगत कारणास्तव' पर्यवेक्षकपदाचा त्याग करून साने सरांनी शाळाच सोडली होती. सर्व शिक्षकांच्या मनात असलेल्या 'निरोप समारंभा'च्या कल्पनेलाही त्यांनी नम्रपणे नकार दिला होता. खूप वाईट वाटलं मला. तसा साने सरांशी फारसा कधी बोललोही नव्हतो मी, पण खरं सांगतो – हे सारं ऐकून अगदी आतून वाईट वाटलं.

'सर, हे असं का?' मी प्रश्न केला. तसे दामले सर खिन्नसं हसले.

'हे असंच असतं कमलेश,' त्यांनी म्हटलं, 'तुमची विद्वता, ज्येष्ठता सगळं दुय्यम ठरतं. कारण शेवटी सगळं सोसायटीच्या हाती असतं. सगळ्या पॉवर्स मॅनेजमेंटकडेच असतात.'

दामले सरांनी ते शेवटचं वाक्य उच्चारलं आणि मी डोळे विस्फारून बघतच राहिलो त्यांच्याकडे. त्यांनी विचारलंही, 'अरे कमलेश, असं काय बघतोयस?'

कसं सांगू त्यांना? मला 'तो'च साक्षात्कार पुन्हा एकदा झालाय!

बाबांच्या तोंडून अनेकदा ऐकलेलं ते 'ब्रह्मवाक्य',

दामले सरांनीही तेच अधोरेखित केलं होतं –

'सगळ्या पॉवर्स मॅनेजमेंटकडेच असतात.'

फक्त उद्योगक्षेत्रात नव्हे... शिक्षणक्षेत्रातही!

त्या क्षणी तर जणू अंतर्मनातूनच निर्धार उमटला.

कमलेश कोठुरकर, तुम्ही 'मॅनेजमेंट'मध्ये असायला हवं.

'मॅनेजमेंट' तुमच्याकडे असायला हवी!

'कमलेश...' पुन्हा एकदा दामले सरांनी म्हटलं तसं चटकन भानावर येत मी म्हटलं, 'पण सर, हा साने सरांवर अन्यायच झाला.'

'झालाच ना!'

'मला कळत नाही सर, चांगल्या माणसांवर अन्याय करावा असं कुणाला वाटतंच कसं?'

दामले सरांनी एकदम चमकून माझ्याकडे पाहिलं. काही क्षण बघतच राहिले ते.

तेव्हा मला उलगडा झाला नव्हता... पण आज कळतंय – एवढा मूलभूत, सनातन, धगधगता प्रश्न एका नववीच्या पोरानं करावा, याचं त्यांना नक्कीच आश्चर्य वाटलं असणार!

पुन्हा एकदा खिन्नसं हसत त्यांनी म्हटलं, 'कारण एकच, राजकारण!'

हा माझ्यासाठी त्याच दिवशी झालेला – उपसाक्षात्कार!

त्या रात्री दर्शिका उघडली.

सगळ्या पॉवर्स मॅनेजमेंटकडेच असतात. हेच वाक्य मनात घुमत होतं. पॉवर... सत्ता... सत्ता... पॉवर याच शब्दांचा डोक्यात विचार सुरू होता.

दर्शिकेत मीच लिहिलेलं ते वाक्य वाचलं –

'मी सत्तेचा दुरुपयोग करणार नाही.'

वाचलं मी ते, पण समाधान नाही झालं. 'तू दुरुपयोग करणार नाहीस. मान्य आहे, पण दुसऱ्या कुणी दुरुपयोग केला तर तू काय करणार आहेस?'

प्रश्न तर सही होता. कुणावर अन्याय न करणं हा एक भाग झाला, पण सत्ता असेल तर...

अखेर लिहिलंच मी दर्शिकेत, 'तुमच्या हाती सत्ता असेल तर तुम्ही अन्याय दूरही करू शकता.'

बस्... मी हे लिहिण्याचा अवकाश... 'तो' महाशय अवतरलेच.

'आज मला उत्तर मिळालं,' त्यानं म्हटलं.

'कशाचं?'

'तुला सत्ता कशासाठी हवी त्याचं!'

'खरं तर... मलाही ते आजच जाणवलं.'

'आनंद आहे,' त्यानं म्हटलं, 'जे जे घडतंय, त्यातून योग्य तेच उचलतोयस तू; फारच छान!'

'थँक्स!'

अगदी मनापासून म्हटलं मी.

पुन्हा एकदा त्याचं कौतुक, त्याचं 'ॲप्रूव्हल' यामुळे खूप सुखावलो मी, आश्वस्त झालो. अर्थात त्याचं 'ॲप्रूव्हल' माझ्यासाठी इतकं महत्त्वाचं असतं, याची जाणीव त्याला होती की नाही... 'तो'च जाणे!

महाशब्दे सरांची मुख्याध्यापकपदी झालेली नेमणूक शाळेच्या पथ्यावर पडली असो नसो, आमच्या मात्र चांगलीच पथ्यावर पडली होती. दामले सरांच्या मते मुख्याध्यापक पदात महाशब्दे सरांना फारसा रस नव्हताच. ते फक्त त्यांनी 'स्टेपिंग स्टोन' म्हणून स्वीकारलं होतं. त्यांचं खरं लक्ष 'सोसायटी'तल्या पदाकडे होतं.

'त्यांनी मला पूर्ण स्वातंत्र्य दिलं आहे,' दामले सर म्हणत, 'स्वातंत्र्य म्हणजे अर्थातच जबाबदारी. पूर्ण जबाबदारी माझी... फक्त काही तक्रार येता कामा नये, बस.'

मिळालेल्या स्वातंत्र्याचा (आणि जबाबदारीचा) पुरेपूर स्वीकार करून दामले सर शाळेत कितीतरी सुधारणा घडवून आणत होते. मुख्य म्हणजे मला सतत प्रोत्साहन देत होते. त्यांच्या लेखी मी (अघोषित) विद्यार्थी प्रतिनिधीच होतो. मी ते मनावर न घेईन तरच नवल. पोरांना असो... सरांना असो... 'धडा' शिकवण्याचं माझं मिशन सुरूच होतं. टी. एन. पाटकर सरांना 'ए टिनपाट' असं मागून चिडवणाऱ्या दोन पोरांना बखोटं धरून मी सरळ दामले सरांपुढेच उभं केलं.

'उद्या पालकांना घेऊनच शाळेत यायचं,' दामले सरांनी त्यांना फर्मावलं. दुसरे दिवशी दोघांच्या आया शाळेत. पोरांची आगळीक त्यांना कळली होतीच.

'पुन्हा हे सापडले तर शाळेतून काढून टाकावं लागेल,' अशी सक्त ताकीदच सरांनी दिली.

इंग्रजीचे देशपांडे सर पार्शलिटी करत असत. हे एक 'उघड गुपित' होतं. त्यांच्याकडे 'ट्यूशन'ला येणाऱ्या मुलांना ते शाळेच्या परीक्षेत सढळ हातानं गुण देत असत. सातवीत असताना मी स्वतःही तो अनुभव घेतला होता.

दामले सरांना मी याची कल्पना दिली. सरांनी इतक्या शिताफीनं ते प्रकरण हाताळलंय, की विचारू नका. देशपांडे सरांचा पक्षपात थांबला एवढं मात्र नक्की.

अर्थात हे मी केवळ नाईलाजानं करत होतो. माझा मेंदू सळसळत असे ते सतत नवं काहीतरी करण्यासाठी. 'तू कल्पनाबहाद्दर आहेस. आयडिया मास्टर,' दामले सरही म्हणायचे, 'काहीही डोक्यात आलं की मला सांगत जा!' अशी संधी मी सोडेन थोडीच?

'सर, गांधी जयंतीला सुटी असते. पण आदल्या दिवशी आपण 'स्वच्छता दिन' पाळला तर?'

'शिक्षकदिनासाठी एक गंमत करता येईल. त्या दिवशी पहिला तास त्या त्या वर्गातल्या एखाद्या विद्यार्थ्यानं घ्यायचा!'

अशा कितीतरी नव्या कल्पना, नवे उपक्रम शाळेत माझ्यामुळे म्हणत नाही मी, पण माझ्या निमित्तानं सुरू झाले. अर्थात दामले सरांचा विश्वास, त्यांचं प्रेम होतं म्हणूनच. पण मी वैद्य सरांचाही लाडका होतोच. शिवाय मी चलाख आणि घुसखोरही होतोच. ही त्याचीच एक झलक. त्या दिवशी वैद्य सरांचा शेवटचा तास होता. शिपायानं येऊन दोन मोठी पाकिटं वैद्य सरांना दिली. 'बाप रे!' सरांनी म्हटलं आणि तास पुढे सुरू केला. तास संपल्यावर मी सरांकडे गेलो.

पुन्हा मौज बघा. वर्गातली बाकीची सगळी मुलं तिथून गेली होती. त्यांना सरांना आलेल्या त्या पाकिटांशी काही देणंघेणं नव्हतं, मला मात्र होतं. कारण... तुम्ही जाणताच! शिवाय ही खात्रीही होती की विचारलं तर 'तुला काय करायचंय?' म्हणून सर डाफरणार तर नक्कीच नाहीत.

'सर, ही कसली पाकिटं आहेत?'

सर हसले. म्हणाले, 'हे मुलांचं साहित्य आहे. नियतकालिकासाठी आलेलं. मुलं एवढं लिहित असतील, कल्पना नव्हती.' त्या वर्षी वैद्य सर प्रथमच शाळेच्या नियतकालिकाचं संपादन करणार होते.

'हे सगळं तुम्ही वाचणार?' मी प्रश्न केला.

'वाचावंच लागेल!' सर म्हणाले.

'सर... मी मदत करू का?'

'म्हणजे?'

'वाचायला म्हणतोय मी.'

'तू वाचशील का?'

'हो सर... म्हणजे तुम्हांला चालत असेल तर!'

वैद्य सरांनी क्षणभर विचार केला आणि म्हटलं, 'अरे, न चालायला काय झालं? आपण असंही करू शकतो. तू वाचून तुला कुठलं साहित्य चांगलं वाटतं... त्यावर खुणा करून ठेवायच्या... मग मी त्यातून निवडू शकेन.'

'हो सर... म्हणजे तुम्हांला सगळंच वाचायला नको.'

'मला तर आवडलीच तुझी कल्पना, पण त्यासाठी दामले सरांशी बोलावं लागेल.'

'हो, हो बोला तुम्ही.'

मला खात्री होती, दामले सर 'नाही' म्हणणारच नाहीत.

'सर... मला काय वाटतं सांगू?'

'बोल.. बोल...'

'ही दोन पाकिटं आहेत ना. एक पाकिट आपण आनंद गोखलेला दिलं तर? आम्ही दोघं मिळून प्राथमिक निवड करू. त्यातून मग तुम्ही अंतिम निवड करा!'

'काय सुपीक डोकं आहे रे तुझं. आपण आत्ताच बोलू या दामले सरांशी. ते 'हो' म्हणाले तर माझं काम अगदीच सोप्पं होऊन जाईल. 'संपादकीय' मध्ये मी तुमच्या दोघांचा उल्लेखही करीन.'

खरं तर मी हुरळून जायला हवं होतं. पण मी चांगलाच 'तयार' गडी होतो. 'संपादकीय' कुणी वाचत नाही हे मला माहिती होतं. मी स्वतःही कधी वाचलं नव्हतं.

'सर... त्यापेक्षा असं केलं तर?'

'कसं?'

'विद्यार्थी प्रतिनिधी म्हणून आमच्या दोघांची नावं दिली तर...'

पुढे काय झालं, हे सांगायची गरज आहे? त्यावर्षी प्रथमच संपादकांच्या नावाखाली दोन विद्यार्थी प्रतिनिधींची नावं छापली गेली. आनंद गोखले आणि कमलेश कोठुरकर. त्यानंतर नियतकालिकासाठी 'दोन विद्यार्थी प्रतिनिधी' ही प्रथा सुरू झाली. ती आजतागायत कायम आहे.

एक शिकलो मी... तुम्ही केवळ पुढाकार घ्यायचा, पायंडे पडत जातात. असे कितीतरी पायंडे मी शाळेत पाडले... पण मला स्वतःला अभिमान आहे... तो दहावीत असताना शाळेच्या स्नेहसंमेलनासंदर्भात जे मी केलं त्याचा.

शाळेचं स्नेहसंमेलन दोन भागांत व्हायचं. पहिल्या दिवशी कुणीतरी प्रमुख पाहुणे येत असत. त्यांचं व्याख्यान आणि त्यांच्या हस्ते पारितोषिक वितरण. त्यानंतर विविध गुणदर्शन असायचं. हे कार्यक्रम सर्वांसाठी खुले असत. दुसऱ्या दिवशी मात्र जे 'वर्गणी' भरत त्यांनाच प्रवेश दिला जात असे. त्या दिवशी सरांनी बसवलेल्या दोन ते तीन एकांकिका असत. दोन मुलांच्या, एक सरांची. एखादे वर्षी पूर्ण नाटकही. त्या अगोदर मुलांसाठी 'अल्पोपहार' ही असायचा. बरीचशी मुलं वर्गणी भरून दुसऱ्या दिवशीही येत असत. पण मला हे खटकत होतं. खूप वाद घातला मी पाटणकर सरांशी. कारण ते संमेलन प्रमुख होते. माझं म्हणणं होतं, स्नेहसंमेलन हे सर्व विद्यार्थ्यांसाठी खुलं हवं. शाळेचंच नाटक मुलांनी तिकीट काढून का पाहायचं?

अर्थात हे मी जरा अतिरेकी विधानच करत होतो, कारण संमेलनाची वर्गणी तशी सर्वांना परवडेल इतकीच असायची. माझा प्रश्न तत्त्वाचा होता! मला हे माहिती होतं की, नाटक बसवण्यासाठी बरंचसं सामान बाहेरून आणावं लागायचं – गेटअप, मेकअप, प्रॉपर्टी, सेटस्. पण हा खर्च काही फार नसायचा. शाळेनं तो करणं नक्कीच शक्य होतं.

शेवटी प्रश्न आला तो अल्पोपहारावर. तो तर फुकट देणं शक्यच नव्हतं. चर्चेतून हेच सत्य पुढं आलं की, 'वर्गणी' सुरू झाली ती मुख्यतः अल्पोपहारासाठीच. मग तर माझा कळीचा प्रश्न – 'अल्पोपहार हवाच कशाला? वर्गणी भरून तो खाण्यात काय मतलब आहे?'

वैद्य सर, बापट सर आणि सर्वांत महत्त्वाचं म्हणजे – दामले सर, साऱ्यांनी माझी बाजू मान्य केली. अखेर अल्पोपहार रद्द झाला आणि त्याचबरोबर संमेलन वर्गणीही!

त्या वर्षी प्रथमच संपूर्ण स्नेहसंमेलन सर्व विद्यार्थ्यांसाठी खुलं ठेवलं गेलं. दरवर्षीपेक्षा अधिक जल्लोषात साजरं केलं गेलं.

ही प्रथाही आजतागायत सुरू आहे. तुम्ही हवं तर शाळेत जाऊन चौकशी करू शकता. शाळेचं नाव मी मुद्दामच दिलेलं नाहीय. नाही तर तुम्ही खरंच जाल चौकशीला!

कधी कधी तर मनात येतं – इतिहासाच्या पुस्तकात इंग्रजी राजवटीतल्या 'मोर्ले मिंटो सुधारणां'वर एक प्रकरण असतं पहा. शाळेचा इतिहास लिहिला जात नाही म्हणून – पण कुणी लिहिलाच तर 'कमलेश कोठुरकर सुधारणा' हा एक चॅप्टरच टाकावा लागेल!

ते असो... शालेय जीवनातली ही मात्र माझी शेवटची 'मोलाची कल्पना!' शाळेसाठी असेल नसेल, माझ्यासाठी मात्र अगदी लाख मोलाची!

अकरावीचं वर्षं मी पूर्ण अभ्यासासाठीच ठेवलं होतं. सगळ्या 'शालेय सामाजिक उपक्रमां'ना विराम दिला होता. दामले सरांच्या भेटी मात्र होत होत्याच. शेवटचं वर्ष होतं. त्यामुळे नंतर काही भेटी होणार नव्हत्या.

'तुझी नेहमीच आठवण येत राहील कमलेश, खरंच तू एक आदर्श विद्यार्थी होतास.' ते नेहमी म्हणत.

असंच एके दिवशी मी म्हटलं, 'सर, मी जे काही केलं ते सगळं तुमच्या प्रोत्साहनामुळेच.'

'ते ठीक आहे रे,' त्यांनी म्हटलं, 'पण मुळात तुमच्याकडे काही हवंच ना!'

सरांच्या म्हणण्यात नक्कीच तथ्य होतं. पण तोवर 'कल्पनाबहाद्दर' कमलेश कोठुरकरांच्या डोक्यात एक नामी कल्पना लकाकली होतीच.

'सर,' मी म्हटलं, 'तसं ते काहींच्याकडे तरी असतंच. प्रोत्साहन मिळालं तर ते पुढे येऊ शकतं!'

'तेही आहेच म्हणा... पण प्रोत्साहन द्यायचं म्हणजे नेमकं काय करायचं?'

उत्तर फारसं अवघड नव्हतं... 'प्रोत्साहना'साठीच तर पुरस्कार असतात.

'सर, या वर्षीचं जाऊ द्या. पण समजा पुढच्या वर्षीपासून तुम्ही अकरावीतल्या विद्यार्थ्यांसाठी 'आदर्श विद्यार्थी' पुरस्कार जाहीर केला तर? त्यामुळेही काहींना प्रेरणा मिळू शकते. असा पुरस्कार आपल्याला मिळावा, असं कुणाला वाटणार नाही? त्यासाठी अगदी पाचवीपासूनच मुलं स्वतःला तयार करू शकतील. निवडीसाठी तुम्ही काही सरांची कमिटीही नेमू शकता.'

सर हसले, 'तुझी कल्पना फारच उत्तम आहे कमलेश,' त्यांनी म्हटलं, 'फक्त एकच भाग मला पटला नाही.'

'कुठला?'

'पुढच्या वर्षीपासून का? या वर्षी का नाही!'

यावर काय बोलणार मी! फक्त हसलो. अर्थातच अगदी मनापासूनच!

'हुशार आहेस.' 'तो'ची पहिली प्रतिक्रिया.

'म्हणजे?'

'शाळेचा पहिला 'आदर्श विद्यार्थी पुरस्कार' स्वतःलाच मिळेल याची छान तरतूद केलीस!'

'मी कुठे केली? मी तर उलट म्हटलं सरांना पुढच्या वर्षीपासून सुरू करा.'

'हो, म्हटलंस तसं, पण तरीही तो याच वर्षी सुरू व्हावा आणि आपल्याला मिळावा, असंच तुझ्या मनात होतं.'

'का नसावं?'

'ही थोडी चलाखीच झाली... नाही का?'

त्यानं सरळ ठपकाच ठेवला माझ्यावर. तो पुसून टाकणं गरजेचं होतं.

'तू स्वतः तसं म्हणू शकतोस, पण माझ्या काही प्रश्नांची उत्तरं देशील?'

'बोल.'

'एक सांग, मी आदर्श विद्यार्थी आहे असं मी ठरवलं का दामले सरांनी?'

'दामले सरांनी.'

‘बरं, असा पुरस्कार शाळेनं द्यायचा ठरवला तर माझा त्यावर अधिकार आहे की नाही?’

‘आहे.’

‘आणि हो – अशा पुरस्कारामुळे इतर विद्यार्थ्यांना प्रेरणा मिळू शकते की नाही?’

‘मिळू शकते.’

‘मग झालं तर... बाकी विचार हवाच कशाला?’

‘हुंहुंहुंहुं...’ तो बहुधा हसला असावा. तसंच गृहीत धरून मी विचारलं, ‘हसलास का?’

‘काही नाही...’ त्यानं म्हटलं, ‘एक वेगळाच विचार आला डोक्यात.’

‘कोणता?’

‘काय छान युक्तिवाद करतोस! तू खरं तर वकीलच व्हायला हवंस!’

‘काही उपयोग नाही!’

‘का?’

‘तिथेही जज्ज म्हणून डोक्यावर येऊन बसशील तू!’

आता हे सांगायला नकोच – अकरावीतल्या विद्यार्थ्यांसाठी ‘आदर्श विद्यार्थी पुरस्कार’ त्याच वर्षीपासून शाळेनं सुरू केला. पहिल्या पुरस्काराचा मानकरी अर्थातच होतो मी, कमलेश कोठुरकर.

■ ■ ■

प्रकरण : दोन

'बाअदब, बा मुलाहिजा, निगाह रखो... होशियार... कमलेश कोठुरकर कॉलेज पधार रहे हैं!'

असा कुणी माझ्यासाठी कॉलेजमध्ये डंका पिटणार नव्हतं. कॉलेज गाजवायचं तर तो माझा मलाच पिटावा लागणार होता! पण मी त्यासाठी आता पुरेपूर तयारीत होतो.

सतरावं वर्षं... तारुण्यात पदार्पण झालेलं. रक्त सळसळत होतंच. शिवाय अकरावीनंतरची सुटी चांगलीच सत्कारणी लावली होती. आता थेट 'संकल्प' वगैरेच केला म्हटल्यावर 'टाईमपास' करून चालणार नव्हतंच.

कॉलेजमध्ये छाप पाडायची असेल तर दोन गोष्टी आपल्याकडे हव्यातच, याची मला कल्पना होती. पहिली गोष्ट अर्थातच व्यक्तिमत्त्व. 'अर्ध्या चड्डीतून गेलो फुल पॅन्टीत' एवढंच पुरेसं नव्हतं. चांगलं व्यक्तिमत्त्व हवंच. तसं ते थोडं उपजत होतंच... पण शाळेत असताना तिकडे फारसं लक्ष दिलं नव्हतं. फक्त मुलांची शाळा... 'इंप्रेशन' पाडायचं तरी कुणावर?

आता कॉलेजमध्ये मात्र निम्म्या अधिक मुली असणार होत्या. अर्थात फक्त मुलींवरच नव्हे, मुलांवरही प्रभाव पडायला हवा असेल तर व्यक्तिमत्त्व हवंच ना.

दोन महिने मजबूत व्यायाम केला. सकाळी पोहायला जायचं. तिथून आल्यावर मग हुप्पा हुंईया... मस्त बॉडी कमावली. पण त्याचबरोबर दोन महिने 'वाघिणीचं दूध' पिऊन काढले.

चक्रावलात ना?

विष्णुशास्त्री चिपळूणकर माहिती आहेत? नसतीलच बहुधा. त्यांना 'मराठी भाषेचे शिवाजी' म्हटलं जातं. ते स्वतःच इंग्रजी भाषेला 'वाघिणीचं दूध' म्हणत असत. सांगायचा मुद्दा... दोन महिने फक्त 'इंग्रजी'वर काढले मी. इंग्रजी पुस्तकं तर वाचलीच, पण मराठी वृत्तपत्राला हातही लावला नाही. आईनं अगदी 'अरे हे तरी वाच' म्हटलं तर तेवढंच, बाकी

मग 'ओन्ली इंग्रजी' *टाइम्स ऑफ इंडिया* लावला होता. सगळंच झेपत, उमजत होतं असं नाही, पण नेटानं वाचून काढायचो. हाताशी 'डिक्शनरी' ठेवून!

आणखी एक केलं. स्वतःशी, मित्रांशी इंग्रजीत बोलत राहिलो. कधी कधी बाबांशीही. तेही अगदी उत्साहानं 'कॉन्व्हर्सेशन' करीत, पण आमच्या दोघांची तारांबळ 'ऐकून' आई मात्र हसून घ्यायची! मी ठाम होतो. केवळ इंग्रजीत कमी पडल्यामुळे एक उमदा मराठी तरुण मागे राहिला, असं होऊन चालणार नव्हतं!

अर्थात कॉलेज लाइफ 'एन्जॉय' करायचं असतं, याची कल्पना होतीच. पण 'एन्जॉय' करता करता मला कॉलेज गाजवायचंही होतं. शाळेत मी 'आदर्श' विद्यार्थी होतो, अघोषित विद्यार्थी-प्रतिनिधी होतो; इथे मात्र मला रीतसर 'स्टुडंट लीडर' व्हायचं होतं. कॉलेजियन्सचं – तरुण मुला-मुलींचं नेतृत्व करायला मला नक्कीच आवडलं असतं, खरं तर करायचंच होतं. पण कसं मिळवणार होतो मी ते? इथे कुणी 'दामले सर' माझ्या पाठीशी उभे राहणार नव्हते. 'कमलेश कोठुरकर हे आता तुमचे नेते असतील,' असा काही फतवा कॉलेजचे प्राचार्य काढणार नव्हते. ते माझं मलाच मिळवावं लागणार होतं. त्यासाठी मला प्रथम मुलांचा विश्वास संपादन करावा लागणार होता. कदाचित स्पर्धा करावी लागणार होती. थोडा बहुत संघर्षही.

हो, पण इथे हेही स्पष्ट करतो – काही विद्यार्थी नेते पुढे राजकीय नेते होतात. तीच त्यांची महत्त्वाकांक्षा असते. मला मात्र राजकारणात अजिबात स्वारस्य नव्हतं. 'पुढारी' होण्यात अगदी जराही रस नव्हता.

का नव्हता, का नसावा? मला जर नेतृत्व करायचं होतं, मला जर सत्ता हवी होती, तर त्यासाठी 'राजकारणा'सारखं दुसरं क्षेत्र नाही!

अगदी मान्य आहे, पण ते झेपायला तर हवं! राजकारणात काय काय चालतं हे मी नव्यानं सांगण्याची गरज नाही. सगळ्यांनाच ते कळत असतं... दिसतही असतं. पण मौज म्हणजे जे आपल्याला कळत/दिसत असतं, त्यापलीकडेही तिथं खूप काही घडत असतं.

बहुतेकांना हे माहिती नसेल, पण तुम्हांला 'राजकारणा'त प्रवेश करायचा असेल तर (सक्तीचं नसलं तरी) एक प्रमाणपत्र अतिशय उपयुक्त ठरतं... 'स्किन स्पेशालिस्ट'चं. त्यांच्याकडे जाऊन चेकिंग करायचं. त्यांनी जर, 'होय. यांचे कातडे गेंड्याचे आहे,' असं प्रमाणित केलं तरच राजकारणात जायचं, अन्यथा नाहीच!

काय त्या गेमा... काय त्या कोलांट्या उड्या...

अर्थात कुणीतरी ते करावंच लागतं म्हणा... पण ज्यांना ते जमत त्यांनाच ते 'लखलाभ' असो!

शाळकरी वयापासून माझा अजेंडा क्लिअर होता. 'पॉवर' मिळवायची ती *'मॅनेजमेंट' थ्रू!* त्यासाठी मला खुणावत होतं – ते उद्योगक्षेत्र. बस... जे काही करायचं ते तिथं आणि तिथूनच... असो. अतिशय उत्साहानं मी कॉलेजमध्ये प्रवेश घेतला, पण बाप रे... केवढा गदारोळ!

होणारच ना... एखाद्यानं वेडेपणाच करायचा ठरवला तर शहाणीसुरती माणसं त्याला खडसावणारच ना!

'कमलेश, अरे वेडा आहेस का?' हे वाक्य मी त्या दिवसांत किती वेळा ऐकलं असेल, गणतीच नाही करता यायची आणि हेही, 'अरे आर्टस्ला काही स्कोप नसतो. बी.ए. होऊन काय मास्तर होणार आहेस का?' (फार तर काय एम.ए. करून प्रोफेसर होशील... पण शेवटी मास्तरच ना!)

हुशार मुलांनी निमूटपणे शास्त्र शाखेकडे जायचं आणि डॉक्टर अथवा इंजिनिअर व्हायचं – हा त्यावेळचा अतिशय कडक असा सामाजिक/शैक्षणिक संकेत होता. मी तो मोडण्याचा उद्दामपणा केला होता. थोडीबहुत मुभा होती ती कॉमर्सला जाण्याची. वाणिज्य शाखा. पण कला शाखा? आर्ट्स् साईड? अरे देवा, देवा! आर्ट्स् साईडला कुणी यायचं? ज्यांना सायन्स/कॉमर्सला प्रवेश मिळत नाही अशा मुलांनी! किंवा मग ज्या मुलींना (चांगले मार्क्स असूनही) 'करिअर'मध्ये फारसं स्वारस्य नाही अशा मुलींनी! हे सारं सूर्यप्रकाशाइतकं स्वच्छ असतानाही कमलेश कोठुरकर चक्क 'आर्ट्स्'ला जातो. याला काही अर्थ आहे का? आई, बाबा आणि 'तो' हे तिघे फक्त माझ्या पाठीशी होते. बाकी मात्र सगळ्यांनाच – यात मित्र, मैत्रिणी, शेजारी-पाजारी, वर्गातली मुलं-मुली, प्राध्यापक, प्यून सारे आले – कमालीचं आश्चर्य वाटलं. (त्यांना काय कल्पना – यापेक्षाही आश्चर्यकारक असं खूप काही मी पुढे करणार होतो!)

खरं तर माझं 'लॉजिक' अगदी स्पष्ट होतं. मुळात मला गणित-शास्त्राची गोडी नव्हती. भाषांमध्ये रस होता. मुख्य म्हणजे नंतर 'एमबीए' करणं हे पक्कं असल्यानं 'बी.एस्सी.' केलं काय 'बी.ए.' केलं काय – फरक पडणार नव्हता! उलट अर्थशास्त्र आणि मानसशास्त्र – इको, सायको – हे विषय 'एमबीए'साठी चांगलेच उपयुक्त ठरणार होते. शिवाय सायन्स साईडच्या प्रॅक्टिकल्स, जर्नल्स अशा सर्व जंजाळातून मला सुटका मिळणार होती. त्यामुळे कॉलेजमध्ये इतर 'ॲक्टिव्हिटिज्'मध्ये भाग घेण्यासाठी मला हवा तेवढा वेळ मिळणार होता. आता कॉलेज गाजवायचं म्हटलं तर वेळ हवाच ना!

तरीही नंतर किमान महिनाभर 'तू अजून विचार कर,' हे प्रेमाचे सल्ले मिळतच होते. मला आर्टस्च्या वर्गामध्ये बसू दिलं, हुसकावून लावलं नाही, हेच नशीब!

आजचं काय चित्र आहे माहिती नाही – पण त्या वेळी तरी 'आर्टस्'च्या वर्गात पन्नास-साठ मुलं आणि दीडएकशे मुली, अशी परिस्थिती होती. इंग्लिश मीडियमला तर दहा-बारा मुलं आणि साठ-सत्तर मुली. सगळा वर्ग भरायचा आणि दिसायचा तो 'कंपलसरी इंग्लिश'च्या पिरीयडला. पहिलंच लेक्चर असायचं ते. आम्ही सगळे सायकली मारतच यायचो कॉलेजला. त्या वेळी कॉलेजला जायचं म्हणजे 'बाईक'वर, हा दंडक नव्हता!

वर्गामध्ये 'इंग्लिश मीडियम'मधून आलेल्या मुलामुलींचा एक 'हाईहुई' ग्रुप होता. मुलांमध्ये काही पुण्यातल्या मराठी शाळांतून आलेली पन्नास-साठ टक्केवाली मुलं आणि

काही हॉस्टेलमध्ये राहणारी 'गाववाली' मुलं... जाधव, पाटील, थोरात. ती बिचारी जरा बिचकूनच असत. बॅनर्जी मॅडम 'प्रेझेन्टी' घेत तेव्हा 'येस मॅम' म्हणण्याऐवजी शाळेतल्या सवयीमुळे 'येस सर'च म्हणत. सगळा वर्ग हसत असे. पण मी त्यांना धीर दिला, समजावलं. माझी पहिली मैत्री झाली ती त्यांच्याशीच. मौज म्हणजे, त्यांच्यामुळेच माझ्याकडे वर्गाचं नेतृत्व करायची संधी चालून आली.

खरं तर पहिला महिना मी इतर कशाचा विचार करत नव्हतो. कॉलेजच्या वातावरणात रूळणं आणि मुख्यतः नव्या विषयांची तोंडओळख करून घेणं.

मात्र त्या दिवशी कॉलेजवर पोहचलो तर वर्गात वाद सुरू होता. क्लासच्या ट्रिपवरून. इंग्लिश मीडियमच्या ग्रुपनं एका दिवसासाठी महाबळेश्वरला जाऊन यायचा प्लॅन केला होता. वर्गणीही ठरवली होती. ती मुकेश दुआ आणि त्याची मैत्रीण शेफाली यांच्याकडे जमा करावी, असं जाहीर केलं होतं. जाधव, थोरात त्यांच्याशी वाद घालत होते – पण 'ऐसा कैसा' अशा हिंदीतून आणि हे *'कमॉन यार – व्हॉट डू यू मीन – नो नो नो धिस इज नॉट राईट'* अशा इंग्रजीतून!

शेवटी *'फिर आप करो ना डिसाईड... यू बल्डी टेक द इनिशिएटिव्ह'* असा खास इंग्रजी उद्वेग करीत दुआ आणि मंडळी निघून गेली.

मी पोहोचलो, तेव्हा घडलं ते हे.

'काय प्रकार आहे' हे मी समजून घेतलं तेव्हा हे स्पष्ट झालं. ट्रिप काढायला मराठी मुलांचा विरोध नव्हता. महाबळेश्वरही त्यांना मान्य होतं. वर्गणीचाही प्रश्न नव्हता. प्रश्न (मराठी) अस्मितेचा होता! हे सगळं परस्पर ठरवणारे दुआ आणि शेफाली कोण? ते काय स्वतःला 'सी.आर.' समजतात का? 'सी.आर.'ची क्लासमध्ये निवड झाली पाहिजे. हा मुलांचा मुद्दा होता. बऱ्याचशा मराठी मुलीही त्याच मताच्या होत्या.

मुद्दा तर सही होता. प्रश्न होता, मांजराच्या गळ्यात घंटा बांधायची कुणी?

आता अशा कामासाठी कमलेश कोठुरकरच हवेत ना!

दुसऱ्या दिवशी पहिल्या पिरीयडला बॅनर्जी मॅडम आल्या, तसं मी त्यांना जाऊन *'मॅडम, वुई विश टू सिलेक्ट क्लास रिप्रेझेन्टेटिव्हज्... सो दॅट वुई कॅन अ‍ॅरेन्ज अ ट्रिप'* वगैरे सांगितलं. *'गो अहेड'* त्यांनी म्हटलं. मीच निवडणूक घेतली. फारच सोपी होती. मुलांकडून एकच नाव होतं – कमलेश कोठुरकर. मुलींमधूनही एकच नाव आलं – सुजाता आठवले. मी, दुआ आणि शेफाली दोघांकडे पाहिलं. ते काहीच बोलले नाहीत. मराठी मुलांची 'मेजॉरिटी' असल्यानं आपला निभाव लागणार नाही, हे ते जाणून होते.

आम्हा दोघांची बिनविरोध निवड झाली. क्लास सुटल्यानंतर आम्ही (आता अधिकृतपणे) महाबळेश्वरची ट्रिप पक्की केली. खरं तर जे घडलं, त्यातलं काहीच मी 'प्लॅन' केलेलं नव्हतं. दुआ आणि शेफाली जरी 'सी.आर.' झाले असते, तरी मला काहीच प्रॉब्लेम नव्हता.

माझ्यासाठी कसला शिक्का महत्त्वाचा नव्हताच. नंतर मी दुआशी स्वतः बोलणारही होतो, पण तो चटकन निघूनच गेला.

रात्री दर्शिकेत नोंद अपरिहार्यच होती.

'पहिलं पाऊल... कॉलेजमधलं.'

'अर्थात!' 'तो'ची प्रतिक्रिया.

मला राहवलं नाही. मी लिहूनच टाकलं.

'आज सी.आर. झालो मी.'

'ते स्वाभाविकच होतं!' 'तो'.

'कसं काय?'

'क्लासमध्ये तूच हुशार आहेस, स्मार्ट आहेस, पुढाकार घेतोस, इंग्रजी चांगलं आहे तुझं... वगैरे, वगैरे... पण मुख्य म्हणजे...'

'थांबलास का, बोल ना!'

'पॉझ परिणामकारक असतो, तो घेतला.'

'घेतलास ना! फारच परिणामकारक होता. पुढे बोल!'

'तुला आढ्यता नाही. सर्वांशी मिळून-मिसळून असतोस. म्हणून तर हॉस्टेलच्या जाधव, थोरातांनाही तू जवळचा वाटतोस!'

'कमाल आहे!' मी उद्गारलो.

'कसली?'

'तू चक्क माझ्यावर स्तुतिसुमनं उधळतो आहेस!'

'हो, पण पुढे मी जे बोलणार आहे, ते खरं महत्त्वाचं आहे.'

'ते काय बुवा?'

'काही नाही, असाच राहा म्हणजे झालं!'

शेवटी बोललाच तो, म्हणजे खरा 'तो'.

ट्रिप तर मस्तच झाली... गाणी, भेंड्या, फिशपाँड्स, जोक्स... वगैरे सारं रीतसर पार पडलं, पण मला कल्पना नव्हती... नंतर एक छोटंसं नाट्यही घडणार होतं!

ठरल्याप्रमाणे दोन बसेस करून आम्ही सकाळी महाबळेश्वरला जाऊन रात्री कॉलेजवर परतलो. पण तिकडून निघताना एका मुलीनं मला हळूच बसच्या मागे बोलावलं आणि सावध केलं! ही मुलगी मराठीच होती; पण इंग्लिश मीडियममधून आलेली शेफालीची मैत्रीणच होती.

'कोठुरकर, माझ्या कानावर आलंय म्हणून सांगते. आज कॉलेजमध्ये परतल्यानंतर तुम्हांला घरी जाताना एकटं गाठून मारायचा प्लॅन आहे. दुआचा कुणी बॉक्सर मित्र आहे. तो स्कूटरवर येऊन कॉलेजमध्ये थांबणार आहे. तेव्हा सावध रहा.'

थोडक्यात बॉक्सरकडून मार खाण्याची संधीही चालून आली होती. म्हणतात ना... जया अंगी मोठेपण, तया यातना कठीण! पण मी मात्र मार खायला (किंवा द्यायलाही) समर्थ नव्हतो. जाधव, थोरात यांना मी बाजूला घेऊन कल्पना दिली तसे तर दोघे 'आत्ताच सरळ करतो त्या खोकडाला' म्हणून सरसावले. मी त्यांना शांत केलं.

रात्री आम्ही कॉलेजला परतलो. एकजण दुआची वाट पाहत स्कूटरवर थांबला होता खरा... लांबून तरी गोरा, हॅन्डसम वाटत होता. बॉक्सर असाही असतो, मला कल्पना नव्हती!

अर्थात तो कसाही असला तरी त्याचे 'बॉक्सिंगचे ठोसे' न खाणं, हीच 'प्राथमिकता' होती त्या वेळी! माझी सायकल हॉस्टेलवरच लावलेली होती. आम्ही सगळे हॉस्टेलवर गेलो. मी माझी सायकल घेतली. जाधव, थोरात दोघांनी इतर पोरांकडून सायकली घेतल्या. आम्ही निघालो. ते दोघे बाजूला, मी मध्ये. 'मोठ्या' माणसाला बॉडीगार्डस् असतातच, मनात आलं, 'म्हणजे झालासच तू मोठा!' 'तो'नं तेवढ्यात 'टाकलाच'!

काही असो. त्या रात्री ते दोघे मला घरापर्यंत सोबत म्हणून आले. तो 'स्कूटरवाला' काही मागे आला नाही. एकाच वेळी तिघातिघांना ठोसे लगावणं त्याला शक्य नसावं.

वर्गाचा प्रतिनिधी तर मी झालो होतोच, आता मला कॉलेजचं प्रतिनिधित्व करायची संधी हवी होती. त्यासाठी मला सहज उपलब्ध असणारा राजमार्ग होता, अर्थातच वक्तृत्व स्पर्धेचा. त्याही स्पर्धेत उतरलोच मी – पण ती इतकी गाजवेन याची मला कल्पना नव्हती. फारच धमाल किस्सा आहे तो!

मौज म्हणजे स्पर्धाही तीच होती – 'राजवाडे वक्तृत्व स्पर्धा'. ती स्पर्धा आंतरशालेय आणि आंतरमहाविद्यालयीन, अशा दोन्ही पातळ्यांवर घेतली जायची. स्पर्धेचं स्वरूपही तेच होतं. प्रत्येक महाविद्यालयानं दोन स्पर्धक पाठवायचे. एकानं विषयाच्या बाजूनं बोलायचं, दुसऱ्यानं विरोधात.

त्या वर्षीचा विषय होता – 'महाराष्ट्रातली सहकारी चळवळ फसली आहे'

मी कपाळाला हात लावला. कुठून एकेक विषय काढतात कोण जाणे! आता मुकाट्यानं 'सहकारी चळवळी'ची माहिती जमवावी लागणार! (पाहिलंत... मोठं होण्यासाठी काय काय करावं लागतं!)

एक बरं होतं. स्पर्धेची जी नोटीस, बोर्डावर लागली होती. त्यात तरी 'चाचणी स्पर्धे'चा उल्लेख नव्हता.

'ज्यांना स्पर्धेत भाग घ्यायचा असेल त्यांनी टी बिल्डिंगमध्ये
सायं. ५.३० वाजता जमावे.'

– श्रीधर दास्ताने, सेक्रेटरी, डिबेट डिपार्टमेंट

ठीक आहे म्हटलं, भेटू या तर दास्तानेंना. तसा मी जरा चिंतेतच होतो. किती जण येतील कोण जाणे. त्यात सिनिअर्स असले तर आपला नंबर लागणं मुश्किलच. प्रत्यक्षात फक्त तिघे आले होते, मी धरून.

साहजिकच होतं. 'मी बोलतो सहकारी चळवळीवर' असं कोण ठामपणे म्हणणार होतं? ती खुमखुमी फक्त आमच्यासारख्यांना; त्यातही... मी आणि दुसरा एक पाध्ये म्हणून होता. आम्ही दोघांनीच पूर्वी स्पर्धेत भाग घेतलेला होता. तिसऱ्यानं मग काढता पायच घेतला. सेक्रेटरीनं शक्यतो स्वतः स्पर्धेत भाग घ्यायचा नाही, असा संकेत होता, त्यामुळे आम्हा दोघांची सहजच निवड झाली.

'पण सहकारी चळवळीबद्दल मला तरी शून्य माहिती आहे,' मी म्हटलं, 'फक्त सहकार की स्वाहाकार' अशी शीर्षकं वाचलेली आठवतात.

'मलाही अगदी तितकीच माहिती आहे!' दास्तानेनं म्हटलं, 'पण काळजी करू नका. कर्णिक सर तुमची मस्त तयारी करून घेतील.'

अरे, कर्णिक सर! मी एकदम 'रिलॅक्स'च झालो. कर्णिक सर आमचे मराठीचे प्राध्यापक होते. मराठीचे प्राध्यापक माझ्यावर खूश नसण्याची सुतराम शक्यता नव्हती. काही वेळात स्वतः कर्णिक सर आलेही. 'अरे तुम्ही!' माझ्याकडे बघून ते उद्गारले, 'फारच छान!' माझी सर्व चिंताच मिटली. तेच वक्तृत्व विभागाचे मार्गदर्शक होते. पुढील काही दिवसांत सरांनी आम्हा दोघांसमोर महाराष्ट्रातील सहकारी चळवळीची कुंडलीच मांडली. भरपूर साहित्यही संदर्भासाठी सुचवलं. मी 'चळवळ फसली आहे' या बाजूनं बोलणार होतो. तयारी तर मी अगदी कसून केली. या वेळी पहिलाच क्रमांक पटकवायचा, असंच ठरवलं. पूर्ण आत्मविश्वासानं स्पर्धेसाठी गेलो. स्पर्धेसाठी दास्ताने आणि कर्णिक सर दोघेही आले होते.

ऐन वेळी असा काही विलक्षण योगायोग घडला, की तेव्हा तर माझा विश्वास बसला नव्हता! आजही विचार करतो, तेव्हा फुल चकित होतो!

झालं असं होतं –

भाषणाच्या प्रारंभीच धर्मराज-दुर्योधनाची जी गोष्ट आहे – धर्मराजाला एकही दुर्जन आढळत नाही तर दुर्योधनाला त्याच अतिथींमध्ये एकही सज्जन आढळत नाही – तिचा संदर्भ द्यावा, असं मला वाटत होतं. तसं मी सरांशी बोललो तर त्यांनी म्हटलं, 'अगदीच मोठी चूक होईल ती!'

'कशी काय?'

त्यावर सरांनी दिलेलं उत्तर फारच मार्मिक होतं. सरांनी म्हटलं होतं, 'गुण दोष हे केवळ तुमच्या दृष्टिकोनामुळे आढळतात, असं त्या गोष्टीचं तात्पर्य आहे. आपल्याला चळवळीतले जे दोष दाखवायचे आहेत ते खरे दोष आहेत, त्याला आपण आकडेवारीचा आधार देणार आहोत. ते आपल्या दृष्टिकोनामुळे दिसताहेत असं वाटता कामा नये.'

पटलंच मला ते. तो संदर्भ द्यायचा नाही, असंच मी ठरवलं. स्पर्धेत माझा क्रमांक आला. माझ्या अगोदर दुसऱ्या कुठल्या तरी कॉलेजच्या मुलीचा क्रमांक होता. ती चळवळीच्या बाजूनं बोलणार होती. (स्पर्धकांचा क्रम एक बाजूनं/एक विरुद्ध – असाच लावला जात असे.) त्या मुलीनं तिचे मुद्दे मांडले पण गंमत अशी की शेवटी तिनं नेमक्या त्याच गोष्टीचा संदर्भ देऊन म्हटलं, 'आमचे विरोधक हे दुर्योधनासारखे आहेत. त्यांना चळवळीतले गुण दिसतच नाहीत. देव त्यांना क्षमा करो.' माझा तर विश्वासच बसेना! एवढ्या स्पर्धकांमध्ये नेमकं माझ्या अगोदर बोलणाऱ्या मुलीनंच तो संदर्भ द्यावा! मी कर्णिक सरांकडे पाहिलं त्यांनी हसून, डोळे मिचकावत मान डोलावली.

माझं नाव पुकारलं गेलं. मी व्यासपीठावर गेलो आणि प्रारंभीच त्या गोष्टीचा संदर्भ घेऊन म्हटलं, 'ती मुलगी हे विसरली की त्याच गोष्टीत धर्मराजही होते, ज्यांना कुणातच काही दोष आढळले नव्हते. तिनं धर्मराजाचाच चष्मा लावला, तर तिला चळवळीतले दोष दिसणार कसे! देव तिलाही क्षमा करो!'

माझ्या त्या उत्स्फूर्त प्रतिवादाला श्रोत्यांनी कडकडून टाळ्या दिल्या. मग मलाही जोश चढला. सरांनी बजावल्याप्रमाणे अभिनिवेश टाळून तरीही अतिशय हिरीरीचं (आणि तितक्याच गांभीर्यानं व कळकळीनं) मी माझे मुद्दे मांडले. सभा जिंकलीच मी. परीक्षकही प्रभावित झाल्याचं स्पष्ट दिसत होतं – तिकडेही लक्ष होतंच माझं!

भाषणानंतर पहिल्या रांगेत जाऊन बसलेल्या त्या मुलीनं बिचारीनं ओशाळून मान खाली घातली होती. मनात म्हटलं, 'बाई ग, मी तरी काय करू? ज्या गोष्टीचा संदर्भ चुकीचा ठरेल म्हणून मी टाळायचं ठरवलं होतं, तोच संदर्भ देण्याची बुद्धी नेमकी तुलाच कशी झाली? मी अशी संधी कसा सोडेन?' तसाही मी 'संधीसाधू'मध्ये मोडणाराच ना! आणि हो, हेही सांगायला हवं, त्या वर्षी स्पर्धेत आनंद गोखले नव्हता आणि ती वैशाली मोहितेही. आनंदच्या वडिलांची मुंबईला बदली झालेली तर वैशाली बहुधा अकरावीलाच असावी. सगळंच माझ्या पथ्यावर पडलं म्हणा ना. मी थेट पहिला क्रमांकच मिळवला. पाध्येला फारसा प्रभाव पाडता आला नव्हता (सरांनाही तशी अपेक्षा नव्हतीच). त्यामुळे करंडक काही मिळू शकला नाही. दुसरा आणि तिसरा असे दोन्ही क्रमांक पटकावणाऱ्या कॉलेजनं तो जिंकला.

पण मला जे साध्य करायचं ते मी केलं होतं. जे मिळवायचं ते मिळवलं होतं. नोटीस बोर्डवर माझ्या अभिनंदनाची नोटीस तर झळकलीच, पण दास्तानेनं प्रवेशद्वारासमोरच मोठा फळा लावून त्यावरही अगदी ठणठणीत बातमी झळकावली. त्या दिवशी कॉलेजमधल्या प्रत्येकापर्यंत 'कमलेश कोठुरकर' हे नाव पोहोचलं. मुख्य म्हणजे प्राचार्य कोगेकरांनीही खास बोलावून माझं अभिनंदन केलं.

नंतरचे दिवस कसे उलटले कळलंच नाही. पाहता पाहता 'टर्मिनल एक्झॅम'चं टाईमटेबलच लागलं. मग मात्र वक्तृत्व, नेतृत्व हे सारं विसरून मी पुस्तकांकडे वळलो. अभ्यासात

बुडालोच म्हणा ना. अभ्याससुद्धा करावाच लागतो बरं! म्हणजे राजकारणात न जाता तुम्हांला मोठं व्हायचं असेल तर! तिकडे काय 'प्री-डिग्री फेल' हे 'डिसक्वालिफिकेशन' धरत नाहीत. असो!

परीक्षा झाली. सुटीही पार पडली.

परीक्षेचे पेपर्स वाटले गेले तेव्हा पुन्हा एकदा कमलेश कोठुरकर या (प्रसिद्ध) नावाचा जोरदार बोलबाला झाला. तो फारसा अनपेक्षित नव्हताच. बरोबरीची हुशार मुलं सायन्सकडेच गेल्याचा पुरेपूर लाभ उठवीत, मी 'इंग्रजी' हा विषय सोडून सर्व सहा विषयांत 'हाय्येस्ट मार्क्स' पटकावले होते. मुलांमध्ये मला स्पर्धा नव्हतीच. पाच-सहा मुली मात्र हुशार होत्या – त्याच बहुतेक दुसऱ्या क्रमांकावर गेल्या.

होय, याला तुम्ही 'वासरांत लंगडी गाय' असं खुशाल म्हणू शकता. त्यात थोडं तथ्य तर आहेच. पण महाराजा, गायसुद्धा काय ऐटीत लंगडलीय! 'मराठी'त तर कहरच झाला. कर्णिक सरांनी घसघशीत सत्याऐंशी गुण मला बहाल केले होते! आजवरचं ते 'रेकॉर्ड'च होतं.

वर्गातले सगळे तर गुण ऐकूनच स्तंभित (त्यात मीही होतोच!). मनात आलं, सरांनी मी त्यांचा लाडका विद्यार्थी म्हणून तर इतके गुण बहाल केले नसावेत? ही 'पार्शलिटी' तर नव्हे? तितक्यात सरांनीच म्हटलं, 'मला कल्पना आहे, भाषा विषयात असे गुण दिले जात नाहीत. कुणाला मिळत नाहीत. असे गुण मिळतात ते गणितात. पण एक लक्षात घ्या – गणितात शंभर गुणही मिळू शकतात. हा भाषा विषय असल्यामुळेच मी शंभर देऊ शकलो नाही. फक्त सत्याऐंशीच देऊ शकलो. पण मला विचाराल तर कोठुरकर यांचा पेपर त्याच तोडीचा आहे. इतक्या वर्षांत इतकी सुरेख उत्तरपत्रिका मी प्रथमच वाचली. सुवाच्य अक्षर, नेमकी उत्तरं... निबंध म्हणजे तर कळसच आहे. हा निबंध कॉलेजच्या मुलानं, तेही प्री डिग्रीच्या मुलानं लिहिलाय हे खरंच वाटत नाही.'

बाप रे, एवढं सरांनी कौतुक केल्यावर वर्ग तर टाळ्यांनी दणाणूनच गेला. मुलामुलींनी 'सर, त्यांना निबंध वाचायला सांगा,' म्हणत कल्लाच केला. आजही मला तो दिवस, तो विषय आठवतो. 'अशी एकेक माणसे'. मी निबंध वाचताना, मुलांनी पुन्हा एकदा वर्ग डोक्यावर घेतला.

ही सगळी अतिशयोक्ती वाटली असेल कदाचित. पण नसेल वाटली तर ही नक्कीच वाटेल. वर्ग सुटल्यानंतर बाहेर आलो तर 'तुमचा मराठीचा पेपर द्याल का वाचायला?' म्हणून मुलींची चक्क रांग लागली होती (ऐकलंय हे असं कधी?). मी एकीकडे पेपर दिला आणि तिला म्हटलं, 'तुमचा वाचून झाल्यावर यांना द्या... तुम्ही त्यांना.' सुमारे दीड महिन्यांनी एका मुलीनं मला पेपर परत दिला तेव्हा पान न् पान खिळखिळं झालं होतं. नशीब सगळी पानं शिल्लक होती! आर्टस्‌ला जाऊन मी तर धन्य, धन्यच झालो होतो.

पण फक्त एवढंच झालं नव्हतं.

मला नंतर कळलं, 'टीचर्स कॉमन रूम'मध्येही कमलेश कोठुरकर हे नाव चर्चेत आलं होतं. 'राजवाडे स्पर्धे'तलं यश तर होतंच – पण सहा विषयांत 'हायेस्ट मार्क्स', मराठीत थेट सत्याऐंशी गुण... अशा सर्व तपशीलासह कर्णिक सरांनी माझं नाव प्राध्यापकांतही प्रसिद्ध करून ठेवलं होतं.

त्याचा फायदा मी न घेईन तरच नवल. कमलेश कोठुरकर स्वस्थ बसणाऱ्यातले नव्हतेच. एक छोटासा उपद्व्याप केलाच मी. नाहीतरी '*थिंक बिग, स्टार्ट स्मॉल*' हा आपला फंडा होताच...

थोरात, जाधव यांच्याशी चांगली मैत्री झाली होती. ते मला आग्रहानं रविवारी हॉस्टेलवर बोलवीत. दर रविवारी 'मेस'मध्ये 'फीस्ट' असायची. काहीतरी स्वीट, शिवाय मसालेभात इ. मी भोजनप्रिय होतोच. 'गोडा'चीही गोडी होतीच. बऱ्याच वेळा जायचो मी. मला वाटतं 'गेस्ट' म्हणून माझ्याच नोंदींचा 'विक्रम' असेल तिथे. सहसा 'मेस'मधील जेवणाच्या 'दर्जा'बद्दल कुरकूर असते... पण तशी इथे नव्हती.

जेवण खरंच चांगलं असायचं. कॉन्ट्रॅक्टरही चांगला होता. तरीही पोरं कुरबुरत असत ती – 'त्याच त्याच भाज्या, व्हारायटीच नाही,' वगैरे वगैरे. कॉन्ट्रॅक्टर मला ओळखू लागला होता. 'छान असतं जेवण' हा अभिप्राय त्याला मी आवर्जून देत असे. त्या दिवशी मात्र मी हळूच मुलांची ही (तक्रार म्हणत नाही, पण) कुरकुर त्याच्या कानावर घातली. 'कसं आहे,' त्यानं म्हटलं, 'शेवटी कितीही चांगलं जेवण दिलं आम्ही, तरी मेस ती मेसच. तुमच्या घरच्या जेवणाची सर त्याला थोडीच येणार? आम्ही आमच्या परीनं व्हरायटी द्यायचा प्रयत्न करत असतोच. पण आम्हांला मर्यादा असतात. पुन्हा प्रत्येकाच्या आवडीनिवडी वेगळ्या असतात. सगळ्यांचं कसं समाधान करणार? कुणाकुणाचं ऐकणार आम्ही? रोज तरी कुणाकुणाला विचारणार? आमचा आठवड्याचा मेनू ठरलेला असतो.'

त्यांचं म्हणणं पूर्णतः पटणारं होतं. पण झालं काय त्याच्याच शेवटच्या वाक्यामुळं डोक्यात कल्पना लकाकली. तसा मुळातच 'आयडिया मास्टर' मी!

'तुम्ही सुरुवातीलाच मेनू ठरवत असता का आठवड्याभराचा?' मी प्रश्न केला.

'तो ठरवावाच लागतो. त्या दृष्टीनं खरेदी, बाकीच्या गोष्टी प्लॅन करता येतात.'

'मग तो मेनू मुलांकडून 'ओके' करून घेतला तर?'

तो हसत म्हणाला, 'मग तर विचारायलाच नको – प्रत्येकाचा वेगळा असे शंभर एक मेनू करावे लागतील.'

'सगळ्यांना विचारा असं नाही म्हणत मी. ते अशक्यच आहे.'

'मग?'

'समजा, चार-पाच जणांची मेस कमिटी केली तर?'

'ती कोण करणार?'

'मुलंच निवडतील. मग ती महिन्यासाठी असेल की वर्षासाठी ते मुलांनीच ठरवायचं. पण एकदा अशी कमिटी मुलांनी निवडली की तुम्ही फक्त त्यांच्याशी बोलायचं. मेनू ठरवताना त्यांच्याशी चर्चा करायची. त्यांच्या सूचनांवर विचार करायचा. त्यानंतर मात्र जो मेनू ठरेल तो ठरेल, त्याबद्दल मुलांच्या काही तक्रारी, सूचना असल्या तर त्या त्यांनी कमिटी मेंबर्सकडे करायच्या. त्यांनी मग पुढच्या वेळी त्या सूचनांचा विचार करावा. तुमच्याशी चर्चा करावी. पण आठवड्याभरात तुमच्याकडे मेनूसंदर्भात एकही तक्रार येणार नाही. ही जबाबदारी त्या कमिटीची! यात काय होईल, मुलांनाही महत्त्व दिल्यासारखं होईल, कशी वाटते कल्पना?'

कॉन्ट्रॅक्टर अगदी लक्षपूर्वक माझं बोलणं ऐकत होता.

'कल्पना उत्तमच आहे,' त्यानं म्हटलं, 'आमचा तापच वाचेल. मी तर म्हणतो फक्त मेनूबद्दलच काय, इतरही काही तक्रारी, सूचना असतील तर त्याही मुलांनी त्या मेंबर्सनाच सांगाव्यात. आम्ही मग त्यांच्याशीच चर्चा करू... कसं आहे, चार जबाबदार मुलं असतील तर त्यांच्याशी बोलणं, त्यांना समजावून देणं... हे आम्हांलाही सोयीचं होईल.'

'म्हणजे तुमची तयारी आहे?'

'हो, मी तयार आहे. पण इनामदार सरांकडे मेसचं डिपार्टमेंट असतं, त्यांना विचारावं लागेल.'

'ते मी करतो.'

'मग प्रश्नच नाही.'

थोरात, जाधव कौतुकमिश्रित विस्मयानं आमचं बोलणं ऐकत होते.

'आयडिया भारी आहे तुझी,' जाधवनं म्हटलं.

'तू बोलणार का इनामदार सरांशी?' थोरातनं प्रश्न केला.

'माझी तयारी आहे. फक्त माझी त्यांची काहीच ओळख नाहीय!'

'नसेना का, बोलायला काय हरकत आहे. तसे सर स्वभावानं एकदम मोकळे आहेत.'

इनामदार 'सायन्स डिपार्टमेंट'चे होते. त्यामुळेच माझा कधी संबंध आला नव्हता.

'वाटलं तर आपण आतासुद्धा भेटू शकतो. आज रविवार म्हणजे घरीच असतील ते. हे काय, इथे मागेच तर बंगला आहे,' जाधवनं म्हटलं.

'असं घरी गेलं तर चालेल?' माझी शंका.

'अरे फार तर काय, देतील हाकलून, येऊ परत!'

आम्ही तिघे धडकलोच इनामदारांच्या बंगल्यावर. बेल वाजवली, तर (बहुधा) त्यांच्या मुलीनं दार उघडलं.

'सरांना भेटायचंय,' म्हटल्यावर तिनं नाव विचारलं.

'कमलेश कोठुरकर!' मी उत्तरलो.

तिनं सरांना जाऊन सांगितलं. परत येऊन म्हटलं, 'या आत. तुम्हांला बसायला सांगितलंय!'

प्रवेश तर मिळाला होता. आम्ही आत जाऊन बसलो. काही वेळातच सर बाहेर आले. आम्ही तिघांनी उठून नमस्कार केला.

'अरे बसा बसा... तुमच्यापैकी कमलेश कोठुरकर कोण?'

'मी... सर,' मी म्हटलं.

'कर्णिक सरांकडून नाव ऐकलंय मी तुमचं.'

'अरे वा,' मी मनाशी म्हटलं, 'झालंच आपलं काम!'

'बोला, माझ्याकडे काय काम काढलंत?' सरांनी तेवढ्यात विचारलंच.

पुढचा तपशील देत बसत नाही. त्याची गरजही नाहीय. इनामदार सरांनी माझी कल्पना लगेचच 'अॅप्रूव्ह' केली.

'उद्याच नोटीस काढून हॉस्टेलवर लावतो,' असं आश्वासन दिलं. त्यांना 'थँक्स' देऊन आम्ही बाहेर पडलो.

काही दिवसांतच हॉस्टेलच्या मुलांनी चौघांची 'मेस कमिटी' निवडली. त्यात जाधवचीही वर्णी लागली होती. मुलं खूश, कॉन्ट्रॅक्टर खूश... मी तर काय खूशच खूश!

भले छोटासा असेल, चिमुकला असेल पण कॉलेजच्या पहिल्या वर्षातही – एक पायंडा पाडलाच मी. योगदान हा मोठा शब्द होईल. पण असे छोटे छोटे बदल घडवतच तुम्ही 'मोठं' होऊ शकता. म्हटलं ना – 'मोठं' व्हायचं रहस्यच उलगडतोय मी तुमच्यासाठी!

अर्थात 'मोठं व्हावं कसं?' स्टाईलची पुस्तकं तुम्ही वाचत असाल तरी हरकत नाही. त्यातूनही काही घेण्यासारखं असतंच, पण काही झालं तरी ती फक्त 'थिअरी' असते. दोन-चार उदाहरणांची 'फोडणी' दिलेली असते एवढंच. तुम्हांला 'प्रॅक्टिकल' मिळेल ते इथेच... तेही अक्षरशः पानोपानी. संधी कशी शोधावी, कल्पना कशा लढवाव्यात, छोटे छोटे बदल कसे घडवावेत – आणि अर्थातच, या साऱ्यातून स्वतःचं स्थान कसं निर्माण करावं...

त्या रात्री दर्शिकेत काय लिहावं मी?

दोन नवे संकल्प लिहिले – तेही इंग्रजीत. (आता कॉलेजचं वारं लागलं होतं ना!)

पहिला : *आय वॉन्ट टू मेक सम डिफरन्स.*

दुसरा : *आय वॉन्ट टू मेक सम कॉन्ट्रिब्युशन.*

मोठं व्हायचं तर तुमच्या आकांक्षांचं क्षितिजही विस्तारायला हवं.

'दॅटस् ग्रेट!' 'तो'नंही अगदी 'स्टायलिश' प्रतिक्रिया दिली.

पहिल्या वर्षातच बऱ्यापैकी नाव झालं माझं. सुरुवात तर चांगली झाली होती. मी खूश होतो, पण... वर्ष संपता संपता चांगलंच 'नाट्य' घडलं. नाट्य तर हवंच ना!

कॉलेजच्या 'जिमखाना मॅनेजिंग कमिटी'वर विद्यार्थी प्रतिनिधी म्हणून नियुक्त होण्यासाठी निवडणुका जाहीर झाल्या. सर्व खेळांसाठी तसेच जिम्नॅस्टिक्स, ड्रामा, डिबेट डिपार्टमेंटसाठी पुढच्या वर्षाकरिता सेक्रेटरी निवडले जाणार होते.

मला 'डिबेट डिपार्टमेंट'चा सेक्रेटरी होणं आवडलं असतं, पण 'इलेक्शन्स'मध्ये स्वारस्य नव्हतं. शिवाय पहिलंच वर्ष असल्यानं तसा अजूनही सगळ्या कॉलेजमध्ये 'पॉप्युलर' नव्हतो. (म्हणजे अद्यापि व्हायचा होतो!) पण मौज म्हणजे कर्णिक सरांनीच बोलावून म्हटलं, 'डिबेट डिपार्टमेंटसाठी अर्ज भरून टाका.'

'पण सर, मला इलेक्शन वगैरे लढण्यात इंटरेस्ट नाहीय.'

'इलेक्शन होणारच नाही,' त्यांनी म्हटलं, 'डिबेटमध्ये कुणालाच इंटरेस्ट नसतो. तुम्ही बिनविरोध निवडून याल. गेल्या वर्षी दास्ताने तसेच आले होते.'

हे तर फारंच सोपं, सोयीचं होतं.

मी मित्रांसह अगदी उत्साहानं जाऊन अर्ज भरला.

अर्ज भरून घेणाऱ्या सुपेकरांनीही हसत म्हटलं,

'कोठुरकर, तुमची निवड झालीच म्हणून समजा. तशीही तुमचीच व्हायला पाहिजे म्हणा!'

'थँक्स.'

'आणि एक सांगू, कॉलेजच्या पहिल्या वर्षातच निवड होणारे तुम्हीच पहिले असाल!'

मी हसलो. तुम्हीही हसला असालच. करणार काय. हाच तर 'फंडा' होता आपला. *बी दी फर्स्ट अँड पीपल विल फॉलो यू!* म्हणूनच तर, कुठेही असो, कमलेश कोठुरकर नेहमीच पहिले. आश्वस्त होऊन आम्ही बाहेर पडलो.

पण दोनच दिवसात सुपेकरांचा निरोप आला, 'येऊन भेटा!'

मी गेलो तसं त्यांनी म्हटलं, 'कोठुरकर, थोडा घोळ झालाय.'

'कसला?'

'डिबेटसाठी आणखी एक अर्ज आलाय.'

मी चकितच झालो, 'कुणाचा?'

'बाजी शितोळे!'

मला 'सामना'तला 'मारुती कांबळे'च आठवला!

मी त्याच स्टाईलनं प्रश्न केला, 'हा बाजी शितोळे कोण?'

'कबड्डी प्लेअर आहे!'

'आं?'

'हो.'

'पण मग त्याचा डिबेटिंगशी काय संबंध?'

'काहीच नाही.'

'मग?'

'त्याला खरं 'जिमनॅस्टिक्स'साठी उभं राहायचं होतं, पण तिथे त्या प्रताप शिंदेनं अर्ज भरलाय.'

'आता हा प्रताप शिंदे कोण?' असं मी विचारण्याआधीच सुपेकरांनी म्हटलं, 'हा ज्युडोवाला आहे. मुख्य म्हणजे त्याची पोलिटिकल कनेक्शन्स आहेत. कुणा नगरसेवकाचा भाचा लागतो म्हणे. जरा दादागिरीच असते. त्यानं या शितोळेला म्हटलं, 'तू माझ्याशी काय लढणार? दुसऱ्या एखाद्या डिपार्टमेंटसाठी कर अर्ज?' शितोळेला ऐकणं तर भागच होतं, पण त्याला हे सुधरेना, दुसरीकडे कुठे अर्ज करायचा. मग शिंदेनंच त्याला म्हटलं, 'तू डिबेटसाठी भर अर्ज. तुलाही निवडून आणतो तिथून.' मग काय, भरला त्यानं डिबेटसाठी अर्ज!'

'अहो पण, त्यानं कधी कुठल्या वक्तृत्व स्पर्धेत भाग घेतलाय?'

'वक्तृत्व स्पर्धा? अहो 'डिबेट कसं खेळतात?' विचारत होता तो!'

'काय?' मी करवदलोच. खुर्चीतून वर उडालो नाही नशीब.

'आता काय सांगायचं? डिबेटचं स्पेलिंगही धड येत नव्हतं त्याला.'

ऐकून मी तर सुन्नच झालो. खरं तर बधिरच!

'सगळा नुसता वेडेपणा झालाय. तुम्हांला उगाचच इलेक्शन लढवावी लागणार, निवडून तुम्हीच याल म्हणा, पण हा नसता ताप झाला.'

'हो ना.'

'एनी वे, मी म्हटलं ना, ती मंडळी जरा दादागिरी स्टाईलची आहेत. तेव्हा जरा जपून!'

मला शाळेत, साने सरांच्या संदर्भात झालेला 'उपसाक्षात्कार' आठवला... कारण की राजकारण! निवडणुका कुठल्याही असोत... राजकारण असतंच. 'राजकारणा'चा हा पहिलावहिला अनुभव होता माझ्यासाठी.

सगळंच काही सुखासुखी मिळत नसतं...

स्पर्धा करावी लागते, संघर्ष करावा लागतो, हे माहिती होतं. तशी मानसिक तयारीही केली होती. पण डिबेट डिपार्टमेंटसाठी मला या 'बाजी शितोळे'शी संघर्ष करण्याची वेळ यावी! बधिर झालोच होतो, मात्र उदासही झालो. पण प्रकरण तिथेच थांबणार नव्हतं.

कर्णिक सरांना भेटावं म्हणून मी 'कॉमन रूम'कडे निघालो. तेवढ्यात एका आडदांड, पहिलवानी थाटाच्या पोरानं – सॉरी विद्यार्थ्यानं – माझी वाट अडवली. खोटं कशाला बोलू, मी जरा चरकलोच.

'कोठुरकर तुम्हीच का?'

बाप रे, आवाजातही अशी जरब होती की, 'छे, छे – तो मी नव्हेच' म्हणून खिसकावं असंच मनात आलं. पण ते शक्य नव्हतं. पुन्हा सत्यवचनी मी!

'हो,' म्हणालो.

'मग चला, तुम्हांला झाडाखालनं बोलावणं आलंय.'

'झाडाखालनं बोलावणं येणं' हा वाक्प्रचार मी तरी पहिल्यांदाच ऐकत होतो.

मला 'दिल एक मंदिर' मधला राजकुमारचा डायलॉगच आठवला. एका अवघड ऑपरेशनसाठी नर्स त्याला ऑपरेशन थिएटरकडे नेण्यासाठी येते तेव्हा मीनाकुमारीला (म्हणजे त्याच्या पत्नीला) म्हणतो, 'राधा, चलो बुलावा आ गया!'

त्याला सुचवायचं असतं, 'वरून बोलावणं आलंय!'

मला 'वरून' नव्हतं बोलावणं आलं, झाडा 'खालून' आलं होतं!

'प्रतापदादा वाट पाहतोय तुमची. चला.' तो पहिलवान खुलासला. मला त्यानं काही 'चॉईस' ठेवलाच नव्हता. मी निमूटपणे त्याच्याबरोबर निघालो.

ग्राऊंडच्या अलीकडे एक कॅनॉलसदृश जागा होती. तिथेच एक डेरेदार झाड होतं, तोच प्रताप शिंदेचा अड्डा असावा कॉलेजमधला!

मी गेलो झाडाखाली. चार-पाच धट्टीकट्टी पोरं उभी होती. 'प्रतापदादा' झाडाला टेकून उभा होता. उंचापुरा, स्टार्च केलेले खादीचे कपडे होते अंगावर.

'याऽ' त्यानं माझं 'स्वागत' केलं.

'तुम्हीच ना कोठुरकर?'

'हो.'

'तुम्ही डिबेटसाठी अर्ज भरलाय का?'

'हो.'

'अहो डिबेटसाठी आपला बाजी शितोळे उभा आहे. तुम्ही कशाला तंगड्यात तंगड्या अडकवताय? अर्ज मागे घेऊन टाका.'

काय बोलावं मला कळेना. सगळ्या 'टग्यां'च्या नजरा माझ्यावरच खिळल्या होत्या.

'पण मी वक्तृत्व स्पर्धेत भाग घेतलाय. पहिला नंबर मिळवलाय – स्पर्धा जिंकलीय मी कॉलेजसाठी.' मी सुचलं ते बोलत राहिलो.

'च् च् च्,' प्रताप दादानं म्हटलं, 'तुम्हांला माझा पॉईंटच कळला नाही. स्पर्धा जिंकाच ना तुम्ही – स्पर्धेत तुम्हीच जायचंय. बाजी फक्त डिपार्टमेंट सांभाळेल. मिटला प्रश्न. काय, पटतंय ना? अर्ज मागे घ्या म्हणजे झालं.'

माझी 'फे फे'च उडाली होती. सगळे टगे माझी उडणारी 'फे फे' पाहून गालात हसत होते. शेवटचा प्रयत्न म्हणून मी म्हटलं, 'मला कर्णिक सरांनीच अर्ज करायला सांगितलंय.'

'असेल हो, नाही म्हणतोय का मी! पण आता मी सांगतोय ना, अर्ज मागे घ्या. जा, उगाच कशाला तंगड्यात तंगड्या अडकवताय?'

प्रतापदादानं 'जा' म्हटलंच होतं. मला तरी कुठे थांबायचं होतं. छाती पुरेशी धडधडत होतीच. मी निघालो. कानात ते 'कशाला तंगड्यात तंगड्या अडकवताय' हेच शब्द घुमत होते. अर्थ म्हणजे मथितार्थ अगदी स्पष्ट होता – 'अर्ज मागे घ्या. उगाच कशाला तंगड्या तोडून घेताय?'

मला स्वतःलाही डिबेटचा सेक्रेटरी होण्यासाठी तंगड्या तोडून घेणं, फारसं शहाणपणाचं वाटत नव्हतं. खरा कर्णिक सरांकडे निघालो होतो मी, पण विचार बदलला. सरळ हॉस्टेल गाठलं. जाधव, थोरातांशिवाय दुसरे कुणी माझे तारणहार नव्हतेच.

मी झालेला प्रकार सांगितला तसे दोघे गंभीर झाले. खरं तर संतापलेच. मला रूममध्येच बसवून दोघे बाहेर गेले. आणखी कुणाला तरी त्यांनी बोलावून घेतलं. काही वेळ त्यांची खलबतं चालली होती.

थोड्या वेळानं दोघं परतले. 'कमलेश, काही अर्ज मागेबिगे घ्यायचा नाहीस तू...' जाधवनं बजावलं.

'आणि बाकी कसली काळजी करायची नाही.' थोरातनं म्हटलं.

मी निर्धास्त झालो. मला नंतर कळलं 'हॉस्टेल'वरून झाडाखाली निरोप गेला होता.

'कोठुरकरच्या अंगाला कुणी हात लावायचा नाही, राडा होईल!'

अरे हो, इथं एक छोटासा तपशील सांगायचा राहूनच गेला. जाधव आणि थोरात हे दोघेही गावाकडे तांबड्या मातीत कुस्ती खेळलेले होते.

दुसऱ्या दिवशी मी झालेला प्रकार कर्णिक सरांच्याही कानावर घातला.

'कोठुरकर,' त्यांनी म्हटलं, 'कॉलेज बाहेरचं मी सांगू शकत नाही, पण कॉलेजमध्ये जर कुणी तुमच्या वाटेला गेलं तर मी स्वतः येऊन त्यांना रट्टे लगावीन!'

मला असं दुहेरी अभय मिळालं होतं. मग काय...

संपलं! नंतर काही मला 'झाडाखालून बोलावणं' आलं नाही. खरं तर त्या प्रताप शिंदेला बाजी शितोळे निवडून येण्यात काही इंटरेस्ट नव्हता. त्यानं फक्त शितोळेच्या समाधानासाठी मला दम देऊन बघितला होता एवढंच. हेही मला नंतर कळलं.

एक मात्र झालं – मला 'इलेक्शन' लढवावी लागली. पण दोनच दिवसांत ध्यानात आलं, मला 'लढण्या'ची गरजच नाहीय. मित्रांसोबत मी प्रचार सुरूही केला होता, पण नंतर थांबलोच. तो बाजी शितोळे कुठे दिसलाही नाही. त्यानं नोटिसबोर्डावर साधं पोस्टरही लावलं नाही. 'मला डिबेट डिपार्टमेंटसाठी मत द्या' हे कुठल्या तोंडानं सांगणार होता तो? डिबेट कसं 'खेळतात' हे माहिती तर हवं! मला पुन्हा 'सामना' आठवला. 'मारुती कांबळेचं... सॉरी बाजी शितोळेचं काय झालं?'

'काय होणार?' (इलेक्शनसाठी) उभा असूनही तो अगोदरच 'आडवा' झाला होता. माझा मात्र फायदाच झाला. त्या वर्षी 'सर्वाधिक मताधिक्या'नं मी निवडून आलो. जाधव, थोरातनं चक्क खांद्यावर उचलून घेत मला कॉलेजमध्ये फिरवलं. एवढंच नव्हे तसंच अगदी

थेट कॉलेजसमोरच्या हॉटेलपर्यंत मिरवलं. माझ्या विजयाचा 'चहा-वड्या'सह आनंदोत्सव त्यांनी साजरा केला.

'कमलेश अरे उठ,' आईनं मला सकाळी सकाळी झोपेतून उठवतंच म्हटलं, 'हे बघ, पेपरला नाव आलंय तुझं. विद्यापीठात दुसरा आलायस तू.'

ताडकन उठत मी आईच्या हातून पेपर घेतला. तशी छोटीशीच बातमी होती. 'प्री. डिग्री आर्टस्‌मध्ये नीता पंजवानी सर्वप्रथम' ही हेडलाईन होती. खाली परीक्षेत पहिले दहा क्रमांक मिळवणाऱ्यांची नावं होती. कॉलेजच्या नावांसह. दुसरं नाव होतं, कमलेश दत्तात्रय कोठुरकर.

आईचा चेहरा इतका आनंदानं फुलला होता की विचारू नका. तिच्या मुलाचं – कदाचित कोठुरकर घराण्यातल्या एखाद्याचं नाव, प्रथमच वृत्तपत्रात छापून आलं होतं. मला (किंवा खरं तर त्या पेपरला!) कुठे ठेवू न कुठे नको असं तिला झालं होतं. (त्या माऊलीला काय कल्पना, हे नाव पुढे पेपरात सततच झळकणार होतं!) 'आज गोड काहीतरी करते मी,' म्हणत ती उठलीच. तेवढ्यात 'शाबास बेटा, अभिनंदन,' करीत बाबाही आले. माझा पहिला क्रमांक किती गुणांनी हुकला, कळायला मार्ग नव्हता. एक मात्र नक्की. तो हुकला, दुसरा आलो मी, याची जराही रूखरूख नव्हती. त्याही वेळी हळहळ होती ती याचीच – पहिला आलो असतो तर हेडलाईनमध्ये नाव झळकलं असतं!

काही दिवसांतच कॉलेज सुरू झालं.

पहिले तीन-चार दिवस तर अभिनंदन स्वीकारण्यातच गेले. कॉलेजमध्ये प्रथमच आलेल्या प्री डिग्रीच्या मुलामुलींचा उत्साह नुसता ओसंडत होता. चिवचिवाट, किलबिलाट अखंड सुरू होता. वरच्या वर्गातली मुलं 'यंदाचा क्राऊड कसा आहे' याचा अंदाज घेण्यात दंग होती आणि तेवढ्यात मला ती दिसली!

होय, तीच होती ती. पोर्चमधून येऊन ती बहुधा लायब्ररीकडे लगबगीनं निघाली होती.

'वैशालीऽ' मी हाक मारली तशी ती थबकली. गर्रकन वळून तिनं माझ्याकडे पाहिलं. 'कमलेशऽ' करीत ती अक्षरशः धावतच माझ्याकडे आली. खरं तर दोघांचा आविर्भाव मिठीच मारायचा होता. परदेशात असतो (किंवा चित्रपटात!) तर मारलीही असती. पण फक्त हातात हात घेतल्यासारखं केलं आणि हात सोडून दिले.

वैशाली मोहिते. 'राजवाडे स्पर्धे'त दुसरी येऊन जिनं मला तिसऱ्या क्रमांकावर ढकललं होतं तीच. करंडक जिंकल्याबद्दल मात्र माझं आणि आनंदचं तिनं आवर्जून अभिनंदन केलं होतं आणि माझ्याकडे गोडसं हसून बघत ती निघून गेली होती. माझ्याकडे की आनंदकडे?

माझ्याकडेच असणार, त्या वेळी तरी मला तसं वाटलं होतं; आणि हेही वाटलं होतंच – 'छान आहे दिसायला!'

पण तेवढंच. अवघी दोन मिनिटांची भेट. तीच वैशाली आज तीन, साडेतीन वर्षांनी पुन्हा भेटत होती. त्या वेळी जेमतेम आठवीत होती ती – आज... केवढी बदलली होती. उंची वाढली होती, अगदी नजरेत स्पष्ट भरावेत असे कितीतरी बदल झाले होते. चेहरा मात्र तोच होता. गोड, हसरा... छे, तोच कसा, तोही आता अधिक सुंदर दिसत होता.

'केवढी बदललीयस तू!' मी म्हटलं.

'तूही काय कमी बदललायस होय? मिशीत कसला मोठा वाटतोयस. उंचही झालायस!'

'मग आता 'पुरुष' झालोय मी!'

'मी काय मुलगीच राहिलीय का?'

'छे छे, तूही आता...'

'का रे थांबलास का? मीही आता काय?'

'बाई झालीयस की..' हे शब्द काही ओठांवर येईनात.

'काही नाही, छान मुलगी होतीस... आता छान तरुणी झालीयस. म्हणजे होशील हळूहळू...'

दोघंही मनापासून हसलो. इतक्या वर्षांचं अंतर गळूनच पडलं.

'तू इथेच घेतलीयस ॲडमिशन?' मी विचारलं.

'हो, म्हणजे काय! आल्यापासून शोधतेय तुला.'

'तुला काय माहिती, मी या कॉलेजला आहे.'

'वा, एवढं पेपरमध्ये नाव झळकलं होतं की... अरे, हो...' तिनं हात पुढे करत म्हटलं, 'अगदी मनःपूर्वक अभिनंदन, विद्यापीठात दुसरा क्रमांक पटकावल्याबद्दल.' त्याक्षणी मला प्रथमच जाणवलं – वर्गातल्या इतक्या मुलींनी माझं अभिनंदन केलं होतं; पण कुणी हस्तांदोलन नव्हतं केलं! (संदर्भ : तो काळ!)

वैशालीनं जणू तो मैत्रीचा हात पुढे केला होता... तो हातात घेत मीही मनापासून म्हटलं, 'थँक्स.'

खरं सांगायचं तर एखाद्या मुलीचा – तरुणीचा हात हातात प्रथमच घेतलेला. पहिलाच स्पर्श तो. क्षणभर तर मोहरलो, महिरलोच. (गहिवरलो नाही नशीब!)

'हात सोड,' तिनं म्हटलं तसं जरा ओशाळतच मी चटकन सोडला तिचा हात.

तिलाही ते जाणवलं. हसतच तिनं म्हटलं, 'मी का हात सोड म्हटलं, माहितीय?'

'का?'

पुन्हा एकदा हात पुढे करत तिनं म्हटलं, 'हे पुन्हा एकदा अभिनंदन, 'राजवाडे स्पर्धे'त पहिला आल्याबद्दल. मला शाळेतच कळलं होतं.' मी पुन्हा एकदा तत्परतेनं हात हाती घेतला. यावेळी मात्र तिनं 'सोड' म्हणायच्या आधी सोडलाही!

'तुला आता लेक्चर आहे?' मी विचारलं.

'नाही, तुला?'

'मलाही नाही. चल कॅन्टिनला बसू या.'

'हो, हो चल. खूप खूप गप्पा मारायच्यात तुझ्याशी!'

'हेच का आयुष्य असतं?' हा विचार त्या वेळी मनात आला होता का? माहिती नाही. बहुधा आला असावा.

म्हणजे पाहा ना – मोठं व्हायचं, कॉलेज गाजवायचं – काही तरी नवं, वेगळं करून दाखवायचं – हेच विचार होते डोक्यात. नेहमी त्याच विचारांनी नुसता मुसमुसत असायचो. पण त्या दिवशी अचानक वैशाली आली आयुष्यात... सॉरी, इथे तरी मला फक्त कॉलेजमध्ये एवढंच म्हणायचं होतं आणि माझं अवघं भावविश्व ढवळूनच निघालं.

किती वेगळं, किती विलक्षण वाटत होतं.

आनंद तर ऑलमोस्ट अपरंपार! 'अपरंपार' ही थोडी अतिशयोक्ती झाली, पण थोडीच. एक मात्र निश्चित, या 'आनंदा'ची जातकुळी काही वेगळीच होती. 'राजवाडे स्पर्धे'त पहिला आलो होतो. शाळेत आदर्श विद्यार्थी पुरस्कार मिळवला होता, त्या वेळीही आनंद झाला होता. पण 'आपल्याला एक मैत्रीण मिळाली आज' हा आनंद नक्कीच वेगळा होता!

'मी पहिला आलो, मला पुरस्कार मिळाला,' हे इतरांना, खरं तर इतर साऱ्यांनाच सांगावंसं वाटतं, त्यांचंही कौतुक मिळावावंसं वाटतं, पण हा आनंद फक्त माझ्यापुरता होता. स्वतःच अनुभवायचा होता. 'इतर' कुणी तिथं डोकावूच शकत नव्हतं. कौतुक तर खूप मिळवलं होतं मी, पण त्या दिवशी वैशालीच्या डोळ्यांत दिसलं होतं ते फक्त कौतुक नव्हतं, त्यापलीकडचंही खूप काही होतं.

खरं तर तिच्या घराजवळ दुसरं कॉलेज होतं, तेही त्यांच्याच सोसायटीचं. शाळेतल्या बहुतेक मुलींनी, अगदी तिच्या खास मैत्रिणींनंही त्याच कॉलेजमध्ये प्रवेश घेतला होता. वैशालीनंही तिथेच प्रवेश घ्यावा अशी घरच्यांची इच्छा होती. पण वैशाली हट्टानं याच कॉलेजमध्ये आली होती, ती केवळ माझ्यासाठी. खूप लांब पडत होतं तिला हे कॉलेज. दोन दोन बस बदलून यावं लागणार होतं. पण ती ठाम होती. ज्या कॉलेजमध्ये कमलेश कोठुरकर आहे, त्याच कॉलेजमध्ये जायचं. कुणाला तरी (कुणाला तरी नव्हे, एका छान मुलीला) आपल्याबद्दल एवढी आस्था असावी, एवढी ओढ असावी... हे कमालीचं सुखावणारं होतं. हा आनंदही किती मोलाचा असतो. किती अजून हवाहवासा असतो! हाही एक 'साक्षात्कार'च होता माझ्यासाठी!

या आनंदाचा तर मी विचारही केला नव्हता. म्हणजे खास असा. भरपूर गप्पा मारून आम्ही एकमेकांना 'बाय' केलं. त्यानंतर लेक्चरला बसावंसंच वाटलं नाही. लक्ष लागणं शक्यच नव्हतं. एकटाच भटकत राहिलो, टेकडीवर हिंडलो. सायकल मारत दूरवर गेलो

आणि घरी परतलो! सारा दिवस मन – वैशाली, मैत्री, ओढ, आस्था यांभोवतीच रूंजी घालत होतं. रात्री मात्र धिटाईनं ते आलंच 'प्रेमा'वर!

मी दर्शिका उघडली.

पुन्हा एकदा जे जे मिळवायचं ठरवलं होतं – त्यावर नजर टाकली.

पैसा, पॉवर, प्रतिष्ठा.

प्रेम शब्द नव्हताच तिथं. खरं तर ते हवं असतं, याची तेव्हा जाणीवही नव्हती. आज मात्र ती इतक्या प्रकर्षानं होत होती की 'प्रेम' शब्दही लिहावा तिथं असा मोह होत होता.

'अं हं, लिहूच शकत नाहीस तू तिथं,' 'तो' बोललाच.

'का?'

'अरे वेड्या, प्रेम ही काही संकल्प करून मिळवण्याची गोष्ट नव्हे. किंबहुना ते मिळवायचं वगैरे नसतंच. ते मिळत असतं, म्हणजे तुमच्या भाग्यात असेल तर...'

बाप रे, केवढा बेसिक पॉईंट.

हा लगोलग दुसरा साक्षात्कार!

'एक विचारू?' त्यानं म्हटलं.

'बोल ना.'

'वैशाली, तुझ्या प्रेमात आहे, असं वाटतंय तुला?'

'छे रे, तसं काही नाही.'

'तू तिच्या?'

'तसंही नाही. एकदाच तर भेटलो आहोत आम्ही. लगेच हे असं काही... कसं सांगता येईल!'

'खरंय. अर्थात तुमच्या मैत्रीचं प्रेमात रूपांतर होऊही शकतं.'

'ते होईल तेव्हा होईल. एक मात्र नक्की. तिच्याशी खूप छान मैत्री करायची, हे आहेच मनात.'

'असू दे ना, तोही काही संकल्प नव्हे. ती फक्त भावना आहे तुझी.'

'तो'ने आज माझं बौद्धिकच घ्यायचं ठरवलं असावं!

माझी 'उलघाल' जाणून त्यानंच शेवटी म्हटलं, 'तू एक निश्चित ठरवू शकतोस.'

'काय?'

'हवं तर दर्शिकेत लिहूही शकतोस...'

'पण काय?'

'मी वैशालीचा विश्वास कधीही तोडणार नाही.'

'तो'नं माझ्या भावनांना नेमके शब्द दिले होते.

पण तोही एक 'संकल्प' म्हणून दर्शिकेत लिहावा, असं वाटेना.

'काहीच लिहिणार नाहीयेस दर्शिकेत?' त्यानं म्हटलं.

मला एक जाणवलं – माझ्या खास दर्शिकेत वैशालीचं नाव आज नोंदलं जावं, ही त्याची मनापासून इच्छा होती. मी डावलली नाही ती.

अखेर दर्शिकेत मी लिहिलं ते हे – 'आता वैशाली आहे साथीला. आम्ही दोघं मिळून कॉलेजमध्ये (इथे खरं तर आयुष्यात लिहायला आवडलं असतं!) खूप काही नवं, वेगळं करून दाखवू.'

'उत्तम! फारच छान,' 'तो'नं म्हटलं, 'आज मला खूप आनंद झालाय...'

'मला मैत्रीण मिळाली म्हणून?'

'ते तर आहेच, पण त्याहीपेक्षा म्हणजे...'

'पॉझ नको घेऊस, बोल पुढं.'

'आयुष्यात माणसाला प्रेमही हवं असतं, याची जाणीव तुला झाली... प्रेमाचं मोल कळलं.'

'त्याचं श्रेय वैशालीलाच द्यावं लागेल.'

'खरंय.'

काही क्षण थांबून त्यानंच पुढे म्हटलं, 'जाता जाता एक सांगू?'

'चाललायस तू?'

'शब्दशः घेऊ नकोस.'

'ठीक आहे, बोल!'

'तुला पैसा, सत्ता, प्रतिष्ठा – हे सारंच हवंय, बरोबर?'

'हो.'

'आता तुला प्रेमही हवंय!'

'हो, मग?'

'काही नाही, तशीच वेळ आली तर प्रेमासाठी या सगळ्याचा त्याग करणारीही माणसं असतात.'

इथे खरं तर 'बॅकग्राऊंड'ला 'ढढँग' व्हायला हवं! केवढा जबरदस्त पॉईंट – खतरनाकच. पण हा पॉईंट नेमका आत्ताच काढायची काय गरज होती? मी विचारात पडलेला पाहून त्यानंच पुढे म्हटलं, 'तशी कितीतरी उदाहरणं आहेत.'

'हो का? मग त्यानं माझंही एक उदाहरण 'ॲड' व्हावं अशी इच्छा आहे का तुझी?

'तसं नाही रे, मी आपलं सांगितलं!'

'बरं केलंस, जा आता!' 'घालवलं'च मी त्याला.

हा 'तो' म्हणजे... असो, आपलेच दात, आपलेच ओठ!

'राजवाडे वक्तृत्व स्पर्धे'त मी स्वतः पुन्हा भाग घेऊ शकत नव्हतो. पहिला क्रमांक मिळवल्यानंतर तुम्हांला भाग घेताच येत नसे. त्यामुळे माझ्यासह भाग घेऊन करंडक

जिंकण्याची वैशालीची इच्छा पुरी नाही होऊ शकली. आम्ही संघ पाठवला तो श्रीधर दास्ताने व वैशाली मोहिते. दास्तानेला प्रमाणपत्रावर समाधान मानावं लागलं, पण वैशालीनं कॉलेज पातळीवरही दुसरा क्रमांक पटकावला.

हे तर झालंच, पण माझा संकल्प होता, काहीतरी नवं, वेगळं करून दाखवण्याचा. मला आणि वैशालीला, आम्हा दोघांनाही 'वक्तृत्वा'चं मोल माहिती होतं, पण आम्हांला हेही माहिती होतं की खरे मोलाचे असतात ते विचार! आपण थोरामोठ्यांचे विचार, त्यांची व्याख्यानं ऐकली तर? कॉलेजच्या मुला-मुलींनाही ते ऐकण्याची संधी दिली तर...? विचार पक्का झाला तसा कॉलेजच्या 'वक्तृत्व विभागा'तर्फे वर्षाच्या प्रारंभापासूनच आम्ही सुरू केला एक जबरदस्त उपक्रम – पुण्यातील नामवंतांच्या विशेष व्याख्यानांचा.

अर्थात नामवंत म्हणजे फक्त नाववाले, प्रसिद्ध नव्हेत... राजकीय नेते तर नव्हेतच नव्हेत. इतिहास संशोधक, विविध विषयांचे अभ्यासक, विद्वान आणि विचारवंत! पुण्यात विद्वानांना काय तोटा? प्रारंभी आम्ही 'महिन्यातून एक व्याख्यान' असं ठरवलं होतं. पण लगेचच 'दर पंधरवड्याला एक' यावर आलो.

मौज तर आलीच. बहुतेक विद्वानांचा, विचारवंतांचा विश्वासच बसेना. मी व वैशाली आम्ही त्यांना निमंत्रण देण्यासाठी जायचो तेव्हा ते प्रारंभी हसतच. त्यांच्या दृष्टीनं आम्ही कॉलेजमधले 'टिल्लेबिल्ले'च तर होतो. आम्ही त्यांच्यापर्यंत पोहोचलो, याचीच त्यांना मौज वाटे. 'आम्हांला कुणी कॉलेजच्या विद्यार्थ्यांसमोर बोलायला आजवर तरी निमंत्रण दिलेलं नाही,' काही जण बोलूनही दाखवीत.

'जे आजवर कुणी केलेलं नाही, ते करण्यासाठीच तर मी धडपडतो आहे,' मी मनाशी म्हणत असे. विषय ठरवतानासुद्धा आम्ही त्यांच्याशी जी चर्चा करायचो. त्यानं ते प्रभावित होत असत. विषय जड नसावा. विद्यार्थ्यांना जिव्हाळ्याचा वाटावा, मोलाचे विचार पण तेही साध्यासोप्या भाषेत मांडले जावेत... वगैरे... तुम्हांला खरं वाटणार नाही, कारण आम्हांलाही तसं वाटत नव्हतं. पण ते ज्येष्ठ विचारवंत, विद्वान, संशोधक, अभ्यासक – तरुणाईपुढे बोलण्याच्या कल्पनेनं भलतेच खूश होत. काहींना तर 'भरून'ही येत असावं! त्यांना ती एक दुर्मीळ संधीच वाटत असे. 'आम्ही न्यायला येतो, त्या दिवशी,' म्हटलं तर बहुतेक जण 'छे... छे... छे... काही गरज नाही... मी येईन रिक्षा करून' किंवा 'अहो, गाडी आहे ना माझी' असंच म्हणत. उत्साह इतका की वाटायचं चालतसुद्धा येतील! अगदी लगेच निघायचंय म्हटलं तरी तयार!!

कर्णिक सर मात्र विद्यार्थ्यांच्या प्रतिसादाबद्दल साशंक होते. 'कोठुरकर, तुम्ही एवढ्या विद्वान मंडळींना बोलावताय, पण मुलंच आली नाहीत तर...' पुढचे 'फजितीच आपली' हे शब्द ते उच्चारत नसत एवढंच. पण मला खात्री होती. एक तर (त्या काळात तरी) तरुणाईला वाचनाचं, विचारांचं वावडं नव्हतं. पुन्हा माझे विषय असे असायचे की...

'भारतीय संस्कृती खरंच श्रेष्ठ आहे काय?'
'आपला देश अजूनही 'गरीब'च का?'
'रूढी की स्त्रियांच्या पायातील बेडी?'

सगळे धारदार प्रश्न. उत्तरं हवीयत? या व्याख्यानाला!

प्रसिद्धीही दणकून करायचो. तीन-तीन फळे रंगवायचो. शिवाय नोटीस बोर्डसवर... लेडिज, जेन्टस् दोन्ही हॉस्टेल्सवर फलक लावायचो. तरीही पहिली दोन व्याख्यानं वर्गातच ठेवली होती. मात्र त्यानंतर, थेट सभागृहातच ठेवावी लागली. हॉस्टेलची मुलं, मुली तर येऊन जागा अडवूनच बसत. मग इतर मुलांची गर्दी... अनेक प्राध्यापकही आवर्जून येत.

व्याख्याते इतका प्रतिसाद पाहून अचंबित होत. प्राचार्य कोगेकर अध्यक्षस्थानी असत. स्वागत-सत्कार ते करीत. मग प्रास्ताविक व परिचयासाठी अर्थातच मी!

माझ्यासाठी ती सुवर्णसंधीच. अशा काही खुबीनं 'प्रास्ताविक' करायचो की व्याख्याते आवर्जून दाद देत, किंबहुना त्यांच्या व्याख्यानाचा प्रारंभ माझ्या प्रास्ताविकाचा संदर्भ घेऊनच होत असे. हा तसा 'लहान तोंडी मोठा घास' वाटेल, पण व्हायचं काय... माझ्या बोलण्यामुळं त्यांना व्याख्यानाची दिशा ठरवता यायची. 'सर, आम्हांला तुमच्याकडून हे हवंय,' असाच रोख असायचा माझा. त्यामुळे मुलांपर्यंतही मग सारं व्याख्यान पोहोचायचं. भरभरून दाद मिळत राहायची. काही व्याख्याते तर माझी इतकी प्रशंसा करीत की कधी कधी मलाही 'मिनी विचारवंत' झाल्याचा 'फील' येई! सर्वांत खूश असायची ती अर्थातच वैशाली. दोन-चार वेळा माझ्याकडे पाहून मान हलवायचीच कौतुकानं. वैशालीकडे मी आभारप्रदर्शनाचं 'गोड' काम दिलेलं होतं. मुळातच ती 'गोड' असल्यानं जे तिला सहज जमायचं. पण विद्वान पाहुण्यांपुढे चिमुरडीच भासणारी तीही, व्याख्यानातले असे काही मुद्दे घ्यायची आणि ते 'कॉलेजियन्स'च्या जीवनशैलीशी असे काही जोडायची की क्या कहने!

खरं तर आभार प्रदर्शन सुरू झालं की (तेव्हाही) उठून जायची पद्धत होती. सुरुवातीला तसं थोडं झालंही. पण नंतर अगदी घाईत असणारे प्राध्यापकही तिचं बोलणं ऐकायला कौतुकानं थांबत असत. (अर्थात काही मुलं तिला ऐकण्यापेक्षाही तिला पाहण्यासाठीही थांबत असत, हा भाग वेगळा.) पण बाप रे... आम्ही असा काही विषयांचा, व्याख्यानांचा धडाका लावला की माहोल बदलूनच गेला.

प्राचार्य म्हणाले, 'कोठुरकर, तुम्ही महाविद्यालयात हा वैचारिक जागरच सुरू केलाय.'

कर्णिक सर म्हणत, 'कोठुरकर, तुम्ही विचारधन आणून विद्यार्थ्यांच्या पुढे अक्षरशः ओतताय!'

दर वेळी मूठ मूठ मांस चढायचं अंगावर, पण तेवढंच होत नव्हतं. माझी स्वतःची बुद्धीही चांगलंच 'बाळसं' धरू लागली होती! त्या विद्वान विचारवंतांची व्याख्यानं ऐकून माझ्या कितीतरी 'फंडाज्' क्लिअर होत होत्या. त्या 'वैचारिक जागरा'चा खरा लाभ घेत होतो तो

मीच! हाच तर फरक होता माझ्यात आणि इतरांत! इतर मुलं ऐकत असत आणि घरी पोहोचेपर्यंत विसरूनही जात असत. मी मात्र त्यातलं 'नेमकं' ते वेचत असे आणि टिपूनच ठेवत असे. दर व्याख्यानागणिक माझ्या 'दर्शिके'त मोलाच्या नोंदी होत होत्या. मोलाच्या म्हणजे किती मोलाच्या कसं सांगू? ही एक झलक पाहा.

- कोणीच अर्ज करून कुठल्या जातीत जन्माला येत नसतो.
- आम्ही नव्हतो, आमचे बाप... उगाच कशाला पश्चात्ताप!
- मानवानं 'नैसर्गिक' राहणं हेच 'अनैसर्गिक' आहे. तो स्वतःच्या कल्पनेतून प्रतिसृष्टी उभारू शकणारा प्राणी आहे.
- सगळेच म्हणतात, माणसानं निःस्वार्थी असावं. पण याच्याइतकं निसर्गविरोधी विधान कोणतंही नाही. स्वार्थ स्वाभाविकच असतो. फक्त तो एकतर्फी, तात्कालिक किंवा संकुचित असू नये... दुतर्फी, दूरगामी आणि व्यापक असावा एवढंच.
- शिवी 'देऊ' नये ही नीती आहे, मात्र शिवी 'घेऊ' नये हे अध्यात्म!
- राजकारण फसतं कशामुळे? मतांसाठी लोकांचं अनुरंजन करण्याच्या वृत्तीमुळे... *तुम मुझे व्होट दो मैं तुम्हें फुकट पोसूँगा!* पण आपल्याला असं 'बाळहट्ट' पुरवणारं 'मायबाप सरकार' नको आहे!
- स्वातंत्र्य हे सर्वश्रेष्ठ मूल्य आहे. स्वातंत्र्याच्या पोटात योग्य प्रकारची समता असतेच, पण समतेच्या पोटात मात्र 'स्वातंत्र्य' मावत नाही!
- का गरीब राहिला आपला देश? खरं तर आपल्या संस्कृतीत धर्म, अर्थ, काम आणि मोक्ष असे चार पुरुषार्थ सांगितले आहेत. 'अर्थ'सुद्धा पुरुषार्थच आहे, पण 'मोक्षा'वर अवाजवी भर दिल्यामुळे देशाची भौतिक प्रगती झाली नाही, आर्थिक अधोगतीच झाली.

चक्रावलात ना? पण कल्पना करा, वयाच्या अवघ्या अठराव्या वर्षी काय काय 'पचवलं' होतं मी, काय काय समजलं, उमजलं होतं मला. फक्त समजलं, उमजलं नव्हतं, ते अगदी खोलवर रुजलंही होतं. तुम्हांला नेतृत्व करायचं असेल तर तुमच्याकडे फक्त व्यक्तिमत्त्व आणि वक्तृत्व असून चालत नाही. समाजाला दिशा देण्यासाठी तुमची स्वतःची काही खास दृष्टी असावी लागते, भूमिका असावी लागते. ती अशी कॉलेजच्या वयातच माझी तयार होत होती.

उद्योजकतेचं आकर्षण तर मला शाळकरी वयापासूनच होतं. उद्योजक 'हिरो'चं होते माझे. पंडित नेहरूही म्हणत होते, 'उद्योगपतींनी उभारलेले उद्योग म्हणजे आधुनिक भारताची मंदिरेच आहेत.' पण आता कॉलेजमधल्या या वैचारिक जागरामुळे मीही नव्यानं विचार करू लागलो होतो. कोटाला गुलाब खोचून, शांततेसाठी पांढरी कबुतरं उडवणाऱ्या पंडितजींच्या स्वप्नाळू, भाबड्या समाजवादाबद्दल या साऱ्या विचारवंतांनी माझ्या मनात प्रश्न पेरले होते. मी साशंक

होत होतो आणि त्याच वेळी डाव्या, कडव्या विचारधारेविषयी सावधही! पुढे जे काही माझ्या हातून घडणार होतं, त्याची बीजं ही अशी तेव्हापासून पेरली जात होती... असो.

कॉलेजच्या प्रांगणातला आमचा हा 'वैचारिक जागर' सुरू असतानाच एक असा जबरदस्त, सनसनाटी कार्यक्रम आम्ही आयोजित केला की... अक्षरशः कळस आणि कहरच!

तुम्हांलाही कळेल... कमलेश कोठुरकर क्या चीज है!

आचार्य अत्रे असते तर त्यांनी नक्कीच म्हटलं असतं, असा कार्यक्रम गेल्या दहा हजार वर्षांत झालेला नाही! अत्रे तर काय अतिशयोक्तीचे बादशहाच. अतिशयोक्ती करण्याचा अधिकृत परवानाच होता त्यांच्याकडे. पण मीही अतिशयोक्ती करतोय, असं वाटत असेल तर एक निश्चित सांगतो, जो काही अभूतपूर्व अफलातून कार्यक्रम आम्ही केला, जी काही भन्नाट धमाल स्पर्धा आयोजित केली तशी कुठल्याही कॉलेजमध्ये पूर्वी कधीही घेतली गेली नव्हती. अक्षरशः इतिहासच घडवला! काय करणार – तो तर छंदच ना कमलेश कोठुरकरांचा!

आयडिया मास्टर, कल्पना बहादूर 'कमलेश कोठुरकरां'ची कदाचित सर्वांत भन्नाट कल्पना.

सुचली कशी?

मी आणि वैशाली (नेहमीप्रमाणेच) गप्पा मारत बसलेलो. अर्थातच कॅन्टिनमध्ये. वक्तृत्व हा दोघांच्या जिव्हाळ्याचा विषय. त्या दिवशीचा मुद्दा होता – चांगलं बोलता येत असेल तरच चांगलं शिकवता येतं. (थोडक्यात, नुसती विद्वत्ता उपयोगाची नसते. तशी काही उदाहरणं होतीच कॉलेजमध्ये. जाम 'बोअर' व्हायचं त्यांच्या लेक्चर्सना!) बोलता बोलता कर्णिक सर चांगलं शिकवतात की 'इको'चे जोशी सर... इकडे चर्चा वळली.

मी म्हटलं, 'अग, दोघंही छानच शिकवतात. प्रत्येकाचा विषय वेगळा, शैली वेगळी असते. तुलना कशी करणार?' बस, मी स्वतःच हे बोललो आणि त्यानं माझीच बत्ती पेटली! करायचीच ठरवली तुलना तर? शैली तर वेगळी असणारच, पण एकच विषय दिला आणि बोला आता म्हटलं तर? स्पर्धाच ठेवली तर?

बाप रे! अशी भन्नाट कल्पना सुचली की क्षणभर वाटलं 'युरेका, युरेका' करीत (नेसत्या वस्त्रानिशी) धावत सुटावं कॉलेजभर. पण तसं काही केलं नाही. फक्त वैशालीचे दोन्ही खांदे धरून तिला अक्षरशः गदागदा हलवत म्हटलं, 'वैशाली! एक भन्नाट कल्पना आलीय डोक्यात, सांगू?'

तिचे डोळे तर अगोदरच लकाकले. 'सांग ना!' तिनं म्हटलं.

'ऐकशील तर अक्षरशः उडशीलच तू कॅन्टिनच्या छतापर्यंत.'

'मी टेबल घट्ट धरून ठेवते... सांग पटकन.'

'तू चकणीच होशील!'

'कमलेश प्लीज...'

'सांगितल्यावर मी 'ढॅण टॅ ढॅण' पण करीन.'

'कर रे.. पण सांग आता.'

'प्राध्यापक वक्तृत्व स्पर्धा... ढॅण टॅ ढॅण!'

सांगतानाच माझ्या अंगावर काटा आला होता. वैशालीनं 'काय?' म्हणत जे डोळे विस्फारले ते दोन-एक मिनिटं तसेच! क्षणभर तर ती श्वासच घ्यायची विसरली.

'कशी वाटते आयडिया?'

'आईशप्पथ...' तिनं म्हटलं, 'कमलेश अरे कसला कल्ला होईल!'

'पण पुढे ऐक, वक्तृत्व स्पर्धा प्राध्यापकांची असेल आणि परीक्षक असतील विद्यार्थी!'

ते ऐकून तर तिनं आनंदाश्चर्यात टेबलावर डोकं आदळून घेणंच बाकी ठेवलं होतं. 'शोले'मधल्या सुरमा भोपालीच्या स्टाईलमध्ये मी म्हटलंच, 'मेरा नाम कमलेश कोठुरकर ऐसेही नहीं!'

आता प्रश्न होता... मांजराच्या गळ्यात घंटा बांधण्याचा. प्राध्यापक मंडळींना स्पर्धेसाठी तयार करण्याचा. पण त्यासाठी काही कौशल्य पणाला लावावं लागलं नाही. कर्णिक सरांना कल्पना सांगितली – तसे ते तर हसतच सुटले, अगदी बालनाट्यातल्या राक्षसासारखे! 'लॉजिक'चे गुप्ते सर आणि 'इको'चे जोशी सर... तेही कमालीचे 'एक्साइट' झाले. हे तिघे तर तत्काळ तयार झालेच पण त्यांनी 'सायन्स'च्या केळकर व इनामदार सरांची नावंही सुचवली. आम्ही त्यांना जाऊन भेटलो. तेही म्हणाले, 'चला, होऊन जाऊ द्या!' थोडक्यात सर्वच 'मांजरां'नी 'द्या, द्या' करत स्वतःच घंटा गळ्यात बांधून घेतली!

दुसरे दिवशी मुलं 'मेन गेट'मधून आत येत होती आणि समोरचा फळा पाहून न चुकता 'आ' करत, त्यावरचा मजकूर वाचत होती. मग 'अय्या' आणि 'आयला!' फळ्यापुढची गर्दी हटतच नव्हती... हे दिवसभर सुरू होतं.

असा काय मजकूर होता फळ्यावर?

'वक्तृत्व विभाग'
आयोजित करत आहे
अफलातून, अभूतपूर्व अशी
'प्राध्यापक वक्तृत्व स्पर्धा'
विषय : आजचा विद्यार्थी बेशिस्त आहे काय?
स्पर्धक प्राध्यापक : प्रा. कर्णिक, प्रा. जोशी, प्रा. गुप्ते, प्रा. केळकर आणि डॉ. इनामदार
वेळ : प्रत्येकी १२ मिनिटे
विद्यार्थी परीक्षक : वैशाली मोहिते, श्रीधर दास्ताने आणि कमलेश कोठुरकर
स्थळ : असेंब्ली हॉल
थोडक्यात... याल तर हसाल, न याल तर फसाल!

मग असेच आणखी दोन फळे – सर्वत्र नोटिसा. मुलांचा तर प्रथम विश्वासच बसेना! प्राध्यापक वक्तृत्व स्पर्धा? एप्रिल महिना नव्हता, तरीही बहुतेकांना हा 'एप्रिल फूल'चा प्रकार तर नव्हे, अशी शंका आली.

आठ दिवसांनी स्पर्धा होती – पण ते आठ दिवस कॉलेजमध्ये स्पर्धेखेरीज दुसरा विषयच नव्हता. मौज म्हणजे यावेळी मुलं प्राध्यापकांना 'बेस्ट ऑफ लक' देत होती.

संध्याकाळी सहाची वेळ होती. हॉल तर साडेपाचलाच फुल झाला. मग मुलं मध्ये, बाजूला पायऱ्यांवर बसली. खिडक्यांमध्ये बसली. नंतर हळूहळू व्यासपीठाखालच्या पॅसेजमध्ये, दारामध्ये... मुलंच मुलं. छतावर चढायची तेवढी बाकी होती! प्राचार्यांनी म्हटलं, 'एवढी गर्दी आजवर कुठल्याच कार्यक्रमाला झाली नव्हती. अगदी पंतप्रधान आले होते तेव्हाही नाही!' म्हटलं ना, इतिहास घडवला मी. नंतर कळलं, इतर कॉलेजेसमधूनही मुलं आली होती. गर्दीनं उच्चांक केलाच त्या दिवशी.

सगळ्यांचा उत्साह उतू जात होता. उत्सुकता शिगेला पोहोचली होती. खरं तर सगळे मनात हसतच होते. फक्त हसू कसंबसं दाबून धरलेलं होतं एवढंच.

प्रास्ताविक करताना माझी तीच परिस्थिती होती. तरीही मी गांभीर्याचा आव आणून स्पर्धक प्राध्यापकांना स्पर्धेचे नियम समजावून सांगितले. 'प्रत्येकानं बारा मिनिटे बोलणं अपेक्षित आहे. दहाव्या मिनिटाला बेल वाजेल. ती सूचना असेल. त्यानंतर दोन मिनिटे असतील. नेहमी तास तास बोलण्याची सवय असल्यामुळे मोजक्या वेळात बोलणं जड जाईल, हे मी समजू शकतो. पण तीच तर स्पर्धा आहे. निर्धारित वेळेपेक्षा जास्त वेळ घेतल्यास दर मिनिटाला दहा गुण कमी केले जातील... वगैरे.' सभागृहातला प्रत्येक जण खुदुखुदु हसत होता! आणि मग सुरू झाली स्पर्धा.

सगळेच प्राध्यापक मस्त बोलले. तयारीनंच आले होते सगळे. पुन्हा त्यांच्या त्यांच्या विद्यार्थ्यांचं 'प्रोत्साहन' होतंच. पाचही प्राध्यापकांची भाषणं झाली, तसं मी जाहीर केलं, 'स्पर्धा पार पडली आहे. आता आम्ही विद्यार्थी परीक्षक आपापसात चर्चा करून क्रमांक ठरवू. दहा मिनिटांतच निकाल जाहीर केला जाईल.'

कुणीही जागा सोडू नये, हे सांगण्याची गरज नव्हतीच!

आम्ही दहा मिनिटं बाजूच्या एका वर्गात गेलो. आम्हांलाही हसू आवरणं मुश्किल झालं होतं, पण तरीही 'गंभीर चर्चा' करून आम्ही निकाल निश्चित केला व सभागृहात परतलो. अक्षरशः कुणीही जागचं हललं नव्हतं.

मग परीक्षकांच्या वतीनं दास्तानेनं मनोगत व्यक्त केलं (अर्थातच गांभीर्याचा आव आणत). स्पर्धकांचा दर्जा वगैरेवर भाष्य केलं! शंभर गुण देताना विषयाची मांडणी, आवाजातील चढउतार, हावभाव, हातवारे असे कुठले घटक विचारात घेतले ते (पुरेशा शिष्टपणे) विशद केले; आणि मग अर्थातच मी...

'मित्रहो, आपणा साऱ्यांनाच ज्याची उत्सुकता आहे तो निकाल मी जाहीर करीत आहे. आम्ही पहिले तीन क्रमांक काढले आहेत. मात्र तिन्ही विजेत्या प्राध्यापकांना एकच पुस्तक पारितोषिक म्हणून दिलं जाईल. पुस्तकाचं नाव आहे – सभेत कसे बोलावे? (प्रचंड हशा) आणि होय, ज्या दोन स्पर्धकांचा क्रमांक लागलेला नाही, त्यांनी नाउमेद होऊ नये. कारण अतिशय थोड्या फरकानं त्यांचा क्रमांक हुकला आहे. प्रथम मी तिसरा क्रमांक जाहीर करीत आहे – प्रा. नरेन्द्र गुप्ते (प्रचंड टाळ्या), दुसरा क्रमांक मिळाला आहे – प्रा. अविनाश कर्णिक यांना (आणखी टाळ्या), आणि आजची स्पर्धा प्रथम क्रमांकानं जिंकणारे स्पर्धक आहेत – 'डॉ. हेमंत इनामदार'. बाप रे! टाळ्यांच्या कडकडाटानं मुलांनी सभागृह अक्षरशः डोक्यावर घेतलं.'

तिन्ही प्राध्यापकांना प्राचार्यांच्या हस्ते पुस्तक देण्यात आलं आणि मी अखेर जाहीर केलं, 'मुलामुलींनो, आता चला गडे घराकडे! आजचा ऐतिहासिक कार्यक्रम संपला आहे!'

'कमलेश कोठुरकर हा कुणी सामान्य विद्यार्थी नव्हे,' हे आता कॉलेजमधील, यच्चयावत सर्वांनाच कळून चुकलं होतं. कॉलेज असं मी अगदी रीतसर निःसंशय गाजवत होतो. मात्र विद्यार्थ्यांचं नेतृत्व करण्याची संधी अद्यापि मिळाली नव्हती. इथे कुणी असा प्रश्न करू शकतं – नेता काय असं ठरवून होता येतं का? नेतृत्व हे परिस्थिती, प्रसंगातून उदयाला येत असतं... वगैरे.

मग हाही प्रश्न आहेच की – कुणी ठरवून 'मोठं' होऊ शकतं का? तसा झालोच ना मी! किंबहुना तो संकल्प केला, त्यानंतरच माझ्यातल्या नेतृत्वगुणांचा शोध मला लागला. मला आणि इतरांनाही. सामान्य माणूस हा अनुयायीच असतो. मला अनुयायी व्हायचं नव्हतं... नेता व्हायचं होतं.

कशासाठी? कारण मला काही करून दाखवायचं होतं, काही घडवायचं होतं!

आणि मौज पाहा... तुम्ही म्हणताय ना, नेतृत्व हे परिस्थिती, प्रसंगातून उदयाला येत असतं. अगदी तसंच तर झालं माझं.

कॉलेजचा जनरल सेक्रेटरी (जीएस) हा दरवर्षी निवडला जात असतो. त्यानं विद्यार्थ्यांचं प्रतिनिधित्व करणं अपेक्षित असतं. पण 'प्रतिनिधी' असणं वेगळं आणि 'नेतृत्व' करणं वेगळं. तशीही मला पुढाकार घेण्यासाठी कुठल्या पदाची – 'पोझिशन'ची गरज नव्हतीच. तुमचं नाव गाजत असलं तर इतरांच्या दृष्टीनं तुम्हीच नेते असता!

यावेळी निमित्त होतं... विद्यापीठानं पुढील वर्षापासून जाहीर केलेल्या फी वाढीचं. त्या संदर्भात वृत्तपत्रातून प्रतिक्रिया येत होत्या. 'युवा मोर्चा' या संघटनेनं फी वाढीला विरोध करणारं पत्रक काढलं होतं. 'कॉलेज बंद'चा इशारा दिलेला होता.

एव्हाना मला राजकारणातलं 'डावं उजवं' कळू लागलं होतं. 'युवा मोर्चा' ही 'डाव्या' पक्षांची युवक संघटना होती. ती 'फी वाढ विरोधी आंदोलन' करून कॉलेज विश्वात पाय रोवू पाहत होती. 'कॉलेज बंद' ही त्यासाठी फारच सोपी हुकमी खेळी होती.

सांगण्याचा मुद्दा – त्या दिवशी कॉलेजच्या 'जिमखाना मॅनेजिंग कमिटी'ची मीटिंग संपवून मी बाहेर आलो तर एक दाढीवाला 'त्रस्त' तरुण व त्याचा साथीदार – दोघे माझी वाट पाहत होते.

'तुम्हीच कोठुरकर ना?' दाढीवाल्या तरुणाने प्रश्न केला.

'हो.'

'मी अभय खांडेकर. 'युवा मोर्चा'चा सेक्रेटरी.'

'अच्छा!'

'कोठुरकर... परवा आपण 'कॉलेज बंद' करतो आहोत.'

'आपण म्हणजे?'

तो जरा चमकलाच. 'आपण म्हणजे सगळेच. कालच सर्व कॉलेजच्या विद्यार्थी प्रतिनिधींची बैठक झाली.' त्यानं म्हटलं.

'आमच्या कॉलेजचं कोण होतं?' माझा थेट प्रश्न.

'नव्हतं कुणी. म्हणून तर मुद्दाम तुम्हांला भेटायला आलोय. फी वाढ ही अन्याय्य आहे. सर्व विद्यार्थ्यांनी मिळून अन्यायाविरुद्ध उभं राहिलं पाहिजे.'

'त्यासाठी 'कॉलेज बंद' हा मार्ग आहे, असं मला वाटत नाही.'

तो आता जरा आक्रमक झाला. 'कोठुरकर, एक सांगा तुमचा फी वाढीला विरोध आहे की नाही. ती रद्द झाली पाहिजे असं तुम्हांला वाटतं की नाही?'

'पुन्हा सांगतो. माझा 'कॉलेज बंद'ला विरोध आहे.'

'का?'

'त्यामुळे त्यांना काही फरक पडत नाही. नुकसान विद्यार्थ्यांचंच होतं!'

'तुम्ही विद्यार्थ्यांच्या हिताचा विचार करत नाही आहात. स्पष्टच विचारतो – तुम्ही विद्यार्थ्यांच्या बाजूनं आहात की विद्यापीठाच्या बाजूनं?'

मी हसलो. मला तो प्रश्न 'तुम्ही वाघाच्या बाजूनं आहात की शिकाऱ्याच्या?' असाच वाटला. मी उलट प्रश्न केला.

'विद्यापीठाला तुम्ही विद्यार्थ्यांचा शत्रू मानता का?'

तो चांगलाच चमकला.

'हे पाहा कोठुरकर, ही युक्तिवादाची वेळ नाहीय. आपण सर्वांनी एकजुटीनं फी वाढीचा विरोध केला पाहिजे. तुम्ही उगाच फूट पाडू नका. आम्ही जे 'कॉलेज बंद'चं आवाहन केलंय ते...'

'एक मिनिट... तुमचं 'आवाहन'च आहे ना ते... सक्ती तर नाही ना? फारच उत्तम. ज्यांना 'बंद' मध्ये सहभागी व्हायचंय ते होतील. ज्यांना नाही व्हायचं ते कॉलेजला येतील. मिटला प्रश्न!'

'ठीक आहे. परवा पाहू या काय होतंय ते,' असं म्हणत तो व त्याचा साथीदार दोघं तावातावानं निघून गेले.

दुसऱ्या दिवशी मी गुप्ते सरांच्या लेक्चरला बसलो होतो. तेवढ्यात वर्गात प्यून आला, त्यांनी गुप्ते सरांना काही निरोप दिला.

'कोठुरकर,' गुप्ते सरांनी म्हटलं, 'प्राचार्य कोगेकरांनी तुम्हांला भेटायला बोलावलं आहे.'

'आत्ता?'

'हो.'

मला आश्चर्य वाटलं. प्राचार्यांनी थेट वर्गात निरोप पाठवून मला तातडीनं बोलावून घ्यावं...

मी त्यांच्या केबिनमध्ये गेलो.

'या कोठुरकर. बसा.'

मी बसलो तसं त्यांनी म्हटलं, 'सॉरी, तुम्हांला लेक्चरमधून बोलावून घेतलंय. पण तुमचा फार वेळ नाही घेणार.'

'बोला ना सर.'

'मला एक सांगा. उद्याच्या 'कॉलेज बंद'बद्दल तुमची काय भूमिका आहे?'

'आपलं कॉलेज सुरू राहील.'

मी बोलून गेलो. पण त्याक्षणी एक हलकासा 'थरार' जाणवलाच. हीच 'पॉवर' असते का?

मुळात 'कॉलेज बंद राहील की सुरू राहील' हा प्रश्न प्राचार्यांनी एका विद्यार्थ्याला करावा, हेही अजबच होतं.

'फारच छान,' सरांनी म्हटलं, 'तेवढंच विचारायचं होतं.'

मी उठून पुन्हा वर्गाकडे निघालो.

माझा विश्वासच बसत नव्हता. पण हेही जाणवत होतं केवढा विश्वास होता सरांचा माझ्यावर!

हेच असतं का एखाद्याच्या शब्दाचं वजन?

खरं सांगू... त्या दिवशी प्रथमच मला माझ्या 'मोठं होण्या'ची थेट जाणीव झाली.

दुसरे दिवशी नेहमीप्रमाणे कॉलेज सुरू झालं. मेन गेट उघडंच होतं, पण प्राचार्यांनी आतलं छोटं गेट मुद्दाम बंद केलं होतं. वॉचमन फक्त आमच्याच विद्यार्थ्यांना आत येऊ देत होता.

पहिलं लेक्चर सुरू होतं... तेवढ्यात (आतल्या) गेट बाहेरून घोषणा सुरू झाल्या 'कॉलेज बंद झालंच पाहिजे', 'फी वाढीचा निषेध असो' वगैरे.

अर्थात त्या तशा दुरून येत होत्या. फारसा व्यत्यय नव्हता. लेक्चर सुरूच राहिलं. पण अचानक पंधरा-वीस मुलांचं टोळकं गेटवरून चढून कॉलेजमध्ये घुसलं आणि 'बघता काय...

सामील व्हा'च्या घोषणा देऊ लागलं. आमच्या वर्गाबाहेरच ते टोळकं आलं. घोषणा तर होत्याच पण तेवढ्यात कुणीतरी दगड फेकून मारला. काच फुटून तो सरांच्या अगदी पुढ्यात पडला.

मग मात्र मी उठलो. जाधव, थोरात, पाटील आणि बाकी सगळीच मुलं माझ्याबरोबर बाहेर आली. आम्हांला पाहून त्यांना जास्तच त्वेष आला. मी हात वर करून ओरडलो, 'एक मिनिट!' हातातला दगड दाखवीत म्हटलं, 'फक्त एक सांगा, हा दगड कुणी फेकला आहे? सरांनाच लागला असता. थोडक्यात वाचले ते. फक्त हेच हवंय मला. कुणी फेकला हा दगड?' सगळे चिडीचिप्प. म्हटलं, 'तुम्ही कॉलेजमध्ये घुसून घोषणा देताय, हुल्लडबाजी करताय. दगड फेकताय. हे चालणार नाही. मुकाट्यानं गेट बाहेर जा, नाहीतर आम्हांला तुम्हांला हुसकावून बाहेर काढावं लागेल!'

मौज बघा. तो अभय खांडेकर स्वतः गेट बाहेरच उभा होता. त्यानं काही टारगट पोरांना आत पाठवलं होतं. पण आमचा पवित्रा पाहून ती हबकलीच. त्यांच्या तथाकथित म्होरक्यानं म्हटलं, 'चला रे, त्यांच्या नादी लागण्यात अर्थ नाही.'

मग पुन्हा एकदा घोषणा देत ते टोळकं बाहेर पडलं. आम्ही सगळे पुन्हा वर्गात गेलो. लेक्चर पुन्हा सुरू झालं. प्राचार्यांना दिलेला शब्द मी पाळला होता. आमचं कॉलेज सुरूच राहिलं होतं.

लेक्चर संपल्यावर मी बाहेर आलो तर, एक तरुण मुलगा माझी वाट पाहत थांबलेला होता. त्यानं स्वतःची ओळख करून दिली. 'मी विवेक अग्निहोत्री. पत्रकार आहे मी. आज जे घडलं ते सर्व पाहिलंय. त्याच संदर्भात मला तुमची मुलाखत हवीय!'

'माझी मुलाखत?'

'हो.'

मला तर हे अगदीच अनपेक्षित होतं. क्षणभर तर काय बोलावं कळेच ना.

'कॅन्टिनला बसू या?' त्यानंच म्हटलं.

'शुअर.'

त्याला गर्दी नको होती. आम्ही दोघेच कॅन्टिनला गेलो. वॉव... एक पत्रकार माझी मुलाखत घेणार होता.

'कमलेश कोठुरकर, राईट?'

'येस!'

'कोठुरकर, एक पत्रकार या नात्यानं मला तुमची भूमिका समजून घ्यायला आवडेल.'

'जरूर. तुम्ही प्रश्न विचारा, मी उत्तर देतो.'

'तसं नको. तुम्हीच बोला. मी नोट्स घेतो. उद्या जी बातमी देऊ आम्ही... तिला जोडून तुमची भूमिका देता येईल. काय द्यायचं, कसं द्यायचं ते मी बघतो. पण तुम्ही मात्र अगदी मोकळेपणानं बोला.'

माझी भूमिका तर तयार होतीच. 'बोलणं' हाही प्रॉब्लेम नव्हताच.

'ओके. माझा पहिला मुद्दा – विद्यापीठाचं म्हणणं आहे, त्यांनी ही सात वर्षांनी फी वाढ केलीय. सगळे खर्च वाढले आहेत, प्राध्यापकांचे पगार वाढले आहेत... फी वाढ जर अपरिहार्य असेल तर? गरीब विद्यार्थ्यांना सूट मिळावी हे मी समजू शकतो... पण सरसकट फी वाढच नको, असा पवित्रा कसा घेता येईल? अजून वीस वर्षांनी फी वाढ केली तरी त्यावेळचे विद्यार्थी विरोध करणारच. म्हणजे कधीच फी वाढता कामा नये? आणि हे विद्यार्थ्यांनी ठरवायचं का?

'माझा दुसरा मुद्दा आहे, मला सांगा, फिया भरतं कोण? विद्यार्थी भरतात का? त्यांचे पालक भरतात. मग खरं तर हा मुद्दा पालकांचा असायला हवा. ते गप्पच आहेत.

'आता तिसरा मुद्दा – विद्यार्थ्यांना विरोध करायचा असेल, निषेध नोंदवायचा असेल तर त्यांनी जरूर नोंदवावा. पण 'कॉलेज बंद'ची काही गरज नाहीय. त्यामुळे नुकसान होतं ते विद्यार्थ्यांचंच.

'आणि सगळ्यात शेवटी मी एवढंच म्हणेन... काही झालं तरी हुल्लडबाजी आम्ही खपवून घेणार नाही. हुल्लडबाजीमुळे आमचं कॉलेज तरी आम्ही कधीच बंद होऊ देणार नाही.'

दुसरे दिवशी वृत्तपत्रात पहिल्याच पानावर बातमी झळकली.

'कॉलेज बंद'ला संमिश्र प्रतिसाद
'हुल्लडबाजी आम्ही खपवून घेणार नाही.'

विद्यार्थी प्रतिनिधी.

बातमीत जे घडलं, ते दिलेलं होतं. पण 'मुख्य' होतं ते हे, 'या सर्व प्रकारात कॉलेजच्या वक्तृत्व विभागाचे कार्यवाह कमलेश कोठुरकर हे आघाडीवर होते. त्या संदर्भात आमच्या प्रतिनिधीशी बोलताना त्यांनी विद्यापीठानं कधीच फी वाढ करायची नाही का? ती करावी की नाही हे विद्यार्थ्यांनी ठरवायचं का? फी भरतात ते पालक, पालकांनी त्यांची भूमिका का मांडू नये? असे अनेक प्रश्न उपस्थित केले. 'कॉलेज बंद'मुळे खरं नुकसान आम्हा विद्यार्थ्यांचं होतं इकडे लक्ष वेधून अखेरीस 'आम्ही हुल्लडबाजी अजिबात खपवून घेणार नाही,' असा खणखणीत इशाराही दिला. प्राचार्य कोगेकर यांनीही त्यांच्या कॉलेजच्या विद्यार्थ्यांनी घेतलेल्या भूमिकेचे कौतुक केले.'

बस... असं झालं आणि उजाडलं!

'रातोरात' कमलेश कोठुरकर हे विद्यार्थी नेते झाले! कॉलेजमध्येच नव्हे, कॉलेजच्या बाहेरही प्रसिद्ध झाले. त्यानंतरच वर्गातली सुजाता मला 'प्रसिद्ध कोठुरकर' म्हणू लागली. वैशालीनं म्हटलं, 'राजवाडे स्पर्धेतलं तुझं ते भाषण ऐकलं होतं, तेव्हाच ओळखलं होतं मी... हा काही फक्त वक्ता नाहीय. हा नेता आहे! आज तू झालासच.'

आई-बाबांनाही कळून चुकलं, 'आपला मुलगा नाव कमावणार आहे... मोठा होणार आहे.'

कॉलेज गाजवायचं होतं मला, विद्यार्थ्यांचं नेतृत्व करायचं होतं. हे सारं तर मी पहिल्या दोन वर्षांतच साध्य केलं होतं. आता प्रश्न होता, तिसऱ्या वर्षी मी नवं वेगळं असं काय करणार?

मौज म्हणजे काय ते मला ठरवावंच लागलं नाही! फक्त मीच नव्हे, वैशालीनंही काय करायचं, हे कॉलेज आणि विद्यापीठानं परस्परच ठरवून ठेवलं होतं! ते वर्ष 'राष्ट्रीय एकात्मता वर्ष' म्हणून साजरं करायचं ठरलं होतं. त्यासाठी विद्यापीठानं 'नॅशनल इन्टिग्रेशन कमिटी' स्थापन केली होती. त्या कमिटीवर प्रत्येक कॉलेजचे एक प्राध्यापक व दोन विद्यार्थी प्रतिनिधी घेतले जाणार होते. आमच्या कॉलेजतर्फे अर्थातच प्रा. कर्णिक आणि माझी व वैशालीची नियुक्ती केली गेली. प्राचार्यांपुढे फारसे पर्याय नव्हतेच! 'कमिटी'तर्फे वर्षभरात, विविध सामाजिक उपक्रमांचं आयोजन केलं जाणार होतं. वैशालीला मुळातच तशा उपक्रमांची आवड असल्यानं तिचा उत्साह नुसता ओसंडून वाहत होता.

श्रमदान, रक्तदान, साक्षरता सप्ताह, एकता रॅली, संस्कार शिबिरं – वर्षभर कार्यक्रमांची नुसती रेलचेल होती. आमच्याकडून अपेक्षा होती की, आमच्या कॉलेजच्या विद्यार्थ्यांनी सर्व उपक्रमांत अधिकाधिक सहभाग घ्यावा, यासाठी आम्ही त्यांना उद्युक्त करावं. आमच्यासाठी ते तर अगदीच सोपं होतं. माझ्या आणि वैशालीच्या वर्गातली मुलं-मुली, सगळी हॉस्टेलवरची मित्रमंडळी आमच्या पाठीशी होती, सोबत होती. रक्तदानाला तर आमच्या कॉलेजच्या विद्यार्थ्यांनी विक्रमी प्रतिसाद नोंदवला.

समारोपाच्या कार्यक्रमात कुलगुरूंनी खास प्रशंसा तर केलीच, पण आमच्या कॉलेजच्या विशेष सहभागाबद्दलचं प्रमाणपत्रही बहाल केलं.

हे तर सिद्धच झालं... मी हुल्लडबाजी करून कॉलेज बंद पाडणारा नेता नव्हतो. उलट सामाजिकदृष्ट्या विधायक उपक्रमांत सहभागी होण्यासाठी विद्यार्थ्यांना प्रेरित करणारा नेता होतो. अर्थात, या साऱ्या अनुभवांमुळे मला (आणि वैशालीलाही) सामाजिक वास्तवाचं नवं भान आलं. आयुष्यात काय मिळवायचं हे मी ठरवलंच होतं... पण ते मिळवतानाच 'सामाजिक जाणीव'ही ठेवायला हवी, हे कळून चुकलं.

तीही नोंद झालीच दर्शिकेत त्या दिवशी.

'तो' तर खूपच खूश झाला.

'तो' अलीकडे खूश असायचाच. पण बोलायचा क्वचितच. मी त्याला त्यावरून छेडलंही एकदा. तेव्हा फक्त हसला.

एवढंच म्हणाला, 'का ते तूही समजू शकतोस.'

खरं सांगायचं तर मला ते समजलंही होतं. कारण होतं, वैशाली!

होय, वैशालीशी मैत्री झाली, त्यानंतर तो अगदी मोजकंच बोलत होता. नाराजीमुळे नव्हे... वैशालीवरील विश्वासामुळे!

'वैशाली आहेच की...' हीच त्याची भूमिका असावी.

एवढंच नव्हे, अलीकडे तो मला 'तू आता वैशालीशी सगळं स्पष्ट बोलायला हवंस,' असंही सुचवत होता.

'तो'ची सूचना डावलणं मला शक्यच नव्हतं.

मी फक्त योग्य वेळेची वाट पाहत होतो. ती आली असं वाटलं, तसं मी म्हटलंच वैशालीला, 'वैशू...' होय, मी वैशालीवरून 'वैशू'वर केव्हाच आलो होतो. (नशीब ती 'कमलेश'वरून 'कमलू' वर आली नव्हती!)

'अं?' तिनं नेहमीच्या सवयीनं म्हटलं.

'मला तुझ्याशी काही बोलायचंय!'

क्षणभर चमकूनच तिनं माझ्याकडे पाहिलं आणि ती खूप छानसं हसली. (अतिशय मर्यादित अर्थानं) उत्तेजितही झाल्यासारखी वाटली.

'आईशपथ...' ती उद्गारली.

'काय झालं?'

'कमलेश... अरे कसलं जबरदस्त ट्यूनिंग आहे आपलं!'

'म्हणजे.'

'अरे, मलाही तुझ्याशी काही बोलायचंय!'

म्हणजे तीही योग्य वेळेची वाट पाहत होती तर!

ती आजच आलेली असावी. संध्याकाळचे साडेपाच वाजले होते. टेकडीवरून उन्हं हलकेच कलत होती. छान हवा होती.

'टेकडीवर जाऊ या?' मी विचारलं.

'होऽ' तिनं अगदी लहान मुलीच्या उत्साहात म्हटलं. दोन वर्षांत आम्ही असंख्य, अगणित वेळा भेटलो होतो. पण टेकडीवर एकदाही गेलो नव्हतो. दोघंही झपाझप पावलं टाकीत टेकडीच्या दिशेनं गेलो.

'कमलेश, अरे किती छान वाटतंय इथे. आपण कधीच कसे नाही आलो?' तिनं टेकडी चढता चढता म्हटलं.

'मुली, त्यासाठी निवांत वेळ हवा. तो होता का आपल्याकडे? आपण म्हणजे सुपरॲक्टिव्ह. ही ॲक्टिव्हिटी संपली की ती... काही ना काही सुरूच असतं आपलं!'

'एऽ पण तिथेही काय धमाल केली नाही आपण?'

'ऑफकोर्स!'

'आता मात्र यायचंच हं इकडे अधूनमधून.'

'मी तर एका पायावर तयार आहे!'

वर जाऊन एका निवांत जागी बसलो.

खरं तर दोघांनाही काही बोलायचं होतं... पण काही वेळ दोघंही शांतच बसून राहिलो... वाऱ्याच्या झुळका अंगावर घेत, कलत्या उन्हात हलकेच उजळलेला मस्त आसमंत पाहत. आजवर एकमेकांना अगदी मनापासून साथ दिली होती आम्ही, तशीच पुढेही देत राहणार का... आयुष्यभर?

आज तेच तर ठरणार होतं...

'वैशूऽ'

'अं?'

'तुला सांगू? मी आठवीत असतानाच एक संकल्प केला होता. तो डायरीत – तिला दर्शिका म्हणतो मी... लिहूनच ठेवलाय.'

'कुठला रे?'

'माझा जन्म सामान्य म्हणून जगण्यासाठी झालेला नाही.'

पुन्हा छानसं हसत, कौतुक भरल्या स्वरात तिनं म्हटलं, 'तू तसा जगूच शकत नाहीस. हे मी तर केव्हाच ओळखलं होतं.'

'मोठं व्हायचं हे तर ठरवलंच होतं मी, पण मोठं व्हायचं म्हणजे नेमकं काय करायचं... आयुष्यात काय मिळवायचं हेही ठरवलं होतं. तीन गोष्टी मी लिहूनच ठेवल्या होत्या. कुठल्या सांगू?'

'म्हणजे काय, सांग ना!'

'पहिली म्हणजे पैसा! आयुष्यात भरपूर पैसा कमवायचाय मला! मध्यमवर्गीय म्हणून जगायचं नाहीय, श्रीमंत व्हायचंय.'

वैशाली हसली, पण बोलली काहीच नाही.

'का ग... विचारात पडलीस?'

'तसं नाही, पण...'

'अग बोल ना...'

'कमलेश, तू तर अर्थशास्त्राचा विद्यार्थी आहेस. हे मी तुला काय सांगायचं. तुला माहितीच आहे, पैसा हे साध्य नसतं, ते फक्त साधन असतं.'

'अगदी खरंय... पण ते 'साधन' हवं असतंच ना... आणि तेही मिळवावं लागतं. 'साध्य' ठरलं की ते आपोआप मिळतं, असं थोडंच आहे!'

'नाही.'

'अर्थशास्त्रात आम्हांला हेही शिकवलंय... *मनी हॅज टू बी मेड.* पैसा हा निर्माण करावा लागतो. त्यासाठी कष्ट करावे लागतात, जोखीम घ्यावी लागते, डोकं लढवावं लागतं. हे सगळं

पक्कं ठाऊक आहे मला, म्हणूनच 'मला पैसा कमवायचाय' म्हणताना माझी जीभ जराही कचरत नाही. मान्य आहे ना, पैशापेक्षा महत्त्वाचं असं खूप काही असतं, पण पैसा कमावण्यातही एक थ्रिल असतं, मजा असते, ती का अनुभवू नये?'

प्रथम काहीशी विचारात पडलेली वैशाली आता मात्र कौतुकानं ऐकत होती. माझ्या आकांक्षा तिच्यापर्यंत योग्य शब्दांत पोचवणं, मलाही गरजेचं वाटत होतं.

'मला एक माहिती आहे,' मी पुढे म्हटलं, 'पैसा असेल तर तुम्ही स्वतःच्या मनाप्रमाणं जगू शकता. मला माझ्या मनाप्रमाणं जगायचंय.'

वैशाली छानसं हसली, 'मी समजू शकते,' तिनं म्हटलं, 'तोच तर तुझा पिंड आहे.'

'अर्थात, पण... 'मला पैसा कमवायचाय' म्हटलं की सगळे दचकतातच. तूसुद्धा जरा विचारातच पडली होतीस.'

'खरंय.'

'असं का होतं सांगू? आपल्या मध्यमवर्गीयांचे दोन प्रॉब्लेम्स आहेत. एक तर आपण अल्पसंतुष्ट असतो. पण त्याहीपेक्षा महत्त्वाचं म्हणजे... आपली एक लाडकी समजूत असते... पैसा कमवायचा म्हणजे तुम्हांला सगळी तत्त्वं गुंडाळावी लागतात... लांड्या- लबाड्या कराव्या लागतात.'

'हे मात्र खरंय,' तिनं म्हटलं, 'पण मला खात्री आहे... कमलेश, तू तो चांगल्या मार्गानंच कमावशील!'

'नक्कीच!'

ती थोडी आश्वस्त झालेली पाहून मी म्हटलं, 'दुसरी गोष्ट सांगू?'

'सांग ना!'

'पुन्हा दचकणार नाहीस ना?'

'बहुधा नाही.'

'दुसरी गोष्ट म्हणजे पॉवर, सत्ता. सामान्य म्हणून जगायचं नसेल तर तुमच्याकडे सत्ता हवी.'

'खरंय,' तिनं म्हटलं, 'सत्तेपुढं सामान्य माणसाला नेहमीच झुकावं लागतं. वाईट गोष्ट ही की तीही नेमकी नको त्यांच्याच हाती असते. ती तुझ्यासारख्याच्याच हाती असायला हवी, कारण तू कधीच सत्तेचा दुरुपयोग करणार नाहीस.'

मी जरा चमकलोच. क्षणभर तर वाटलं, या मुलीनं आपली दर्शिका चोरून तर वाचली नसावी? पण ते शक्यच नव्हतं. माझ्या 'स्टडीरूम'च्या ड्रॉवरमध्ये ती सुरक्षित होती. नंतर जाणवलं, आता हे थोडं काव्यात्मक वगैरे वाटेल पण मनात आलं – वैशालीला दर्शिका वाचण्याची गरज नव्हतीच, माझं मन ती अगदी सहज वाचू शकत होती!

'तू तीन गोष्टी म्हणाला होतास,' तिनं म्हटलं, 'तिसरी कुठली?'

'प्रतिष्ठा!'

पुन्हा एकदा छानसं हसली ती. 'ती तुला मिळेलच. खरं तर तुझ्यासारख्यालाच ती मिळायला हवी,' तिनं म्हटलं.

'अर्थात हे आठवीत ठरवलं होतं मी. कारण तेव्हा तेवढंच कळत होतं. याच तीन गोष्टींचं आकर्षण वाटत होतं. नंतर जाणवलं, या गोष्टी तर हव्यातच आपल्याला, पण तेवढ्यानं आपलं समाधान होणार नाही.'

'मग?'

'आणखी दोन संकल्प केले मी – कॉलेजमध्ये आल्यानंतर!'

'कुठले?'

'*आय वॉन्ट टू मेक सम डिफरन्स अँड आय वॉन्ट टू मेक सम कॉन्ट्रिब्युशन*... मला काही बदल घडवायचा आहे, मला काही योगदान द्यायचं आहे!'

'कमलेश!' कौतुकास्पद स्वरात ती उद्गारली.

'काय?'

'सगळ्याच गोष्टी किती क्लिअर आहेत रे तुझ्या...'

'अरे हो, एक राहिलंच...'

'अरेच्या... अजून राहिलंच आहे का?'

'हो, पण हे मात्र शेवटचं...'

'नक्की?'

'अगदी नक्की. शेवटचं आणि महत्त्वाचं. मला खात्री आहे तुलाही आवडेलच ते.'

'काय, बोल ना.'

'अलीकडेच जाणवलं, हे सारं मिळवताना, म्हणजे पैसा, सत्ता, प्रतिष्ठा... सामाजिक भानही ठेवायला हवं.'

'अर्थात!' वैशाली उद्गारली. तिच्या डोळ्यातलं कौतुक चांगलंच उजळलं, चेहरा खुललाच तिचा.

'हुश्श!' छातीवर हात ठेवून मी उद्गरलो.

'हे काय?'

'काही नाही जीव हलका झाला माझा.'

'अरे पण... तो जड का झाला होता?'

'म्हणजे काय! हे तुला कितपत रुचेल, पटेल... याचं दडपण होतंच ना. कसं सांगायचं हेही कळत नव्हतं. तुला खोटं वाटेल, पण दोन-तीन वेळा स्वतःशीच रिहर्सल केली मी.'

'कमलेश, उगाच आट्या मारू नकोस!'

मी हसलो. ही मुलगी काही सहजासहजी गंडणारी नव्हती!

'वैशू, यातला गमतीचा भाग सोड, पण मला टेन्शन होतंच. तूही बघ ना... थोडी दचकलीच होतीस.'

'खरंय,' तिनं म्हटलं, 'तू म्हणतोस तसंच आहे. आपल्याकडे एकंदरीत गरिबीचेच गोडवे गायले जातात.'

'साधी राहणी, उच्च विचारसरणी! का? उच्च राहणी आणि उच्च विचारसरणी असू शकत नाही?'

'नक्कीच! पैसाही चांगल्या मार्गानं कमावता येतो. सत्ताही चांगल्या कामासाठी वापरता येते. हे तूच सिद्ध करू शकशील. तसं झालं तर, खरंच सांगते, तरुणांसाठी एक आदर्शच ठरशील तू!'

आदर्श! वैशूच्याही तोंडी आलाच तो शब्द शेवटी...

'एनी वे,' मी म्हटलं, 'हे माझं झालं. तू पुढे काय करायचं ठरवलंयस?'

'मी एम.एस.डब्ल्यू करायचं म्हणतेय.'

'मास्टर ऑफ सोशल वर्क?'

'हो.'

'चांगली कल्पना आहे. तशीही तुला सामाजिक उपक्रमांची आवड आहेच.'

'म्हणूनच.'

'पण वैशू, एक विचारू?'

'पुढे समाजसेवेला वाहून वगैरे घ्यायचा विचार आहे का तुझा?'

काहीशी चमकलीच ती. 'असं का वाटलं तुला?' तिनं प्रश्न केला.

'तसं काही नाही, सहज विचारलं.'

'छे रे, तसं अजिबात नाही. स्वतः छानच जगायचं पण त्याचवेळी समाजासाठीही काही करायचं, एवढंच! खरं तर सामाजिक उपक्रमसुद्धा कसे छान प्लॅनिंगनं करता येतील असं वाटतं. मला त्यासाठीच तर एमएसडब्ल्यू करायचंय.'

'थँक गॉड!'

'म्हणजे?'

'जीव भांड्यात पडला माझा.'

'का?'

'म्हटलं हिनं जर समाजसेवेला वाहूनच घ्यायचं ठरवलं असेल तर हिचं आपलं कसं जमायचं?'

ती पुन्हा एकदा चमकली. बहुधा 'कसं जमायचं?' या शब्दांमुळे असेल.

हसली ती. पण किंचित गंभीरही झाली.

काही वेळ दोघेही गप्पच राहिलो.

मग तिनंच म्हटलं, 'मला तुझ्याशी तेच तर बोलायचंय.'

मला तसा अंदाज आला होताच. कधीतरी 'हे' बोलावं लागणारच होतं.

'बोलू मी?' तिनं प्रश्न केला.

'म्हणजे काय. बोल नं!'

'पण एक रिक्वेस्ट आहे माझी.'

'कुठली?'

'मला मनातलं सगळं बोलू द्यायचंस. मध्ये काही बोलायचं नाहीस, विचारायचं नाहीस, अडवायचं नाहीस. चालेल?'

'तुझी तशी अटच असेल तर मान्य आहे.'

'अट नाही रे, पण...'

'नो प्रॉब्लेम वैशू, तू बोल... अगदी मोकळेपणानं. तुझं बोलणं होईपर्यंत हाताची घडी, तोंडावर बोट. हं... बोल आता.'

'कमलेश, खरं म्हणजे काही गोष्टी न बोलताही कळत असतात... पण कधीतरी त्या बोलायला तर लागतातच. माझी खात्री आहे, हे तू ओळखून असशीलच... मी तुझ्या प्रेमात आहे.' मी काही बोलणार तेवढ्यात हातानंच मला थोपवत तिनं पुढे म्हटलं, 'प्लीज, पुरतं ऐकून घे, मला माहितीय, तूही असशील माझ्या प्रेमात... पण मला याचीही कल्पना आहे की आपल्या प्रेमाला मर्यादा आहेत. कितीही प्रेमात असलो तरी आपण पुढे आयुष्यभर एकमेकांना साथ देऊ शकूच असं नाही. ती शक्यता मला तरी खूपच कमी वाटते. कारण मी ब्राह्मण नाहीय! हो... म्हणतात सगळे जात वगैरे बघू नये. पण ती बघितली जातेच. जाता जात नाही तिलाच तर जात म्हणतात. माझ्या मोठ्या बहिणीचं प्रेम सफल होऊ शकलं नाही, तेही याच कारणामुळे. ते सगळं पाहिलंय मी, त्यामुळे मी उगाच स्वप्नरंजनात रमू शकत नाही. तूही रमू नकोस. तुझी कदाचित तयारी असली तरी तुझे घरचे तयार होतील असं नाही. मग नुसते वाद, टेन्शन... सगळंच आलं. पुढचं सगळं ते रामायण, महाभारत टाळायचं असेल तर एकच मार्ग आहे. आपण ते अगोदरच मान्य करणं... आणि चांगले मित्र म्हणूनच एकमेकांना निरोप घेणं. मोकळ्या मनानं आणि समजून, उमजून.'

मला कौतुक वाटलं तिचं. आवाजात कातरता होती. स्वरही भिजलेला जाणवत होता. डोळ्यातलं पाणी मात्र तिनं थोपवून धरलं होतं.

'झालं तुझं बोलून?' मी विचारलं.

'हो.'

'आता, मी बोलतो. पण माझीही तीच अट आहे. तू मध्ये काहीही बोलायचं नाहीस.'

'ठीक आहे.'

'हे बघ वैशू, तू म्हटलंस ते खरंय. काही गोष्टी न बोलताही कळत असतात. आपण दोघंही एकमेकांच्या प्रेमात आहोत. हे आपल्या मित्रांनाही माहिती आहे. ते आपल्यालाच

माहिती नसेल असं होऊच शकत नाही. फक्त तुला हे माहिती नाहीय, तू पहिल्यांदा भेटलीस – म्हणजे कॉलेजमध्ये – त्याच दिवशी मला प्रथम जाणवलं... आयुष्यात प्रेम हे किती मोलाचं असतं! खरं सांगतोय मी. त्याक्षणी मी फक्त स्वतःचाच विचार करत होतो, पण तुझ्यामुळे मी तुझाच नव्हे, इतरांचाही विचार करायला शिकलो. मैत्री, आस्था, ओढ या भावना... मी असं म्हणेन, मला नव्यानं जाणवल्या त्या तुझ्यामुळे. प्रेमाबद्दलची ओढही माझ्या मनात तूच तर जागवलीस. तेच प्रेम आज तू व्यक्त केलंयस वैशू. ते नाकारण्याइतका करंटा नाहीय मी. हो, मला माहिती आहे, अजूनही आपल्याकडे जात आडवी येऊ शकते, पण माझ्याबाबतीत तसं होणार नाही. अग, माझा जन्मच मुळात नवे पायंडे पाडण्यासाठी झालाय. कुठली जातबित मला अडवू शकत नाही. घरच्यांशी बोललो आहे मी. आपल्याबद्दल नाही बोललो, 'पण लग्न करताना मी जात वगैरे बघणार नाही' असं अगदी स्पष्ट शब्दांत सांगितलंय. त्यांनाही ते मान्य आहे. तेव्हा तू म्हणतेस तसं काही रामायण, महाभारत होणार नाहीय. तो सगळा विचार करूनच आज तुझ्याशी बोलायचं ठरवलं होतं मी. माझा संकल्प, माझ्या इच्छा-आकांक्षा आज तुला बोलून दाखवल्या त्याही त्यासाठीच. मला मोठं व्हायचंय, आयुष्यात खूप काही मिळवायचंय, काही करून दाखवायचंय. या सगळ्यात तू मला साथ देशील ना, हेच तर विचारायचं होतं मला...'

थोडा थांबलो मी. अक्षरशः जिवाचे कान करून ती ऐकत होती. अनिमिष नेत्रांनी माझ्याकडे बघत होती. नजरेत अजूनही थोडा अविश्वास होता. पण चेहऱ्यावरचा आनंदही लपत नव्हता. खरं तर तो त्या गोड चेहऱ्यावर मावतच नव्हता.

'तुला कळलं का मी काय बोललो ते... सगळं आत पोहोचलं का?' मी म्हटलं.

'हो,' कातर स्वरात ती उद्गारली. डोळ्यांतून अश्रूही ओघळले. अश्रूंना 'मोती' का म्हणतात, हे त्याक्षणीच उमगलं मला!

तिचा हात हातात घेतला, बोटं गुंफली आणि म्हटलं, 'मग पुन्हा एकदा तेच विचारतो... या सगळ्यात माझी साथ देशील?'

'हो,' म्हणत प्रेमभरानं बिलगलीच ती.

आजही तो 'सोनेरी क्षण' अगदी लख्ख आठवतो.

'आयुष्य सुंदर आहे' असा जणू साक्षात्कारच असणारा तो क्षण. त्या दिवशी, त्याच क्षणी आम्ही आयुष्यभराच्या साथीचा वादा केला... मावळत्या सूर्याच्या साक्षीनं.

शेवटचं वर्ष होतं 'टी.वाय.'चं! माझ्या शिरस्त्याप्रमाणे मी ते पूर्णतः अभ्यासालाच वाहून घ्यायचं ठरवलेलं होतं. 'बी.ए. विथ इकॉनॉमिक्स' होणं तसं अवघड नव्हतं; पण कुणाला बोललो नव्हतो मी, अगदी वैशालीलाही. मला शेवटच्या वर्षीही 'रेकॉर्ड' करायचं होतं. त्यापूर्वी विद्यापीठात कुणीही मिळवले नसतील असे मार्क्स मिळवायचे होते. ते मला शक्यही होतं, कारण तशीही ती खुबी माझ्याकडे होतीच. शिवाय यावेळी 'स्कोअरिंग'साठी

'मॅथेमॅटिकल इकॉनॉमिक्स' आणि 'इकॉनोमेट्रिक्स' हे खास विषय घेतलेले होते. मुख्य म्हणजे, आवश्यक तेव्हा (प्रत्यक्षात मानेवर खडा न ठेवताही) अभ्यासात गढून जाण्याची सवयही होतीच! तेच केलं मी...

अपवाद फक्त दोनच होते. अर्थात ते फक्त वैशालीमुळेच. वैशाली डिबेट 'डिपार्टमेंट'ची 'सेक्रेटरी' झालेली होती. त्यामुळे तिच्या कार्यक्रमांना उपस्थिती आणि शनिवारी संध्याकाळी किंवा रविवारच्या सुटीत तिच्या सहवासात फुलणाऱ्या, मंतरलेल्या भेटी.

पण मौज पाहा. (ती तुम्ही पाहताच आहात... पुढेही पाहणार आहात!)

मी तसं विशेष काही न करताही... शेवटच्या वर्षी कळस व्हायचा तो झालाच. त्याचं असं झालं, एका प्रसिद्ध 'साप्ताहिका'नं त्या वर्षी 'कॉलेज विशेषांक' प्रसिद्ध करायचं ठरवलं होतं. त्यासाठी त्यांनी प्रत्येक कॉलेजकडून 'यांचा आम्हांला अभिमान वाटतो' या सदरासाठी दोन विद्यार्थ्यांची थोडक्यात माहिती व फोटो मागवले होते. अपरिहार्यपणे आमच्या कॉलेजतर्फे माझी आणि वैशालीची निवड झाली होती. दोघांचाही फोटोसह अल्पसा परिचय छापून येणार होता. आमच्यासाठी तर एवढा सन्मानही मोलाचा होता, पण... कमलेश कोठुरकरांनी मोठं व्हायचा संकल्प केला आहे हे त्या साप्ताहिकाच्या संपादकांना कळलं होतं की काय कोण जाणे, त्यांनी परस्परच मला 'मोठं करण्याचा' घाट घातला होता.

सर्व कॉलेजेसकडून आलेल्या नावांमधून 'सर्वोत्कृष्ट विद्यार्थी' निवडला जाणार होता. विशेषांकाचं प्रकाशन विद्यापीठाच्या कुलगुरूंच्या हस्ते होणार होतं आणि त्यांच्या हस्तेच 'सर्वोत्कृष्ट विद्यार्थी' ठरणाऱ्याला मानचिन्ह देण्यात येणार होतं. आता हे तर काही मी सुचवलं नव्हतं, पण... असो.

ध्यानीमनी नसताना, त्या वर्षी विद्यापीठातला 'सर्वोत्कृष्ट विद्यार्थी' ठरलो, तो अर्थातच मी, कमलेश कोठुरकर...

■ ■ ■

प्रकरण : तीन

मला कल्पना आहे, आता तुम्ही हसाल. म्हणजे हसू शकता. माझ्या 'बी.ए.'च्या रिझल्टबद्दल मी लिहिलं तर... तुम्ही काहीसं उपरोधानं म्हणाल की, 'वा, कमलेश कोठुरकर कसे नेहमीच पहिले!'

होय, ठरवलं होतं तसा विद्यापीठात विक्रमी गुण मिळवून मी बी.ए. 'अर्थशास्त्र'मध्ये पहिला क्रमांक पटकावला होता. पण हे जर तुम्ही हसण्यावारी नेलंत तर तो नक्कीच माझ्यावर अन्याय होईल.

आणि तुम्ही हे जाणताच... मी काही अन्याय निमूटपणे सहन करणारा नव्हे.

'कोठुरकर बरे सगळीकडेच पहिले येतात,' म्हणून तुम्ही हसला असाल तर – तुम्ही हे विसरताय की प्री.डिग्रीला मी पहिला नव्हे, दुसरा आलो होतो. तुम्ही हेही विसरताय की एसएससीला मी बोर्डात पहिला वगैरे तर सोडाच – पहिल्या पन्नासातही नव्हतो आलो! आणि तुम्ही इकडेही दुर्लक्ष करताय की, मी 'आर्ट्स्'ऐवजी (खास लोकाग्रहास्तव) 'सायन्स'साईडला गेलो असतो तर साधं डिस्टिंक्शन मिळवता मिळवता माझी दमछाक झाली असती.

तेव्हा 'कोठुरकर, काय कुठेही पहिलेच येणार,' हा तुमचा 'उपरोध' चुकीचा ठरेल.

'देवाशप्पथ, खरं सांगेन,' असा प्रारंभीच वादा केलाय मी. पुन्हा हेही स्पष्ट केलंय की, मी हे सगळं लिहितोय, त्यामागचं माझं खरं कारण वेगळंच आहे. स्वतःच्या टिमक्या मारण्यासाठीच मी हे लिहित असतो तर 'मी कुणी जीनियस नव्हे, माझी मजल फार तर सत्तर टक्क्यांपर्यंत!' हे कशाला लिहिलं असतं?

विश्वास ठेवा... जे घडलं, जसं घडलं तसंच लिहितोय मी. विश्वास तर तुम्हांला ठेवावाच लागेल, कारण पुढेही अविश्वसनीय वाटावं, असं खूप काही असणार आहे! असो, आता माझं लक्ष एमबीएच्या प्रवेशाकडे होतं आणि तिथे माझं 'बी.ए.'ला पहिलं येणं नक्कीच

पुरेसं नव्हतं. कारण त्यासाठी स्वतंत्र निवड प्रक्रिया होती. प्रथम लेखी परीक्षा, मग ग्रुप डिस्कशन आणि शेवटी इंटरव्ह्यू. या तिन्ही चाचण्यांतून तुम्ही निवडला गेलात तर ठीक, अन्यथा – क्षमस्व!

प्रवेश फक्त तीस जणांना दिला जाणार होता आणि इच्छुक होते तब्बल तीनशेवीस! तीनशेवीसपैकी फक्त पहिले शंभर 'ग्रुप डिस्कशन'साठी निवडले गेले; त्यात तर मी होतोच.

नंतर दहा-दहांचा एक, असे दहा ग्रुप्स केले गेले. 'ग्रुप डिस्कशन' सुरू करण्यापूर्वी प्रत्येकानं स्वतःचा परिचय करून दिला, त्या वेळी मात्र मी चमकलोच. चौघे तर 'बडे बाप के बेटे' होते! दोघे बड्या राजकीय नेत्यांचे सुपुत्र होते. एक एका कॉलेजच्या प्राचार्यांचा मुलगा होता, तर एक एका प्रसिद्ध उद्योगपतीचा.' चर्चा सुरू होण्याअगोदरच मी समजून चुकलो – या चौघांची निवड तर नक्कीच!

प्रत्यक्ष चर्चेत त्यांच्यापैकी दोघे चांगले बोलले, एक उगीच काहीतरी बोलला, एकाला तर धड बोलताही आलं नाही. मात्र नंतर यादी लागली त्यात चौघांचीही नावं होती. नशीब पाच निवडले जाणार होते. मीही निवडला गेलो. अर्थात 'ग्रुप डिस्कशन' पूर्ण मीच 'डॉमिनेट' केलं होतं. मला डावलणं शक्य नव्हतंच. तसं झालं असतं तर बहुधा हंगामाच केला असता मी! पण धोक्याची घंटी तर वाजली होतीच. चौघेच होते ते, पाचवाही कुणी 'बडे बापका बेटा' असता तर? अर्थात आमच्या ग्रुपमध्ये नसले, तरी इतर ग्रुप्समध्ये ते असणारच होते आणि त्यांना धड बोलता आलं नसलं तरी त्यांची निवड होणारच होती. मी थोडी चौकशी केली तेव्हा मला 'सिनिअर बॅच'च्या मुलांकडून हे कळलंच की प्रत्येक बॅचला असे काही वशिल्याचे तट्टू असतातच.

आमदार, खासदाराच्या मुलांना किंवा बड्या उद्योगपतीच्या 'बेट्या'ला प्रवेश नाकारणं, संस्थेच्या संचालकांना परवडणारं नव्हतं. ही त्यांची मजबुरी होती. पण तिचा फटका मला का बसावा? मी काही उगाच अस्वस्थ नव्हतो झालो. मला हेही कळलं होतं की इंजिनिअरिंग करून आलेल्यांना निवडीत प्राधान्य दिलं जातं होतं.

अर्थ सरळ होता – 'आपली निवड होणारच' असं मी गृहीत धरू शकत नव्हतो. अर्थात बी.ए.ला विद्यापीठात, तेही 'इको'मध्ये पहिल्या आलेल्या मला डावलणं सोपं नव्हतं. शिवाय लेखी परीक्षा आणि ग्रुप डिस्कशन – दोन्हीत माझी कामगिरी उत्तम होती. तरीही 'इंटरव्ह्यू'मध्ये काय होईल, हे सांगता येत नव्हतं. इंटरव्ह्यू घेणारे कोण असतील, ते नेमकं कशाला महत्त्व देतील, प्रत्यक्ष इंटरव्ह्यू कसा होईल – सगळंच अनिश्चित होतं. एखाद्या प्रश्नाचं उत्तर जरी त्यांना पटलं नाही, तरी 'येस'चं 'नो' होऊ शकलं असतं. शिवाय अखेरीस प्राचार्यांना 'नकाराधिकार' होताच.

मला आत्मविश्वास नव्हता असं नाही, पण न जाणो... हे 'न जाणो' मला परवडणारं नव्हतं. 'एमबीए'ला प्रवेश हा माझ्यासाठी आयुष्याचा प्रश्न होता. बाय चान्स, प्रवेश मिळाला नाही, तर माझ्या आजवरच्या सर्व कारकीर्दीवर, मेहनतीवर आणि पुरस्कारांवर पाणी फिरणार

होतं. माझी सारी स्वप्नं धुळीला मिळणार होती. दर्शिकेतला माझा संकल्प दर्शिकेतच राहणार होता. 'मला खरं 'एमबीए' करायचं होतं, पण प्रवेश न मिळाल्यानं मी एम.ए. बीएड. करून एका ज्युनिअर कॉलेजमध्ये 'मास्तरकी' केली,' असं लिहिणं माझ्या नशिबी आलं असतं! ते मग तुम्ही वाचलंही नसतं!!

'तू उगाच टेंशन घेतोयस,' वैशालीनं म्हटलं, 'तुला प्रवेश न मिळणं शक्यच नाहीय. तसं झालंच तर मी इन्स्टिट्यूटसमोर धरणंच धरीन, उपोषणाला बसेन.'

तसा तर काय, मीही गप्प बसणाऱ्यातला नव्हतोच. पण त्या क्षणी तरी इन्स्टिट्यूटमधली वशिलेबाजी चव्हाट्यावर आणणं, यात मला अजिबात स्वारस्य नव्हतं.

ज्यावर माझा हक्क होता, तो प्रवेश मला हवा होता, बस. आठवड्याभरानं इंटरव्ह्यू होता. माझी तर झोपच उडाली. प्रवेश मिळावाच, यासाठी काय करू शकत होतो मी? टॅलेन्ट तर होतंच, पात्रताही होती, पण इथे हमखास प्रवेशासाठी 'वशिला' आवश्यक दिसत होता!

मी कुणाचा वशिला लावू शकणार होतो? वडील साधे क्लार्क होते. आई '*जस्ट अ हाऊसवाईफ!*' 'वशिला' शक्य नव्हताच, पण निदान कुणाचं 'स्ट्राँग रेकमेन्डेशन' मिळालं तर? अचानक ध्यानात आलं, ज्या सोसायटीचं आमचं कॉलेज होतं, त्याच सोसायटीची ती इन्स्टिट्यूट होती. मी थेट जाऊन प्राचार्य कोगेकरांना भेटलो. त्यांना सगळी परिस्थिती सांगितली.

'कोठुरकर, तुम्ही बीएला पहिले आला आहात, तुम्ही कॉलेजमधलेच नव्हे, संपूर्ण विद्यापीठातले 'सर्वोत्कृष्ट विद्यार्थी' ठरला आहात, तुम्हांला प्रवेश मिळाला नाही तर मला आश्चर्यच वाटेल,' त्यांनी म्हटलं.

मी काही बोललो नाही. मग सरांनीच पुढे म्हटलं, 'तुम्हांला प्रवेश मिळालाच पाहिजे असं मला वाटतं. पण ती संस्था स्वतंत्र आहे. मी त्यांना काही सूचना करू शकत नाही.'

'सर, तुम्ही 'रेकमेन्डेशन लेटर' नाही देऊ शकणार?' मी प्रश्न केला.

सर विचारात पडले. मग त्यांनी म्हटलं, 'तेही थेट प्रवेशाबाबत नाही देता येणार. ते योग्य होणार नाही, पण तरीही एक शिफारस पत्र मी जरूर देईन तुम्हांला... अगदी आनंदानं!'

सरांनी टायपिस्टला बोलावून पत्र डिक्टेक्टही केलं. नंतर सही शिक्का मारून माझ्या हाती दिलं. मानलंच मी सरांना. इतकं सुंदर ड्राफ्ट केलं होतं की आजही त्यातला शब्दन् शब्द आठवतो मला.

'*टू हूम सो एव्हर इट मे कन्सर्न..*

आय नो कमलेश कोठुरकर फॉर लास्ट फोर इअर्स. ही इज अ ब्राईट स्टुडन्ड विथ अ ब्रिलियन्ट अॅकॅडॉमिक करियर. ही इज ऑल्सो व्हेरी डायनॅमिक अँड सर्टनली हॅज लिडरशिप क्वालिटीज. आय अॅम शुअर, व्हॉटअेव्हर करिअर ही चूझेस फॉर हिमसेल्फ, ही विल गो अ लाँग वे. आय विश हिम ऑल द सक्सेस.'

म्हणतात ना, *समझनेवाले को इशारा काफी होता है!* इशारा अगदी स्पष्ट होता, बाकी किती वशिल्याचे तट्टू भरायचे असतील तेवढे भरा, कमलेश कोठुरकरांना डावलू नका म्हणजे झालं.

मला राहवलं नाही. सरांना वाकून नमस्कार केला आणि मी बाहेर पडलो. तातडीनं जाऊन ते पत्र मॅनेजमेंट इन्स्टिट्यूटचे संचालक डॉ. देसाई यांच्यापुढे ठेवलं. ते फक्त हसले. पत्र अर्थातच ठेवून घेतलं त्यांनी.

'तुमच्यासाठीच तर आहे ते, मला प्रवेश द्या म्हणजे झालं,' मी मनाशी म्हटलं. मौज म्हणजे 'इंटरव्ह्यू'च्या वेळी पॅनेलमधील अन्य तीन सदस्यांना (जे बहुतेक उद्योगविश्वातले होते) त्यांनीच ते पत्र वाचून दाखवलं. मला ते अगदी अनपेक्षित होतं. पण नंतर ध्यानात आलं, त्यांनी तसं का केलं असावं... त्या पत्राचा, पर्यायानं प्राचार्य कोगेकरांचा त्यांनी यथोचित मान राखला होता... निर्णय मात्र इतरांवर सोडला होता!

हा एक धडाच होता माझ्यासाठी.

> तुमच्या पात्रतेनुसार तुम्हांला सर्व मिळेलच याची खात्री नसते. ते मिळावं यासाठीही काही युक्त्या कराव्या लागतात. क्रिकेटच्या भाषेत सांगायचं तर एखाद्या फलंदाजाची विकेट हवी असेल तर फक्त कसलेल्या गोलंदाजाकडे चेंडू देणं पुरेसं नसतं, त्यासाठी योग्य ती 'फिल्डिंग'ही लावावी लागते.

मी तीच लावली होती. अर्थात 'तुम्ही तरी काय – प्राचार्य कोगेकरांचा वशिलाच लावलात की,' असं तुम्ही म्हणू शकता. तो तुमचा प्रश्न आहे.

'तो'नं मात्र म्हटलं, 'तू वशिला लावलास असं मला वाटत नाही. तुला प्रवेश न मिळणं हा तुझ्यावर अन्याय झाला असता. तो होणार नाही याची कोगेकर सरांनी दक्षता घेतली एवढंच!'

ते काही असो, माझं घोडं गंगेत न्हालं! कमलेश कोठुरकर 'मॅनेजमेंट इन्स्टिट्यूट'मध्ये प्रवेश करते झाले.

पहिल्या दिवशी इन्स्टिट्यूटमध्ये प्रवेश करताना पायरीशी थबकलो. मंदिरात प्रवेश करताना भाविक पायरीलाही नमस्कार करतात, ते आठवलं. केला नाही मी, पण मनात भावना तीच होती.

'आजचे उद्योग, कारखाने म्हणजे आधुनिक भारताची मंदिरेच आहेत,' पंडित नेहरूंनी म्हटलं होतं. त्याच उद्योगांसाठी, निवडक विद्यार्थ्यांना व्यवस्थापन कौशल्याचं खास प्रशिक्षण देणारं – हे ज्ञानमंदिरच तर होतं. आता दोन वर्षं फक्त मॅनेजमेंट एके मॅनेजमेंट! शिकायचं, शिकायचं आणि फक्त शिकायचं! इतकं शिकायचं की शिकायचं काही शिल्लकच ठेवायचं नाही. इरादा तरी तोच होता.

इथे मला काही इन्स्टिट्यूट गाजवायची नव्हती की नेतृत्व करायचं नव्हतं. पार्ट वन, पार्ट टू मिळून जेमतेम साठ विद्यार्थी होते. त्यांचं काय नेतृत्व करायचं? पण 'उद्योगाचं नेतृत्व कसं करायचं,' हे मी इथेच शिकणार होतो आणि नेतृत्व करायचं म्हणजे तुम्हांला पुढाकार घ्यायलाच हवा. तोही कधीतरी नव्हे, नेहमीच. संधी मिळाली तर इथेही मी तो घेतल्याशिवाय थांबणार थोडाच होतो?

सांगण्याचा मुद्दा, अचानक तशी संधी आली आणि...

खरं तर, शाळेप्रमाणेच इथेही कुणा सरांना 'धडा शिकवावा' असं पुसटसंही मनात नव्हतं, कसं शक्य होतं ते? आम्हांला लेक्चर्स देणारे कुणी साधे प्रोफेसर्स नव्हते. बहुतेक सगळेच मोठमोठ्या कंपन्यांमध्ये एक्झिक्युटिव्हज होते... मॅनेजर्स होते. अगदी मॅनेजिंग डायरेक्टरही. त्यांना प्रत्यक्ष भेटणं, ऐकणं ही तर पर्वणीच होती आमच्यासाठी आणि तरीही... पुन्हा एकदा तुमचा विश्वास बसणार नाही पण पहिल्याच महिन्यात एका 'सरां'ना धडा शिकवलाच मी! मुळात उसळतं रक्त... ते स्वस्थ थोडंच बसू देणार!

मेनन सर होते, 'इंडस्ट्रियल रिलेशन्स' या विषयासाठी. उंचेपुरे, रुबाबदार व्यक्तिमत्त्व, आवाजही खणखणीत. साहजिकच होतं ते. 'मिलिटरी सर्व्हिसेस'मधून रिटायरमेंट घेऊन आता ते एका कंपनीच्या मनुष्यबळ विभागात 'सिनिअर एक्झिक्युटिव्ह' होते. नजरेतही अशी जरब की विचारूच नका! पण दुर्दैवानं सैनिकी शिस्त आणि स्वाभाविक उर्मटपणा यांचं ते एक अजब मिश्रण होतं. पहिल्याच लेक्चरला त्यांनी क्लासमध्ये कशी शिस्त हवी, याचे नियमच घालून दिले. थेट 'हाताची घडी तोंडावर बोट'धर्तीचे. आम्ही पदव्युत्तर विद्यार्थी आहोत की शाळकरी... प्रश्नच पडावा!

शिस्तीपेक्षा अरेरावी, मग्रूरीच जाणवत होती. एखाद्यानं लेक्चर सुरू असताना केसांवरून सहज हात फिरवला तरी हे खडसावणार, *'नो बडी इज लुकिंग ॲट यू हिअर, यू जस्ट हॅव टू लुक ॲट मी... अँड लिसन!'* ही तुम्हांला नक्कीच अतिशयोक्ती वाटेल, पण नाकाला खाज सुटली तरी ते खाजवायला बंदी होती... काय खाजवायचं ते सरांचं लेक्चर संपल्यावर! आणि हो, काय बिशाद कुणी जांभई देईल! वर्गात उलटंच टांगलं असतं सरांनी! हे तर जाऊ द्या... त्यांच्या प्रश्नाला उत्तर देताना '*आय थिंक,*' असं म्हणायलाही बंदी होती.

'डोन्ट टेल मी व्हॉट यू थिंक!' ते गरजणार, *'व्हेन यू स्टार्ट युअर आन्सर विथ 'आय थिंक' इट मीन्स यू आर नॉट शुअर. टेल मी व्हॉट यू आर शुअर अबाऊट!'*

असा एकूण खाक्या. आम्ही तो सगळा 'जाच' सहन करत होतो. कारण आम्हांला शिकण्याशी मतलब होता. शिवाय 'वर्षाच्या शेवटी मी चार जणांची निवड करीन आणि त्यांना आमच्या कंपनीत प्लेसमेंट देईन,' असं जबरदस्त आश्वासनही त्यांनी दिलं होतं.

त्या दिवशी मात्र जरा सटकलेच सर... (त्यांना काय कल्पना, साक्षात म. प्र. गोडबोले सरांच्या जिभेचं वळण बदलणारा बहाद्दर समोरच बसलाय!) वर्गात शिल्पा नावाची मुलगी

होती. खरं तर चेहरा छान होता तिचा; पण चांगलीच स्थूल होती. त्यामुळे नेहमी साडीतच यायची, प्रेझेन्टेबल राहायची. स्वभावानंही मोकळी, हसरी होती.

त्या दिवशी सरांचं, मला वाटतं तिसरंच लेक्चर असावं. कुठल्या तरी 'कार'चा संदर्भ देताना त्यांनी म्हटलं (अर्थात इंग्रजीत) 'नुसती दिखाऊ कार काय कामाची? टिकाऊ पाहिजे, दणकट पाहिजे. मी ज्या कारबद्दल बोलतोय ती कार म्हणजे... (इथे शिल्पाकडे निर्देश करत त्यांनी म्हटलं) हिच्यासारख्या दोन व्यक्ती जरी बसल्या तरी जागची हलणार नाही ती कार!' काही मुलं त्या विनोदाला हसलीही. मला मात्र ते खटकलं, पण मी काही बोललो नाही.

सर पुढे शिकवू लागले, पण त्यांच्या ध्यानात आलं, शिल्पा रडते आहे. त्यांना आश्चर्य वाटलं, *'व्हाय आर यू क्राईंग? यू शुड टेक सच थिंग्ज लाइटली,'* त्यांनी म्हटलं. पण तिला खूप लागलं होतं ते बोलणं... ती दुखावली गेली होती. तसं तिनं सरांना बोलूनही दाखवलं. पण हे महाशय 'सॉरी' म्हणण्याऐवजी, *'यू कान्ट बी सो सेन्सिटिव्ह,'* वगैरे सुनावतच राहिले. शिल्पा बिचारी गप्प बसली. पण काही केल्या तिला रडू आवरेना. अखेर ती उठून बाहेरच जाऊ लागली.

'तू अजून गप्प कसा?' अचानक माझ्या कानांवर जळजळीत शब्द आले. हा तर 'तो'चा आवाज होता.

मी चमकलोच. आजवर 'तो' माझ्याशी बोलत असे तो रात्री, स्टडीमध्ये मी एकटा असताना. पण आज मात्र भर वर्गात कडाडलाच होता तो. आता मला गप्प बसणं शक्यच नव्हतं.

'शिल्पा थांब!' मी अशा काही स्वरात म्हटलं की शिल्पा थबकलीच. सगळा वर्गही चमकून माझ्याकडे बघू लागला.

'*प्लीज डोन्ट लिव्ह द क्लास*... मी बोलतो सरांशी, प्लीज!' शिल्पा पुन्हा सीटवर बसली, तसं हात वर करून मी म्हटलं, *'सर, कॅन आय से समथिंग?'* त्यांचं 'येस्' आलं, तसं मी अगदी स्वच्छ, स्पष्ट शब्दांत सुनावलं, *'सर, द कॉमेन्ट यू मेड ऑन हर वॉज टोटली अननेसेसरी अँड रॉंग. यू कॅन सी दॅट शी इज रिअली हर्ट... सो आय थिंक...'* मग मुद्दामच थांबून मी म्हटलं, *'येस सर... धिस इज व्हॉट आय थिंक... इन्स्टेड ऑफ अर्ग्युइंग विथ हर यू शुड अ‍ॅपोलोजाइझ टू हर... से सॉरी!'*

हे त्यांना अगदीच अनपेक्षित होतं. क्षणभर तर त्यांना काय प्रतिक्रिया द्यावी, कळेनाच! बहुधा माझ्याशीही काही वाद घालण्याचा त्यांचा विचार असावा. प्रारंभीचा आविर्भाव तरी तसाच होता. मात्र चटकन बदलून त्यांनी म्हटलं, *'ओके, आय अ‍ॅम सॉरी!'* पण तेही काहीशा मग्रुरीनंच. नंतर मात्र रयाच गेली त्यांची. पुढचं लेक्चर कसंबसं गुंडाळलं आणि *'दॅट्स् ऑल फॉर टुडे,'* म्हणत ते तावातावाने निघूनही गेले. मला तर मौजच वाटली. अरे, आम्हांला शिस्त शिकवताय तुम्ही, तुम्हांलाही काही मॅनर्स हवेतच ना!

मी मुलांना म्हटलं, 'तुम्ही सगळे गप्प बसलात कसेच? कुणीच कसं काही बोललं नाही?' मुलं काय उत्तर देणार! तसं ते मला माहिती होतंच म्हणा. मेनन सरांचा दराराच तसा होता. शिवाय त्यांनी 'चार जणांना प्लेसमेंट'चं गाजर दाखवलेलं होतं! जाणूनबुजून कोण त्यांच्याशी पंगा घेणार? अर्थात काहींनी 'कोठुरकर, यार मानलं तुला. मस्त सुनावलंस सरांना... आपलं नसतं डेअरिंग झालं,' अशी कबुलीही दिली.

शिल्पानं मात्र अगदी मनापासून थँक्स दिले आणि म्हटलं, 'कोठुरकर, हे सगळं मला देसाई सरांना सांगायचंय. तुम्ही प्लीज माझ्याबरोबर याल का?'

'शुअर!'

आम्ही दोघेही सरांच्या केबिनमध्ये गेलो.

जे घडलं ते सारं शिल्पानं सांगितलं तसे सरही चांगलेच 'अपसेट' झाले.

'नो, नो, नो,' त्यांनी म्हटलं, *'आय विल नॉट अलाऊ धिस. ही कान्ट टॉक टू माय स्टुडंटस लाइक धिस.'*

नंतर त्यांनी माझं कौतुकही केलं आणि म्हटलं, 'कोठुरकर आजपासून 'पार्ट वन'चे तुम्हीच 'सी.आर.' असाल.'

'ओके सर... थँक्स.'

पाहिलंत... पुढाकार घेतला की नेतृत्व कसं चालतच येतं! मौज म्हणजे... पुढच्या लेक्चरला मेनन सर आलेच नाहीत. त्यानंतर तर 'कंपनीत अशांत वातावरण असल्यामुळे मी येऊ शकत नाही,' असा निरोपच आला त्यांचा. असं निदान आम्हांला सांगितलं तरी गेलं!

अर्थात अशा छोट्या छोट्या गोष्टींनी स्वतःची पाठ थोपटून घेण्यात मला काहीच स्वारस्य नव्हतं. पुढची दोन वर्षं, माझं एकमेव मिशन होतं... शिकायचं, शिकायचं आणि शिकायचं. इतका झपाटलेलो होतो मी की संध्याकाळचे साडेपाच वाजले... सगळी लेक्चर्स संपली तरी इन्स्टिट्यूटमधून पाय निघत नसे. असं वाटायचं, आणखी लेक्चर्स का नाहीत? मौज म्हणजे झालंही तसंच!

आणि होय, या 'अतिरिक्त' शिकण्यासाठीही पुन्हा मलाच पुढाकार घ्यावा लागला. पहिल्याच महिन्यात एक नवा पायंडाही पाडावा लागला! खरं तर तो केव्हाच पडायला हवा होता... पण त्याचं श्रेयही कमलेश कोठुरकरांनाच मिळायचं होतं, दुसरं काय! एक अक्षरशः सोन्यासारखी संधी... पण मुलं तिचा फायदाच घेत नव्हती.

'मॅनेजमेंट एज्युकेशन'मध्ये 'आयआयएम' अर्थात इन्डियन इन्स्टिट्यूट ऑफ मॅनेजमेंट ही अग्रगण्य मानली जाते. अहमदाबाद आणि बंगळूर येथे शाखा आहेत तिच्या. तिथली प्रवेशपरीक्षा अतिशय कठीण असते... शिक्षणाचा दर्जा तर सर्वोत्तमच. 'आयआयएम' अहमदाबाद येथून 'एमबीए' केलेले अनेकजण पुण्याच्या नामांकित कंपन्यांमध्ये

अधिकारपदावर होते. त्यातले काही आमच्यासाठी लेक्चर्सही घेत. जोशी सर त्यापैकीच होते. अतिशय छान शिकवत. मी तर प्रेमातच होतो त्यांच्या. माझाही एकूण उत्साह, पुढाकार पाहून त्यांनी मला म्हटलं, 'कोठुरकर, तुम्हांला कोर्सव्यतिरिक्तही काही विषय शिकायचे असतील तर तेही शिकता येतील.' म्हणतात ना, नेकी और पूछ पूछ! मी तर एका पायावर तयार होतो. जोशी सरांनी माहिती दिली ती अशी, 'आयआयएम'च्या (पुण्यात कार्यरत असलेल्या) माजी विद्यार्थ्यांची 'आयआयएम अल्युमनी' ही संघटना होती. त्या संघटनेतर्फे मॅनेजमेंटच्या विद्यार्थ्यांसाठी काही 'ॲडिशनल कोर्सेस' घ्यायची त्यांची कल्पना होती. तेही मानधन न घेता. हेतू हा की आपल्या शिक्षणाचा व अनुभवाचा लाभ विद्यार्थ्यांना देता यावा... पण आमचे दिवटे विद्यार्थी तो घेत नव्हते, का? अतिशय तकलादू कारण होतं. ही खास लेक्चर्स 'संध्याकाळी सात ते साडेआठ' याच वेळेत घेणं शक्य होतं. मुलांचा त्यामुळेच प्रतिसाद नव्हता.

'दिवसभर लेक्चर्स केल्यावर पुन्हा कोण थांबणार यार?' हीच सर्वांची 'अडचण' होती. कुणाला बॅडमिंटनचं सेशन असायचं, कुणाला डेक्कनवर मुली न्याहाळत हिंडायचं होतं, कुणाला गर्लफ्रेंडबरोबर वगैरे. माझी तर सटकलीच. 'अरे, ही काय कारणं झाली? इतकी बुद्धिमान, कर्तबगार अनुभवी मंडळी, मोठमोठ्या कंपनीतील मॅनेजर्स, अगदी मॅनेजिंग डायरेक्टरही तुम्हांला मानधन न घेता शिकवायला उत्सुक आहेत. दिवसभर कंपनीत काम केल्यानंतर, तिथली सगळी टेन्शन्स हाताळल्यानंतरही ते थेट पिंपरी, चिंचवडवरून, स्वतः कार ड्राइव्ह करीत यायला तयार आहेत, तुमच्यासाठी खास वेळ काढताहेत आणि तुम्हांलाच वेळ नाही? आठवड्यातून दोन दिवस तुम्ही देऊ शकत नाही?' असं वाटलं वर्गात जाऊन सर्वांना खडसवावं, 'अरे बावळ्यांनो, स्वार्थ तरी कळतो का तुम्हांला?'

पण तसं काही केलं नाही. फक्त थोडा विचार केला. (ही 'विचार करायची सवय' तर आठवीपासूनच होती) काय केलं म्हणजे मुलांचा प्रतिसाद मिळू शकेल?

'डोकं लढवलं तर सुचतं' हा अनुभव होताच. जाऊन देसाई सरांना भेटलो. त्यांची तर खूपच इच्छा होती की ते कोर्सेस सुरू व्हावेत. त्यांचेही हेच शब्द होते, *'ॲक्च्युअली धिस इज अ गोल्डन ऑपॉरच्युनिटी फॉर अवर स्टुडंट्स – आय डोंट अंडरस्टँड हाऊ दे कॅन मिस इट...'*

'आता तसं होणार नाही सर,' मी म्हटलं, 'फक्त एक शक्य आहे का?'

'बोला ना.'

'जे विद्यार्थी हे ॲडिशनल कोर्सेस करतील त्यांना इन्स्टिट्यूटतर्फे तसं सर्टिफिकेट आपण देऊ शकू का?'

सर तर खूशच झाले. डोळे चमकलेच त्यांचे.

'अगदी जरूर,' त्यांनी म्हटलं, 'फारच चांगली कल्पना आहे. शिवाय मी असंही सांगेन मुलांना, जे विद्यार्थी हे कोर्सेस करतील, त्यांना 'कॅम्पस इंटरव्ह्यू'च्या वेळी प्राधान्य दिलं जाईल.' (सरांनी चटकन 'कल्पनाविस्तार'ही केला!)

'मग तर फारच उत्तम!' मी म्हटलं.

उत्तमच झालं ते. दुसऱ्याच दिवशी सरांचं दोन्ही बॅचेससाठी जॉईन्ट लेक्चर होतं. त्या वेळी सरांनी जाहीरच केलं. 'कोर्स करणाऱ्यांना इन्स्टिट्यूटचं सर्टिफिकेट आणि 'कॅम्पस प्लेसमेंट'च्या वेळी प्राधान्य!' गोळी अगदी बरोबर लागली. त्याच दिवशी अकरा विद्यार्थ्यांनी माझ्याकडे नावं नोंदवली.

पुढच्याच आठवड्यात 'बिझनेस पॉलिसी' आणि 'बजेटरी कन्ट्रोल' असे दोन भारदस्त ॲडिशनल कोर्सेस सुरूही झाले. महत्त्वाचे विषय, मोलाचं मार्गदर्शन. तेही थेट प्रशिक्षित, अनुभवी अन् निष्णात एक्झिक्युटिव्हजकडून.

कोर्सेस सुरू झाले तेव्हा कुठे मुलांना त्यांचं मोल कळलं. सगळ्यांनीच मला 'थँक्स' दिले. जोशी सरांनीही अगदी मनापासून कौतुक केलं. पाठच थोपटली माझी.

'सर,' मी म्हटलं, 'मी जे केलं त्यात स्वार्थच होता माझा. हे सगळं मला शिकायचंच होतं.'

'मान्य आहे,' सरांनी म्हटलं, 'पण इतक्या वर्षांत जे कुणाला जमलेलं नव्हतं, ते तुम्ही करून दाखवलंत.'

'सर, माझा जन्मच...' मनात आलं खरं, पण तसं काही म्हटलं नाही मी, फक्त एवढंच म्हटलं, 'थँक यू सर.'

मॅनेजमेंट, मॅनेजमेंट असा नुसता जप करतोय मी. अगदी सुरुवातीपासून. ती एक लाख मोलाची संकल्पना आहे. तीच माझ्या यशाची गुरूकिल्ली आहे... वगैरे वगैरे.

पण 'मॅनेजमेंट' म्हणजे नेमकं काय?

खरं सांगू... मला तरी कुठं माहिती होतं?

एक बरंय... तुम्ही मला प्रश्न नाही विचारू शकत. कारण तुम्ही हा प्रश्न मला केला असतात, तर तशी तारांबळच उडाली असती माझी. आता मात्र अगदी छातीठोकपणे सांगू शकतो. मॅनेजमेंट म्हणजे, हां, हां... मला कल्पना आहे. तुम्ही कदाचित म्हणाल, 'आम्हांला काय कळणार आहे तुमच्या त्या 'मॅनेजमेंट'मधलं!' किंवा 'आमचा काय संबंध तुमच्या त्या 'मॅनेजमेंट'शी!' गैरसमज आहे तुमचा. संबंध नाही कसा? तुम्ही स्वतःही सतत काही ना काही 'मॅनेज' करत असताच की, 'डोंट वरी, मी ते सगळं मॅनेज करतो,' असं म्हणतही असता. खरं तर प्रत्येकाचा 'मॅनेजमेंट'शी संबंध असतोच. गृहिणीला घर चालवण्यासाठी असो, एखाद्या संचालकाला कंपनी चालवण्यासाठी असो की पंतप्रधानांना देश चालवण्यासाठी असो, 'मॅनेजमेंट' आवश्यक असते. *मॅनेजमेंट इज गेटिंग थिंग्ज डन!* आता तुम्ही म्हणाल गृहिणी तर काही 'एमबीए' करत नाहीत – मग त्यांना कशी जमते मॅनेजमेंट? तीच तर मौज आहे (अशा अनेक 'मौजा' मी तुमच्यासाठी खुल्या करणार आहे). मॅनेजमेंट म्हणजे खरं तर 'कॉमन सेन्स'च

असतो, त्याला जरा नेटकं रूप दिलेलं असतं एवढंच. *इट इज नथिंग बट कॉमनसेन्स सिस्टिमटाइज्ड.* थोडं गंमतीनं असंही म्हणता येईल – *इट इज कॉमनसेन्स मेड डिफिकल्ट!*

जे तुम्हा आम्हा सगळ्यांनाच (तसं) कळत असतं, ते थोडं अवघड करून 'एमबीए'ला शिकवलं जातं, त्यासाठी मग 'मॅनेजमेंट जार्गन' वापरली जाते. जड जड शब्दांची परिभाषा! ही अशी – मॅनेजमेंटमध्ये कम्युनिकेशन महत्त्वाचं असतं आणि कम्युनिकेशनमध्ये फीडबॅक!

झालं की नाही थोडं जड! आलं की नाही जरा वजन? 'फीडबॅक' शब्दाला अडकलात ना तुम्ही! पण ते काही उगाच जड केलेलं नसतं, नेमके शब्द वापरल्यामुळे 'फंडाज क्लिअर' होतात आणि त्यामुळेच आयुष्यात होणारे असंख्य, अगणित घोळ टाळता येतात. शेवटी 'मॅनेजमेंट' हेच तर माझं कार्यक्षेत्र असणार आहे, त्या क्षेत्राबद्दल तुम्हांलाही थोडी कल्पना हवीच ना. तिथे मी जे काही कर्तृत्व गाजवलं, ते जाणून घेता घेता तुमच्याही इतक्या 'फंडाज क्लिअर' होत जातील की तुम्ही स्वतःही चकित व्हाल!

ते असो, पण मी हे आत्ताच सांगितलं, त्याचं एक खास कारण आहे. इथे एक छोटासा ट्विस्ट आहे, एक इवलीशी कलाटणी! आत्तापर्यंत 'मॅनेजमेंट' या एकाच संकल्पनेचे गोडवे गात आलो मी... आता दुसऱ्या एका 'संकल्पने'चे गाणार आहे!

थोडक्यात 'एकी'च्याच प्रेमात होतो मी पण आता 'दोघीं'च्या प्रेमात असणार आहे. त्यातही 'पहिली'पेक्षा 'दुसरी'च्या जरा जास्तच! ही दुसरी संकल्पना मला गवसली ती नाईक सरांच्या लेक्चरमध्ये. गवसली म्हणजे काय, प्रथमदर्शनी प्रेमातच पडलो मी तिच्या.

ती दुसरी मोलाची संकल्पना म्हणजे 'कन्सल्टन्सी!' आता तुम्हीच कल्पना करा 'मॅनेजमेंट' आणि 'कन्सल्टन्सी' या दोन्ही मोलाच्या संकल्पना एकत्र आल्या तर? 'जर-तर'चा प्रश्नच नव्हता. नाईक सरांनी त्या एकत्र आणल्याही होत्या. ज्या कंपनीचे ते सर्वेसर्वा होते, संस्थापक होते, त्या कंपनीचं नावच होतं, 'मॅनेजमेंट कन्सल्टन्सी सर्व्हिसेस प्रा. लि.' माझं तर भाग्यच उजळलं. ज्या दोन संकल्पनांच्या मी प्रेमात होतो त्या दोन्हींच्या प्रेमात, एकाच वेळी राहण्याचा राजमार्गच मला गवसला होता – मॅनेजमेंट कन्सल्टन्सी!

'मॅनेजमेंट' म्हणजे (नेमकं) काय ते मी सांगितलंच आहे, पण 'कन्सल्टन्सी' म्हणजे काय? तीही गंमतच आहे. ती मी सांगण्यापेक्षा तुम्ही थेट नाईक सरांच्या तोंडूनच ऐकलेली बरी!

त्या दिवशी आमच्यासाठी त्यांचं 'गेस्ट लेक्चर' होतं. आम्ही अगदी उत्सुकतेनं त्यांची वाट पाहत होतो. ते वर्गात आले आणि आम्ही बघतच राहिलो.

मधुसूदन नाईक, पन्नाशीचे असावेत. एकदम चकाचक सुटाबुटात होते, प्रसन्न व्यक्तिमत्त्व. सोनेरी काड्यांचा चष्मा. थोडक्यात प्रथमदर्शनीच समोरच्यावर छाप पडायला हवी. ('कन्सल्टंट' होण्यासाठी ते आवश्यकच असावं!) अस्खलित इंग्रजीतच बोलले ते.... मी इथे मराठीत देतोय एवढंच. 'कन्सल्टंट म्हणजे कोण? नेमकं काय करतो तो?' हा प्रश्न

प्रारंभीच उपस्थित करून त्यांनी म्हटलं, 'कन्सल्टंट म्हणजे सल्लागार. जो सल्लामसलत करतो तो. पण तो फुकटचा सल्ला कधीच देत नाही. आपल्या प्रत्येक सल्ल्याची किंमत जो मोजून घेतो, त्याला 'कन्सल्टंट' म्हणतात.'

इथपर्यंत ठीकच होतं. पण त्या नंतर क्षणभर थांबून, डोळे मिचकावून त्यांनी पुढे म्हटलं, 'तुम्हांला एक अंदरकी बात सांगतो. जो तुमच्याच हातातल्या घड्याळात बघून किती वाजले हे तुम्हांला सांगतो आणि ते सांगितल्याचे पैसे घेतो, तो खरा कन्सल्टंट!'

बाप रे... वर्ग अक्षरशः हास्यकल्लोळात बुडाला. मी तर थेट प्रेमातच पडलो नाईक सरांच्या आणि 'कन्सल्टन्सी' संकल्पनेच्याही!

आजपर्यंत आपण 'मॅनेजमेंट'मध्ये असायला हवं, एवढंच मनाशी घोकत होतो मी... पण त्या क्षणी... होय, त्या एका क्षणातच मी ठरवून टाकलं, 'मीही मॅनेजमेंट कन्सल्टंट होणार!' क्लाएन्टच्याच हातातल्या घड्याळात पाहून किती वाजले हे त्याला सांगणार आणि ते सांगितल्याचे पैसे घेणार!! आता हे तर तुम्ही जाणताच, आपलं एकदा ठरलं म्हणजे ठरलं!

लेक्चरनंतर नाईक सरांच्या भोवती मुलामुलींचा गराडा पडला होता... तो ओसरू दिला. मग पुढे गेलो.

'सर...'

'येस?'

'सर, मी कमलेश कोठुरकर.'

त्यांनी भुवया उंचावल्या... स्मितही केलं. का ते मला कळेना.

'का हसलात सर?' मी विचारलं.

'काही नाही... नाव छान, भारदस्त आहे तुमचं.'

ते पुढे बोलले नाहीत. पण माझं मलाच जाणवलं... माझा 'टोन' थोडा असाच होता, 'समजलं ना... मी कोण आहे तो? मी कमलेश कोठुरकर!'

माझा नाईलाज होता. नाव सांगताना तो 'टोन यायचाच'. झटकन तो टोन बदलून, शक्य तितक्या नम्र स्वरात म्हटलं, 'सर, तुम्हांला भेटायची इच्छा होती. भेटू शकतो?'

'अरे का नाही. या एकदा ऑफिसवर.'

'अपॉईंटमेंट घ्यावी लागेल ना? त्यासाठी कुणाला फोन करू?'

'छे छे, त्याची काही गरज नाही,' थोडा वेळ विचार करून त्यांनी म्हटलं, 'या शनिवारी येऊ शकाल... अकरा वाजता?'

'नक्कीच सर.'

'ठीक आहे. *इट्स फिक्सड देन,*' म्हणत त्यांनी स्वतःचं व्हिजिटिंग कार्ड काढलं पाऊचमधून. त्याच्या मागे 'शनि. अकरा' असं लिहिलं.

ते कार्ड मला देत त्यांनी म्हटलं, 'आमच्या कंपनीचा अ‍ॅड्रेस, फोन नंबर आहेच. पण आल्यावर रिसेप्शनिस्टला हे दाखवा म्हणजे मीच अपॉइन्टमेन्ट दिलीय हे कळेल त्याला, *अँड ही विल रिमाइन्ड मी!'*

'ओके सर, थँक्स.'

इतकी सहज त्यांची वेळ मिळेल असं वाटलं नव्हतं. पण मिळाली होती खरी. अर्थ सरळ होता... काळ आला होता अन् वेळही!

संध्याकाळी सायकल मारत मी ठरलेल्या स्पॉटला पोहोचलो. वैशाली वाटच पाहत होती. सायकल तिथेच लावली आणि आमच्या खास निवांत ठिकाणावर गेलो. तिथे गेलो आणि... पहुडलोच म्हणणार होतो, पण छे... ती पाय पसरून बसली आणि तिच्या मांडीवर मस्त डोकं टेकून मी एकटाच पहुडलो! (बहुतेक प्रेमिकांची ही लाडकी पोझिशन असते का?) आहाहा... *दिलको सुकून मिल गया!*

'वैशूऽऽ'

'बोल!'

'वैशू... आज खूप आनंदात आहे मी.'

'ते मी तुला पाहिल्यावरच ओळखलं होतं. कसला फुललाय तुझा चेहरा.'

'खरंच?'

'प्रश्नच नाही. खरं तर मीच विचारणार होते, आज इतका का खूश दिसतोयस...'

'मग का नाही विचारलंस?'

'जरा कन्फ्यूजन होतं.'

'कसलं?'

'जाऊ दे... तू हसशील उगाच.'

'नाही ग... कसलं कन्फ्यूजन?'

(तिनं प्रेमानं केसांतून बोटं फिरवून म्हटलं किंवा मग शर्टच्या बटणाशी चाळा करीत म्हटलं, हा तपशील इथे देत नाहीय मी, ही काही कादंबरी नव्हे!)

'तुझा चेहरा ना आताशा नेहमी असा फुललेलाच असतो. मला तर वाटतं एमबीएचं तेजच चढलंय चेहऱ्यावर...'

मी फक्त हसलो. क्षणभर वाटलं चेहऱ्याभोवती 'तेजोवलय'च उमटलंय!

'ते राहू दे, कसला आनंद झालाय तुला?' तिनं म्हटलं.

'आज माझं ठरलं!'

वैशू जरा चमकलीच. 'ठरलं' हा शब्द मी बहुधा 'लग्न ठरलं' अशाच थाटात उच्चारला असावा.

'काय ठरलं?'

'मला कल्पनाही नव्हती बघ. पण अगदी अचानक ठरलं. आणि ठरलं म्हणजे काय एकदम फायनल... पक्कंच ठरलं!'

'अरे हो, पण काय ठरलं ते सांग ना!'

'पुढे काय करायचं... कोण व्हायचं, ते आज ठरलं.'

'कोण?'

'लाडके, मी मॅनेजमेंट कन्सल्टंट होणार!'

(आविर्भाव थेट, 'मी देशाचा पंतप्रधान होणार' असाच!)

'अग बाई!' ती कौतुकोद्गारली!

'येस... मी मॅनेजमेंट कन्सल्टंट होणार!'

'अय्या!'

'काय झालं.'

'काय गंमत आहे बघ ना.'

'कसली?'

'अरे माझंही आजच ठरलं.'

(तिचा तर 'ठरलं'चा थेट तोच टोन!)

'काय?'

'ॲक्च्युअली जस्ट आत्ताच ठरलं!'

'अग पण काय?'

'मी एका मॅनेजमेंट कन्सल्टंटशी लग्न करणार!'

'क्या बात है!'

'येस!'

'कोण म्हणे तो बिचारा...?'

'बिचारा?' ती डाफरलीच.

'आय मीन कोण म्हणे तो भाग्यवान पुरुष?'

'इश्श. लग्नाच्या आधी कसं नाव घेईन मी? लग्नानंतरसुद्धा नाव नाहीच घेणार, फक्त टेचात सगळ्यांना सांगणार, *'यू नो अवर धिस इज अ मॅनेजमेंट कन्सल्टंट!'*

'अवर धिस?'

'म्हणजे 'आमचे हे' रे! 'आमचे हे' की नाही मॅनेजमेंट कन्सल्टंट आहेत म्हटलं!'

मी वेड्यासारखा खिदळलो. घोड्यासारखा खिंकाळलो म्हटलं तरी चालेल!

'वैशे... आज भलतीच मुडात दिसतेयस!'

'तू भेटल्यावर मूड येणार नाही असं होईल का राजा?'

(इथे, फॉर अ चेंज गालगुच्चा!)

'तेही खरंच ग राणी!'

(आईशपथ, केवढा आनंद असतो या छोट्या छोट्या गोष्टींतही, मी राजा, ती राणी... काही विचारू नका!)

'पण आज कसं काय अचानक ठरलं तुझं?' तिनं म्हटलं.

'काही नाही, एक लेक्चर ऐकलं आणि ठरवलंय.'

'कुणाचं लेक्चर?'

'नाईक सरांचं, ते स्वतः मॅनेजमेंट कन्सल्टंट आहेत.'

'ते असू देत रे! पण तू काय विचार केलास ते तर सांग.'

मी हसलो... उगाच नव्हतो 'मी वैशालीच्या प्रेमात!'

कुणी नाईक सर भेटले आणि मी 'कन्सल्टंट' व्हायचं ठरवलं. हे तिच्यासाठी पुरेसं नव्हतं. मी नेमका काय विचार केला हेही तिला जाणून घ्यायचं होतं.

'सांगतो,' मी म्हटलं, 'आपण 'मॅनेजमेंट'मध्ये असलं पाहिजे, हे तर मी शाळेत असतानाच ठरवलं होतं.'

'माहितीय मला... त्यासाठीच तर तू 'एमबीए' करतोयस.'

'हो... पण का?'

'का?'

'कारण सगळ्या पॉवर्स मॅनेजमेंटकडेच असतात. सगळे महत्त्वाचे निर्णय मॅनेजमेंटच घेत असते... बरोबर?'

'हो.'

'मग मला सांग, अशा 'मॅनेजमेंट'ला ज्याचा सल्ला घ्यावासा वाटतो, तो किती ग्रेट असला पाहिजे. एकदम 'बॉस'च असला पाहिजे की नाही.'

'हे मात्र खरंय!'

'आपल्याला तर 'बॉस'च व्हायचंय.'

'अर्थात.'

'हे बघ वैशू... मला नुसते कष्ट करून पैसा कमवायचा नाहीय. डोकं लढवून कमवायचा आहे. 'कन्सल्टंट'चं तर तेच काम असतं – डोकं लढवणं, नव्या कल्पना सुचवणं, सल्ला देणं आणि तुला तर माहितीच आहे, मला कशा भन्नाट कल्पना सुचत असतात.'

'त्याबद्दल तर प्रश्नच नाही.'

'तेच तर! नव्या नव्या कल्पना लढवून मी खूप काही करू शकतो. पुन्हा असं आहे, एखाद्या कंपनीच्या मॅनेजमेंटमध्ये असण्यापेक्षा मी जर कन्सल्टंट झालो तर एकाच वेळी अनेकांना सल्ला देऊ शकतो, मोठ्या प्रमाणावर काही करू शकतो, चांगले बदल घडवू शकतो, पटतंय तुला?'

'एकदम! अगदी हन्ड्रेड पर्सेन्ट!'

'मला तेच तर करायचंय वैशू, तेच संकल्प आहेत माझे. *आय वॉन्ट टू मेक अ डिफरन्स, आय वॉन्ट टू मेक अ कॉन्ट्रिब्यूशन. दॅटस् व्हाय, नाऊ आय वॉन्ट टू बी अ मॅनेजमेंट कन्सल्टंट!'*

'हेऽऽ,' वैशालीनं हात उंचावून हलके जल्लोषच केला.

'हे काय?'

'काही नाही... आपल्या फंडाज् कशा एकदम क्लिअर!'

'ऑफकोर्स!'

इथे मी चक्क... असो!

'मॅनेजमेंट कन्सल्टन्सी सर्व्हिसेस प्रा. लि.'

त्या बोर्डकडे अनिमिष नजरेनं बघत उभा होतो मी. आपण हिरो व्हावं, असं ज्यांचं स्वप्न असतं, ते तरुण एखाद्या चित्रपटाच्या होर्डिंगकडे वा पोस्टरकडे बघत असतात. त्यावेळची त्यांची नजर काही वेगळीच असते. कधीतरी माझीही छबी इथे झळकेल असं स्वप्न असतं त्या नजरेत.

माझीही नजर तशीच होती. 'कधीतरी आपलीही अशी फर्म असेल' असं स्वप्न होतं त्या नजरेत, तीच आस होती.

अगदी मेन रोडवर असूनही काहीशी आत... पार्किंग स्पेसवर दोन मजले अशी रचना असलेली बिल्डिंग होती ती नेटकी, चकाचक.

मी शनिवारी दहा मिनिटं अगोदरच पोहोचलो होते. रिसेप्शनवर 'तो'च होता. अर्थात नाईक सरांच्या बोलण्यात तसा उल्लेख आलाच होता म्हणा. साधारण तिशीचा चष्मेवाला. ('कन्सल्टन्सी'मध्ये छानशी मुलगी रिसेप्शनिस्ट असायला मनाई असते की काय? उगाचच मनात आलं.)

'बोला!' त्यानं म्हटलं.

'मी कमलेश कोठुरकर, मॅनेजमेंट स्टुडंट आहे मी.'

'आय सी, काय काम आहे?'

'ॲक्च्युअली मला नाईक सरांना भेटायचं होतं.'

तो त्यावर काही बोलणार तेवढ्यात मी सरांनी दिलेलं कार्ड त्याच्या हाती दिलं. त्यानं ते उलटून पाहिलं.

'अच्छा!' त्यानं म्हटलं, 'सरांनीच वेळ दिलीय तुम्हांला.'

'होय.'

'बसा. मी कळवतो सरांना.'

एखाद्या कन्सल्टन्सी फर्ममध्ये, कन्सल्टन्सीच काय कुठल्याही 'फर्म'मध्ये येण्याची माझी पहिलीच वेळ होती.

मनोमन थोडासा 'हरखून'च होतो.

रिसेप्शन ऑफिसही तसंच होतं. नेटकं, चकाचक. स्टाफची मंडळी येत जात होती. काही माझ्याकडे कटाक्ष टाकून थोडा प्रश्नार्थक चेहराही करत होती. तेवढ्यात, 'कोठुरकर, तुम्ही वर जाऊ शकता. सेकंड फ्लोअर. राईट साईड.'

'थँक्स,' म्हणत मी वर गेलो. कमालीची उत्सुकता मनात अन् अगदी हलकीशी धडधडही.

'एम. एन. नाईक, मॅनेजिंग डिरेक्टर' ही नेमप्लेट असलेल्या केबिनचं दार उघडून आत गेलो.

'गुड मॉर्निंग सर...'

'गुड मॉर्निंग, या... या... बसा.'

सरांनी दिलखुलास स्वागत केलं.

केबिनही तशीच होती. नेटकी, चकाचक. सर सुटाबुटातच होते.

स्वतःच्या केबिनमध्ये 'एक्झिक्युटिव्ह चेअर'वर बसलेले सर अधिकच रुबाबदार भासत होते. सिंहासनावर बसलेला राजाचाच आब होता.

'तुम्ही चहा घेता ना?' राजानं, सॉरी सरांनी म्हटलं.

'हो सर.'

'घेत चला. माणसानं चहा घ्यायला हवा, अशा मताचा आहे मी.'

'मी पण, सर!'

'गुड' म्हणत त्यांनी इन्टरकॉमवरून चहाची ऑर्डर दिली.

मग काही वेळ माझ्याकडे निरखून बघत म्हटलं,

'कमलेश कोठुरकर... राईट?'

'येस सर.'

'नाव खरंच छान आहे तुमचं.'

मी हसलो. गालातल्या गालात... पण जरा जास्तच.

'का हसलात?'

'अॅक्च्युअली सर...'

'बोला ना.'

'मी स्वतः पण प्रेमातच आहे माझ्या नावाच्या.'

'अरे म्हणजे काय, असलंच पाहिजे. तुमचं नाव हीच तर तुमची ओळख असते. दॅट इज *युअर आयडेन्टिटी*. मी तर म्हणतो... माणसानं स्वतःच्याही प्रेमात असलं पाहिजे.'

'खरंय सर.'

'मला सांगा ना, जो स्वतःवरही प्रेम करू शकत नाही तो इतरांवर कसं करणार? हो... एवढंच की फक्त स्वतःच्याच प्रेमात असू नये.'

पटलंच मला ते. मी स्वतःच्या प्रेमात तर होतोच, पण वैशालीच्याही. असंही वाटलं, सरांचे अन् आपले सूर जुळताहेत.

'सर... पण असंही म्हणतात ना, माणसानं 'मी'चं विसर्जन करायला हवं.'

'ते अहंकाराचं!' सरांनी चटकन म्हटलं, 'स्वाभिमानाचं नव्हे. स्वाभिमानाचं विसर्जन करून कसं चालेल? तो तर कणा असतो आपल्या व्यक्तिमत्त्वाचा!'

ओहोहो... क्या बात है!

मी तर खूशच झालो. माझ्यातला 'मी' सुखावलाच. तो 'मी' हाच तर कणा होता कमलेश कोठुरकरांचा!

'एनी वे, त्या दिवशी फारसं बोलता नाही आलं आपल्याला. कसं वाटलं माझं लेक्चर तुम्हांला?' सरांना म्हटलं.

'सर, फॉर मी इट वॉज रिअली इन्स्पायरिंग. ॲक्च्युअली...' मी थांबलो, म्हटलं, 'सर... बोलू का?'

'अरे म्हणजे काय... बोला ना... *आय ॲम ऑल ईअर्स!'*

'सर... माझे वडील एका कंपनीच्या पर्चेस डिपार्टमेंटमध्ये आहेत. त्यांच्या तोंडी 'मॅनेजमेंट' हा शब्द इतक्या वेळा असतो की अगदी शाळकरी वयापासूनच मला 'फॅसिनेशन' होतं... त्या शब्दाचं म्हणा, कन्सेप्टचं म्हणा. *बट टू बी ऑनेस्ट*... त्या दिवशी तुमचं लेक्चर ऐकलं *अँड आय फाऊन्ड द टर्म 'कन्सल्टन्सी' मोअर फॅसिनेटिंग.'*

'ऑफकोर्स इट इज! बट ॲज आय सेड दॅट डे... दि फिल्ड इज व्हेरी चॅलेंजिंग. पिपल डोन्ट ॲक्सेप्ट यू, अनलेस यू गिव्ह रिझल्टस्, अँड दॅट इज बट नॅचरल. हू विल पे यू, इफ युअर ॲडव्हाइस डजन्ट पे देम!'

मी भारावून ऐकत होतो, पाहत होतो.

'एनी वे... लेट अस टॉक अबाऊट यू नाऊ, ओके?'

'येस सर.'

'टेल मी अबाऊट युअरसेल्फ.'

'सर... ॲक्च्युअली मी लिहूनच आणलाय छोटासा बायोडाटा...'

असं म्हणत मी फोल्डरमधला फुलस्केप पेपर त्यांच्यापुढे ठेवला.

'अरे वा, अक्षर छान आहे तुमचं,' त्यांनी म्हटलं.

'म्हणूनच सर... टाइप नाही केलं.'

'गुड,' म्हणत ते माझा बायोडाटा वाचू लागले.

मी उत्सुकतेनं त्यांच्याकडे बघत होतो. त्यांच्या भुवया उंचावल्या होत्या. मग अचानक त्यांनी काही वेगळ्याच आवाजात म्हटलं,

'कोठुरकर!'

'येस सर...'

'अहो, हे काय वाचतोय मी. तुम्ही शाळेतले पहिले आदर्श विद्यार्थी होता?'

'हो सर.'

'पुणे विद्यापीठातले 'सर्वोत्कृष्ट विद्यार्थी' होता?'

'हो, सर.'

'तुम्ही बी.ए. ला विद्यापीठात पहिले आला होता?'

'हो सर.'

'अमेझिंग... आय कान्ट बिलिव्ह इट... यू सिम टू बी ॲन एक्स्ट्रॉऑर्डिनरी पर्सन.'

'तसं काही नाही सर...'

'नो नो... आय मीन इट! अँड आय ॲम शुअर यू विल गो अ लाँग वे इन युअर करिअर...'

क्षणभर डोळेच मिटले मी. हेच नेमकं प्राचार्य कोगेकरांनीही म्हटलं होतं. मला तर काय बोलावं सुधरेचना. तेवढ्यात त्यांनीच पुढे म्हटलं, *'यंग मॅन... लेट मी टेल यू... आय विल बी वॉचिंग युअर करिअर क्लोजली!'*

'सर, ॲक्च्युअली...'

'येस?'

'आय वुड लाईक टू वर्क फॉर यू.'

'रिअली? दॅट विल बी ग्रेट. कोर्स झाला की ताबडतोब येऊन भेटा मला. *आय वुड बी हॅपी टू हॅव यू इन माय फर्म.'*

माझा विश्वासच बसेना. एमबीएला प्रवेश घेऊन जेमतेम दोन महिनेच झालेले आणि तेवढ्यातच जॉबची ऑफरही! (नाईक सरांनी काय पाहिलं माझ्यात कोण जाणे.. असं कशाला म्हणू? त्यांनी काय पाहिलं हे मीही जाणतो, तुम्हीही जाणता!)

'सर... माझी तर इच्छा आहे...'

'काय, बोला ना...'

'सर... तुमचे वर्किंग अवर्स साडेआठ ते पाच असे आहेत, हो ना?'

'इट्स राईट.'

'आमची एमबीएची लेक्चर्स दीड वाजता सुरू होतात. तुम्ही जर परमिशन दिलीत तर साडेआठ ते साडेबारा इथे ट्रेनिंगसाठी यायला आवडेल मला. म्हणजे 'पार्ट टाइम जॉब' म्हणून नव्हे, फक्त अनुभव म्हणून, शिकण्यासाठी.'

सर छानसं हसले.

'यू सीम टू बी रिअली कीन ऑन वर्किंग विथ अस.'

'आय ॲम सर.'

'ॲंड यू डोन्ट वॉन्ट टू वेस्ट नो टाइम. दॅटस् ग्रेट! शुअर, यू कॅन कम फॉर ट्रेनिंग.'

'बस. तेवढंच हवंय सर. बाकी माझी कसलीही अपेक्षा नाहीय.'

'*आय अन्डरस्टॅन्ड. वुई वोन्ट पे यू.* पण... तुमच्याकडे टू व्हिलर आहे?'

'नाही सर, मी सायकलच वापरतो.'

'एनी वे, वुई विल पे यू. ओके, वुई विल पे यू वन फिफ्टी फॉर कन्व्हेयन्स.'

'ॲज यू विश सर. थॅंक यू.'

(हे 'दीडशे' म्हणजे त्यावेळचे हे लक्षात घ्या!)

'सर, मी केव्हापासून येऊ शकतो?'

'*एनी डे, यू विश.* सोमवारपासूनही येऊ शकता.'

'चालेल सर.'

तेवढ्यात स्वच्छ पांढऱ्या युनिफॉर्ममधला प्यून चहा घेऊन आला.

'हे आमचे जागडे,' सरांनी म्हटलं, 'यांनी प्यूनचा ड्रेस घातला असला तरी ते खरे ऑफिस इनचार्ज आहेत.'

जागडे किंचित लाजले.

'यांचं आडनाव जागडे का माहितीय?'

'का सर?'

'यांना ऑफिस बंद करायचं असतं ना. त्यामुळे रोज साडेपाच वाजलं की यांचं सुरू होतं जा गडे, जा गडे.'

आता तर जागडे खूपच लाजले.

सरांच्या '*सेन्स ऑफ ह्यूमर*'ची झलक मिळाली. एकंदरीत इथं मजा येणार होती तर.

'घ्या चहा घ्या,' सरांनी म्हटलं, 'आता हाच चहा रोज प्यायचाय तुम्हांला!'

चहा घेता घेता मी सरांना – शाळा-कॉलेजमध्ये सुरू केलेल्या नव्या कल्पनांची, उपक्रमांची माहिती दिली. सरांनी थोडी घरचीही चौकशी केली.

'तुमच्या घरच्यांचं कौतुकच करायला हवं,' त्यांनी म्हटलं.

'का सर?'

'एकुलतं असूनही तुम्हांला त्यांनी लाडावून ठेवलंय, असं वाटत नाही.'

'नाही सर, पण काही कमीही पडू दिलं नाही. त्याहीपेक्षा म्हणजे मला नेहमीच पूर्ण मोकळीक दिली. स्वातंत्र्य दिलं.'

'फारच छान! कोठुरकर. खरंच छान वाटलं तुम्हांला भेटून.'

'सर... मला काय वाटलं, मी सांगूच शकत नाही.'

सर हसले. इन्टरकॉमवरून त्यांनी कुणा पावसकरांना बोलावून घेतलं. पावसकर आले. तेही तिशी-पस्तिशीचेच होते.

'कोठुरकर, हे आमचे ॲडमिन ऑफिसर आहेत, विश्वास पावसकर. पण लक्षात ठेवा, यांच्यावर कधीही विश्वास ठेवायचा नाही! पावसकर, हे कमलेश कोठुरकर, एमबीए करताहेत. सोमवारपासून हे सकाळी आपल्याकडे ट्रेनिंगसाठी येणार आहेत. साडे आठ ते साडे बारा. *लेट हिम स्टार्ट विथ मार्केट रिसर्च डिव्हिजन.* ओके?'

'येस सर.'

'त्यांना टेबल कुठे द्याल?'

'सर... ढवळेंचं रिकामंच आहे.'

'अरे हो, ते नाहीच आहेत, नाही का! *ग्रेट. लेट हिम सीट देअर.* कॉर्नरलाच आहे ते.'

'हो सर.'

'पहिले काही दिवस त्यांना आपले रिपोर्टस् वाचायला द्या. *लेट हिम स्टडी देम.* कोठुरकर, आम्ही जे पूर्ण केलेयत त्या प्रोजेक्ट्सचे रिपोर्टस् आहेत ते. त्यातून तुम्हांला कल्पना येईल, आपण काय काम करतो, कसं करतो. ओके?'

'येस सर.'

'पण एक लक्षात ठेवा. हे सगळे कॉन्फिडेन्शियल रिपोर्टस् असतात. बाहेर न्यायचे नाहीत किंवा इथेही कसल्या नोटस घ्यायच्या नाहीत.'

'राईट सर.'

'नंतर मग पाहू या. तुम्हांला कुठल्या कामात इन्व्हाल्व्ह करता येईल. पावसकर, यांना सगळ्यांशी इन्ट्रोड्यूस करा. प्रोजेक्ट मॅनेजर्सनाही विचार करू देत, *हाऊ वुई कॅन ट्रेन हिम अँड ऑल्सो यूज हिज टाइम.*'

'येस सर.'

पावसकरांनी माझ्याकडे हसून पाहिलं आणि ते बाहेर गेले. मी काहीसा संमोहित अवस्थेत होतो.

'*थँक यू... थँक यू सो मच सर.*' मी म्हटलं.

'*यू आर वेलकम.* मला खात्री आहे, ट्रेनिंग घेता घेता तुम्हीही काही कॉन्ट्रिब्यूट कराल. *ओके देन, सी यू ऑन मन्डे!*'

मी 'गुड डे सर' म्हणून केबिन बाहेर आलो आणि जवळपास तरंगतच खाली गेलो.

माझा चेहरा पाहूनच रिसेप्शनिस्ट – घोडके नाव होतं त्याचं.

घोडकेनं म्हटलं, 'काम झालेलं दिसतंय तुमचं.'

'हो, सोमवारपासून येतोच आहे मी सकाळी, ट्रेनिंगसाठी.'

'अरे वा. ग्रेट, वेलकम!'

'थँक्स.'

मला तर नाचावंसं वाटत होतं. भांगडाच करावासा वाटत होता. मी सायकल दामटत पहिलं कॉलेज गाठलं. वैशालीला भेटणं 'मस्ट'च होतं.

स्टॅन्डला सायकल लावली आणि पळतच आत गेलो. मैत्रिणींच्या घोळक्यात उभी होती ती, पाठमोरी.

'वैशूऽ' मी सादच घातली.

गर्रकन वळून तिनं माझ्याकडे पाहिलं. तीही जवळ जवळ धावतच आली माझ्या दिशेनं. अगदी त्या पहिल्या भेटीत आली होती तशीच.

'कमलेश!'

'आज सांग माझा चेहरा किती फुललाय तो!'

बस ते ऐकलं आणि कैक पटीनं तिचाच चेहरा फुलला. यही तो प्यार है!

कॅन्टीनमध्ये गेलो. तिला झालेलं सांगितलं. तसे माझे खांदे धरून मला अक्षरशः गदागदा हलवून तिनं म्हटलं, 'कमलेश!'

बस, एवढंच. (त्या काळात तरी एवढंच करणं शक्य होतं!)

माझा सगळाच्या सगळा आनंद तिनं स्वतःही अनुभवला.

मग मात्र तिच्यातली मैत्रीण जागी झाली.

'कमलेश!'

'बोल.'

'तू सकाळी तिथे जाणार, तिथून सरळ इन्स्टिट्यूटला.'

'हो.'

'जेवणाचं काय?'

'ते काय ग, खाईन हॉटेलमध्ये काहीतरी.'

'रोज?'

'हो. नाहीतरी मला दीडशे मिळणार आहेत, दरमहा.'

'पैशांचा प्रश्न नाही रे.'

'मग?'

'तू रोज हॉटेलमध्ये खाणार, पटत नाहीय मला.'

'अग, पण करणार काय? हे बघ, मला आठलाच घर सोडावं लागेल. त्याच्या आत डबा करून दे, असं मी तरी नाही सांगणार आईला. तिला कशाला त्रास?'

'हे बरोबरच आहे म्हणा.'

'तेच ना.'

'पण हे मात्र बरोबर नाहीय.'

'काय?'

'तू रोज हॉटेलमध्ये खाणं!'

'पुन्हा तेच, काय फरक पडतो?'

'तुला नसेल पडत, मला पडतो.'

'वैशू तू...'

'मला सांग, तुला तिथून इथे यायला किती वेळ लागेल?'

'पंधरा मिनिटं...'

'इथून इन्स्टिट्यूटला जायला.'

'दहा मिनिटं... का?'

'म्हणजे आपल्याला अर्धा तास तर नक्कीच मिळतो मध्ये. इथे यायचंस. डबा खायचास आणि मगच जायचंस.'

'रोज?'

'हो. नाहीतरी मी डबा आणतेच हल्ली. आईला सांगेन दोन पोळ्या जास्तीच्या दे. बस, प्रश्नच मिटला.'

'आई विचारणार नाही, कुणासाठी म्हणून?'

'नाही. पण विचारलंच तर मैत्रिणीसाठी म्हणून सांगेन. त्यात काय!'

'म्हणजे खोटं बोलणार तू.'

'प्रेमात सगळं माफ असतं.'

'वेडी आहेस का तू. अग रोज कसं असं...'

'कमलेश, तू हे विसरतोयस आम्ही मराठा आहोत.'

'मग?'

'माझी आई ब्राह्मण असती तर म्हणाली असती वैशू, अग रोज दोन पोळ्या कुणासाठी नेतेयस तू?'

'वैशेऽ' म्हणत टप्पूच दिला, पण हसलोही.

थोडं तथ्य होतंच तिच्या बोलण्यात!

'तू हेही विसरतोयस...' तिनं म्हटलं.

'काय?'

'त्या निमित्तानं रोज भेटता येईल आपल्याला. मग तर काय रे, डबा न खाताच पोट भरेल की माझं!'

सहजच बोलून गेली ती, पण अचानक....

माझ्या डोळ्यांत तर पाणीच तरळलं.

ती चमकलीच. माझ्या हातांवर हलकेच हात ठेवत तिनं म्हटलं, 'कमलेश, अरे तू...'

'वैशू... आय लव्ह यू.'

'आय लव्ह यू टू!'

आता तिच्याही डोळ्यांत पाणी होतं.

॰ ॰ ॰

सोमवारी सकाळी आठलाच घराबाहेर पडलो. निघताना बाबा नव्हते घरात, आई होती. मनात आलं, पाया पडावं तिच्या. पण पूर्वी कधीच पडलो नव्हतो. शाळेच्या वार्षिक परीक्षेला जातानाही... नाही पडलो पाया. मलाच कदाचित ते नाटकी वाटलं असतं. फक्त मनोमन तिला नमस्कार केला. मगच बाहेर पडलो.

'गुड मॉर्निंग घोडके.'

'अरे... गुड मॉर्निंग... या या, वेलकम! आत्ताच पावसकर सांगत होते, तुम्ही आजपासून येणार आहात म्हणून. मी म्हटलं अहो मला माहितीय. जा वर, ते वाटच पाहताहेत तुमची.'

नकळत मला हसूच आलं. त्यांच्या त्या 'वाटच पाहताहेत' शब्दांचं. आजपर्यंत फक्त आई वाट बघायची माझी... अलीकडे अलीकडे वैशाली. पण आता पावसकरांचीही त्यात भर पडली होती!

दडदड पायऱ्या चढत वर गेलो. पावसकरांनीही दिलखुलास स्वागत केलं. म्हणाले, 'आधी ऑफिस दाखवतो तुम्हांला. तोपर्यंत सगळे येतीलच.'

पहिल्या मजल्यावर मोठ्या हॉलमध्ये इंजिनिअरिंग डिव्हिजन होतं. डिव्हिजनचे प्रमुख हर्डीकरांची केबिन होती. आतल्या बाजूला दोन मोठ्या रूम्स होत्या. उजवीकडे फायनान्स डिव्हिजन, डावीकडे लायब्ररी होती.

दुसऱ्या मजल्यावर मोठ्या हॉलमध्ये 'मार्केट रिसर्च डिव्हिजन' होतं. डावीकडे चार आडवी टेबल्स होती. ती प्रोजेक्ट मॅनेजर्सची. समोर उभ्या रांगांमध्ये सिनिअर प्रोजेक्ट ऑफिसर्स व प्रोजेक्ट ऑफिसर्सची टेबल्स होती. पुन्हा त्या बाजूच्या खिडक्यांशी आडवी टेबल्स होती. एक टायपिस्ट, दोन स्टॅटिस्टिशियन मुली आणि पावसकर. आत पुन्हा दोन रूम्स. डावीकडे कॉन्फरन्स रूम, उजवीकडे मॅनेजमेंट/पर्सोनेल डिव्हिजन. मॅनेजमेंट डिव्हिजनमधल्या दातार मॅडमशी पावसकरांनी माझी ओळख करून दिली. नंतर मग 'मार्केट रिसर्च डिव्हिजन'मधल्या साऱ्यांशीच.

'बी.ए.ला विद्यापीठात पहिले आले आहेत. सर्वोत्कृष्ट विद्यार्थी पुरस्कार मिळाला होता...' अशा त्यांच्या परिचयामुळे बहुतेक जण... खरं तर सारेच, 'अरे वा!' करूनच स्वागत करत होते. (माझा 'बायोडाटा' सरांकडून पावसकरांच्या फाईलमध्ये आला असणार!) मग चहा झाला. पावसकरांबरोबर खाली लायब्ररीत गेलो. जाता जाता पावसकरांनी हर्डीकरांशी आणि फायनान्स डिव्हिजनमध्येही सिनिअर असणाऱ्या गंधे यांच्याशी ओळख करून दिली. शेवटी लायब्ररी बघणाऱ्या नेर्लेकरांशी ओळख करून देत, 'यांना हवे ते रिपोर्टस् पाहू देत... दुपारी साडेबाराला जाताना परत करतील ते. तेवढं मात्र आठवणीनं पाहायचं,' असं बजावलं.

एक रिपोर्ट मी निवडला आणि पुन्हा वर गेलो.

प्रोजेक्ट मॅनेजर ढवळे यांनी कंपनी सोडल्यामुळे तूर्त मोकळ्या असणाऱ्या त्यांच्या टेबलाशी बसलो. तसा तर काय मी अजून तिथे सर्व्हिसला लागलो नव्हतो. 'लिंबूटिंबू'च होतो म्हणाना. तरीही कंपनीतला, ऑफिसमधला पहिला दिवस होता तो. पहिल्या दिवसाचं अप्रूप असतंच ना. हुरहुर, उत्सुकता, ओढ, आनंद... मनात खूप काही दाटून आलं होतं. एक दीर्घ श्वास घेतला. मगच रिपोर्ट हाती घेतला. छान बाउंड केलेल्या रिपोर्टवर – 'मार्केट सर्व्हे'चं शीर्षक, ज्या कंपनीसाठी तो केला तिचं नाव आणि शेवटी *अ प्रोजेक्ट बाय मॅनेजमेंट कन्सल्टन्सी सर्व्हिसेस प्रा. लि.* असं सारं गोल्डन एम्बॉसिंग केलं होतं.

मी एकदा प्रेमानं त्यावरून हलकेच हात फिरवला. रिपोर्ट उघडला. 'कन्टेन्ट'चं पान पाहिलं. *इन्ट्रोडक्शन, ऑब्जेक्टिव्हज, मेथडॉलॉजी ऑफ रिसर्च, फाइन्डिंग्ज* आणि सर्वात शेवटी *कन्क्लूजन्स अँड रेकमेन्डेशन्स.*

बाप रे, मला तर 'मार्केट रिसर्च'चं बायबलच हाती आल्यासारखं वाटलं. वाचनात इतका गढून गेलो मी की नाईक सर टेबलाशी आलेलेही कळलं नाही मला.

'गुड मॉर्निंग...' त्यांनी म्हटलं तसं चटकन उठत मीही म्हटलं, 'गुड मॉर्निंग सर.'

'तुम्ही अगदी दंग झाला होतात वाचनात.'

'हो सर, फारच इन्टरेस्टिंग आहे हे सगळं.'

'गुड! कॅरी ऑन...' म्हणत ते गेले. मी पुन्हा रिपोर्टमध्ये! 'एमबीए'च्या कोर्सखेरीजही खूप काही इथे शिकता येणार आहे, या कल्पनेनं भरूनच आलं मला. वेळ कसा गेला कळलंच नाही. लंचब्रेक झाला, सर्व तत्परतेनं आपापला डबा घेऊन उठले. तसा मीही उठलो. माझा डबा, तिकडे कॉलेजमध्ये माझी वाट पाहत होता. नेर्लेकरांकडे रिपोर्ट परत करून मी तातडीनं सायकल मारत कॉलेज गाठलं. थेट कॅन्टीनवरच गेलो. तसंच ठरलं होतं.

प्रिय वैशू, एका टेबलाशी पुढ्यात डबा ठेवून माझी वाटच बघत होती. नशीब उघडून नव्हता ठेवला!

मी आत गेलो तसं 'हात धुऊन ये' म्हणत तिनं डबा उघडला.

‘अग, हा दोघांचा डबा आहे का चौघांचा?’

‘अरे तू काम करून दमून आलायस राजा! पुन्हा दिवसभर लेक्चर्स आहेत तुला.’

‘अग हो पण...’

‘घरी जायला सात वाजतील तुला, हो की नाही?’

‘हो,’

‘म्हणूनच, चार घास जास्तीचे खाल्ले तर काही बिघडणार नाही तुझं.’

सगळेच मुद्दे बिनतोड... बोलणार तरी काय? भूक तर लागली होतीच. शिवाय ‘मराठ्यांचा डबा’ असल्यामुळे भाज्या चमचमीत होत्याच.

‘बरं, कसा होता पहिला दिवस तुझा?’

‘मस्तच, वैशू. मला प्रचंड शिकायला मिळणार आहे इथे. अगदी अतोनात, बेदम!’

‘तू शिकल्याशिवाय राहणार आहेस थोडाच! बाकी लोक कसे आहेत, किती असतील रे?’

‘स्टाफ ना, साठ एक तरी असतील. फक्त एकच प्रॉब्लेम आहे.’

‘कसला?’ तिनं चटकन सचिंत होत प्रश्न केला.

‘स्त्रीवर्ग फारच कमी आहे. दोन स्टॅटिस्टिशियन मुली, दोन टायपिस्टस्, फायनान्स डिव्हिजनमध्ये एक मुलगी आणि मॅनेजमेंट डिव्हिजनमधल्या मॅडम – जेमतेम सहाजणी आहेत.’

‘रिसेप्शनिस्टही असेलच की...’

‘अग तोही बाप्याच आहे.’

‘अरेरे...’

‘बघ ना, साठपैकी फक्त सहा. दहा टक्के पण नाहीत.’

‘पण तुला काय प्रॉब्लेम आहे?’

‘म्हणजे काय, अग काम करताना समोर जरा छान चेहरे असले म्हणजे हुरूप येतो.’

‘हो का?’

‘अर्थात! तुला सांगतो, माझी स्वतःची फर्म सुरू करील ना तेव्हा अर्धा स्टाफ लेडिज असेल....’

‘हो?’

‘मग काय, स्त्रियांसाठी पन्नास टक्के राखीव. त्यातही तरुण, सुंदर मुलींना प्राधान्य.’

‘खरंच?’

‘प्रश्नच नाही. तिथं काय आपलंच राज्य ना!’

‘कमलेश, एक विसरतोयस तू.’

‘काय?’

‘तोपर्यंत मीही बदललेली असेन.’

‘म्हणजे?’

'म्हणजे मी फक्त मैत्रीण नसेन तुझी, बायको झालेली असेन.'

'खरंच की.'

'कळेलच फरक तुला!'

माझं नसलं तरी तिचं घड्याळाकडे लक्ष होतंच. सव्वा वाजता तिनं पिटाळलंच मला इन्स्टिट्यूटकडे. दीडनंतर मग लेक्चर्स... असा भरगच्च दिनक्रम सुरू झाला.

घरी जायला साडेसहा, सात वाजत. 'ॲडिशनल कोर्स' असेल तर नऊ-साडेनऊ. सकाळी आठला घर सोडलेलं असायचं. पुन्हा अशी कडकडून भूक लागायची की, मी जेवत असताना आई बाबा गालात हसत बघतच राहायचे.

'दिवसभर दमतोस किती!' आई म्हणायची.

'छे ग, दमत वगैरे नाही. उलट छान रमतो मी!'

बोलायला मी ऐकणार थोडाच!

पण खरंच रमत होतो मी. खूप काही शिकतही होतो. एक नवा उन्माद संचारला होता अंगात. दिवस कधी संपायचा, कळायचंच नाही.

बघता बघता 'एमसीएस'मध्येही रूळत होतो मी. पहिले दोन महिने रिपोर्टस्‌मधून 'स्वयंअध्ययन' सुरू होतं. उद्योगविश्वातले खरेखुरे प्रश्न आणि त्यावरचं चिंतन, मंथन, संशोधन... प्रथमच कळत होतं. हळूहळू 'प्रोजेक्ट मॅनेजर्स' मला काही कामही देऊ लागले. *टॅब्युलेशन, कोडिफिकेशन, क्रॉस चेकिंग*... असं साधं सोपंच. पण मला तर सगळंच शिकायचं होतं. शिवाय चौकसबुद्धी असली की खूप काही नव्यानं कळतंच. म्हणूनच ती कामं करतानाही कान, डोळे उघडे असायचे. समोर, ऑफिसमध्ये काय चाललंय इकडेही लक्ष असायचंच. मंडळी सगळी आपापली कामं करत होतीच. ती तर करावीच लागतातच, पण पुष्कळ तऱ्हा होत्या. काही (मोजकेच) अगदी मनापासून, सिन्सिअरली काम करणारे होते. काही मात्र फक्त तसं दाखवणारे होतं. बॉस येताना दिसले की असे कामात 'गढून' जात की विचारू नका! काही मात्र काम व टाइमपास यांचा समतोल साधत असत. प्रोजेक्टवर चर्चा करता करता, गप्पा, इतरांची टवाळी हेही सुरू असायचं!

थोडंफार 'इन्टर्नल पॉलिटिक्स'ही होतंच. अर्थात हे तसं सगळीकडेच असतं. ऑफिस म्हटलं की हे आलंच. मी ते प्रत्यक्ष प्रथमच अनुभवत होतो एवढंच. तेही एका अर्थी 'प्रशिक्षण'च होतं. पुढे मागे या अशा मंडळींनाच तर 'मॅनेज' करावं लागणार होतं.

'ते ठीक आहे,' 'तो'नं म्हटलं, 'पण तुला असं नाही वाटत, तुला जरा स्वतःलाही 'मॅनेज' करायला हवं!'

'म्हणजे?'

'तू फक्त इतरांचे दोष दाखवतोयस. तुझ्यात काहीच दोष नाहीत?'

‘असं कुठं म्हटलंय मी. प्रत्येकात काही ना काही दोष असतातच.’

‘प्रश्नच नाही. ते वेळीच जाणवणं महत्त्वाचं, तेही ‘शिक्षण’च असतं.’

‘तेही शिकतोच आहे मी!’ मी जरा धारदार स्वरात!

‘उदाहरणार्थ?’

‘मी स्वतःच्या दोषांचा पाढाच वाचावा अशी इच्छा आहे का तुझी? मग ऐक तर. मी अनेकदा फार तोडून बोलतो.’

‘खरंय.’

‘संबंध नसतानाही इतरांच्या बोलण्यात नाक खुपसतो, चटकन कॉमेंट करतो.’

‘हो.’

‘पण सर्वात महत्त्वाचं म्हणजे कुणाहीबद्दल पहिल्याच भेटीत मत बनवून टाकतो. आणि जर ते ‘पटले’ नाहीत तर त्यांना शक्य तितकं टाळतोच मी.’

‘हे तर तुला टाळायलाच हवं! बाहेर ठीक आहे, तुला स्वातंत्र्य असतं. नाही पटलं एखाद्याशी तर तू अंतर ठेवू शकतोस. अगदी मैत्रीही तोडू शकतोस. पण ऑफिसमध्ये ते शक्य नसतं. जे असतील, जसे असतील त्यांच्याशी जुळवून घ्यावंच लागतं.’

‘येस बॉस! अँड थँक्स.’

‘कशाबद्दल?’

‘मला वेळीच सावध केल्याबद्दल.’

‘यू आर वेलकम!’

मला हसू आलं. ‘मी तुलाही टाळू शकत नाही,’ हे ‘तो’ला सुनावण्याचा मोह मी अगदी कटाक्षानं टाळला होता! असो...

एक सांगायला हवं ‘एमसीएस’मध्ये मिळेल ते काम मी करत होतोच, पण तिथल्या एका गोष्टीचं मला खास आकर्षण होतं. रोज साडेअकरा ते साडेबारा या वेळेत, नाईक सरांबरोबर कॉन्फरन्सरूममध्ये कुठल्या ना कुठल्या प्रोजेक्ट संदर्भातली मीटिंग असायची. त्या दिवशी मग त्या टीममधल्या मंडळींची सकाळपासूनच लगबग सुरू व्हायची. काय रिपोर्ट द्यायचा, साहेब काय प्रश्न विचारतील, उत्तरं काय द्यायची, अडचणी कुठल्या सांगायच्या, सांगायच्या की नाहीत... अशी जय्यत तयारी सुरू असायची. मला खूप उत्सुकता असायची... कशी चालत असेल चर्चा? ‘अॅडमिन ऑफिसर’ म्हणून पावसकर प्रत्येक मीटिंगला उपस्थित असत. त्यांच्याकडून मी थोडं थोडं विचारून समजूनही घेत असे.

नेहमी मनात यायचं, या मीटिंग्जना नुसतं उपस्थित राहता आलं तरी केवढं शिकता येईल! ते अर्थातच शक्य नव्हतं.

रूटीन तर सुरू होतं पण कळत नकळत मी वाट पाहत होतो, एखाद्या ‘ब्रेक थ्रू’ची...

साडेआठ वाजले, आले कोठुरकर, चहा घेतला, रिपोर्ट चाळला, केलं थोडं टॅब्युलेशन, साडेबारा वाजले, गेले कोठुरकर!

हे किती दिवस चालायचं?

ही काही 'मोठं होण्या'ची लक्षणं नव्हेत.

'मला खात्री आहे कोठुरकर, ट्रेनिंग घेता घेताही तुम्ही काही कॉन्ट्रिब्यूट करू शकाल,' नाईक सरांनी म्हटलं होतं. खात्री तर मलाही होती, पण तशी संधी तर यायला हवी. छोटीशी का होईना, पण येऊ तर दे! न येऊन करते काय ती, आलीच त्या दिवशी!

त्या दिवशी नेहमीसारखी 'प्रोजेक्ट मीटिंग' नसावी. फक्त नाईक सर आणि सगळे प्रोजेक्ट मॅनेजर्स हेच होते मीटिंगला.

'आज कसली मीटिंग आहे?' मी पावसकरांना विचारलं.

'कंपनीचं नवं ब्रोशर करून घ्यायचंय... त्या संदर्भात मीटिंग आहे,' त्यांनी म्हटलं, 'हे जुनं ब्रोशर तर पाहिलंच असेल ना तुम्ही.'

मी ते पाहिलं होतं, पण वाचलं नव्हतं. त्याची एक कॉपी घेऊन मी तेच चाळत बसलो. काही वेळानं अचानक पावसकरांनी येऊन म्हटलं, 'कोठुरकर, तुम्हांला बोलवलंय सरांनी.'

माझा विश्वासच बसेना.

'मीटिंगमध्ये?'

'हो, चला.'

मनात म्हटलं, 'कोठुरकर, चलो, बुलावा आ गया!'

प्रथमच मी कॉन्फरन्सरूममध्ये मीटिंगसाठी, तेही फक्त सर आणि प्रोजेक्ट मॅनेजर्स असलेल्या.

सरांनी मला का बोलावलं, ते लगेचच स्पष्ट केलं. अगदी सविस्तर असं, 'कोठुरकर, आपण नवं ब्रोशर करून घेतोय. कारण जुन्या ब्रोशर्सच्या प्रती संपत आल्यात. पण संपल्यात तेच बरं आहे. फारच आऊटडेटेड झालं होतं ते... नंतर कितीतरी डेव्हलपमेंट्स झाल्यात. एनी वे, मी तुम्हांला मुद्दाम बोलावलंय ते 'कॅप्शन'च्या संदर्भात. जुनी तुम्हांला माहितीच आहे.'

'हो सर... *वुई ॲडव्हाइज, यू मेक इट वर्क.*'

'चांगलीच आहे तीही, पण तुमच्या ध्यानात येईल, इथे क्लाएंटला जरा वर चढवलंय! प्रारंभी ते आवश्यकच होतं. पण आता परिस्थिती बदललीय. वुई आर इक्वली इम्पॉर्टन्ट. बरोबरीचे आहोत आपण. आपलं काही खास कॉन्ट्रिब्यूशन असतं, हे रिफ्लेक्ट होईल अशी कॅप्शन हवीय आपल्याला. तसे 'ॲड एजन्सी'वालेही सुचवत असतातच, पण त्यांचा बऱ्याचदा शाब्दिक खेळावर भर असतो. अनेकदा आपणही त्या चमकदार कल्पनेला दाद देऊन जातो. पण मला फक्त चमकदार कल्पना नकोय... *आय वॉन्ट टू कन्व्हे समथिंग मीनिंगफुल...* ज्यामुळे कन्सल्टंट म्हणून आपलं महत्त्वही अधोरेखित व्हायला हवं. काही खास मेसेज जायला हवा.

विथ अ क्लिअर पॉझिटिव्ह कनोटेशन. अर्थात हेही आहेच की ती कॅची हवी. सोप्या, मोजक्या शब्दांत खूप काही सांगणारी हवी. *इन शॉर्ट...* आखूडशिंगी, बहूदुधी वगैरे... *समथिंग लाईक...'*

'*अटरली, बटरली डेलिशियस?'* मी चटकन म्हटलं.

'*एक्झॅक्टली!'* सरांनी म्हटलं, 'अर्थात मला माहितीय अशी कॅप्शन ऐकताना छान, सुटसुटीत वाटली तरी ती सुचणं सोपं नसतं. तसं चॅलेन्जिंगच असतं ते, पण त्यासाठीच तर ॲड एजन्सीला पैसे मोजत असतो आपण. *बट आय नो यू ऑल्सो हॅव अ क्रिएटिव्ह माइन्ड.* म्हणूनच तुम्हांला बोलावलं मी. तुम्हीही जरा विचार करा. *सी इफ यू कॅन थिंक ऑफ अ नाइस, मीनिंगफुल, क्रिस्प कॅचलाइन फॉर द न्यू ब्रोशर. विल यू लाइक यू ट्राय?'*

सरांचं बोलणं मी अगदी जिवाचे कान करून ऐकत होतो. शब्दन् शब्द टिपत होतो. इतका गुंतलो होतो की त्यांचं शेवटचं वाक्य प्रश्नार्थक आहे, हेही चटकन कळलं नाही. मात्र कळलं तसं लगेच म्हटलं, 'नक्कीच सर, मला आवडेलच.'

'*गुड! टेक युअर टाईम.* घाई नाहीच आहे आपल्याला.'

'हीच तर संधी आहे तुझ्यासाठी.' अचानक 'तो'चे शब्द आले.

'तो'चे शब्द आले आणि माझी बत्ती पेटली नाही, असं कसं होईल?

'सर!' मी चटकन् म्हटलं.

'येस?'

'सर, जस्ट एक मनात आलं ते बोलू का...'

'ओह येस, बोला बोला.'

'सर, त्या दिवशी लेक्चरमध्येही तुम्ही हाच मुद्दा मांडला होता – कन्सल्टंट म्हणून आम्ही नुसता सल्ला देऊन बाजूला होत नसतो – *वुई आर ॲक्टिव्हली इन्व्हाल्व्हड इन द प्रोग्रेस अँड डेव्हलपमेंट ऑफ द क्लाएंट्स* कंपनी, *वुई आर ऑलमोस्ट लाइक* पार्टनर्स.'

'येस, दॅट्स एक्झॅक्टली व्हॉट आय सेड.'

'सर, तीच कन्सेप्ट वापरली तर?'

'म्हणजे?'

'आपल्याला हेच म्हणायचं ना की *वुई आर नॉट जस्ट ॲडव्हायझर्स.'*

'ऑफकोर्स!'

"मग, स्ट्रेट असंच म्हटलं तर – *'नॉट जस्ट ॲडव्हायझर्स, पार्टनर्स इन प्रोग्रेस.'*"

सर एकदम स्तंभित, चकित.

'अरे,' त्यांनी उत्तेजित होत म्हटलं,

'धिस इज एक्झॅक्टली व्हॉट आय वॉज लुकिंग फॉर! इट इज मीनिंगफुल, इट इज क्रिस्प, इट गिव्हज पॉझिटिव्ह कनोटेशन, वंडरफुल.'

'थँक यू सर.'

मग इतरांकडे बघत त्यांनी प्रश्न केला, *'व्हॉट डू यू से?'*

सर्वांनी 'फारच छान', 'एकदम ॲप्ट...' असाच अभिप्राय दिला. बॉसला आवडलीय म्हटल्यावर सर्वांना आवडणं क्रमप्राप्तच होतं. म्हणतात ना *बॉस इज ऑलवेज राईट!*

अर्थात, यावेळी तरी सर्वांनी मनापासून दाद दिली होती. माझ्याशी जोरदार शेकहॅन्ड करीत सरांनी म्हटलं, *'काँग्रॅच्युलेशन्स यंग मॅन! यू हॅव ॲबसोल्यूटली नेल्ड इट!'*

'सर, तुमच्याच लेक्चरमधून सुचलं मला.'

'हो, पण सुचलं तुम्हांलाच ना! ग्रेट, पावसकर ताबडतोब चहा सांगा आणि जागडेंना म्हणावं बिस्किटंही घेऊन या.'

सर काहीच्या काही खूश झाले होते. आणि अर्थात मीही. *आय हॅड मेड माय फर्स्ट कॉन्ट्रिब्यूशन.* तसं काही फार 'ग्रेट' नव्हतं ते, छोटंसंच होतं, पण ही फक्त एक झलक होती. आणि हे कळण्याइतके नाईक सर नक्कीच 'स्मार्ट' होते, म्हणूनच त्यांनी त्या दिवशी माझी फक्त चहा-बिस्किटांवर बोळवण नाही केली.

'आज जाण्यापूर्वी भेटून जा,' असा नंतर सरांचा निरोप आला, तेव्हाच मला जाणवलं आज काहीतरी... आज कुछ होनेवाला है! लंचब्रेक झाला तसा मी सरांच्या केबिनमध्ये गेलो.

'बसा!'

मी बसलो. सर काही क्षण स्मित करीत माझ्याकडे बघत राहिले. मग अचानक त्यांनी प्रश्न केला, 'कोठुरकर, बिअर घेता का?'

मला ते अगदीच अनपेक्षित होतं. मी फक्त हसलो.

'का हो, घेत नाही?'

'सर... अजून तरी नाही घेतली कधी.'

'आज घेणार का?'

मी पुन्हा फक्त हसलो.

'घ्याच असा आग्रह नाही, फक्त कंपनी दिलीत तरी चालेल. आज संध्याकाळी काय करताय?'

'तसं विशेष काही नाही.'

'मग भेटू या, साडेसहाला?'

'शुअर सर.'

बाबा अधूनमधून मित्रांबरोबर बिअर घेत असत. त्यामुळे घरात तशी 'परंपरा' होतीच.

वैशालीला मात्र मी काही बोललो नाही. मला तिची परवानगी घ्यायची नव्हती. 'बघू या, घेतली आज तर उद्या सांगू या तिला,' असा सोयीस्कर विचार केला! (आज कळतंय, बहुतेक पुरुष असाच विचार करत असतात!)

अर्थात मला बिअरपेक्षा सरांना संध्याकाळी कंपनी देण्यात जास्त स्वारस्य होतं. तरीही 'एकदा घेऊन तर बघू या' हेही होतंच डोक्यात.

ती संध्याकाळ मी कधीच विसरणं शक्य नाही. सरांच्या बरोबर एका मस्त गार्डन रेस्तराँमध्ये मी आयुष्यातली पहिली बिअर घेतली.

'तुम्ही हवं तर कोल्ड्रिंक मागवू शकता...' सर म्हणाले.

पण मी म्हटलं, 'सर, पहिली बिअर तुमच्याबरोबर घ्यायला नक्कीच आवडेल मला.'

'ओके,' सरांनी म्हटलं, 'पण माझी एक अट आहे.'

'कोणती सर?'

'कसं आहे. आज तुम्ही पहिली बिअर घेताय, पुढेही बिअर वरच थांबणार असाल तर गोष्ट वेगळी, पण ड्रिंक्स घेणार असाल तर...'

'तर काय?'

'कदाचित ही अट विचित्र वाटेल तुम्हांला पण मी तुम्हांला 'इनिशिएट' करतोय, त्यामुळे ही मला माझी जबाबदारी वाटते... मला तुम्हांला हे सांगायचंय की, पुढे जर तुम्ही ड्रिंक्स घेणार असाल... रम म्हणा, व्हिस्की म्हणा तर दोन स्मॉल पेग्जपेक्षा जास्त घ्यायचे नाहीत. कधीच नाही. *कॅन यू प्रॉमिस दॅट?*'

'येस सर!'

'तेवढ्यानं भागायचं नाही. तुमचं कुणावर प्रेम आहे का?'

'आहे सर.'

'मग त्या प्रिय व्यक्तीची शपथ घ्यायची. तशी घेतलीत तरच मी आज पहिली बिअर घेऊ देईन तुम्हांला. आहे तयारी?'

'हो, सर.'

'मग घ्या शपथ, मला साक्ष ठेवून!'

'सर, तुमच्या साक्षीनं, माझ्या प्रिय व्यक्तीची शपथ घेतो की आयुष्यात कधीही मी दोन स्मॉल पेग्जच्या वर ड्रिंक्स घेणार नाही.'

'*वन्डरफुल!*'

नंतरच सरांनी 'बिअर'ची ऑर्डर दिली.

भाग्य लागतं नाही, असा बॉस मिळायला!

'काल मी बिअर घेतली, नाईक सरांबरोबर.' मी इमानदारीत माझ्या 'प्रिय व्यक्ती'ला सांगितलं. तसं तिनं म्हटलं, 'अरे वा!' अरे वा? ही प्रतिक्रिया मला अगदीच अनपेक्षित होती. आश्चर्य वाटणं नाही, हलकासा धक्का बसणं नाही, विचारात पडणं नाही. थेट 'अरे वा!' मला वाटलं होतं, रुसेल-बिसेल, पण ही तर...

'तुला फार आनंद झाला की काय?' मी प्रश्न केला.

'हो, तू एन्जॉय केलंस हे ऐकून छान वाटलं!'

मला तर काय बोलावं कळेनाच.

'अरे, त्यात काय विशेष आहे? माझे बाबासुद्धा घेतात.'

चला, म्हणजे तिकडेही ती परंपरा होतीच!

'गंमत म्हणजे, नेहमी घरीच घेतात. आई त्यांना मस्त पापड वगैरे भाजून देते. ती स्वतः घेत नाही, पण त्यांना कंपनी देते. त्या संध्याकाळी दोघेही छान मुडमध्ये असतात!'

'आनंद आहे!' मी उद्गारलो. दुसरं तरी मी काय उद्गारणार?

'पण तू किती लकी आहेस बघ ना... पहिली बिअर बॉसनं पाजली तुला!'

मला हसू आलं. ज्या गोष्टीचं मला अप्रूप होतं, नेमकं त्याचंच तिलाही होतं. जबरदस्त 'ट्यूनिंग' होतं आमचं!

'पण तुला धास्ती नाही वाटत?' मी मुद्दामच म्हटलं.

'कसली?'

'बिअर ठीक आहे. उद्या मी ड्रिंक्स घ्यायला लागलो तर?'

'घेशीलच कधीतरी! लाडक्या, तू कॉर्पोरेट वर्ल्डमध्ये प्रवेश करणार आहेस, तिथे हे सगळं चालायचंच. मला पूर्ण कल्पना आहे.'

'पण मी नंतर आहारीच गेलो तर? प्रमाणाबाहेर घेऊ लागलो तर? तसंही होतंच काहींचं.'

'तुझं होईल का?'

'होऊ शकतं.'

'नाही होणार!'

'एवढा विश्वास आहे माझ्यावर?'

'नसता तर प्रेमात नसते पडले.'

'अग पण, शक्यता तर असतेच ना?'

'तुझ्याबाबतीत नाही.'

'का?'

'तू वेगळा आहेस.'

'कसा काय?'

'सगळेच काही आठवीत असताना संकल्प करत नसतात, मोठं होण्याचा! तू केलायस ना?'

'हो.'

'मग मला सांग ना, ज्याला मोठं व्हायचंय तो माणूस ड्रिंक्सच्या आहारी जाऊ शकतो का?'

मी फक्त हसलो. काय बोलणार या मुलीपुढे? तिच्याही (माझ्यासंदर्भातल्या) 'फंडाज्' किती क्लिअर होत्या!

खरं तर 'तुझी शपथ घेतली' हे तिला सांगायचं ठरवलं होतं. ते ऐकल्यावर केवढा फुलेल तिचा चेहरा, असंही वाटलं होतं. पण... आता ते सांगण्याची गरजच वाटली नाही मला, उलट असं वाटलं, तो तिचा माझ्यावरील विश्वासाचा उपमर्दच होईल कदाचित!

एक मात्र झालं, 'त्या' मीटिंगनंतर कंपनीतील सर्वांचा माझ्याकडे बघण्याचा दृष्टिकोन बदलून गेला. सारे मला आवर्जून काही सांगू लागले, विचारू लागले. चर्चेत मला सहभागी करून घेऊ लागले. माझं मत, माझा अभिप्राय घेऊ लागले. अर्थात महत्त्वाचं म्हणजे, अखेर मला हवं होतं... मी ज्याची वाट पाहत होतो, तेही झालंच. सरांच्या संमतीनं आता साडेअकराच्या प्रोजेक्ट मीटिंग्जनाही मी उपस्थित राहू लागलो. चर्चेत भाग घेऊ लागलो. शिवाय जे काही नवं समजेल, ते अक्षरशः टिपून घेत राहिलो. इतका रमून गेलो की दिवस, महिने कसे उलटले कळलंही नाही. पण पाहता पाहता वर्ष संपत आलं. वर्गातल्या साऱ्यांनाच 'एमबीए – पार्ट वन'च्या परीक्षेचे वेध लागले. मीही मग महिनाभर 'एमसीएस'मधून सुटी घेतली.

पहिलं तर यायचंच होतं, पण इथे ते इतकं सोपं नव्हतं. तिघे-चौघे सिन्सिअर होते आणि हुशारही. विशेषतः हसमुख कोठारी नक्कीच तगडी कॉम्पिटिशन देणार होता. तशी त्यानं दिलीही. तरीही शेवटी... फक्त चार गुणांच्या फरकानं का होईना पहिला आलोच मी. अर्थात 'अॅन्युअल'साठी कुठल्या विषयांचा जरा जास्तच अभ्यास करावा लागणार आहे, हेही कोठारीनं माझ्या ध्यानात आणून दिलंच.

वर्ष संपलं, परीक्षा झाली तरी आमचं 'शिकणं' थांबलेलं नव्हतं. दोन महिन्यांच्या सुटीतही एखाद्या कंपनीत प्रत्यक्ष जाऊन एक 'प्रोजेक्ट' करायचा होता. त्या प्रोजेक्ट रिपोर्टलाही मार्क्स होतेच. त्यासाठी प्रत्येकाची 'समर प्लेसमेंट' केली जाणार होती. मी तसा 'एमसीएस'मध्येच प्रोजेक्ट करू शकलो असतो, पण पंडितजींनी ज्यांना 'आधुनिक भारताची मंदिरं' म्हटलं होतं, त्या 'मंदिरां'चंही दर्शन घ्यायचं होतं. एखाद्या मोठ्या 'मॅन्युफॅक्चरिंग इन्डस्ट्री'तच प्रोजेक्ट करायचा होता. फॅक्टरी वर्किंग, तिथलं वातावरण, प्रत्यक्ष अनुभवायचं होतं... पिंपरीतल्या एका नामांकित कंपनीत मला प्रोजेक्टची संधी मिळाली.

उद्योगविश्वाचं खरंखुरं दर्शन मला घडलं ते तिथंच. अगदी रोजच्या जीवनामध्ये आपण किती 'अगणित' वस्तू सहज वापरत असतो, हाताळत असतो. या वस्तू, ही उत्पादनं कुठं आणि कशी तयार होतात, हा विचारही आपल्या मनात येत नाही, त्या बनविण्यासाठी केवढी यंत्रणा अक्षरशः अहोरात्र राबत असते, याची कल्पनाही नसते. एकेक फॅक्टरी म्हणजे एक

छोटंसं विश्वच असतं. *रॉ मटेरियल स्टोअर, शॉप फ्लोअर, असेम्ब्ली लाईन, क्वालिटी कन्ट्रोल, फिनिशिंग, पॅकेजिंग, डिस्पॅच...* या सगळ्या प्रक्रिया – त्यांच्यातलं *कोऑर्डिनेशन, कन्ट्रोल सिस्टिम्स* त्यासाठी कार्यरत असलेली – *प्लॅनिंग, रिसर्च अँड डेव्हलपमेंट, पर्सोनेल, पर्चेस, फायनान्स* अशी नाना डिपार्टमेंटस्... शिवाय कॅन्टिन्सही!

रोजची प्रॉडक्शन टारगेट्स, डेडलाईन्स... त्या पाळताना येणाऱ्या समस्या, काही तांत्रिक, काही कर्मचाऱ्यांच्या संदर्भातल्या... त्यातून उद्‌भवणारे ताण, संघर्ष... किती आणि काय काय! सकाळी साडेसातलाच कंपनीची बस पकडून जायचं ते पुन्हा संध्याकाळी साडेसातलाच घरी! दिवस कसा जायचा कळायचंच नाही.

पहिले काही दिवस तर फक्त फॅक्टरी पाहण्यातच गेले. रोजच काही नवं पाहायला मिळत होतं, काही नवं शिकायलाही मिळत होतं. ते सगळं समजून घेता घेता माझा 'कॉर्पोरेट विश्वा'बद्दलचा आदर अक्षरशः दिसागणिक दुणावत होता.

आठ दिवसांचा असा 'इन्डक्शन प्रोग्रॅम' झाला अन् मग सुरू झाला 'प्रोजेक्ट'. पर्सोनेल मॅनेजर नवाथेंना 'एमबीए'च्या स्टुडंट्सबद्दल विशेष आस्था होती. त्यांनी माझ्यासाठी काही वेळ आवर्जून दिला. दोन-तीन मीटिंग्जच्या चर्चेनंतर त्यांनी मला दिला तो प्रोजेक्ट होता – '*इव्हॅल्यूएशन ऑफ एम्प्लायी इन्सेन्टिव्ह स्कीम्स!*' कंपनीतल्या कर्मचाऱ्यांची कार्यक्षमता, उत्पादकता वाढावी यासाठी त्यांना प्रोत्साहन म्हणून दिल्या जाणाऱ्या 'इन्सेन्टिव्ह स्कीम्स'चं मूल्यमापन करायचं होतं. अर्थात तज्ज्ञ म्हणून नव्हे, अभ्यासक म्हणून. (तसा तर नेहमी असायचोच, पण पुन्हा एकदा) खूशच झालो मी! शिवाय आपलं कसं सगळं सिस्टिमॅटिक, एकदम पद्धतशीर!

अगोदर या सगळ्या योजना समजून घेतल्या, त्या संदर्भातल्या शंका निरसून घेतल्या, मग कर्मचारी, सुपरवायझर्स, ऑफिसर्स, मॅनेजर्स व डिपार्टमेंटल हेड्स, साऱ्यांसाठी वेगवेगळ्या प्रश्नावली तयार केल्या. नवाथे सरांना त्या दाखवून काही सुधारणा केल्या. मग काय सुटलेच कमलेश कोठुरकर! रोज किमान पंधरा ते वीस भेटी, मुलाखती – महिन्याभरात अक्षरशः फडशाच पाडला मी. 'मनुष्यबळ विभागा'तले सर्वजण मला मनापासून सहकार्य देत होते. माझा झपाटा पाहून ते तर चकितच झाले. तुडुंब 'डाटा' जमा झाला तसं मी विश्लेषण सुरू केलं. त्याच वेळी संबंधितांशी चर्चा, विचारविनिमयही.

त्या सर्व मंडळींचा आजवरचा अनुभव असा होता की प्रोजेक्ट करणाऱ्या विद्यार्थ्यांचे दोन महिने फक्त भेटीगाठी आणि माहिती जमा करण्यातच जात असत. माझा तर पहिला ड्राफ्ट तिथेच तयार झाला होता. अर्थात तो 'फेअर' करून, टायपिंग वगैरे करून नंतरच देणार होतो. पण *ऑब्जेक्टिव्हजपासून फाइंडिंग्ज, कन्क्लूजन्स अँड रेकमेन्डेशन्स* पर्यंत सारं लिहून तयार होतं. ('एमसीएस'मध्ये रिपोर्ट रायटिंग मी अक्षरशः कोळून प्यायलो होतो ना!)

नवाथे सरांचा तर विश्वासच बसला नाही. 'पाहू बरं' म्हणून त्यांनी माझा ड्राफ्ट पाहिलाही. अर्थात वाचला नाही, फक्त चाळला. पण प्रचंड खूश झाले ते.

'समर प्लेसमेंट पुरी होण्याअगोदरच रिपोर्ट तयार असणारे तुम्ही पहिलेच आहात, माझ्या पाहण्यात तरी!'

मी तरी काय करणार? 'पहिलं असणं' ही सवयच पडून गेली होती. खरं तर व्यसन म्हणू शकता!

सरांनी '*कन्क्लूजन्स* आणि *रेकमेन्डेशन्स*' मात्र आवर्जून वाचली. 'तुमची दोन-तीन सजेशन्स चांगली आहेत. ती नक्की विचारात घेऊ आम्ही,' त्यांनी म्हटलं. बस... याहून अधिक मला काय हवं होतं? 'समर प्लेसमेंट'चे माझे दोन महिने सार्थकी लागले होते. 'मनुष्यबळ विभागा'तल्या साऱ्यांशी त्या दोनच महिन्यांत माझे इतके सूर जुळले होते की शेवटच्या दिवशी त्यांनी माझ्यासाठी '*सेन्ड ऑफ*'ही ठेवला होता!

'समर प्रोजेक्ट'नंतर एमबीएचं दुसरं (आणि शेवटचं) वर्ष दिमाखात सुरू झालं, पण आता माझं रूटीन बदललं होतं. सकाळी एमसीएस आणि दुपारी लेक्चर्स – हे अर्थातच सुरू होतं; पण वैशालीच्या घरच्या चमचमीत जेवणाची रसद तुटली होती आणि तिच्या अल्पशा सहवासाचा विरंगुळाही. बीए पूर्ण करून तिनं आता 'एम.एस.डब्ल्यू.'ला प्रवेश घेतला होता. आता आम्ही भेटू शकत होतो ते फक्त रविवारी. कदाचित एखाद्या शनिवारी. ते मात्र आम्ही भेटत होतो आणि अगदी भरभरून भेटत होतो. अगदी दिवसदिवसही. मावळत्या सूर्याच्या साक्षीनंच आम्ही एकमेकांचा निरोप घेत असू.

एक मात्र सांगायला हवं. आम्ही दोघांनी अजूनही घरच्यांना आमच्या 'प्रेमा'ची कल्पना दिली नव्हती. त्यांच्या दृष्टीनं आमची फक्त 'चांगली मैत्री'च होती. मला कल्पना आहे, इथे दोन प्रश्न नक्कीच उपस्थित होतात. पहिला असा, आम्ही जर इतके एकमेकांच्या प्रेमात होतो आणि दोघांच्याही घरून काही विरोध होण्याची शक्यता नव्हती, तर आम्ही अजूनही आमचं प्रेम गुलदस्त्यात का ठेवलं होतं? कारण असं...

एकदा एका 'प्रेमा'चं गुपित फुटलं की घरच्यांना लगेच 'पुढचे' वेध लागतात. मग निदान 'एंगेजमेंट' तरी करू या, असा लकडा सुरू होतो.

आम्हांला ते टाळायचं होतं. तो विषय इतक्या लवकर 'ऐरणीवर' येऊ द्यायचा नव्हता. खरं तर तो जितका लांबणीवर टाळता येईल तितका टाळायचा होता. आमचं असं अगदी ठाम ठरलं होतं की माझं आणि तिचं... आमचं दोघांचंही करिअर जोपर्यंत मार्गी लागत नाही, तोवर तो विचारही करायचा नाही. माझ्या महत्त्वाकांक्षेची तर वैशालीला पुरेपूर कल्पना होतीच, पण ती स्वतःही फक्त 'हाऊसवाईफ' या भूमिकेत राहू इच्छित नव्हती.

जरी '*सोशल ओरिएन्टेशन*' असलं तरी तिलाही प्रथम स्वतःच्या पायावर उभं राहायचं होतं. 'दुसऱ्याच्या जिवावर समाजसेवेची 'चैन' मी करणार नाही,' असं ती नेहमीच म्हणत असे.

तशी ती काही माझ्यासारखी 'ॲम्बिशियस' नव्हती. मोठं होणं, पैसा कमावणं, नाव कमावणं... ही काही तिची स्वप्नं नव्हतीच, पण स्वतः छान राहायचं आणि मगच जे शक्य ते समाजासाठी करायचं, याबद्दल ती अगदी ठाम होती. सांगायचा मुद्दा, दोघांचीही करिअर्स मार्गी लागेपर्यंत आम्ही स्वतः थांबणार होतो आणि घरच्यांनाही (प्रसंगी निग्रहानं) थोपवणार होतो. त्यामुळेच 'आमची फक्त चांगली मैत्री आहे' हा घरच्यांचा 'समज' आम्ही तसाच ठेवणार होतो, जमेल तितके दिवस.

आता दुसरा प्रश्न.

'आमची फक्त चांगली मैत्री आहे,' असाच जर वैशालीच्या घरच्यांचा समज होता, तर अगदी प्रत्येक रविवारी (क्वचित शनिवारीही) ते तिला माझ्यासोबत दिवस दिवस हिंडाफिरायची मुभा कशी देत असत? 'सातच्या आत घरात' हा मुलींसाठी कडक 'कायदा' असणाऱ्या त्या काळातही? पालकांनी इतकी मोकळीक मुलीला देणं – तेही मोठ्या मुलीच्या संदर्भात अपेक्षाभंगाचा अनुभव असतानाही, हे पटत नाही. म्हणजे तुम्हांला पटणार नाही. अगदी खरंय पण... वैशालीला घरून पूर्ण स्वातंत्र्य होतं. याचं महत्त्वाचं कारण म्हणजे, वैशालीवर त्यांचा पूर्ण विश्वास होता. मुख्यतः तिच्या सडेतोडपणावर. 'आपली मुलगी वेडंवाकडं, गैर असं काहीही करणार नाही. स्वतःची काळजी घ्यायला ती खंबीर आहे,' याची त्यांना पूर्ण खात्री होती.

शिवाय तिच्या 'सामाजिक उपक्रमां'विषयी त्यांना फक्त माहितीच होती असं नव्हे, तर अभिमानही होता. त्यासाठीही त्यांचा तिला अगदी पुरेपूर पाठिंबा होता. अर्थात अलीकडे तिनं एक 'व्यक्तिगत उपक्रम'ही सुरू केलाय, याची मात्र त्यांना कल्पना नव्हती!

वैशालीचा प्रत्येक रविवार हा आता माझ्यासाठी राखीव असतो, हे कसं कळावं त्यांना? वैशाली ते अर्थातच सांगत नव्हती, पण सुदैवानं तिला खोटंही बोलावं लागत नव्हतं! विश्वास बसणार नाही तुमचा पण 'आज कुठे चालली आहेस?' हा प्रश्न विचारण्याची तिच्या घरी पद्धत नव्हती. फक्त 'कितीपर्यंत येणार आहेस?' हा एकच प्रश्न आणि 'येते संध्याकाळपर्यंत,' हे वैशालीचं एकच उत्तर! फक्त एकदाच, अक्षरशः एकदाच आईनं सहज विचारलं होतं, 'कुठे चालली आहेस?' वैशालीनं पायातल्या चपला काढल्या, हातातली पर्स पुन्हा टेबलावर ठेवली आणि म्हटलं, 'आई, तुझा माझ्यावर विश्वास नसेल तर नाही जात मी कुठे. बसते घरातच!' बस, त्यानंतर आईनं पुन्हा कधी तिला हटकलं नव्हतं.

अर्थात तिच्या घरच्यांच्या विश्वासाचा आम्ही फायदा घेत होतो, खरं तर 'गैरफायदा' घेत होतो, असं तुम्ही म्हणू शकता. पण आम्ही काय करत होतो, याची आम्हांला पूर्ण कल्पना होती, त्यामुळे काडीमात्र 'गिल्ट' नव्हता.

दर्शिकेत लिहिलं नव्हतं मी, पण फक्त प्रेमच नव्हे, वैशालीच्या साथीनं आयुष्यात खूप काही करायचं होतं मला आणि तसंही, प्रेमात सगळंच माफ असतं. तर सांगायचा मुद्दा – त्या रविवारी वैशालीनं भेटताक्षणीच विलक्षण उत्साहानं म्हटलं, 'कमलेश, माझं ठरलंय!'

मी हसलो 'कुणाशी' हा ओठांशी आलेला शब्द परतवून मी म्हटलं, 'केव्हा ग?'

'कालच.'

'अरे वा! पण मुली, काय ठरलंय ते तर सांग!'

'मीही तुझ्यासारखीच 'कॉर्पोरेट विश्वा'त करिअर करणार आहे.'

हे मला अगदीच अनपेक्षित होतं.

'आश्चर्य वाटलं ना?'

'थोडंसं!'

'ऐक ना, कालच मॅडम आम्हांला करिअरसाठीच्या संधींबद्दल सांगत होत्या. त्या म्हणाल्या, 'एम.एस.डब्ल्यू. करून तुम्ही उद्योगविश्वातही करिअर करू शकता.' दोन गोष्टी सांगितल्या त्यांनी. एक तर एखाद्या कंपनीत तुम्ही वेल्फेअर ऑफिसर म्हणून जॉईन होऊ शकता.'

'ऍक्च्युअली त्यासाठी तर 'एम.एस.डब्ल्यू.' असावंच लागतं,' मी म्हटलं.

'तेच तर, शिवाय त्यांनी 'सीएसआर'बद्दलही सांगितलं.'

'कॉर्पोरेट सोशल रिस्पॉन्सिबिलिटी!'

'येस! आता ती संकल्पना चांगलीच मूळ धरते आहे. विशेषतः बड्या उद्योगांमध्ये, त्या संदर्भातही कंपन्यांना 'सोशल वर्क'ची डिग्री घेतलेले हवे असणार आहेत. मॅडम तर म्हणत होत्या, पुढे फारच चांगला स्कोप असणार आहे आमच्यासाठी.'

'अगदी खरंय!'

'म्हणून तर डिअर... मी ठरवलंय, मीही तुझ्या कॉर्पोरेट विश्वातच करिअर करणार आहे.' अशा वेळी तिचा चेहरा किती फुलून येतो, हे मी नव्यानं सांगायला नकोच.

खरं तर तिनं जे सांगितलं ते मलाही माहिती होतंच. पण मी तिला बोललो नव्हतो, कारण मीच तिला 'कॉर्पोरेट विश्वा'कडे वळवलं, असं व्हायला नको होतं. आज मात्र तिचा तिनंच निर्णय घेतला होता. *आय वॉज सो हॅपी!*

'वेलकम टू द कॉर्पोरेट वर्ल्ड...' मी म्हटलं.

वेगवेगळ्या भूमिकांत, पण तरीही एकाच विश्वात आम्ही दोघंही करिअर करणार होतो. इतका आनंद झाला की तो साजरा करताना आणखी एका 'वेगळ्या'च विश्वात आम्ही कधी हरवून गेलो... कळलंही नाही.

৯ ৯ ৯

तसं म्हटलं तर मी एक 'साक्षात्कारी' पुरुष आहे! वेळोवेळी मला काही 'साक्षात्कार' होत गेले, जे माझ्या विचारांना आणि पर्यायानं आयुष्याला नवं वळण देऊन गेले. 'नवी पिढी ही जुन्या पिढीच्या खांद्यावर उभी असते, त्यामुळेच तर ती नवी उंची गाठू शकते.'

हाही एक मला (नव्यानं) झालेला साक्षात्कार. आणि हेच माझ्या यशाचं आणखी एक रहस्य!

> खऱ्या अर्थानं 'सिक्रेट'च आहे ते... कारण, सहसा ते कुणी कबूल करत नाही. मौज अशी आहे – मी स्वतःला आयडियामास्टर, कल्पनाबहाद्दर समजतो. तसा आहेच मी. अनेक 'सरां'नी ते मान्य केलं आहे. मी ते वेळोवेळी सिद्धही केलं आहे. पण हा जो नवा 'साक्षात्कार' मला झाला – जुन्या पिढीच्या खांद्यावर उभं राहण्याचा – त्यामुळे माझ्या ध्यानात आलं –उद्योगविश्वात – मॅनेजमेंट क्षेत्रात मी जेव्हा प्रवेश करीन, तेव्हा फक्त स्वतःच साऱ्या कल्पना लढवल्या पाहिजेत असं नाही. कारण शेवटी त्याला मर्यादा असते – पण जर पूर्वसुरींनी केलेले उपाय, त्यांनी शोधलेले नवे पर्याय, नवी तत्त्वं – थोडक्यात त्यांच्या प्रत्यक्ष अनुभवाचा लाभ तुम्ही घेतलात, तर तुम्ही कैक पटीनं अधिक प्रगती साधू शकता. तीही अधिक वेगानं.

एमबीए शिकत असताना फक्त मॅनेजमेंटची थिअरी शिकायची नसते, प्रत्यक्षातल्या समस्या आणि त्यावर केले गेलेले उपायही समजून घ्यायचे असतात. आपण हे पाहिलंच आहे मॅनेजमेंट म्हणजे *'गेटिंग थिंग्ज डन.'* हवं ते करून घेणं, हवं ते साध्य करणं आणि अर्थातच ते करताना येणाऱ्या समस्या सोडवणं, त्यासाठी काही नवे पर्याय शोधणं, नव्या कल्पना राबवणं.

हे सारं ज्ञान, शहाणपण आमच्यापर्यंत पोहोचावं याच हेतूनं दर आठवड्याला आमच्यासाठी 'केस स्टडी'चं सेशन असायचं. उद्योगविश्वात प्रत्यक्ष घडलेली एखादी घटना, उद्भवलेली परिस्थिती आणि त्यातून निर्माण झालेला पेचप्रसंग यांवर आधारित 'केस' आम्हांला दिली जायची. आम्ही ती समजून घ्यायची, तिचं विश्लेषण करायचं आणि ती कशी सोडवता येईल, त्याचाही विचार करायचा. जे पर्याय सुचतील त्यांवर चर्चा करायची, त्या पर्यायांमधल्या त्रुटी, चांगल्या गोष्टी शोधायच्या. हा 'एक्झरसाईज' झाल्यानंतर मग आम्हांला प्रत्यक्षात ती समस्या कशी सोडवली गेली, हे सरांकडून सांगितलं जायचं. तोच अर्थात सर्वोत्तम पर्याय असायचा. हे खरं प्रशिक्षण. अशा जबरदस्त प्रशिक्षणानंतर आमचे मेंदू तल्लख झाले नाहीत तरच नवल. माझा अंमळ जास्तच तल्लख व्हायचा, एवढेच!

दोन वर्षांत अशा साठ, सत्तर केसेस आम्ही अभ्यासल्या. पण माझं त्यातून समाधान झालं नाही. मी मग खास केसस्टडीवरची पुस्तकं मिळवली. आपल्याकडच्या आणि तिकडच्याही 'केसेस'चा अभ्यास केला. वेगवेगळ्या समस्यांवरचे 'उपाय' समजून घेतले.

याखेरीजही उद्योगविश्वातल्या अनेक 'बॉस' मंडळींनी, त्यात आपले 'अस्सल मराठी बिग बॉस'ही आले, आपापल्या कंपनीत काही जबरदस्त कल्पना राबवल्या आहेत. त्याविषयी त्यांनी स्वतः लिहिलं आहे. मुलाखतींमध्येही सांगितलं आहे. एका अर्थी आपली '*ट्रेड सिक्रेटस्*'च त्यांनी उघड केली आहेत. मी ती सारी समजून घेतली. बघता बघता माझ्याकडे अशा नव्या उपायांचा, पर्यायांचा, कल्पनांचा, उपक्रमांचा खजिनाच जमा झाला. त्याचबरोबर नवी धोरणं, नव्या दृष्टिकोनांचाही! पुन्हा हे सगळे '*ट्राईड अँड टेस्टेड*' फॉर्म्युले होते. प्रत्यक्षात यशस्वी, उपयुक्त ठरलेले. मी कृतज्ञतापूर्वक ते स्वतः 'आत्मसात' केले. त्यामुळे झालं काय, उद्योगक्षेत्रात लढण्यासाठी उतरतानाच माझ्या भात्यामध्ये अशी अनेक 'आयुधं' घेऊन मी सज्ज होतो. काही खास बदल घडवण्यासाठी, काही मोलाचं योगदान देण्यासाठी!

बघता बघता दोन वर्षं सरत आली. पुन्हा एकदा 'एमसीएस'मध्ये जाणं मी थांबवलं. आता तर अंतिम परीक्षेचे वेध लागलेले होते. बहुतेक लेक्चर्सही आता थांबलेली होती. सिलॅबस पुरं झालं होतं.

आणि अचानक, एक जबरदस्त धक्का... असंही म्हणता येईल, माझ्या 'मॅनेजमेंट ट्रेनिंग'मधला शेवटचा सणसणीत साक्षात्कार!

शाळकरी वयापासूनच मला 'मॅनेजमेंट' या संकल्पनेचं आकर्षण होतं. माझ्यासाठी तीच सर्वात मोलाची संकल्पना होती. आता मी तिला 'कन्सल्टन्सी'ची जोड दिली होती. तरीही 'मॅनेजमेंट' हीच तर मध्यवर्ती संकल्पना होती आणि अचानक आम्हांला घणाघाती इशाराच देण्यात आला, 'मॅनेजमेंट? कसली मॅनेजमेंट? छुट्टी करा त्या संकल्पनेची. ती संकल्पना आता मोडीत निघाली आहे!'

अरे देवा हे काय ऐकत होतो आम्ही!

आमच्यासाठीचं शेवटचं गेस्ट लेक्चर होतं ते. तेही आंतरराष्ट्रीय ख्यातीचे प्रशिक्षक डॉ. हेमचंद्र प्रभुदेसाई यांचं. नेहमीप्रमाणे प्रचंड उत्सुकतेनं, पहिल्या रांगेतच बसलो आणि त्यांच्या पहिल्या वाक्यालाच उडालो.

हे काय चेष्टा करताहेत का काय आमची? पण छे, त्यांनी पुन्हा ठासून म्हटलं, '*लेट अस गेट रिड ऑफ मॅनेजमेंट!*'

जोर का झटका, जोर से लगे – अशीच साऱ्यांची अवस्था.

'मित्रहो,' सरांनी म्हटलं, 'तुम्ही सगळे मॅनेजमेंटचं ट्रेनिंग घेत आहात, लवकरच 'मॅनेजर' होण्याचं स्वप्न पाहताहात, पण मला एक सांगा ना, हवेत कुणाला मॅनेजर्स?'

यच्चयावत सगळ्यांचे ठोकेच चुकले. हे काय ऐकतोय आम्ही, तेही कोर्स संपता संपता! मेंदू बधिरच झाले म्हणा ना. कळे ना, आता आणखी काय काय ऐकावं लागणार आहे.

'दचकलात ना? पण माझा नाईलाज आहे. एका प्रखर वास्तवाची तुम्हांला जाणीव करून देण्यासाठी मी इथे उभा आहे. ती होईल तेव्हा तुम्ही अक्षरशः खडबडून 'जागे' व्हाल. ते वास्तव असं आहे. लोकांना 'मॅनेज' केलेलं अजिबात आवडत नसंत, त्यांना कुणीतरी 'लीड' करणारं हवं असतं. *पीपल डोन्ट वॉन्ट टू बी मॅनेज्ड, दे वॉन्ट टू बी लेड!*'

ओह, हे असं आहे होय! थोडा जिवात जीव आल्यासारखं झालं. पुढचं मग अगदी जिवाचे कान करूनच ऐकून लागलो.

'मला सांगा ना 'वर्ल्ड मॅनेजर' असा कधी शब्द ऐकलाय? पण 'वर्ल्ड लीडर' हा तर नक्कीच ऐकला असणार. अर्थ सरळ आहे, जगाला 'मॅनेजर्स' नको असतात, 'लीडर्स' हवे असतात, *इन फॅक्ट*, अगदी प्रत्येक क्षेत्रात 'लीडर्स'च हवे असतात! *पोलिटिकल लीडर, रिलिजियस लीडर, स्काऊट लीडर, कम्युनिटी लीडर, लेबर लीडर, बिझनेस लीडर... दे ऑल लीड, दे डोन्ट मॅनेज.* म्हणूनच माझा तुम्हांला प्रश्न आहे, तुम्ही सगळे 'मॅनेजर' होणार आहात की 'लीडर' होणार आहात?'

सरांनी 'धक्कातंत्र' वापरून आम्हांला अगदी आतून 'हलवलं' होतं, पण एव्हाना मी चांगलाच सावरलो होतो.

'सर...' धिटाईनं हात वर करत मी म्हटलं, 'दोन्हीत फरक काय असतो?'

सर हसले, अगदी मनापासून...

'प्रश्न अगदी समर्पक आहे. तुम्ही म्हणताय फरक काय आहे तो सांगा. तो तर एका वाक्यातही सांगता येईल, *'मॅनेजर्स' डू थिंग्ज राईट, व्हेअरअॅज 'लीडर्स' डू राईट थिंग्ज!*'

वॉव! सगळे अक्षरशः स्तंभित, मी स्वतः अगदी अतोनात स्तिमित! मला तर दोन्ही व्हायचं होतं, किंबहुना लीडर होण्यासाठीच तर मला मॅनेजर व्हायचं होतं, पण दोन्हींतला फरक?

तो मात्र मला आज समजत होता!

'आणखी एक महत्त्वाचा फरक,' सरांनी पुढे म्हटलं, 'मॅनेजर'ची नियुक्ती करता येते, 'लीडर'ची नाही करता येत. कुणीतरी नेमलं म्हणून तुम्ही 'मॅनेजर' होऊ शकता पण 'लीडर' तुमचं तुम्हांलाच व्हावं लागतं. लीडरशिप, नेतृत्व हे तुमचं तुम्हांलाच मिळवावं लागतं. जेव्हा लोक तुम्हांला मनापासून स्वीकारतात, तुमचं नेतृत्व मान्य करतात, तेव्हाच तुम्ही खरे लीडर होता.'

ऑथॉरिटी बाय अॅक्सेप्टन्स! सरांनी पुन्हा एकदा माझं लाडकं तत्त्वच अधोरेखित केलं होतं, पण सर अजूनही खूप काही सांगत होते.

'तुम्हांला खरा लीडर व्हायचं असेल तर हे नेहमी लक्षात ठेवा, खरा लीडर कधीही 'ऑर्डर्स' देत नसतो, 'कन्ट्रोल' करत नसतो. 'मॅनेजमेंट'च्या नावाखाली 'मॅनिप्युलेशन' करत नसतो. खरा लीडर लोकांना प्रेरित करीत असतो. उद्योगाचं

उद्दिष्ट साध्य करण्यासाठी उद्युक्त करीत असतो. कायम स्वतःच पुढाकार घेत नसतो, इतरांनाही पुढाकार घेण्यासाठी प्रोत्साहन देत असतो.'

खरं सांगतो, फक्त ऐकत नव्हतो मी, सरांचा शब्दन्‌शब्द काळजावर अक्षरशः कोरून घेत होतो.

'अर्थात हेही खरं, लीडरला महत्त्वाचे निर्णयही घ्यायचे असतात. निर्णय घेण्यासाठी त्याच्याकडे अधिकार असावे लागतात, सत्ता असावी लागते. पण हे नेहमी लक्षात ठेवा, तुम्हांला अधिकार गाजवता यावेत यासाठी सत्ता नसते. तुमच्यावर असलेली जबाबदारी सक्षमतेनं निभावता यावी यासाठी ती सत्ता असते. मात्र 'सत्तेसाठी सत्ता' हा मोह झाला तर संपलंच. हे तर तुम्ही जाणताच, *पॉवर करप्ट्स अँड ॲबसोल्यूट पॉवर करप्ट्स ॲबसोल्युटली!* सत्ता आणि पैसा हे फार मोठं साटंलोटं असतं. सत्तेमुळे पैसा येतो, पैशांमुळे सत्ता येते, पण असं 'विकतचं नेतृत्व' फार काळ टिकत नसतं. ते विकत घेता घेता, खरे तुम्हीच विकले जात असता.'

सर थांबले. माझा तर श्वासच थांबला होता. वर्गावरून एकदा नजर फिरवून सरांनी काही वेगळ्याच स्वरात म्हटलं – *'फ्रेन्डस्, प्लीज बिवेअर ऑफ दीज थ्री 'पी'ज – पझेशन, पॉवर अँड पोझिशन.* पैसा, सत्ता आणि प्रतिष्ठा.'

मी खाडकन् सावध झालो. याच तर तिन्ही गोष्टी मला हव्या होत्या आणि इकडे सर म्हणत होतं, 'या तिन्ही गोष्टींना काही मर्यादा नसतात. कितीही मिळाल्या तरी समाधानच होत नाही. नशाच चढते त्यांची, कैफ चढतो. मग त्या मिळवण्यासाठी सगळी तत्त्वं धाब्यावर बसवली जातात. समाजातील स्वतःचं स्थान उंचावण्यासाठी हळूहळू स्वाभिमानाचाही सौदा केला जातो. केवढं दुर्दैव आहे हे, केवढं विडंबन!'

'मित्रहो, हीच खरी वेळ आहे! बाहेरच्या जगात तुम्ही लवकरच प्रवेश करणार आहात, स्वतःला आत्ताच हे प्रश्न करा –

मला आयुष्यात काय करायचं आहे, काय मिळवायचं आहे?

डू आय वॉन्ट टू बी अ 'मॅनेजर' ऑर आय वॉन्ट टू बी अ 'लीडर'?

डू आय जस्ट वॉन्ट टू डू थिंग्ज राईट ऑर आय वॉन्ट टू डू राईट थिंग्ज?

डू आय जस्ट वॉन्ट टू हॅव अ लॉट ऑफ मनी ऑर आय वॉन्ट टू मेक सम मीनिंगफुल कॉन्ट्रिब्युशन?

डू आय जस्ट वॉन्ट पॉवर ऑर आय वॉन्ट टू टेक बिग रिस्पॉन्सिबिलिटीज अँड मेक सम रिअल डिफरन्स?

आय होप यू ऑल विल मेक द राईट चॉईसेस. माय व्हेरी बेस्ट विशेस टू ऑल ऑफ यू... अँड थँक्स.'

मी खुर्चीला अक्षरशः खिळलेलो, एकदाही पापणी लववली नव्हती, नसावी! फक्त बघत होतो, ऐकत होतो. जणू डोळे आणि कान ही दोनच ज्ञानेंद्रिये होती मला. पण... हे काय ऐकत होतो मी, खरंच का हे लेक्चर होतं की माझ्या कल्पनेचा खेळ होता? एक विलक्षण आभास होता? टाळ्यांचा कडकडाट केला मुलांनी, तेव्हा कुठे मी भानावर आलो.

मला पुन्हा तोच प्रश्न पडला, जो वैशालीशी बोलताना पडला होता, यांनी माझी दर्शिका तर पाहिली नसावी? हे लेक्चर खरंच सर्वांसाठी होतं की फक्त माझ्यासाठी? सगळंच एवढं थेट भिडणारं... विचारविश्व ढवळून टाकणारं...

जणू प्रभूदेसाई सर माझे खांदे धरून मला प्रश्न करत होते, 'काय रे, ए कमलेश कोठुरकर, माझ्या फंडाज् कशा क्लिअर असतात म्हणून टिंग्या मारत असतोस ना नेहमी, आता बोल ना! आता का बोलती बंद झाली तुझी? अरे 'मॅनेजर' आणि 'लीडर' यातला फरक तरी माहिती होता का तुला?'

मला तर दुसरं काही सुचेचना, घरी परतलो तरी ते लेक्चर मनात *'रिवाइंड अँड प्ले'* होत राहिलं. जेवणातही लक्ष लागलं नाही.

आईनं विचारलंही, 'का रे?'

काय सांगणार तिला?

कसंबसं जेवण आटोपलं आणि स्टडीरूममध्ये गेलो. 'तुम्ही खडबडून जागे व्हाल,' सरांनी म्हटलं होतं. मी बहुधा रात्रभर जागाच राहणार होतो!

'तू उगाच अस्वस्थ झाला आहेस,' 'तो' साहेब उद्गारले.

'म्हणजे?'

'दर्शिका उघड बरं...'

मी दर्शिका उघडली.

'काय लिहिलंयस तू दर्शिकेत...'

'पैसा... पॉवर... प्रतिष्ठा!'

'बरं मग?'

'नेमक्या त्या तीन गोष्टीच कशा निवडल्या मी?' तो हसला (म्हणजे हसला असावा!) म्हणाला, 'तसं तर प्रथम मलाही जरा आश्चर्यच वाटत होतं. आठवतं ना?'

'हो.'

'पण नंतर माझ्या ध्यानात आलं, तू स्पष्ट कबूल केलंस एवढंच. ह्या गोष्टी तर सगळ्यांनाच हव्या असतात. पैसा कुणाला नको असतो? सत्ताही मिळाली तर कोण नको म्हणेल? प्रतिष्ठाही हवीच असते की.'

'हो, पण या तिन्ही गोष्टींना मर्यादा नसते. कितीही मिळाल्या तरी समाधान होत नसतं.'

'अगदी खरंय.'

'त्यांची नशा चढते, कैफ येतो. मग त्या मिळवण्यासाठी सगळी तत्त्वं धाब्यावर बसवली जातात.'

'आपल्याबाबतीत तसं होणार नाही.'

मी किंचित चमकलो. 'तुझ्याबाबतीत' न म्हणता 'तो'नं 'आपल्याबाबतीत' म्हटलं होतं. 'आपल्या' हा शब्द त्यानं प्रथमच उच्चारला होता. पण लगेचच पुन्हा तो 'तू' वर आला.

'तू पैसा चांगल्या मार्गानंच मिळवणार आहेस. सत्तेचा दुरुपयोग करणार नाहीयेस, प्रतिष्ठाही बेगडी नव्हे 'खरी' मिळवणार आहेस.'

'तो'नं हे सगळं तेव्हा मला का लिहायला लावलं, याचा आज खरा उलगडा होत होता.

'हे तू आठवीत असताना लिहिलं होतंस... पण कॉलेजमध्ये गेल्यावर तू काही नवे संकल्पही केले होतेस. तेही वाच ना.'

'आय वॉन्ट टू मेक सम डिफरन्स,

आय वॉन्ट टू मेक सम कॉन्ट्रिब्यूशन.'

'अरे मग, प्रभुदेसाईंनी आज वेगळं काय सांगितलं? हेच तर सांगितलं त्यांनी! तुला उलट स्वतःचं कौतुक वाटायला हवं, हे सगळं सोळाव्या वर्षीच क्लिअर होतं तुझ्या मनात...'

मी तर बघतच राहिलो त्याच्याकडे, असं लिहिणार होतो. पण ध्यानात आलं, 'तो' मला दिसतच नव्हता. एक मात्र खरं, त्याच्या त्या एका वाक्यानं जादूच केली. अक्षरशः क्षणार्धात शांत, आश्वस्त होऊन गेलो.

'तरीही आज खूप काही नवंही सांगितलं त्यांनी!' मी म्हटलं.

'मान्य आहे.'

'मला काही नवे संकल्पही करावे लागतील.'

'प्रश्नच नाही.'

'तेही दर्शिकेत लिहावे लागतील.'

'मी त्याचीच तर वाट पाहतोय!'

एक दीर्घ श्वास घेतला मी... पेन उचललं आणि ते नवे संकल्पही दर्शिकेत लिहीत गेलो...

'मला फक्त 'मॅनेजर' व्हायचं नाहीय 'लीडर' व्हायचंय!'

'मला 'खरा लीडर' व्हायचंय.'

'सत्तेचा आणि पैशाचा कैफ मी कधीही चढू देणार नाही.'

'स्वाभिमाना'चा सौदा तर मी कधीच करणार नाही.'

हे लिहिलं आणि अंगावर सर्रकन् काटाच आला. हे सारं सोपं थोडंच होतं?

हे सारेच संकल्प फार मोठे होते. सोपे तर नक्कीच नव्हते. पण आता मला थांबणं शक्य नव्हतं. 'मोठं होणं' हे फक्त माझं स्वप्न राहिलेलं नव्हतं... ते जणू माझं 'व्रत'च झालं होतं. नकळत मनाशी म्हटलंही मी, 'उतणार नाही, मातणार नाही घेतला वसा टाकणार नाही.'

'वा! फारच छान!' विलक्षण समाधानाच्या स्वरात 'तो' उद्गारला आणि (जणू) अंतर्धान पावला.

होय, हे मुद्दामच लिहिलंय मी, कारण माझं आणि 'तो'चं हे शेवटचं संभाषण. म्हणजे तुमच्यासाठी दिलेलं.

माझी जडणघडण नेमकी कशी झाली... त्यात 'तो'चा किती आणि कसा वाटा होता हे तुम्हांला उलगडावं यासाठी मी हे देत होतो. यापुढे मात्र नाही. अर्थात आमचा संवाद होतच राहील. पण तो माझ्यापुरताच राहील. तसेही 'तो' आणि 'मी' वेगळे का आहोत?

तात्पर्य, इथे मी, 'तो'चे 'मी'मध्ये विसर्जन करतो आहे!

हे पक्कं लक्षात ठेवा... नाही तर मध्येच म्हणाल, 'तो' कुठे गायब झाला! असो!

आज विचार करतो तेव्हा अक्षरशः थक्क व्हायला होतं. तुम्हीसुद्धा झाला असाल. पाहा ना, विशी, बाविशीतच किती आणि काय काय शिकलो होतो मी. तसं तर शिकणं कधीच संपत नसतं, पण माझं औपचारिक शिक्षण आता संपत आलं होतं. 'एमबीए'चा टिळा लागायला फक्त काही महिनेच बाकी होते. मी पुन्हा अभ्यासात बुडून गेलो.

काही झालं तरी ही आयुष्यातली शेवटची परीक्षा असणार होती, सर्वात महत्त्वाचीही. तीही 'पहिल्या क्रमांका'नं उत्तीर्ण होणं मला नक्कीच आवडलं असतं. पण हेही तितकंच खरं, आता परीक्षेत पहिलं येण्याचं फारसं अप्रूप राहिलं नव्हतं. कारण त्यावर काही अवलंबून नव्हतं.

'मॅनेजमेंट कन्सल्टन्सी सर्व्हिसेस प्रा. लि.'मध्ये माझ्यासाठी 'प्रोजेक्ट ऑफिसर' ही पोस्ट राखून ठेवलेली होती. परीक्षेच्या निकालानं त्यात काही फरक पडणार नव्हता. किंबहुना निकाल लागण्याआधीच मी रूजू होणार होतो. परीक्षापर्व संपणार होतं आणि... माझे सारे संकल्प तडीस नेण्यासाठी मी थेट मैदानात उतरणार होतो.

■ ■ ■

प्रकरण : चार

'एमसीएस'मध्ये मी 'प्रोजेक्ट ऑफिसर' म्हणून 'जॉईन' होणार हे तर ठरलेलंच होतं. आता तसं 'अपॉईंटमेंट लेटर'ही माझ्या हाती आलं होतं.

तरीही एक कळीचा प्रश्न होताच!

'प्रोजेक्ट ऑफिसर' रोज सायकल मारत ऑफिसला जाणार होता की काय? ऑफिसला पोचता पोचता मी अक्षरशः घामाघूम होत असे. पहिली दहा मिनिटं 'घाम गळू देणं' एवढंच काम असायचं. त्या दहा मिनिटांत एकदा तरी स्वतःला बजावायचोच मी, 'लक्षात ठेव, तुला घाम गाळून नव्हे, डोकं लढवून मोठं व्हायचं आहे!'

ट्रेनिंगच्या दोन वर्षांत बराच घाम गाळला होता मी; पण आता ते नक्कीच शोभणार नव्हतं. मला एक वेळ चाललंही असतं; पण बाबांना ते अजिबात चालणार नव्हतं. त्यासाठीच त्यांनी त्यांच्या एका मित्राची जुनीच (पण चांगल्या कंडिशनमधली) मोटरसायकल विकत घेतली होती. त्यांच्या त्या मित्रानंच मला ती चालवायला शिकवली होती. 'लर्निंग लायसन्स'ही काढून दिलं होतं.

आता 'ऑफिसर'ला साजेशा रुबाबातच मी ऑफिसला जाणार होतो.

सोमवारी मी रुजू होणार तर शनिवारी रात्री माझ्या हाती मोटारसायकलची किल्ली आलीही होती.

वैशालीला मी यातलं काहीच बोललो नव्हतो. मी फक्त रविवारची वाट पाहत होतो. रविवारी, ठरल्याप्रमाणे अकरा वाजता वैशाली आमच्या 'स्पॉट'वर आली आणि मोटरसायकलवर रुबाबात रेलून उभ्या मला पाहून आश्चर्यचकित झाली. डोळे विस्फारलेच तिचे.

'तुझी?'

'नाही.'

'मग?'

'आपली!'

ओह गॉड! काय गोड हसलीय ती. जीव धन्यच झाला माझा. बाईकच्या मागच्या सीटवर हात ठेवून मी म्हटलं, 'ही सीट फक्त तुझ्यासाठी राखीव!'

ओहोहो... हिंदी सिनेमातले हिरो, हिरॉईनसाठी तो डायलॉग मारतात ना, *'जिंदगीकी सारी खुशियाँ मैं तेरे कदमोमें हाजिर कर दूँगा...'* बस... तसाच काहीसा आविर्भाव होता माझा.

'तुझ्याखेरीज इतर कुठल्याही तरुणीला... मग ती कितीही सुंदर असो, या सीटवर बसण्यास सक्त मनाई आहे.'

तिनं तरी किती वेळा गोड हसावं!

झोकात किक मारून मी बाइक स्टार्ट केली.

पुन्हा डोळे विस्फारून ती बघतच राहिली. आश्चर्य, कौतुक, कुतूहल, थ्रिल... थोडं टेन्शनही.

'तुला चालवता येते?'

'म्हणजे काय! लायसेन पण काढलंय!'

'लायसेन?'

'हो, पोलिस कधीही लायसन्स मागत नाहीत. 'लायसेन' द्यावं लागतं त्यांना.'

'तू चालवलीयस ना पूर्वी?'

'अग हो, बस तू बिनधास्त. फक्त एकच प्रॉब्लेम आहे.'

'कुठला?'

'हळू नाही चालवता येत मला. फास्टच मारावी लागते. तू घट्ट धरून बस, नाही तर पडशील!'

'अरे पण कुठे चाललोय आपण?'

'माझ्या घरी!'

'काय?' ती उडालीच.

त्या दिवशी प्रथमच मी तिला बाइकवरून घरी नेलं. ती कशी आणि किती हरखली होती... मी वर्णन करू शकत नाही. पुन्हा मला हेही माहिती होतं, घरी गेल्यानंतर तर... आई-बाबाही वैशूला भेटून कमालीचे खूश झाले. आई तर काहीच्या काहीच खूश...

'आई-बाबा, मला तुम्हांला काही सांगायचंय.'

मी म्हटलं तशी आई हसली.

'अरे, सांगायलाच कशाला हवं, कळतंच की ते!'

'म्हणजे?'

'मला माहितीय तुला काय सांगायचंय ते.'

'काय?'

'हेच ना, की तू तिच्या प्रेमात आहेस!'

आम्ही दोघेही चमकलोच. आमचं 'प्रेम' अजून आम्ही अधिकृतरीत्या जाहीर केलं नव्हतं.

'मी केव्हाच ओळखलं होतं,' आईनं हसत म्हटलं.

'कसं काय?'

'अरे, हिच्याखेरीज दुसरं नाव तरी असतं का तुझ्या तोंडी? आणि प्रेम असल्याशिवाय का कुणी वर्ष वर्ष डबा आणत असतं? तू सांगितलं नसलंस तरी मला माहिती होतं, आज आपली सूनच येतेय घरी.'

वैशूनं चटकन उठून आईला नमस्कार केला. आईनं तिला जवळ घेतलं.

'अरे, मी विसरलोच होतो...' मी म्हटलं आणि स्टडीरूममध्ये आणून ठेवलेला पेढ्यांचा बॉक्स घेऊन बाहेर आलो.

पहिला पेढा आईनं वैशूला भरवला. नंतर वैशूनं मला.

'अरे, माझं काय?' बाबांचा प्रश्न, 'माझा मीच खायचाय का?'

'घ्या,' म्हणत आईनं हसतच बाबांनाही भरवला.

मोठं होण्यात, आयुष्यात काही मिळवण्यात तर आनंद असतोच, पण आपल्या माणसांमध्ये, त्यांच्या सोबतच्या अशा काही क्षणांमध्येही किती विलक्षण आनंद असतो. एक तर नक्की झालं, त्या दिवसापासून वैशाली फक्त माझी राहिली नाही, ती आमच्या कुटुंबाची झाली आणि होय, मीही अगदी निःशंक मनानं करिअरवर लक्ष केंद्रित करायला सज्ज झालो!

माझ्या 'यशाचं रहस्य' मी तुमच्यापुढे उलगडतो आहे. पण यशाचं एकच एक रहस्य थोडंच असतं? तशी तर ती अनेक असतात. आपापल्या अनुभवातून अनेक जण ती खुली करत असतात.

विख्यात उद्योजक शंतनुराव किर्लोस्कर यांनाही कुणीतरी हाच प्रश्न केला होता, यशाचं रहस्य काय? 'दोनच गोष्टी आहेत,' ते चटकन उत्तरले होते, 'पहिली, आलेल्या संधीचा पुरेपूर लाभ घ्या आणि दुसरी, संधी नसेल तेव्हा ती निर्माण करा!'

मला संधी तर नक्कीच मिळाली होती. माझे बहुतेक वर्गमित्र कुठे ना कुठे 'मॅनेजमेंट ट्रेनी' म्हणून जॉईन झाले होते. 'फ्रेश एमबीएज'करता तोच रूढ संकेत होता. मी मात्र 'एमसीएस'मध्ये थेट 'प्रोजेक्ट ऑफिसर' म्हणून रूजू झालो होतो. माझ्यासाठी ही फार मोठी संधी होती.

'जॉब'मध्येही मी आता नवखा नव्हतो. दोन वर्ष *'पार्ट टाईम ट्रेनिंग'* घेतल्यानं अगोदरच पुरेसा रुळलेला होतो. सप्रेंनी खास आग्रह धरून मला त्यांच्या प्रोजेक्टवर घेतलं होतं. ते मला हवं तसं स्वातंत्र्य देत होते. सिनिअर ऑफिसर्सही मला बरोबरीनंच वागवत होते. तरीही... पहिले एकदोन महिने फक्त 'रूटीन'च सुरू होतं.

'मॅनेजर' देतील ते काम करायचं. ते जास्तीत जास्त चांगलं करायचं, लवकरात लवकर हातावेगळं करायचं, एवढंच. तेवढ्यावर मी अर्थातच समाधानी नव्हतो.

'आय ॲम कमलेश कोठुरकर, *आय हॅव टू स्टॅन्ड आऊट...*' स्पर्धेचा किंवा ईर्ष्येचा प्रश्न नव्हता. तुमची खरी स्पर्धा स्वतःशीच असते, हे अगदी पुरेपूर जाणून होतो मी. तरीसुद्धा, इतर प्रोजेक्ट ऑफिसर्स आणि मी. आमच्यात फरक काय, हा प्रश्न मला अस्वस्थ करीत होता.

तो असायलाच पाहिजे, याबाबतीत अगदी ठाम होतो मी. ट्रेनिंगच्या दोन वर्षांत मी पाहिलं होतं. प्रारंभी अगदी उत्साहात असणारे बहुतेक जण नंतर सुस्तावले होते. त्यांच्याही नकळत रूटीनमध्येच रूळले होते. नोकरीची हीच तर गोची असते. त्या सुरक्षिततेची सवय लागली की नवं, वेगळं काही करण्याची ऊर्मी राहतच नाही. मला ती ऊर्मी, आत्ताच नव्हे – अखंड टिकवायची होती. त्यासाठीच मी संधी शोधत होतो. मिळाली तर ठीक, नाही तर शंतनुरावांनी म्हटल्याप्रमाणे आपल्यालाच ती निर्माण करावी लागेल, असंही स्वतःला बजावत होतो.

'शोधा म्हणजे सापडेल,' हे तर सार्वकालिक सत्य आहे. हवी होती ती संधी मला अखेर गवसलीच! कसं आहे, कुठल्याही कामात काही कळीचे मुद्दे असतात. 'मार्केट सर्व्हे'मधला असाच एक कळीचा मुद्दा म्हणजे 'मार्केट इन्टेलिजिन्स!'

म्हणजे काय? अगदी थोडक्यात सांगतो. तसे 'मार्केट सर्व्हे' अनेक प्रकारचे असतात, पण सर्वात 'कॉमन' म्हणजे सर्वसाधारण प्रकार असा – एखाद्या क्लाएन्टला नवा उद्योग – मॅन्युफॅक्चरिंग – सुरू करायचं असतं. त्यासाठी त्याच्या डोक्यात एखादं 'प्रॉडक्ट' असतं. 'मार्केट सर्व्हे' केला जातो तो त्या प्रॉडक्टला भविष्यात किती मागणी असेल, त्याचा अंदाज घेण्यासाठी. पुढील दहा-वीस वर्षांत त्या प्रॉडक्टची मागणी चांगलीच वाढणार आहे... आपलं प्रॉडक्ट विकण्यासाठी क्लाएन्टला निश्चितच वाव आहे... असा आमचा पॉझिटिव्ह सर्व्हे रिपोर्ट असेल, तरच त्यानं त्या उद्योगात पडणं श्रेयस्कर असतं. आमचा असा रिपोर्ट त्यानं 'सबमिट' केला तर नव्या उद्योगासाठी बँकेतून त्याला कर्ज मिळणंही सोपं जातं. हा अंदाज, म्हणजेच एखाद्या प्रॉडक्टला भविष्यात किती मागणी असेल... हे कसं ठरवतो आम्ही?

बरेच घटक असतात. गेल्या दहा-पंधरा वर्षांतला ट्रेन्ड पाहिला जातो. ते प्रॉडक्ट, ज्या ज्या क्षेत्रात वापरलं जातं, त्या क्षेत्रांमधली अपेक्षित वाढही विचारात

घेतली जाते. याशिवाय मग कस्टमर्स, ट्रेडर्स, डिस्ट्रिब्युटर्स यांच्याशी संपर्क साधून, चर्चा करून, भविष्यातील परिस्थितीचा अंदाज बांधला जातो. पण याखेरीज आणखी काही महत्त्वाची माहिती आवश्यक असते, ती स्पर्धक कंपन्यांची! आज ते प्रॉडक्ट बनविणारे जे प्रमुख ब्रॅण्डस् आहेत, त्यांचा आजचा आणि गेल्या काही वर्षांचा 'सेल' काय आहे, हे त्यांच्या 'ॲन्युअल रिपोर्टस्' वगैरे वरून कळू शकतं, पण अशी नुसती आकडेवारी मिळून उपयोग नसतो.

याखेरीज, आज त्यांच्या उत्पादनाला कोणत्या (कोणकोणत्या) क्षेत्रांत विशेष मागणी आहे?

त्यांचा स्वतःचा पुढील दहा वर्षांसाठीचा 'मार्केट फोरकास्ट' काय आहे?

त्यांचे काही 'एक्सपान्शन प्लॅन्स' आहेत का?

आज त्यांना मार्केटसंदर्भात कोणत्या समस्या आहेत... वगैरे वगैरे... थोडक्यात 'कॉम्पिटिटर्स डाटा'...

प्रमुख स्पर्धक कंपनीच्या 'आतल्या गोटा'त शिरून ही सारी मोलाची माहिती मिळवणं म्हणजे 'मार्केट इन्टेलिजन्स'. ती मिळवणं अर्थातच सोपं नसतं. तुम्ही जर त्यांनाच पुढे स्पर्धा करणार असाल तर अशी माहिती सहजासहजी तुम्हांला कोण देणार? साहजिकच आहे, ती माहिती का द्यावी त्यांनी? तीच युक्तीनं मिळवणं म्हणजे 'मार्केट इन्टेलिजन्स'! 'युक्तीनं मिळवणं' म्हणजे चक्क खोटं बोलून मिळवणं.

उदाहरणार्थ असं –

'आम्ही शासकीय संस्थेसाठी काही निवडक उद्योगांचा अभ्यास करीत आहोत. त्यात तुमचीही इंडस्ट्री आहे. तेव्हा आपले सहकार्य मिळावे, ही विनंती.'

तरीही प्रत्येक वेळी 'सहकार्य' मिळेलच याची खात्री नसते. दुसरा मार्ग म्हणजे त्या कंपनीतल्याच एखाद्याला लालूच दाखवणं, 'बाबा रे, हे एवढे एवढे पैसे आम्ही तुला 'चारायला' तयार आहोत. तू तुझ्या कंपनीशी थोडी बेईमानी कर आणि ही ही माहिती आम्हांला मिळवून दे.' हा 'भ्रष्ट' मार्गही नेहमी कामी येतोच असं नाही. प्रारंभीच्या काळात स्वतः नाईक सर जेव्हा अशा 'कॉम्पिटिटर'कडे जात असत, तेव्हा त्यांच्या व्यक्तिमत्त्वाच्या जोरावर, संभाषण कौशल्याच्या आधारे ते अशी माहिती मिळवत असत. पण आत्ताच्या स्टाफसाठी ती एक समस्याच होती.

आपण ही कोंडी फोडू शकू का? आपण काही युक्ती करून स्पर्धक कंपनीची अधिकृत माहिती मिळवू शकू का? प्रत्येक समस्या ही संधी असतेच. मी ती घ्यायचं ठरवलं... चला म्हटलं, ट्राय तर करू. एका उद्योजकाला 'ग्राफ पेपर्स' बनवण्याचं युनिट टाकायचं होतं. त्याच्यासाठी 'मार्केट सर्व्हे' सुरू होता. महत्त्वाचं म्हणजे 'ग्राफ पेपर्स' बनविणारी त्या वेळी एकच बडी कंपनी होती. थोडक्यात त्या कंपनीची मक्तेदारीच होती. त्या एकमेव स्पर्धकाचा

'डाटा' मिळाला तर? खूप विचार केला आणि सरांना म्हटलं, 'सर, मी आणतो हवा तो डाटा!' सर चकितच!

धडकलो जाऊन त्या कंपनीत. त्यांच्या 'मार्केटिंग ऑफिसर्स'कडे माझं 'रिप्रेझेन्टेटिव्ह'चं कार्ड पाठवलं. काही वेळ वाट पाहावी लागली, पण नंतर बोलावलं त्यानं. व्यक्तिमत्त्व, संभाषणकौशल्य – हे सारं कामी येतं, हे डोक्यात होतंच. आपल्याशी बोलायला त्याला आवडायला हवंच. तोही स्मार्ट होता. मी सूर जुळवलेच... पण खरी युक्ती पुढची होती.

खूप छान खोटं बोललो मी. तेही कौशल्य होतंच.

तुम्हांला आठवत असेलच... शाळेत असताना कोशिद सरांच्या संदर्भात कामठेशी किती मस्त खोटं बोललो होतो. खोटंखोटं रडलोसुद्धा होतो. आता निदान रडायचं तरी नव्हतं!

'सर,' मी म्हटलं, 'ग्राफ पेपर्स बनविण्यासाठी एक विशिष्ट प्रकारचा कागदच लागतो, राईट?'

'ऑफकोर्स.'

'सर, आमच्या एका क्लाएन्टला तो कागद बनवण्याचं मॅन्युफॅक्चरिंग युनिट टाकायचं आहे. त्याच्यासाठी आम्ही मार्केट सर्व्हे करतोय... थोडक्यात तुमच्यासाठी एक भावी 'सप्लायर' तयार करतो आहोत. त्या कागदाला किती मागणी असेल, तुमची रिक्वायरमेन्ट काय असेल, तुमचे काही एक्स्पान्शन प्लॅन्स आहेत का?'

गडी खुललाच. त्यांना आत्ताच्या सप्लायर्ससंदर्भात काही प्रॉब्लेम्स होतेच. '*वुई विल वेलकम अ न्यू सप्लायर,*' त्यानं म्हटलं, '*आय कॅन टेल यू अवर एक्झॅक्ट रिक्वायरमेन्ट फॉर नेक्स्ट टेन यिअर्स...*'

तुमचा विश्वास बसणार नाही, पण त्यानं स्वतः केलेला मार्केट सर्व्हे रिपोर्टच मला दाखवला. माझे डोळे चमकलेच. पाच-सहा महिने सर्व्हे करून आम्ही शेवटी क्लाएन्टला जो रिपोर्ट देणार होतो, तो रिपोर्टच त्याक्षणी माझ्या समोर होता. म्हणजे त्यातला सर्वात महत्त्वाचा भाग, *फाइन्डिग्ज अँड कन्क्लूजन्स!*

'सर,' अतिशय नम्रतेनं म्हटलं, 'यातल्या काही फिगर्स मी नोट डाऊन केल्या तर चालेल का? *माय क्लाएन्ट विल बी व्हेरी थँकफुल.*'

'तुम्ही कशाला लिहीत बसताय? याची कॉपीच देऊ शकतो मी तुम्हांला!'

माझ्या तर काळजाचा ठोकाच चुकला. प्रथम 'खरं'च वाटेना. पण बोलल्याप्रमाणं त्यानं त्या रिपोर्टची कॉपी मला दिलीही.

त्या वेळी मी किती वेळा 'थँक्स' म्हटलं मला आठवत नाही. तो रिपोर्ट घेऊन बाहेर आलो. आजही आठवतं, ते ऑफिस थेट बाराव्या मजल्यावर होतं. मला इतका आनंद झाला होता की लिफ्ट न घेता जिन्यानंच पायऱ्यांवरून दडदडत बारा मजले उतरलो होतो.

नंतर कंपनीत जाऊन मी तो रिपोर्टच सरांपुढे ठेवला, तेव्हा सरांना हलकासा धक्काच बसला. इतके चकित झाले ते की, काय बोलावं हेच त्यांना सुचेना. अखेर सुचलं, तसं त्यांनी म्हटलं, '*आय कान्ट बिलिव धिस कोठुरकर*. तुम्ही सिंहाच्या गुहेत जाऊन त्याचं 'भक्ष्य'च पळवून आणलंत.'

नंतर सर्वांची खास मीटिंग बोलावून त्यांनी तो रिपोर्ट दाखवला. सगळे अर्थातच चकित, स्तंभित. मी तो कसा मिळवला हेही सांगितलं, तेव्हा तर सर्वांनी टाळ्यांचा कडकडाटच केला.

असा रिपोर्ट कॉम्पिटिटरकडून आणणारा मी पहिलाच होतो! एक फार मोठी कोंडी मी फोडली होती खरी आणि हे फक्त *'वन टाइम कॉन्ट्रिब्युशन'* नव्हतं... हा मी मिळवलेला एक महत्त्वाचा 'ब्रेक थ्रू' होता. हीच युक्ती वापरून आता यापुढे नेहमीच आम्ही ही कळीची माहिती मिळवू शकणार होतो. अर्थात आम्ही म्हणजे मी! नाईक सरांनी जाहीरच केलं, कुठल्याही प्रोजेक्टसाठी ही माहिती मिळवणं हे कोठुरकरांचंच काम असेल. मी ते आनंदानं (आणि यशस्वीरीत्या) करू लागलो. पुढे पुढे तर चांगलाच सराईत झालो.

असा खास 'डाटा' मिळू लागल्यानं क्लाएन्ट्सही खूश झाले. 'असा डाटा आम्ही मिळवून देऊ शकतो' या दाव्यामुळे काही नवे क्लाएन्ट्सही येऊ लागले. महत्त्वाचं म्हणजे त्या आधारे आमचे 'कन्सल्ट्न्सी चार्जेस'ही नाईक सरांनी वाढवले.

अर्थात एवढं एकच 'योगदान' देऊन मी थोडाच थांबणार होतो? सप्रे सरांच्या ज्या प्रोजेक्टवर मी काम करत होतो, त्याचा रिपोर्ट लिहिण्याचं काम सुरू झालं आणि मला दुसरी संधी दिसली.

'रिपोर्ट रायटिंग' हे अगदी ढोबळ पद्धतीनं केलं जायचं. वर्षानुवर्षे तेच आणि तसेच रिपोर्टस लिहिले जात. नावं आणि आकडेवारी वेगळी असायची. बाकी सारी शैली, प्रस्तुती तीच आणि तशीच. अनेकदा तर वाटायचं आपण एखादा जुनाच रिपोर्ट तर वाचत नाहीय? (आणि सर्वाधिक जुने रिपोर्टस् तर मीच वाचले होते!)

अकारण जड, पुस्तकी भाषा आणि अगदी रूक्ष मांडणी, काही नवेपणा नव्हता, कल्पकता नव्हती. माझ्याकडे ती होती. शिवाय 'ड्राफ्टिंग'चं कौशल्य तर होतंच. (माझा भाषेचा पेपर वाचण्यासाठी मुलींच्या रांगा लागत असत!) मी नाईक सरांशी बोललो.

'सर, आपला रिपोर्ट जरा वेगळ्या पद्धतीनं लिहिला तर?'

'जरूर, अगदी आनंदानं.' ते उद्गारले.

मी तो रिपोर्ट एकदम वेगळ्या शैलीत लिहून काढला. आवश्यक तिथे प्रस्तुतीही बदलली. कॅची, इंटरेस्टिंग 'सबटायटल्स' दिली. कुठलीही अतिशयोक्ती नाही, सप्रे सर तर वेडेच झाले. त्यांनी तो रिपोर्ट नाईक सरांपुढे ठेवला. नाईक सरही वेडे... नाही झाले, ते 'शहाणे' झाले! त्यांनी निर्णयच घेतला. यापुढे सर्व रिपोर्टस् याच पद्धतीनं लिहिले जातील!

पण त्याहीपेक्षा महत्त्वाचा निर्णय होता, अर्थातच माझ्या संदर्भातला. 'कमलेश कोठुरकर हे आता कुठल्याही एका प्रोजेक्टवर नसतील. ते स्वतंत्रपणे काम करतील.'

अर्थ सरळ होता, आता मी कुणाही 'मॅनेजर'च्या हाताखाली नसणार होतो. माझ्याकडे आता दोन (अर्थातच महत्त्वाची) कामे होती. सर्व प्रोजेक्टससाठी कॉम्पिटिटर्स डाटा व तशीच अन्य महत्त्वाची माहिती मिळवणं आणि सर्वच प्रोजेक्ट्सच्या 'रिपोर्टस्'चं अंतिम शब्दांकन करणं, ते सुरस व वाचनीय बनवणं...

पण... फक्त दिलेली कामं करणं हा पिंडच नव्हता. 'रिपोर्टस्' लिहिताना मी त्या त्या प्रोजेक्टच्या सर्व्हेमधील काही त्रुटीही दाखवू लागलो. आवश्यक तेव्हा पुन्हा काही कॉन्टॅक्ट्स करा, असंही सुचवू लागलो. प्रौढी म्हणून सांगत नाही. पण, जे काम नाईक सर करीत असत, त्यातलं बरंचसं आता मीच करू लागलो. नाईक सरांचं 'नियंत्रण' असायचं... मार्गदर्शन असायचं... माझं 'सजेशन' असायचं, हाच काय तो फरक.

होय, इथेही पुन्हा तेच... *ऑथॉरिटी बाय ॲक्सेप्टन्स!* अर्थात मला कल्पना होती, तुम्ही जेव्हा 'स्टॅन्ड आऊट' होता, बरोबरीच्या सहकाऱ्यांपेक्षा पुढे जाता, तेव्हा 'असूये'ला नक्कीच वाव असतो. काही जणांच्याबाबतीत ते स्पष्ट जाणवायचंही. दोघे 'सिनिअर ऑफिसर्स' तर माझ्याकडे 'कानामागून आला आणि तिखट झाला' अशाच नजरेनं बघत असत. मुद्दामच माझ्या कामात काही त्रुटी शोधत. मी आणलेल्या माहितीबाबत प्रश्न उपस्थित करत. पण तेही माझ्या पथ्यावरच पडलं. माझं काम, माझी माहिती बिनचूक असावी यासाठी मी नेहमीच सतर्क राहू लागलो. त्या दोघांनी, इतरांनाही माझ्या विरोधात चिथावण्याचा प्रयत्न करून पाहिला होता. हे सर्व मला कळत होतं, पण त्या दोघांच्याबाबतीतही नेहमी 'सपोर्ट' देण्याचीच भूमिका ठेवली. तेच काय, इतरही कुणी दुखावलं जाणार नाही, याची नेहमीच दक्षता घेतली. स्वतः मोठं होणं म्हणजे इतरांना कमी लेखणं नव्हे, याचंही भान ठेवलं. माझ्या बाजूनं तरी शक्य तितके खेळीमेळीचे संबंध ठेवले. अर्थात तरीही माझा 'फंडा' अगदी 'क्लिअर' होता. मला 'पॉप्युलर' व्हायचं नाहीय, मला 'रिझल्ट्स' द्यायचे आहेत. ते मात्र नेहमीच देत राहिलो. *अँड दॅट वर्क्ड, इन फॅक्ट एन्ड ऑफ द डे, ओन्ली दॅट वर्क्स!*

थोडी अतिशयोक्ती करून सांगायचं, तर मार्केट रिसर्च विभागातला 'हुकमी एक्का'च होऊन बसलो. माझ्याशिवाय कुणाचं (खरं तर कुठल्याही रिपोर्टचं) पानच हलेनासं झालं! बघता बघता तीन वर्षे उलटली. त्यापूर्वी मी पार्ट टाईम ट्रेनिंगसाठी येत होतो. तेव्हाही तिथल्या कामाचं स्वरूप बारकाईनं अभ्यासलं होतं.

मी रुजू झाल्यानंतरच्या तीन वर्षांत त्या कामाच्या स्वरूपात, शैलीत, गुणवत्तेत – अगदीच लक्षणीय असा फरक पडला होता, हे अगदी सूर्यप्रकाशाइतकं स्वच्छ होतं. त्याबद्दल कुणाचं दुमत असणंच शक्य नव्हतं. तीन वर्षांनंतर 'प्रोजेक्ट ऑफिसर'ला 'सिनिअर प्रोजेक्ट

ऑफिसर' म्हणून प्रमोशन दिलं जात असे. माझं प्रमोशन आता अपेक्षित होतं आणि निश्चितही होतं. पण मौज म्हणजे (मौज तर हवीच ना!) मला स्वतःलाच प्रश्न पडला होता – 'सिनिअर' झाल्यानंतर मी खास, वेगळं असं काय करणार होतो? तीन वर्षांत जे मी दिलं, त्यापेक्षा कंपनीसाठी अधिक मोलाचं असं कुठलं योगदान देणार होतो?

पण (पुन्हा एकदा) मौज म्हणजे... त्याचं उत्तर, माझ्याऐवजी खुद्द नाईक सरांनीच ठरवलं होतं!

अशक्य आहे. तुमचा विश्वास बसणं, खरंच अशक्य आहे. माझा स्वतःचाही बसला नव्हताच. जो काही 'अशक्य' प्रस्ताव समोर आला होता त्याला मी प्रारंभी नकारच दिला होता. मनातल्या मनात अगदी ठामपणे आणि उघड मात्र शक्य तितक्या नम्रपणे.

छे हो... हे म्हणजे काहीच्या काहीच!

मला 'मोठं' व्हायचं होतं हे खरंय, तो तर संकल्पच होता माझा... तरीही कुणी तडकाफडकी थोडंच मोठं होतं? काही काळ तर जाऊ द्याल की नाही?

पण मी तरी काय करणार, सर्वच संबंधितांनी मला तातडीनं मोठं करायचा घाटच घातला होता! अविश्वसनीय असं मी स्वतः खूप काही केलं होतं. पुढे करणारही होतो, पण त्याच वेळी अविश्वसनीय असं खूप काही माझ्याबाबतीत घडतही होतं. इतिहास घडवणं हा माझा छंद होताच, पण आता जो काही इतिहास घडणार होता, त्यानं – इतरांनी सोडा – मी स्वतःच तोंडात बोट घातलं होतं!

इथे मी तुम्हांलाही थोडं 'सावध' करू इच्छितो. माझ्या या आत्मकथनात असं काही 'होत' राहील, ज्यामुळे वेळोवेळी तुम्हीही थोडे चक्रावून जाल. 'अरेच्या हे असं कसं?', 'सगळं काय इतकं सोपं असतं का?', 'जनरली असं होत नसतं,' अशा तुमच्या प्रतिक्रिया असू शकतील. म्हणूनच एक लक्षात ठेवा, जे जनरली घडत असतं तेच माझ्याहीबाबतीत घडत राहिलं असतं तर मी 'कमलेश कोठुरकर' झालो नसतो आणि मग हे आत्मकथनही लिहिलं नसतं!

'सत्य हे अनेकदा कल्पितापेक्षाही अद्‌भुत असतं,' असं म्हणतातच ना! असो!

तीन वर्ष पूर्ण झाल्यामुळे मी आता 'सिनिअर प्रोजेक्ट ऑफिसर' होणार, हे मी आणि इतर साऱ्यांनीच गृहीत धरलेलं होतं. पावसकरांनी माझी 'फाईल' सरांकडे दिल्याचंही मी पाहिलं होतं. आता फक्त औपचारिकता बाकी होती. उत्सुकता एवढीच होती की जनरली प्रमोशन होताना दोन इन्क्रिमेन्टस दिली जात. मलाही दोनच मिळणार होती की तीन वगैरे...

पण नियतीच्या मनात काही वेगळंच होतं आणि तिनं ते नाईक सरांच्या मनावर असं काही बिंबवलं होतं की ते आता ऐकायलाच तयार नव्हते. त्यांनी मला जी काही ऑफर दिली ती

ऐकून मी तर उडालोच होतो. असं नुसतं म्हणण्याची पद्धत आहे, पण खरंच उडालो असतो तर निदान आठ-दहा फूट तरी नक्कीच उडालो असतो.

मला ते ना खरं वाटत होतं, ना पटत होतं, ना पचत होतं. आधी तर वाटलं ते थट्टाच करताहेत, माझं फक्त मत आजमावताहेत. पण छे, ते तर कमालीचे गंभीर होते. होय, मी स्वतः मोठी स्वप्नं पाहणाराच होतो, पण हे जे काही घडू पाहत होतं, ते माझ्या स्वप्नापेक्षाही मोठं होतं. माझा नशिबावर विश्वास नव्हता असं नाही, पण त्याहीपेक्षा प्रयत्नांवर अधिक होता.

असं म्हणतात, जिथं प्रयत्नांची आणि संधीची भेट होते तो बिंदू म्हणजे नशीब! अगदी खरंय. तुम्ही एकच करायचं असतं... प्रयत्नांची कास धरून संधीच्या दिशेनं वाटचाल करीत राहायचं. मी तेच तर करत होतो. पण गंमत अशी, या वेळी (माझ्या प्रयत्नांवर फिदा होऊन) 'संधी'च माझ्या दिशेनं वाटचाल करत आली होती.

तीही अशी तशी नव्हे, थेट सुवर्णसंधी! हो पण... हेही तितकंच खरं, नुसती संधी नव्हती ती, माझ्यासाठी ते एक जबरदस्त आव्हानही होतं. पेलता आलं तर एकदम शिखरावर, नाही तर पुन्हा थेट पायथ्याशीच!

मला कल्पना आहे, तुम्ही म्हणाल – कोठुरकर, प्रस्तावना पुष्कळ झाली आता सरळ 'ऑफर' काय, कोणती ते सांगून टाका. कशी सांगू? कोणत्या तोंडानं सांगू? माझा तर धीरच होत नाहीय.

तुम्ही ती थेट नाईक सरांच्या शब्दांतच ऐकलेली बरी, तीही खास त्यांच्या शैलीत...

सरांनी खास मीटिंग बोलावली होती. मार्केट रिसर्च आणि मॅनेजमेंट डिव्हिजनच्या सर्व स्टाफची. त्यासाठी कॉन्फरन्स रूम पुरेशी नसल्यामुळे जागडे आणि प्यून लोखंडे यांनी 'मार्केट रिसर्च'च्याच हॉलमध्ये खास अॅरेन्जमेन्ट केली होती. सर्वांच्याच चेहऱ्यावर कमालीची उत्सुकता होती. थोडं आश्चर्यही. मीटिंग माझ्यासंदर्भात असणार, याची तर साऱ्यांना खात्रीच होती. नाईक सरांबरोबर माझ्या दोन-तीन 'मॅरेथॉन मीटिंग्ज' झालेल्या सगळ्यांनी पाहिल्या होत्या. 'काय, कसली एवढी खलबतं चाललीयेत?' सप्रेंनी विचारलंही होतं. मी फक्त हसलो होतो, खांदे उडवले होते.

कोठुरकरांच्या प्रमोशनसाठी खास मीटिंग? काय थेट 'प्रोजेक्ट मॅनेजर'च करताहेत की काय त्यांना? असंही काहींच्या मनात आलं असेल!

प्रत्यक्षात सर माझं जे काही करणार होते, ते म्हणजे... काही नाही, माझ्या 'मोठं होण्या'ची मुहूर्तमेढच ते रोवणार होते!

सगळे जमले. नाईक सरांनी मला त्यांच्या शेजारीच बसवून घेतलेलं होतं.

'गुड मॉर्निंग,' त्यांनी म्हटलं, 'आज मी ही खास मीटिंग बोलावली आहे. कारण आज मला एक महत्त्वाचा निर्णय जाहीर करायचा आहे. *इट्स अ बिग डिसीजन.* थोडासा

ऐतिहासिकसुद्धा म्हणता येईल. *इट विल सर्टनली बी अ बिग सरप्राइज फॉर ऑल ऑफ यू. ॲक्च्युअली इट्स अ बिग सरप्राईज फॉर मी टू.* असा काही धाडसी निर्णय मी घेईन असं मलाही वाटलं नव्हतं. पण मी तो घेतलाय खरा... तुम्हांला सर्वांना कल्पना असेलच, कमलेश कोठुरकर यांना जॉईन होऊन तीन वर्ष पुरी होत आलीयत. तीन वर्षांनंतर आपण 'प्रोजेक्ट ऑफिसर्स'ना प्रमोशन देऊन 'सिनिअर प्रोजेक्ट ऑफिसर' करीत असतो. अर्थात असं प्रमोशन देत असताना त्यांच्या तीन वर्षांतील कामगिरीचं मूल्यमापनही करीत असतो. त्या संदर्भात मी प्रोजेक्ट मॅनेजर्सनाही कन्सल्ट करीत असतो. आजही मी तेच करणार आहे. फक्त एवढंच की, ते सर्वांसमक्ष करणार आहे. त्याचं काही खास कारण आहे... *एनी वे, सप्रे हाऊ वुड यू रेट हिज परफॉर्मन्स इन लास्ट थ्री यिअर्स?'*

क्षणाचाही विलंब न लावता सप्रे म्हणाले, 'एक्सलन्ट!'

'मिराशी?'

'अतिशय उत्तम!' मिराशींनी म्हटलं.

'पटवर्धन, तुम्हांला काय वाटतं?'

पटवर्धन सर्वांत सिनिअर प्रोजेक्ट मॅनेजर होते. 'सर, याबाबतीत दुमत होऊच शकत नाही,' त्यांनी म्हटलं, 'कोठुरकर जॉईन झाल्यानंतरच्या तीन वर्षांत अगदी लक्षणीय फरक पडला आहे.'

'म्हणजे नेमका कसा?'

'मी असं म्हणेन... गेली काही वर्षे आपल्या ऑर्गनायझेशनमध्ये काहीसं स्टॅग्नेशन आलं होतं. आपण तेच तेच काम, त्याच त्याच पद्धतीनं करीत होतो. कोठुरकर आल्यापासून सारंच बदललं आहे. आपण अधिक चांगला डाटा जमवतो आहोत. तो अधिक चांगल्या पद्धतीनं प्रस्तुत करीत आहोत. एकंदरीत सगळेच उत्साहात आहेत. *मोअर इम्पॉर्टन्टली अवर क्लाएन्टस आर हॅपी, वुई आर हॅपी...'*

'बट आय ॲम नॉट!' सरांनी अतिशय ठामपणे म्हटलं. सगळे चमकलेच. हे तर अगदीच अनपेक्षित होतं. 'होय,' सर पुढे बोलू लागले, 'कोठुरकरांच्या गेल्या तीन वर्षांतील कामगिरीबद्दल मी स्वतः समाधानी नाहीय. यापेक्षा कितीतरी चांगली कामगिरी ते नक्कीच करू शकले असते, याची मला खात्री आहे. पण तशी त्यांच्याकडून झाली नाही. म्हणूनच त्यांना प्रमोशन न देण्याचा निर्णय मी घेतला आहे.'

सगळे चक्रावलेच. कुणाचा विश्वासच बसेना. 'एवढंच नव्हे,' सरांनी म्हटलं, 'मी त्यांना नोकरीचा राजीनामा द्यायला सुचवलं आहे. त्यांनी ते मान्यही केलं आहे. *येस, मिस्टर कमलेश कोठुरकर विल नॉट बी वर्किंग विथ अस अेनीमोअर.'*

बाप रे... हा तर सर्वांसाठी धक्काच होता. काय बोलावं कुणाला कळेचना. निर्णय तर कुणालाच पटला नव्हता, पण सरांनी तो घेतलाच असला तर ते बदलणार थोडेच होते!

'मी तुम्हांला म्हटलं होतं,' सरांनी पुढे म्हटलं, *'इट वुड बी अ बिग सरप्राइज!'* मग काही क्षण थांबून स्वतःच त्यांनी म्हटलं, *'ऑफकोर्स, द रिअल बिग सरप्राइज इज, मिस्टर कोठुरकर विल बी स्टिल वर्किंग फॉर अस.'* आता तर सगळे पुरतेच चक्रावले, भंजाळलेच. पण क्षणभरच. नंतर मात्र 'सर कोठुरकरांना कायमची रजा देताहेत' या कल्पनेच्या धक्क्यातून सारेच सावरले. चेहऱ्यांवरचं गांभीर्य निवळलं. त्याची जागा उत्सुकतेनं घेतली. सरांच्या शैलीची कल्पना असल्यानं मॅनेजर्सच्या चेहऱ्यांवर हसूही उमटलं.

'कोठुरकर आता आपल्या कंपनीत नसतील आणि तरीही ते आपल्यासाठी काम करतील. हे काय गौडबंगाल आहे? त्याचा उलगडा करीनच मी, पण तत्पूर्वी हेही थोडं स्पष्ट करायला हवं... मी त्यांच्या कामगिरीबद्दल समाधानी नाही, हे खरंय. त्यांच्याकडून आणखी खूप अपेक्षा होत्या. मात्र त्या पुऱ्या झाल्या नाहीत, हेही खरंय. पण त्यात कोठुरकरांचा दोष नाहीय. एखाद्याला तुम्ही 'प्रोजेक्ट ऑफिसर' म्हणून नेमलंत तर, तो त्याच लेव्हलचं काम करणार! कोठुरकरांनी त्या पलीकडेही बरंच काही केलं असलं, तरी शेवटी 'पोझिशन'च्या मर्यादा येतातच. म्हणूनच मी त्यांना मर्यादांतून मुक्त करतो आहे!

मघाशी पटवर्धन म्हणाले ते अगदी खरंय, गेल्या काही वर्षांत आपल्या ऑर्गनायझेशनमध्ये स्टॅग्नेशन आलं होतं. आपण तेच तेच काम, त्याच त्याच पद्धतीनं करत होतो. अर्थात असं प्रत्येक ऑर्गनायझेशनमध्ये होत असतं. अशी एक स्टेज येतच असते... त्यामुळेच अशा वेळी जरा वेगळ्या विचारांची, नव्या ॲप्रोचची गरज असते. *यू हॅव टू इंजेक्ट अ डोस ऑफ फ्रेश थॉट इन टू द ऑर्गनायझेशन!* हे कसं करता येईल याचं अगदी ठोस उत्तर कोठुरकरांच्या रूपात आपल्याला मिळालं आहे. *ॲज यू ऑल नो, ही इज यंग, डायनॅमिक, टॅलेन्टेट ॲंड क्रिएटिव्ह. मोअर इम्पॉर्टन्टली ही वॉन्ट्स टू प्रूव्ह हिमसेल्फ.* स्वतःला सिद्ध करण्याची जबरदस्त जिद्द आहे, त्यांच्याकडे. अर्थात त्यासाठी त्यांना तशी संधी द्यायला हवी. पण... फक्त संधी नव्हे, काही आव्हानही त्यांच्यापुढे ठेवायला हवं. द *थिंग इज, पिपल लाइक हिम रिअली थ्राइव्ह ऑन चॅलेंजेस.* म्हणूनच मी खूप विचारांती, तशी एक संधी, तसं एक चॅलेंज त्यांना द्यायचं ठरवलं आहे!'

'कसं देता येईल ते?'

'सर...' अचानक सप्रेंनी म्हटलं.

'बोला सप्रे.'

'सर एक विनंती आहे.'

'कुठली?'

'तुम्ही रागावणार नाही ना?'

'छे... छे, बोला तुम्ही.'

'अहो सर... किती उत्सुकता ताणताय. इथे छाती धडधडायला लागलीय. कोठुरकर आमचे सर्वांचेच लाडके आहेत. त्यांचं तुम्ही काय करायचं ठरवलंय, ते एकदा सांगून टाका, प्लीज.'

सर हसले, 'ओके, ओके. आता मी आपली उत्सुकता ताणत नाही. *नाऊ लेट मी अनाऊन्स, मिस्टर कोठुरकर विल बी वर्किंग ॲज ॲन 'एक्झिक्युटिव्ह कन्सल्टंट' टू अवर फर्म!'*

एक्झिक्युटिव्ह कन्सल्टंट?

काही क्षण तर ते शब्द नेमके 'पोचण्या'साठीच गेले. मात्र पोहोचले, तसा सर्वांनी टाळ्यांचा जोरदार कडकडाट केला. किती तरी वेळ. मी नम्रपणे सर्वांना हात जोडून नमस्कार केला. एकदा नव्हे दोनदा... खूप निग्रहानं स्वतःच्या मनातल्या भावकल्लोळावर नियंत्रण ठेवत होतो मी. हे काय ऐकत होतो मी? हे खरंच घडत होतं का? पुन्हा एकदा पहिला मीच! आजपर्यंत अशी 'पोस्ट'च नव्हती. नाईक सरांनी ती खास माझ्यासाठी 'क्रिएट' केली होती.

उद्योग विश्वातला पहिला 'एक्झिक्युटिव्ह कन्सल्टंट' श्री. कमलेश कोठुरकर, तोही एका नामांकित कन्सल्टन्सी फर्मला! आनंद तर झालाच होता, पण तरीही हुरळून नाही गेलो. शक्यच नव्हतं ते, कारण पुढे सर काय बोलणार आहेत, याचीही पुरेपूर कल्पना होती.

'त्यांच्यासाठी ही फार मोठी संधी असणार आहे,' सर म्हणाले, 'पण तेवढंच मोठं चॅलेंजही असणार आहे. एक्झिक्युटिव्ह कन्सल्टंट म्हणून आपण त्यांच्याशी तीन वर्षांचा करार करणार आहोत. या तीन वर्षांत त्यांच्याकडून जी अपेक्षित कामगिरी आहे, ती ते दाखवू शकले नाहीत तर कॉन्ट्रॅक्ट रिन्यू केलं जाणार नाही. *वुइच मीन्स देअर आफ्टर ही विल नॉट बी वर्किंग फॉर अस!'*

अचानक सारे स्तब्धच झाले. तसे अगोदरही सारे शांतच होते. पण आता गंभीरही झाले. मी म्हटलं ना, गेलो तर शिखरावर, नाही तर एकदम थेट पायथ्याशीच! हे मी जाणून होतोच, पण त्याक्षणी ते साऱ्यांनाच जाणवलं. काही क्षण स्तब्धतेत गेले.

'ओके,' सरांनी म्हटलं, '*इज एव्हरिथिंग क्लिअर नाऊ?*'

'*नो सर, इट इज नॉट!*' पटवर्धनांनी म्हटलं.

'का बरं?'

'कोठुरकरांची पोस्ट काय असेल हे समजलं, पण ते वेगळं काय करणार आहेत, आम्ही त्यांच्याशी कसं इंटरॲक्ट करायचंय, हे तर काहीच क्लिअर नाही झालेलं.'

'*येस... येस... येस, यू आर राईट.* ही पोस्ट मी नव्यानंच क्रिएट केली आहे, त्यामुळे काही गोष्टी प्रारंभीच क्लिअर करायला हव्यात.'

'*एक्झॅक्टली!*'

'*ओके, लेट मी एक्सप्लेन.* कोठुरकरांच्या कामाचं स्वरूप काय असेल? त्यांना कुठल्या पॉवर्स असतील, कुठल्या नसतील?

पहिली गोष्ट, ते जरी आपल्या पे-रोलवर नसले तरी त्यांना ऑफिसमध्ये रोज यावं लागेल, त्यांच्या कामाच्या वेळाही सर्वांसारख्या साडेआठ ते पाच अशाच राहतील. अर्थात त्यानंतरही काम करायला त्यांना पूर्ण मुभा असेल. हवं तर ते रविवारीही येऊन काम करू शकतात. तेवढं

स्वातंत्र्य आपण त्यांना देत आहोत (हशा). अर्थात त्यांनी पूर्ण वेळ ऑफिसमध्येच बसायला हवं असं नाही. अपॉईंटमेंट असेल तर ते क्लाएंटस्‌ना भेटायला जाऊ शकतात. चेंबर ऑफ कॉमर्सच्या ऑफिसमध्ये जाऊ शकतात. एवढंच की, त्यांनी बाहेर जायचं आहे, ते आपल्याच फर्मच्या कामासाठी. जाऊन बसले कुठे मॅटिनीला, चालणार नाही (हशा). थिएटर इथून जवळच आहे आणि त्यांचं तरुण वय आहे, म्हणून ते क्लिअर केलं. आता सर्वांत महत्त्वाचं, त्यांना कुठल्या पॉवर्स असतील? तर कुठल्याही नसतील! होय, ते स्टाफपैकी कुणालाही डिरेक्ट ऑर्डर देऊ शकणार नाहीत, काही काम सांगू शकणार नाहीत. त्यासाठी त्यांना प्रोजेक्ट मॅनेजरांशीच बोलावं लागेल. अर्थात ते लोखडेंना काम सांगू शकतात. जागडेंना चहाची ऑर्डर देऊ शकतात. पण तेवढंच (हशा).'

मीही हसलोच, पण माझं कारण वेगळं होतं. तसंही '*ॲथॉरिटी बाय पोझिशन*'मध्ये मला स्वारस्य नव्हतंच. माझा सगळा भर '*ॲथॉरिटी बाय ॲक्सेप्टन्स*'वर होता... नेहमीच. तो 'अधिकार' मी मिळवू शकेन याची मला खात्री होती आणि (बहुधा) सरांनाही!

'ओके,' सरांनी पुढे म्हटलं, 'काही पॉवर्सच नाहीत तर मग त्यांनी करायचं काय? अगदी स्पष्ट आहे, ते कन्सल्टंट आहेत. त्यांचं काम आहे सल्ला देणं, सजेशन्स करणं, नव्या कल्पना सुचवणं, कामाची गती कशी वाढवता येईल, गुणवत्ता कशी वाढू शकेल. अर्थात त्यांच्या सूचना प्रोजेक्ट मॅनेजर्सना योग्य वाटल्या तरच स्वीकारल्या जातील. जर सूचना पटल्या नाहीत तर संबंधित मॅनेजर व ते – दोघांशी चर्चा करून मी अंतिम निर्णय देईन.'

'पण हे झालं त्यांच्या बाजूनं, तुम्ही काय करायचं आहे? तर ज्या अडचणी, ज्या समस्या तुम्ही माझ्याकडे घेऊन येत होतात, त्या यापुढे कोठुरकरांपुढे मांडायच्यात. मी तर म्हणेन अगदी भंडावून सोडा त्यांना, इतकं की ते पळून गेले तरी चालतील! (हशा) अर्थात ते सहजासहजी पळ काढणाऱ्यातले नाहीत. पण तुम्ही मात्र त्यांना भंडावून सोडण्यात जराही कुचराई करायची नाही.'

मॅनेजर सप्रे खुदकन हसले.

'का हो, सप्रे, का हसलात?'

'काही नाही सर.'

'अहो बोला ना...'

'*इन शॉर्ट ही विल बी ॲक्टिंग लाइक अ शॉक ॲब्झारबर!*' आता सगळेच हसले.

'सॉरी हं, मी गंमतीनं म्हटलं,' सप्रेंनी खुलासा केला.

'तुम्ही गंमतीनं म्हटलं असलं, तरी ते अगदी खरं आहे. माझी नेमकी तीच तर कल्पना आहे.' सरांनी म्हटलं तसे पुन्हा सगळे हसले.

'सर,' दातार मॅडमनी म्हटलं, '*आय हॅव अ बेटर वर्ड इन माइन्ड.*'

'व्हॉट इज दॅट?'

'आय सपोझ ही हॅज टू ॲक्ट ॲज अ ट्रबलशूटर.'

'येस, येस. यू आर ॲबसोल्यूटली राईट.'

'थँक्यू सर.'

'अर्थात हे झालं त्यांच्या दैनंदिन कामासंदर्भात. याखेरीज महत्त्वाचा भाग आहे तो बिझनेस प्रमोशनचा. तीही त्यांची जबाबदारी असेल. सध्याच्या क्लाएन्टसकडून बिझनेस कसा वाढवता येईल, नवे क्लाएन्टस कसे येतील यासाठी त्यांनी प्राधान्यानं विचार करायचा आहे.'

तेवढ्यात जागडे आणि लोखंडे आत आले. चहा-बिस्किटांचं वाटप झालं. प्रारंभीचं काहीसं ताणलेलं, गंभीरतेचं वातावरण आता निवळलं. हलकं, मोकळं झालं.

'ओके,' सरांनी म्हटलं, 'मी शक्य तितकं सगळं क्लिअर केलंय. पण कुणाला काही शंका आहेत? काही विचारायचंय?'

मॅनेजर मिराशींनी हलकेच हात वर केला.

'हां, बोला मिराशी.'

'सर, तुम्ही हे तर स्पष्ट केलंच आहे की ते कुणालाही काम सांगू शकणार नाहीत. मला असं विचारायचंय, आम्ही त्यांना काम सांगू शकतो का?'

सगळे अगदी दिलखुलास हसले. जणू साऱ्यांच्याच मनातला प्रश्न मिराशींनी विचारला होता.

'उत्तर आहे, सॉरी,' सरांनी म्हटलं, 'तुम्हीही त्यांना काम सांगू शकणार नाही. म्हणजे 'कोठुरकर हे करा' अशी ऑर्डर देऊ शकत नाही. रिक्वेस्ट मात्र करू शकता.'

'म्हणजे, कोठुरकर हे कराल का? अशी.'

'नाही. कोठुरकर प्लिज हे एवढं करू शकाल का, अशी!' (हशा)

'अर्थात मला खात्री आहे, ते तुमच्या विनंतीला नक्की मान देतील, काय कोठुरकर?'

'नक्कीच सर, सुरुवातीला तरी नक्कीच!' मी उत्तरलो.

तेवढ्यात पावसकरांनी हात वर केला.

'हां, बोला पावसकर.'

'सर, माझा प्रश्न जरा वेगळ्या स्वरूपाचा आहे. तो आत्ता विचारला तर चालेल की नंतर विचारू?'

'पावसकर, तुम्ही ॲडमिन पाहणारे आहात. तुमचा प्रश्न वेगळा असणार हे सरळ आहे. विचारा!'

'सर, कोठुरकर हे आपल्या कंपनीचे 'एक्झिक्युटिव्ह कन्सल्टंट' असणार आहेत. ते यापुढे आपले एम्प्लॉयी नसले तरी तुम्ही म्हणालात त्याप्रमाणे ते रोज ऑफिसला येणार आहेत. त्यांची कामाची वेळही साडेआठ ते पाच अशीच असणार आहे.'

'बरं, मग? तुम्हांला काही प्रॉब्लेम आहे का? रोज येण्याऐवजी त्यांना एकदिवसाआड यायला सांगू का?' (हशा)

'छे, छे सर... त्यांना रोजच येऊ देत. माझा प्रश्न असा आहे, त्यांची बसण्याची व्यवस्था काय असणार आहे? ते आता त्यांच्या पूर्वीच्या जागेवर बसू शकणार नाहीत.'

'*ओ येस. यू आर राईट.* हा मी विचारच केला नव्हता.'

'पण, मी तो केलाय सर!' पावसकरांनी असं ठणकावून म्हटलं, की सारेच हसले.

'व्हेरी गुड! मग सांगूनच टाका ना...'

'सर, आपल्या गच्चीवरची शेड आता आपण मोठी केलीय. पक्कीही केलीय. खरं तर इतकी छान हवा येते की पंख्याचीही गरज नाहीय. तरी आपण बसवला आहेच. शिवाय कुंड्याही लावल्या आहेत दोन्ही बाजूंना...'

'पावसकर, अहो हे काय बोलताय तुम्ही? कोठुरकरांना तुम्ही गच्चीवर बसवणार आहात? मग तर रीतसर सगळ्यांच्या डोक्यावरच बसतील ते!'

पुन्हा सगळे हसले.

'खरंय सर, म्हणूनच आपण त्यांच्यासाठी वेगळी व्यवस्था करत आहोत. वरच्या शेडमध्ये आपण लायब्ररी शिफ्ट करतोय. लायब्ररीची रूम रिकामी करतो आहोत, कोठुरकरांसाठी.'

'अहो, पण टेबल, खुर्ची?'

'असणार तर! मोठं टेबल असेल, झालंच तर नवी एक्झिक्युटीव्ह चेअरही मागवतोय आपण. एक कपाटही असेल त्यांना फाईल्स, पुस्तकं, रिपोर्टस् वगैरे ठेवण्यासाठी.'

'आणि कुंडी?'

'कुंडी नसेल. पण फ्लॉवरपॉट ठेवता येईल. कुंडीतली फुलं त्यात लावता येतील!'

'पावसकर, मला एक सांगा, एम.डी. कोण आहे?'

'म्हणजे काय सर, तुम्हीच!'

'मग, मला फक्त केबिन आणि कोठुरकरांना स्वतंत्र रूम. हा कुठला न्याय?'

'कसं आहे सर, पोस्ट नवीन आहे ना, म्हणून ही नवी अ‍ॅरेंजमेन्ट!'

'ग्रेट!'

खरं तर हे सगळं ठरलेलंच होतं. पण ते उलगडणार असं खास नाईक शैलीनंच होतं. अर्थात यात फक्त शैलीचा भाग नव्हता, एक फार मोठा निर्णय सर्वांच्या सहज पचनी पडावा, यासाठीची ती युक्तीही होती. ती आवश्यक होतीच. 'कोण हा कोठुरकर, काल आला आणि आज बसला आमच्या डोक्यावर' असं कुणाला वाटून चालणार नव्हतं. त्यासाठीच हे थोडं हसत, खेळत असं...

'ओके,' सरांनी म्हटलं, 'कोठुरकर कधी येणार, काय करणार, कुठे बसणार... हे सगळं क्लिअर झालं. आणखी कुणाला काही विचारायचंय?'

कुणी काही बोललं नाही.

'कमाल आहे,' सरांनी म्हटलं, 'एक प्रश्न तर तुम्हांला पडायला हवा.'

'कुठला सर?' सप्रे.

'यापुढे सगळं जर कोठुरकरच बघणार असतील तर मी काय करणार आहे? (हशा) अर्थात पडला असला तरी तुम्ही विचारणार नाही, म्हणून मी स्वतःच त्याचा खुलासा करतो आहे. एक प्रयोग म्हणून... ही तीन वर्षं मार्केट रिसर्च आणि मॅनेजमेंट/पर्सोनेल डिव्हिजनची जबाबदारी मी कोठुरकरांकडे सोपवतो आहे. अर्थात तुम्ही सारे त्यांच्या साथीला असालच. तेव्हा माझ्या स्वतःच्या आता दोन 'प्रॉयॉरिटिज' असतील.

पहिली – यापुढे मी इंजिनिअरिंग आणि फायनान्स डिव्हिजनकडे अधिक लक्ष देणार आहे. दुसरी – बिझनेस प्रमोशनसाठी मी स्वतःही काही वेळ देणार आहे. नवे, चांगले, रेप्युटेड क्लाएन्टस आपल्याकडे यावेत यासाठी माझ्या पातळीवर काही खास प्रयत्न करणार आहे. अर्थात कोठुरकरांना आवश्यकता वाटेल तेव्हा त्यांच्यासाठी मी उपलब्ध असेन आणि तुमच्यासाठीही. दैनंदिन कामकाजात मी दखल देणार नसलो तरी माझं लक्ष असणारच आहे. मी रिटायर झालो असं समजू नका किंवा मला रिटायर करण्याचा प्रयत्नही करू नका!' (हलका हशा)

काही क्षण थांबून सरांनी म्हटलं, 'मिराशी, तुम्हांला क्लिअर झालं?'

'काय सर?'

'मी काय करणार आहे, कोठुरकर काय करणार आहेत आणि तुम्ही काय करायचं आहे...'

'हो सर, *इट्स ॲब्सोल्युटली क्लिअर नाऊ...*'

'पावसकर तुम्हांला?'

'हो सर!'

'तुम्हांला सगळं नेहमीच क्लिअर असतं म्हणा!'

असं थोडंसं हलकंफुलकं बोलले सर, पण नंतर चांगलेच गंभीर झाले.

'मित्रहो,' त्यांनी म्हटलं, 'मी जो काही निर्णय घेतला आहे तो कितीही धाडसी असला, अनपेक्षित असला तरी... माझा आतला आवाज मला सांगतो आहे – आजचा दिवस हा 'एमसीएस'साठी एक ऐतिहासिक दिवस असणार आहे. आपण सारेच तशी मनोमन इच्छा करू या आणि आपल्या या पहिल्यावहिल्या एक्झिक्युटिव्ह कन्सल्टंटचं मनःपूर्वक स्वागत करू या... त्यांना तितक्याच मनःपूर्वक शुभेच्छा देऊ या!'

आहे की नाही हे अविश्वसनीय! आहेच! सरांनी एवढी मोठी ऑफर कशी दिली मला, एवढा ऐतिहासिक निर्णय का घेतला? सर, मला स्वातंत्र्य देत होते, संधी देत होते, आव्हानही देत होते. त्यामागे सरांचं काही विशिष्ट प्लॅनिंग होतं. अर्थात मलाही ते नंतरच कळणार होतं.

तुम्हांलाही ते कळेल तेव्हा सारा उलगडा होईलच. तूर्त जे घडलंय ते स्वीकारणं, एवढंच आपल्या हाती आहे. असो! सरांनी 'कॉन्ट्रॅक्ट' माझ्या हाती दिलं तेव्हा त्यांना वाकूनच नमस्कार करावासा वाटला. त्यांना ते आवडलं नसतं म्हणून फक्त मनोमन करूनच बाहेर आलो.

कॉन्ट्रॅक्टमधल्या टर्म्स वाचून तर ऊर भरूनच आला. जबाबदारी होती, आव्हानही होतं – पण त्यासाठी पुरेपूर 'मोटिव्हेशन'ही होतं. सारंच तसं अपूर्व, अविश्वसनीय. पहिली आठवण आली ती अर्थातच वैशालीची. आजकाल, आजकाल म्हणजे गेली दोन वर्षं... आमच्या भेटी दुर्मीळ झाल्या होत्या. तीही आता नोकरी करत होती. तशा दोन वर्षांत तिनं तीन कंपन्या बदलल्या होत्या. पण तिचा 'विकली ऑफ' गुरुवारीच असायचा, माझा रविवारी. महिनामहिना तर फक्त फोनवरच बोलणं व्हायचं. भेटी व्हायच्या त्या फक्त १५ ऑगस्ट, २६ जानेवारीला किंवा मग सणासुदीला!

तिला मी काहीच कल्पना दिली नव्हती. तिलाही नाही आणि घरच्यांनाही नाही. आता कॉन्ट्रॅक्ट हाती आलं तसं ठरवलं, हे तिघांनाही एकत्रच दाखवायला हवं. एक मेची सुटी साधून ती घरी आली.

'आई, बाबा, वैशू... मी मुद्दाम या दिवसासाठी थांबलो होतो. तुम्हा सर्वांना एक अतिशय आनंदाची बातमी द्यायची आहे,' असं म्हणत मी माझं 'कॉन्ट्रॅक्ट' बाबांच्या हाती दिलं.

प्रथम त्यांचा विश्वासच बसेना, पण बसला तेव्हा त्यांचाही ऊर अभिमानानं भरून आला.

'बाबा, तुम्हीच सांगा या दोघींना...'

बाबांनी म्हटलं, 'मी कॉन्ट्रॅक्टच वाचून दाखवतो.'

बाबांनी कॉन्ट्रॅक्ट वाचलं. मी पाहिलं – आई अन् वैशू दोघींच्याही डोळ्यात पाणी तरळलं होतं. मी आईला नमस्कार करण्यासाठी झुकलो तसं तिनं मायेनं जवळ घेतलं मला.

'काय बोलू मी?' तिनं म्हटलं, 'सार्थक झालं बघ सगळ्या कष्टांचं!' वैशालीचे आनंदाश्रू तर झरतच होते. ते हलकेच पुसून तिलाही जवळ घेतलं मी.

माझ्या कुटुंबात वाटून माझा आनंद द्विगुणितच नव्हे, त्रिगुणित झाला होता.

अर्थात, याखेरीजही काही महत्त्वाचं बाकी होतंच.

संध्याकाळ झाली तसे आम्ही दोघे आमच्या खास स्पॉटवर गेलो. प्रेमिकांच्या लाडक्या पोझिशनमध्ये मी पहुडलो तसं वैशालीनं म्हटलं, 'कमलेश, आता तर सिद्धच झालं नाही!'

'काय ते?'

'तुझा जन्म सामान्य म्हणून जगण्यासाठी झालेलाच नाही.' मी काही बोललो नाही. तिचा हात छातीशी घेऊन काही वेळ गप्पच राहिलो. मला खूप काही महत्त्वाचं बोलायचं होतं आज... तसे आता आम्ही दोघेही 'लग्नाला आलो होतो!' दोघे प्रेमात तर होतोच, पण आता कमावतेही होतो. वैशालीच्या घरी तिच्या लग्नाचा विषय सुरू झाला होता. मौज

म्हणजे तिचा (डॉक्टर झालेला) आतेभाऊ तर अडूनच बसला होता. वैशालीनं 'नाही' म्हटल्याशिवाय मी दुसऱ्या कुणाचा विचारही करणार नाही, त्यानं जाहीरच केलं होतं. शेवटी वैशालीनंच त्याला 'अरे बाबा, मी प्रेमात आहे' सांगून समजावलं होतं. हे असं सुरू झालं तसं मग वैशालीनं घरी सांगून टाकलं. तशी त्यांनाही कल्पना होतीच, पण मोठ्या मुलीच्या अनुभवामुळे थोडी चिंताही होती. मात्र मी जाऊन भेटलो. नंतर दोन्ही घरचेही एकमेकांना भेटले, तसे ते आश्वस्त झाले. आमची फक्त एकच विनंती होती, आम्हांला थोडा वेळ द्या.

प्रश्न एवढाच होता, थोडा म्हणजे किती? आज नेमकं तेच तर ठरवायचं होतं.

'वैशू, मी काय म्हणतो...'

'बोल ना.'

'हे बघ, मी मनाशी ठरवलं होतं – तीन वर्षं पुरी झाली, प्रमोशन पक्कं झालं की लग्नाचा विचार करू या. आता तर काय डबल प्रमोशन झालंय...'

'अं... हो... ना.'

'मग तुला काय वाटतं... सांगू या आता घरी आम्ही तयार आहोत.'

आमच्या हाताची बोटं गुंफलेली होती. ती गुंफण सर्रकन घट्ट झाली. तिच्या डोळ्यांतही आनंदाचं चांदणं लकाकलं. त्या क्षणातच तो आनंद मीही अनुभवला. गोडसं हसली ती. माझ्या डोळ्यांत डोकावत राहिली. बोलली मात्र काहीच नाही. तिच्या मनात काय चाललं असावं, मी समजू शकत होतो.

'कमलेश, मला काय वाटतं सांगू?'

'काय?'

'ही तुला फार मोठी संधी मिळालीय, पण तेवढीच मोठी जबाबदारीही आहे. खरं तर हा एक चॅलेंजच आहे तुझ्यासाठी.'

'प्रश्नच नाही.'

'अर्थात तू तो सहज पेलशील याची मला खात्री आहे. तरीही ते सोपं नक्कीच नाही. तुला अक्षरशः झोकून द्यावं लागेल. जीव ओतावा लागेल, तीन वर्षांत स्वतःला सिद्ध करावं लागेल.'

'खरंय!'

'म्हणूनच मला वाटतं, आपण आणखी थोडं थांबूयात.'

माझ्या मनात हेच तर चाललं होतं. ते वैशालीच्या तोंडून यायचं होतं एवढंच. पण ते सोपं थोडंच होतं?

'वैशू! तीन वर्षं थांबावं लागेल,' मी म्हटलं.

'म्हणून काय झालं? ही तीन वर्षंच तर महत्त्वाची असणार आहेत तुझ्यासाठी आणि तशी अजून मी तरी कुठे स्थिरावलेय? मलाही अजून हवा तसा जॉब मिळालेला नाहीय. खरंच कमलेश, नको घाई करायला. थोडं थांबू या आपण.'

नाही म्हटलं तरी मनात थोडं द्वंद्व सुरू होतं. वैशालीच्या शब्दांनी ते मिटलंच. रिलॅक्स झालो मी.

'वैशू, आणखी एक मुद्दा आहेच.'

ती हसली.

'यात हसण्यासारखं काय आहे?'

'तुझा 'आणखी एक मुद्दा' असतोच नेहमी.'

'हा खरंच महत्त्वाचा आहे.'

'बोल.'

'तसं आपण आत्ताही करू शकतो लग्न. दोघेही कमावते आहोत पण आता केलं तर भाड्याच्या घरातच राहावं लागेल. त्यापेक्षा, तू म्हणतेस तसं थांबूया तीन वर्षं, भरपूर सेव्हिंग करू या... लागलंच तर थोडं लोनही काढू या, पण स्वतःचा फ्लॅट घेऊ या.'

बस, पुन्हा एकदा बोटांची गुंफण घट्ट झाली. (स्त्रीला 'स्वतःच्या घरा'हून प्रिय अधिक काय असतं?)

'कशी वाटते कल्पना?'

'फारच छान!'

'बस, हे आता ठरलंच. संसार थाटायचा तो आपल्या स्वतःच्या घरात.'

'येस, डिअर.'

तो 'मोठा निर्णय' घेण्यासाठी आम्हांला एवढं बोलणंही पुरेसं होतं. तरीही...

'मी काय म्हणतो...'

'बोल नं.'

'आपण 'एंगेजमेंट' करू यात का?'

हे तिला अनपेक्षित होतं. क्षणभर विचार करून तिनं म्हटलं, 'कशासाठी... घरच्यांच्या समाधानासाठी?'

'तसं नाही, पण...'

'एंगेजमेंट करायची म्हणजे काय... त्या अंगठ्याच घालायच्या ना एकमेकांना? लाडक्या, (या शब्दाला केसांतून प्रेमळ बोटं फिरवणं, कंपलसरी असतं का?) आपल्या एंगेजमेंटसाठी अंगठ्यांची काही गरज नाहीय. वुई आर ऑलरेडी एंगेज्ड... राईट फ्रॉम द डे वन!'

याला म्हणतात प्रेम, याला म्हणतात विश्वास. तिचा हात छातीशी आणखी घट्ट धरत मी डोळे मिटून घेतले. स्वतःच्या 'भाग्या'वर विश्वास ठेवण्यासाठी.

'एक्झिक्युटिव्ह कन्सल्टंट' होतो आता मी. नाईक सरांनी खास माझ्यासाठी निर्माण केलेली पोस्ट. त्या पोस्टचा आब राखणं हे आता माझं कर्तव्य होतं. 'तयारी'साठी माझ्या हाती आणखी पंधरा दिवस होते. माझ्यासमोर प्रतिमा होती ती नाईक सरांचीच. कन्सल्टंटचा प्रथम दर्शनीच प्रभाव पडायला हवा. निम्मी लढाई तिथंच जिंकायची असते. सुदैवानं व्यक्तिमत्त्व होतंच, आता राहणीमान चकाचक हवं, हे अगदी स्पष्टच होतं. अर्थात मीही लगेच सुटाबुटात जायची गरज नव्हती. ते जरा अतीच झालं असतं. तसा मी नेटकाच राहायचो, पण नेटकं राहणं वेगळं आणि 'ग्रेसफुल' राहणं वेगळं.

पेहरावात बदल तर आवश्यक होताच. फुलाफुलांचे आणि चौकड्यांचे शर्ट्स आता चालणार नव्हते, ते वयाला शोभणारे असले तरी 'पोस्ट'ला शोभणार नव्हते. खास नवीन पॅन्टशर्ट्स शिवून घ्यायचं ठरवलं मी. 'शॉपिंग'साठी एकटाच गेलो. वैशालीला नेऊन फारसा उपयोग नव्हता. 'वैशू, हा कलर कसा वाटतो?' असं विचारावं तर तिचं उत्तर हेच असणार होतं, 'घे ना, तुला काय कुठलाही कलर छानच दिसतो!' प्रेम आंधळं असतं म्हणतात. वैशालीचं प्रेम आंधळं नव्हतं, पण 'कलरब्लाईंड' होतंच!

तात्पर्य – माझा 'गेटअप' मलाच ठरवणं क्रमप्राप्त होतं. स्काय ब्लू, क्रीम अशा लाईट कलर्सचे इन केलेले फुलशर्ट्स, मॅचिंग डार्क कलरच्या पॅन्ट्स, सुबकसा बेल्ट आणि नवेकोरे शूज. शर्टला वैशूनं प्रेमानं दिलेल्या कफलिंग्ज आणि मनगटावर बाबांनी खास प्रेझेंट दिलेलं देखणं रिस्टवॉच! आहाहा, काय थाट सांगायचा महाराजा! अशा तयारीनिशी प्रथमच कंपनीत निघालो. त्या दिवशी आईनं दृष्ट काढायचं बाकी ठेवलं होतं. तरीही काजळाचा एक ठिपका लावलाच तिनं, न दिसेल असा!

चेहऱ्यावर तेज होतं की नाही, माहिती नाही पण आत्मविश्वास तर होताच. शिवाय 'एक्झिक्युटिव्ह कन्सल्टंट' म्हणून झालेल्या नियुक्तीनं आलेला सहज रुबाबही. अर्थात 'पोस्ट' अशी होती की, जबाबदारी अमर्याद पण अधिकार काहीच नाहीत! खरं तर ज्याच्याकडे खास जबाबदारी असते त्याला तसेच खास अधिकारही द्यावे लागतात. व्यवस्थापनशास्त्रातलं हे अगदी मूलभूत तत्त्व! पण तरीही मी अशी पोस्ट का स्वीकारली? उत्तर अगदीच सरळ आहे. मी 'सल्लागार' या भूमिकेत असणार होतो.

'सल्लागारा'नं निर्णय घेणं अपेक्षित नसतंच. साहजिकच त्याला काही 'अधिकार' असण्याची गरज नसते. अर्थात तरीही नाईक सर माझ्यासाठी थोडा फार 'अपवाद' नक्कीच करू शकले असते. पण त्यांनी तसं केलं नव्हतं. दोन कारणं होती. एक तर मी निर्णय घेणं हे 'मॅनेजर्स'ना रूचलं नसतं. शिवाय तसं ते माझ्याही हिताचं होतं. होय, पुरेसा अनुभव नसताना उत्साहाच्या, अतिआत्मविश्वासाच्या भरात मी काही चुकीचे निर्णय घेऊ नयेत, यासाठीची ती तरतूद होती. त्यामुळेच मी प्रचंड उत्साहात होतो तरी जराही चिंतेत नव्हतो! पुन्हा मी हेही अगोदरच स्पष्ट केलं आहे – आता माझ्याकडे 'बिग बॉस' मंडळींच्या 'ट्राईड

अँड टेस्टेड' कल्पनांचा अमर्याद खजिना होता. माझ्या भात्यात असंख्य 'आयुधं' होती. ती परजण्याची वेळ आता आली होती.

रोज अगदी कमालीच्या उत्सुकतेनंच मी कंपनीत प्रवेश करीत असे. त्या दिवशीही...

'गुड मॉर्निंग कोठुरकर,' घोडकेनं खणखणीत स्वरात म्हटलं.

'गुड मॉर्निंग!'

'या, सप्रे सर तुमची वाटच पाहताहेत!'

मी हसलो. मला ध्यानात आलं. सप्रे सर नव्हे, एखादा 'प्रॉब्लेम' माझी वाट पाहतो आहे; पण तेच तर मलाही हवं होतं. *आय वॉज अ 'ट्रबलशूटर' नाऊ.* शूट करण्यासाठी 'ट्रबल' तर हवाच ना...

रूममध्ये गेलो आणि इंटरकॉमवरून सप्रेंना फोन लावला.

'गुड मॉर्निंग सप्रे!'

'गुड मॉर्निंग! कोठुरकर, संदीप साठे आलेयत. माझ्यासमोरच बसलेयत. एक दहा मिनिटांत येतोच आम्ही तुमच्याकडे.'

'ओके.'

सकाळी, सकाळी क्लाएन्ट समोर येऊन बसले होते म्हणजे नक्कीच काही खास समस्या. बहुधा माझ्यासाठीची पहिली कसोटी! स्वतःला बजावलंही मी, 'आज जी तुझ्यासमोर समस्या मांडली जाईल, ती तुझी पहिली कसोटी असणार आहेच, पण ती तू कशी हाताळतोस यावर तुझं भवितव्यही ठरणार आहे.'

संदीप साठे हे एका स्थानिक बिस्किट कंपनीचे मार्केटिंग ऑफिसर होते. कंपनीनं खास वेगळी चव असलेली, नवी सॅन्टा बिस्किट्स बाजारात आणायचं ठरवलं होतं. त्या बिस्किटांच्या 'टेस्ट मार्केटिंग'ची असाइनमेन्ट 'एमसीएस'कडे आली होती. 'टेस्ट मार्केटिंग' म्हणजे नव्या प्रॉडक्टला ग्राहकांचा कसा प्रतिसाद मिळू शकेल यासाठी केलेला ग्राहकांचा सॅंपल सर्व्हे. इथे प्रॉडक्ट म्हणजे नवं बिस्किटच होतं. ते बिस्किट थेट ग्राहकांना देऊन त्याची 'टेस्ट' कशी वाटते, याचा अंदाज घेतलेला होता.

सप्रेंनीच ती 'असाइनमेन्ट' कोऑर्डिनेट केली होती. माझा तसा त्या असाइनमेन्टशी थेट संबंध आला नव्हता. रिपोर्ट अगदीच साधा सरळ – मुख्यतः स्टॅटिस्टिकल स्वरूपातला – असल्यानं, त्यातही मी काही दखल दिलेली नव्हती. त्या दरम्यान, कंपनीतल्या सगळ्यांप्रमाणेच ती बिस्किट्स मीही चाखली होती एवढंच. संदीप साठे यांना मी कंपनीत आलेलं पाहिलं होतं. पण त्यांचा माझा थेट परिचय नव्हता.

मी असा विचारात असतानाच त्यांच्यासह सप्रे आलेच. 'साठेसाहेबांना तुम्ही ओळखताच,' सप्रेंनी म्हटलं, 'साठेसाहेब, हे कमलेश कोठुरकर, आमचे एक्झिक्युटिव्ह

कन्सल्टंट!' या माझ्या परिचयानंतरचे साठेंच्या चेहऱ्यावरचे भाव मजेशीर होते. 'एक्झिक्युटिव्ह कन्सल्टंट एवढा तरुण कसा?' हा प्रश्न त्यांच्या नजरेत अगदी स्पष्ट होता. मला आता या 'लुक'ची सवय करून घ्यायला हवी होती! मात्र त्याचवेळी त्यांच्या नजरेत थोडंसं कौतुकही होतं. मी तेच तेवढं उचललं आणि झोकात *'शेकहॅन्ड'* केला.

'कोठुरकर, यांच्यासाठी आपण सॅन्टा बिस्किटांचं 'टेस्ट मार्केटिंग' केलं होतं. तुम्हांला माहितीच आहे.'

'हो,' मी म्हटलं, 'पण तरीही मला सगळी बॅकग्राऊंड माहिती नाहीय. ती मिळू शकली तर बरं होईल. म्हणजे कंपनीविषयी, प्रॉडक्टविषयी, प्रोजेक्टसंदर्भात.'

'शुअर...' साठेंनी म्हटलं, *'फर्स्ट ऑफ ऑल, वुई आर नॉट अ नॅशनल कंपनी.* आमचं मार्केट महाराष्ट्रापुरतं मर्यादित आहे. वर्षांनुवर्षं आम्ही फक्त ग्लुकोज बिस्किट्सच बनवतो आहोत. *अँड वुई हॅव अ गुड मार्केट शेअर इन महाराष्ट्र.* गेल्या वर्षी आमच्या 'आर अँड डी' डिपार्टमेंटनं एक नव्या चवीचं बिस्किट बनवलं. संत्र्याचा स्वाद मुख्य असल्यानं सुरुवातीला 'संत्रा बिस्किटस'च म्हणायचं ठरलं होतं. *बट इव्हेन्च्युअली वुई सेटल्ड फॉर द नेम – सॅन्टा.* सॅन्टा बिस्किट्स... थोडा सॅन्टा क्लॉजचाही 'फील' यावा यासाठी. शेवटी मुलंच आपले खरे ग्राहक असणार ना!'

'खरंय,' मी म्हटलं, 'शिवाय सॅन्टाच्या पोतडीत नवं काय असेल, ही उत्सुकताही असते.'

'एक्झॅक्टली,' साठेंनी काहीसं खूश होत म्हटलं, 'नव्या प्रॉडक्टच्या लाँचिंगसाठी ती जनरेट करणंही गरजेचं असतं.'

'नक्कीच!'

'एनी वे, 'आर अँड डी' डिपार्टमेंटनं जेव्हा मार्केटिंग डिपार्टमेंटपुढे ती बिस्किट्स प्रेझेंट केली तेव्हा *वुई वेअर ऑल एक्साइटेड. यू कॅन आस्क हिम, द टेस्ट इज...'*

'वन्डरफुल,' मीच म्हटलं.

'ओह, *यू हॅव टेस्टेड देम?'*

'ऑफकोर्स!'

'त्या वेळी कंपनीतल्या सगळ्यांनाच दिली होती आम्ही. सर्वांचाच खूप पॉझिटिव्ह रिस्पॉन्स होता.' सप्रेंनी म्हटलं.

'चव मस्तच आहे,' मी म्हटलं, 'आवडेल अशी तर आहेच, पण खूप वेगळी आहे. मुख्य म्हणजे जिभेवर रेंगाळणारी... अजून हवीशी वाटणारी आहे.'

'ॲबसोल्युटली!' साठेंनी म्हटलं, *'इट्स रिअली अ युनिक टेस्ट.* आजपर्यंत बिस्किट्समध्ये अशी चव कुणी दिलेली नाही.'

'खरंय.' सप्रे उद्गारले.

‘त्यामुळे आम्ही सगळेच ‘सॅन्टा’बद्दल अगदी पॉझिटिव्ह होतो. *वुई वेअर रेडी टू लॉन्च देम.* पण आमच्या एमडींनी म्हटलं की *बिफोर वुई गो अेनी फर्दर, लेट अस डू सम ‘टेस्ट मार्केटिंग’, लेट अस हॅव द फीडबॅक फ्रॉम कस्टमर्स.* खरं तर आम्ही इतके कॉन्फिडन्ट होतो की आम्हांला तशी काही गरज वाटत नव्हती. पण ‘एमडीं’नीच सजेस्ट केलं म्हणताना, करायचं ठरलं... मग मीच म्हटलं, ‘आपणच ते करण्यापेक्षा कन्सलटंट्सकडून करून घेऊ. *सो दॅट वुई विल हॅव अ थर्ड पार्टी फीडबॅक, वुईच वुड बी टोटली इम्पार्शल.*’

‘येस...’ सप्रेंनी म्हटलं, ‘साठेंमुळेच तो जॉब आपल्याकडे आला. आपणही मग अगदी सिस्टिमॅटिक सँपलिंग करून ‘टेस्ट मार्केटिंग’ केलं. वेगवेगळ्या एरियात, वेगवेगळ्या इन्कम ग्रुप्समध्ये. तुम्हांला तर माहितीच आहे, आपल्याकडे ते अगदी सायंटिफिकली केलं जातं. त्यासाठी दोन स्टॅटिस्टिशियन्स आहेत आपले. ॲनॅलिसिससुद्धा त्याच करतात. अर्थात आमची ऑब्जर्व्हेशन्सही असतातच. ती सगळीच अगदी एनकरेजिंग होती. खूपच पॉझिटिव्ह फीडबॅक होता. मुख्य म्हणजे फक्त मुलांचाच नाही, मोठ्यांचाही.’

‘येस,’ साठेंनी म्हटलं, ‘तुम्ही तुमच्या रिपोर्टमध्ये तसा खास उल्लेखही केलाय. मुलांच्या आया आणि आजी-आजोबा सगळ्यांनीच अगदी ‘हाय रेटिंग’ दिलं होतं.’

‘येस, येस... दे *वेअर ऑल्सो एक्सायटेड अबाऊट द न्यू टेस्ट.*’ सप्रेंनी म्हटलं.

‘तुमचा असा इतका क्लिअर पॉझिटिव्ह रिपोर्ट आल्यानंतर एमडींनीही ग्रीन सिग्नल दिला. *वुई वर्क्ड ऑन पॅकेजिंग अँड ॲडव्हर्टायझिंग अँड लॉन्चड् द बिस्किट्स लास्ट मन्थ...*’ साठे थांबले आणि त्यांनी सप्रेंकडे पाहिलं. त्यांच्या त्या ‘लुक’मधून मला अंदाज आलाच होता.

‘*वेल, इट वॉज अ कम्प्लिट फेल्युअर,*’ साठेंनी म्हटलं, ‘काहीच प्रतिसाद मिळाला नाही. कुठल्याच सेक्शनमधून नाही, कुठल्याच स्ट्रॅटातून नाही. ना मुलांचा, ना त्यांच्या आयांचा, ना त्यांच्या आजी-आजोबांचा! *वुई हॅड टू स्टॉप द प्रॉडक्शन... स्टिल,* जो स्टॉक पडून आहे त्याचं काय करायचं हा मोठा प्रश्न आहे.’

‘खरं तर माझा तर अजूनही विश्वासच बसत नाहीय,’ सप्रेंनी म्हटलं, ‘*वुई वेअर ऑल रिअली सरप्राइज्ड... शॉक्ड् ॲक्च्युअली.*’

‘शॉक’ तर असणारच होता तो. पण मोठ्या उत्साहानं वाजतगाजत लाँच केलेल्या नव्या प्रॉडक्टचं अपयश... हा कंपनीसाठी मोठा आर्थिक फटकाही होता.

काही काळ आम्ही तिघेही गप्पच. मग साठेंनीच म्हटलं, ‘द *एमडी इज रिअली डिसअपॉइंटेड. सो इज द एन्टायर स्टाफ!* त्यातून मी ‘एमसीएस’चं सजेशन दिल्यामुळे सगळे माझ्यावरच तुटून पडताहेत. म्हणतात ना, यशाला अनेक बाप असतात, पण अपयश अनाथ

असतं. अगदी खरंय ते. अपयशाचं खापर कुणावर तरी फोडावंच लागतं. सध्या तरी *'एमसीएस' सीम्स टू बी ॲन इझी टारगेट.* काहींचं म्हणणं कन्सल्टंट्स हे क्लाएन्टला खूश करण्यासाठी नेहमी पॉझिटिव्ह रिपोर्टच देतात. काहींना तर वाटतं ते ॲक्च्युअल सर्व्हे करतच नाहीत...'

'नो, नो, नो...!' सप्रेंनी ताडकन म्हटलं, 'आमच्याकडे सगळा डाटा ॲव्हेलेबल आहे. ज्या कस्टमर्सना आम्ही कॉन्टॅक्ट केलंय, त्यांचे भरलेले फॉर्म्स आहेत. त्यांची नावं, पत्ते आहेत. काहींचे फोननंबर्सही आहेत. तुम्ही केव्हाही बॅकचेकिंग करू शकता. एक जरी कॉन्टॅक्ट बोगस आढळला ना तर...'

'सप्रे सर, सप्रे सर प्लीज...' साठेंनी म्हटलं, 'मी फक्त काहींच्या प्रतिक्रिया तुमच्या कानांवर घातल्या. त्या सोडून द्या. *दोज आर जस्ट कॅज्युअल रिमार्क्स! नो बडी इज रिअली क्वेश्चनिंग द व्हॅलिडिटी ऑफ युअर सर्व्हे.* सगळ्यांचा एकच प्रश्न आहे. तुमच्यासारख्या कन्सल्टन्सीकडे जॉब देऊन काय उपयोग झाला? या प्रश्नावर मात्र माझ्याकडे उत्तर नाहीय! पण खरं सांगू, माझ्या दृष्टीनं तोही प्रश्न महत्त्वाचा नाहीय. *राईट नाऊ, द मिलियन डॉलर क्वेश्चन इज व्हॉट वेन्ट रॉंग?'*

'व्हॉट वेन्ट रॉंग?'

ऐकता क्षणीच जाणवलं... हाच तो प्रश्न! याच प्रश्नाचं उत्तर मला शोधावं लागणार आहे. तीच माझी पहिलीवहिली कसोटी असणार आहे.

इतका वेळ मी फक्त शांतपणे ऐकत होतो. आता मात्र मला 'मैदानात उतरणं' भाग होतं.

'साठेसाहेब, एक विचारू?' मी म्हटलं, 'तुम्ही काय विचार केलायत? तुम्ही म्हणजे व्यक्तिशः तुम्हीच असं नाही. तुमच्या डिपार्टमेंटमध्ये काहीतरी चर्चा झाली असेलच ना?'

'*ऑफकोर्स,*' साठेंनी म्हटलं, 'आम्हीही काही ॲनलिसिस केलं. पहिली गोष्ट म्हणजे *ॲडव्हर्टायझिंग. ॲक्च्युअली* नेहमीपेक्षा जास्तच बजेट होतं आमचं. द *थीम वॉज ऑल्सो कॅची.*'

'हो, हो आठवते मला,' मी म्हटलं, ' 'खाऊन तर पाहा, खातच राहाल...' चांगली होती.'

'प्रश्नच नाही. प्राइस म्हणाल तर तीही कॉम्पिटिटिव्ह होती. *अवर डिस्ट्रिब्यूशन नेटवर्क इज ऑल्सो व्हेरी गुड, व्हेरी लॉयल टू अस.* ते व्यवस्थित 'डिस्प्ले' करत होते. आमचं तिकडेही लक्ष होतंच. बरं, सुटीतच लॉंच केलंय, म्हणजे टायमिंगही परफेक्ट होतं. *फ्रॅन्कली वुई जस्ट कुड नॉट फाइन्ड एनिथिंग स्पेसिफिक.* काहींनी म्हटलं, 'कदाचित ब्रॅन्डनेमचा प्रॉब्लेम असेल – 'सॅन्टा' हे नाव चुकलं असेल,' *बट ऑनेस्टली आय डोन्ट थिंक सो.*'

'आता एखादा पॅक आहे तुमच्याकडे?' मी प्रश्न केला.

'*ओह शुअर, आय हॅव गॉट अ फ्यू पॅक्स,*' म्हणत साठेंनी ब्रीफकेसमधून 'सॅन्टा बिस्किटां'चा एक पॅक मला दिला. त्याच वेळी जागडे चहा घेऊन प्रवेशले.

'वा, जागडे!' सप्रेंनी म्हटलं, 'काय टायमिंग आहे!' साठेंनी एक पॅक जागडेंनाही दिली. सवयीप्रमाणे जागडेंनी लाजतच तो घेतला.

'तुम्ही खाल्ली ना ही बिस्किटं?' सप्रेंनी म्हटलं, 'आपण सर्व्हे करत होतो तेव्हा...'

'हो, हो खाल्ली ना.'

'कशी वाटली तुम्हांला?'

'लय भारी,' जागडे उत्स्फूर्तपणे उद्‌गारले.

'हा घ्या, प्रत्यक्ष पुरावा!' सप्रेंनी म्हटलं.

मीही पॅक फोडून पुन्हा एकदा चव घेतली.

'मस्तच!' मीही उद्‌गारलो. होय, चव खरंच छान होती! आम्ही तिघांनीही मग (मार्केटनं नाकारलेल्या) त्या 'सॅन्टा बिस्किटां'चा चहासोबत मनसोक्त आस्वाद घेतला. एक तर अगदीच स्वच्छ, सरळ, स्पष्ट होतं – बिस्किटं चांगलीच होती. चव सर्वांना आवडेल अशीच होती.

'टेस्ट मार्केटिंग'मधूनही ते सिद्ध झालेलं होतं. आणि तरीही... उत्तम चव आणि उत्तम मार्केटिंग करूनही लोकांचा प्रतिसाद का मिळू शकला नाही? *व्हॉट वेन्ट रॉंग? व्हॉट वेन्ट रॉंग?* काही क्षण तो प्रश्न माझ्या कानीमनी अक्षरशः निनादत राहिला.

'सो, मिस्टर कोठुरकर.' साठेंनी प्रश्न केला, '*कॅन यू हेल्प अस फाइन्ड आऊट...*'

'*व्हॉट वेन्ट रॉंग?*' मीच नकळत त्यांचं वाक्य पुरं केलं.

'येस!'

'सर, आम्हांला थोडा वेळ द्या. आम्ही पुन्हा नव्यानं विचार करतो. हवं तर थोडं बॅकचेकिंग करतो. मार्केटमध्ये जाऊन विक्रेत्यांशी बोलतो. *वुई विल ट्राय टू अन्डरस्टॅन्ड, ॲनलाइज अँड होपफुली कमआऊट विथ समथिंग...*'

'*दॅट विल बी ग्रेट!*' साठे समाधानानं उद्‌गारले. माझ्या बोलण्यात नुसता आशावाद नव्हता, आत्मविश्वासही होताच. साठेंनाही तो नक्कीच जाणवला असावा.

त्यांना आणखी आश्वस्त करण्याच्या दृष्टीनं मी म्हटलं, 'कसं आहे सर, ही आमच्यासाठीही एक 'टेस्ट केस' ठरू शकते. आमच्या मेथड्स, आमचा ॲप्रोच, या संदर्भातही काही वेगळा विचार करायला हवाय का, तेही समजू शकेल. *सो, वुई विल डू इट विथ ऑल द सिरियसनेस.*'

'*दॅटस अ व्हेरी पॉझिटिव्ह ॲटिट्यूड!*' साठे उद्‌गारले.

'*ओन्ली दॅट वर्क्स, इजन्ट इट?*' मी म्हटलं.

'*ऑफकोर्स!*'

साठे चांगलेच खूश झाले. याहून अधिक तर त्यांना काहीच अपेक्षित नव्हतं. अतिशय उत्साहानं माझ्याशी शेकहॅन्ड करूत त्यांनी म्हटलं, '*विश यू ऑल द बेस्ट!*'

'*थँक यू सर!*'

'*इन केस यू नीड प्लीज...*' म्हणत त्यांनी सॅन्टाचे आणखी काही पॅक्स माझ्याकडे दिले आणि 'गुड डे' म्हणून ते निघाले. कॉन्फरन्स रूमचं दार उघडता उघडता ते थांबले आणि त्यांनी म्हटलं, '*मिस्टर कोठुरकर, इट वॉज नाइस मीटिंग यू!*'

'*सेम हिअर, सर!*'

सप्रेंच्या चेहऱ्यावरही समाधान होतं. 'कोठुरकर, खरं सांगू? आज मला क्लिअर झालं!'

'काय?'

'नाईक सरांनी तुम्हांला का नेमलं ते.'

'म्हणजे?'

'आज तुम्ही नसतात तर मी काय केलं असतं सांगू... आमचं काम आम्ही चोख केलंय, हेच त्यांना पटवत राहिलो असतो. पण तुम्ही किती छान बोललात. साठे एकदम शांत आणि आश्वस्त झाले. मला वाटतं, नाईक सरांना हेच अभिप्रेत असावं!'

'थँक्स.'

होय... साठे, सप्रे आश्वस्त झाले होते. पण तेवढ्यानं भागणार नव्हतं. माझं काम संपलेलं नव्हतं, सुरू झालं होतं! चांगली उत्तम चव असलेली सॅन्टा बिस्किटं लोकांनी का नाकारली, या प्रश्नाचं उत्तर शोधण्याशिवाय माझ्या जिवाला स्वस्थता मिळणं शक्य नव्हतं!

'लक्षात ठेव,' मी स्वतःला बजावलंही, 'या प्रश्नाचं उत्तर तू शोधू शकलास तरच 'एक्झिक्युटिव्ह कन्सल्टंट' म्हणवून घ्यायला पात्र आहेस!'

अर्थात पुढच्याच क्षणी मी हसलोही. अशा खरमरीत तंबीची काही गरजच नव्हती. जॉब वाचवणं वगैरे सोडाच, मला स्वतःलाच आता ते उत्तर शोधण्याची जबरदस्त उत्सुकता होती!

हीच तर मौज असते. कामाच्या 'जबाबदारी'चं जेव्हा तुमच्या स्वतःच्याच 'इंटरेस्ट'मध्ये रूपांतर होतं, तेव्हा कसलं प्रेशरच राहत नसतं. ते मग तुमच्यासाठी एक छानसं कोडं सोडवणं होऊन जातं!

कसं सोडवलं मी हे कोडं? एक तर मी प्रारंभीच ठरवलं, 'कशी वाटतात बिस्किटं?' हा प्रश्न कुणालाही विचारायचा नाही. त्याचं उत्तर अगदी स्पष्ट होतं. तो प्रश्न विचारण्यात मतलब नव्हता.

खरा प्रश्न होता, तोच तो '*व्हॉट वेन्ट रॉंग?*' सॅन्टा बिस्किटांच्या संदर्भात नेमकं काय चुकलं? पुढचा पूर्ण आठवडा मी 'बिस्किटांच्या बाजारा'तच होतो. सॅन्टाच्या 'टेस्ट मार्केटिंग'मध्ये सहभागी असलेला रमेश जोगळेकर हा प्रोजेक्ट ऑफिसर माझ्या साथीला होता. आम्ही डिस्ट्रिब्युटरला भेटलो. नंतर दुकानदारांशी बोललो. जिथे जिथे बिस्किटं विकली जातात तिथे तिथे थांबलो. काही न बोलता फक्त बिस्किट्स खरेदी करणाऱ्या ग्राहकांचं निरीक्षण करीत राहिलो. (काही स्त्री ग्राहकांचा गैरसमज होतोय असं जाणवताक्षणी तिथून चटकन सटकलोही!)

मग दुकानदारांशी बोलून काही प्रयोग केले. प्रथम 'सॅन्टा'चे पुडे दर्शनी भागात ठेवून पाहिले, नंतर ते इतर बिस्किटांसोबत ठेवून पाहिले. ज्या दुकानात बिस्किटांची सर्वाधिक विक्री होत होती, तिथे ठिय्याच मांडला. तिथेही प्रयोग केले. 'ही नवी आलीयत बिस्किटं, चांगली आहेत चवीला,' असं ग्राहकांना सुचवायला दुकानदाराला सांगितलं. त्यानंतर ग्राहक काय प्रतिक्रिया देतात, पॅक घेतात की नाही, हे पाहत राहिलो.

काही वेळातच एक *'कॉमन पॅटर्न'* ध्यानात आला. मुलांसोबत खरेदीला आलेल्या आयांच्या संदर्भात. दुकानदारानं शिफारस केल्यानंतर आया मुलांना विचारत असत, 'हा घेऊ या का? नवी बिस्किटं आहेत. अंकल म्हणताहेत चांगली आहेत.' मुलं मात्र न चुकता 'नको' म्हणत असत. अर्थात ज्या एकट्या स्त्रिया खरेदीला येत असत त्याही स्वतःहून तर त्या पॅकला हातच लावत नसत. खरं तर ढुंकूनही बघत नसत. हातात घेऊनही बाजूला ठेवून देत असत. कशी खपणार बिस्किटं?

काही दिवसांतच आम्हांला नेमकं काय झालं, 'मार्केटिंग'मध्ये कुठे चुकलं, ते कळून चुकलं! हीच तर गंमत असते. अनेकदा उत्तर अगदी सोपं, सरळ, स्पष्ट असतं, पण तिकडे दुर्लक्ष करून आपण 'सखोल विश्लेषण' वगैरे करत दुसरंच काही शोधत राहतो! *'द मिलियन डॉलर क्वेश्चन वॉज – व्हॉट वेन्ट रॉंग?' सरप्राइजिंगली द आन्सर वॉज व्हेरी स्ट्रेट अँड सिंपल... पॅकेजिंग!*

येस, द पॅकेजिंग वॉज रॉंग. हिरव्या, केशरी रंगातलं 'सॅन्टा'चं ते पॅकेजिंग लोकांना आकर्षित करू शकलं नव्हतं. त्यामुळेच लोक आतल्या बिस्किटांपर्यंत पोहोचले नव्हते. त्यांनी ती छानशी चव चाखलीच नव्हती. लोकांनी चव नाकारली नव्हती, पॅकेजिंग नाकारलं होतं! अनाकर्षक पॅकेजिंगमुळे लोक एका चांगल्या चवीला मुकले होते आणि प्रॉडक्ट चांगलं असूनही कंपनीला अपयश पत्करावं लागलं होतं, नुकसान सोसावं लागलं. एक साधा प्रश्न आहे, सॅन्टाच्या 'मार्केटिंग डिपार्टमेंट'च्या कुणालाही हे का लक्षात आलं नसावं? याचंही उत्तर सोप्पं आहे... ते पॅकेजिंग त्यांनी स्वतः बनवून घेतलेलं होतं, 'ॲप्रूव्ह' केलेलं होतं. त्यामुळे ते चांगलंच आहे, याबद्दल ते निःशंक होते. त्रुटी जाणवण्यासाठी त्रयस्थाचीच दृष्टी लागते. म्हणजेच उदाहरणार्थ कमलेश कोठुरकरांची!

हेही लक्षात घ्या, पॅकेजिंग वाईट होतं असं नाही. डिझाईन तर चांगलंच होतं, रंगसंगती मात्र 'चकाचक' नव्हती. थोडक्यात, नव्या बिस्किटांकडे ग्राहकांचं लक्ष वेधण्याइतकं, त्यांना खरेदीसाठी उद्युक्त करण्याइतकं ते 'आकर्षक' नव्हतं, एवढंच. सरळ आहे हो, हिरॉईन कितीही सुंदर असली तरी तिचा 'कॉस्च्युम'ही आकर्षक हवाच ना! आता नेमकं मलाच हे कसं जाणवलं? याला तुम्ही हवं तर 'बिगिनर्स लक' म्हणू शकता. काही का असेना, मला उत्तर तर मिळालं होतं!

नाईक सर आणि सॅन्टा प्रोजेक्टच्या टीमसमोर मी माझी निरीक्षणं आणि निष्कर्ष प्रस्तुत केले. सारे चकित, खूशही. 'कोठुरकर मानलं तुम्हांला,' सप्रेंची प्रतिक्रिया. काहींनी 'सॅल्यूट' केला. नाईक सर फक्त हसले! (त्यांचा 'धाडसी' निर्णय 'योग्य' ठरण्याची चिन्हं होती!)

माझा छोटेखानी रिपोर्ट मी 'सबमिट' केला. सप्रेंनी थोडा 'कन्सल्टन्सी मुलामा' वापरून 'फॉलोअप रिपोर्ट' म्हणून तोच कंपनीला सादर केला. *ऑफकोर्स वुइथ अ स्ट्राँग रेकमेन्डेशन.* पॅकेजिंग चकाचक, आकर्षक करा आणि बिस्किट्स पुन्हा लाँच करा!

तिकडे कंपनीतही सगळे चकित. बरीच चर्चा झाली आणि अखेर माझं 'स्ट्राँग रेकमेन्डेशन' स्वीकारलं गेलं. एक प्रयोग म्हणून पॅकेजिंग बदलून 'सॅन्टा' पुण्यापुरतं पुन्हा लाँच करायचं ठरलं.

माझ्यासाठी आनंदाची बाब म्हणजे नवं पॅकेजिंगचं डिझाईन घेऊन, साठे खास मला दाखवण्यासाठी आले. माझ्या 'अॅप्रूव्हल'ची त्यांना गरज होती असं नाही, पण ते मिळालं तर हवं होतं. मी ते तत्काळ दिलंही. बिस्किटांवर आणि पॅकेजिंगवर आणखी थोडं काम करून 'ब्राईट रेड कलर'च्या चकाचक पॅकेजिंगमध्ये सॅन्टा बिस्किट्स पुण्यात 'लाँच' केली गेली – आणि ती तडाखेबंद खपली! साहजिकच नंतर ती महाराष्ट्रभर 'लाँच' करण्याचा निर्णय घेतला गेला.

एके दिवशी अचानक साठेंसोबत कंपनीचे 'एम.डी.' नाईक सरांना भेटायला आले. नाईक सरांनी अर्थातच मलाही बोलावून घेतलं. 'एम.डीं.'नी ब्रीफकेसमधून चेकबुक काढलं. 'एमसीएस'च्या नावानं वीस हजारचा चेक लिहिला. नाईक सरांना तो देत म्हटलं, *'थिस इज फॉर युअर व्हॅल्यूएबल रेकमेन्डेशन.'*

'सर... प्लीज हॅन्ड इट ओव्हर टू हिम,' माझ्याकडे निर्देश करत सरांनी म्हटलं, *'इट वॉज हिज रेकमेन्डेशन.'*

'ओह...' म्हणत एमडींनी तो चेक माझ्या हाती दिला आणि प्रेमानं शेकहॅन्ड करत म्हटलं, *'काँग्रॅच्युलेशन्स, यंग मॅन!'*

आय पास्ड माय फर्स्ट टेस्ट विथ फ्लाईंग कलर्स! अॅक्च्युअली, नॉट जस्ट फ्लाईंग कलर्स, बट विथ 'ब्राईट अँड चकाचक' कलर्स! सुरुवात तर चांगली झाली होती... पण अजून बराच दूरवरचा पल्ला गाठायचा होता. तोही फक्त तीन वर्षांत. नाईक सरांच्या माझ्याकडून बऱ्याच अपेक्षा होत्या.

'आपली प्रगती समाधानकारक नाहीय, कारण? आपण तेच तेच काम, त्याच त्याच पद्धतीनं करत आहोत. आता आपल्याला जरा नव्या, वेगळ्या विचारांची, नव्या अॅप्रोचची

गरज आहे. *वुई हॅव टू इन्जेक्ट अ डोस ऑफ फ्रेश थॉट इन टू अवर ऑर्गनायझेशन...*' नाईक सरांचे ते शब्द माझ्या मनावर कोरलेच गेले होते. तो फ्रेश थॉट, तो नवा ॲप्रोच... मीच तर सुचवायचा होता. महिना, दीड महिना मी त्यावरच विचार करत होतो. मौज म्हणजे, याही वेळी मी तेच करत होतो. जे पहिल्याच दिवशी दर्शिकेत लिहिलं होतं. वाचन, चिंतन, मंथन, निरीक्षण. तो फ्रेश थॉट, तो नवा ॲप्रोच मनात स्पष्ट झाला तसं मी नाईक सरांना म्हटलं, '*सर, आय ॲम रेडी!*'

'*फॉर व्हॉट?*' त्यांनी प्रश्न केला.

'*आय ॲम रेडी विथ द फ्रेश थॉट, न्यू ॲप्रोच.*'

'ग्रेट!'

'तुमची संमती असेल तर तो मला सर्वांसमोरच सादर करायला आवडेल.'

'शुअर. उद्याच मीटिंग ठेवू या.'

दुसऱ्या दिवशी 'मार्केट रिसर्च'चे सर्व जण पुन्हा एकदा उत्सुकतेनं जमले. मी जॉईन झाल्यानंतरची ही दुसरीच मीटिंग होती. पहिल्या वेळची उत्सुकता होती, कोठुरकर काय करणार आहेत? यावेळची उत्सुकता होती कोठुरकर काय बोलणार आहेत? नवं, नेमकं काय सांगणार आहेत... कुठला 'फ्रेश थॉट' मांडणार आहेत? स्पष्टच सांगायचं तर मी टीका करणार होतो, त्रुटी सांगणार होतो.

टीका कुणाला प्रिय असते? अर्थात मी कुणावर व्यक्तिगत टीका करणार नव्हतो. एकूण कार्यपद्धतीच्या संदर्भात बोलणार होतो. त्यामुळे कुणी दुखावलं जाण्याची शक्यता नव्हती. तरीही, 'तुम्हा सर्वांपेक्षा मी शहाणा' हा सूर नक्कीच चालणार नव्हता. (माझ्या बोलण्यात तो बऱ्याचदा येत असे, याची मला कल्पना होती) आणखीही एक टेन्शन होतंच. कार्यपद्धतीवरची टीका ही अप्रत्यक्षपणे नाईक सरांवरची टीका ठरणार होती. पण 'सुधारणा सुचवा' हा त्यांचाच तर आदेश होता आणि त्रुटी मान्य केल्याशिवाय सुधारणा कशा होणार? हे असं सारं मनात सुरू होतं. अचानक माझ्या लक्षात आलं, सर्वजण माझ्याकडे पाहताहेत.

'गुड मॉर्निंग,' मी चटकन म्हटलं.

'गुड मॉर्निंग.' सर्वांचा प्रतिसाद.

'मित्रहो, गेला महिना-दीड महिना मी विचार करत होतो...' माझं वाक्य पुरं होतंय न होतंय, तोच सप्रे हसले. ते हसले गालातल्या गालात, पण मी ते टिपलंच.

'का हो सप्रे, असं हळूच का हसता आहात?'

'सांगू?'

'बोला ना.'

'अहो झालं काय, तुम्ही गेला महिनाभर काय करत होता, असा आम्हांला सगळ्यांनाच प्रश्न पडला होता. आज त्याचं उत्तर मिळालं... तुम्ही विचार करत होता!'

आता सगळेच हसले. मीही 'रिलॅक्स' झालो. सारं हसत खेळत पार पडलं तर मलाही हवंच होतं.

'ओके. मी विचार करत होतो हे तर तुम्हांला कळलंच आहे. आता मी नेमका कशावर विचार करत होतो, तेही स्पष्ट करतो. मित्रहो, पटवर्धन आणि नाईक सर – दोघांनीही म्हटलं होतं, आपण वर्षानुवर्षे तेच तेच काम, त्याच त्याच पद्धतीनं करतो आहोत. त्या अनुषंगानंच एकूण कार्यपद्धतीत, आपल्या कामाच्या स्वरूपात काही मूलभूत बदल करणं आवश्यक आहे का... करायचे झाले तर ते काय असावेत, नेमक्या कोणत्या सुधारणा करणं शक्य आहे, यावरच मी विचार करत होतो... आज मी माझी निरीक्षणं, माझ्या सूचना तुम्हा सर्वांच्या समोर प्रस्तुत करतो आहे.'

थोडं थांबून मी म्हटलं, 'चूकभूल देणे-घेणे.'

सगळे पुन्हा हसले. वातावरण आणखी थोडं हलकं झालं.

'मित्रहो, माझं पहिलं निरीक्षण आहे – आपण प्रोजेक्ट टू प्रोजेक्ट अशा पद्धतीनं काम करतो. जरा 'क्रूड' भाषेत सांगायचं तर तुकड्यातुकड्यात काम करतो. आपल्या कामात एकसंधता नसते. कन्टिन्यूटी नसते. एका प्रोजेक्टचं काम झालं, त्यावरचा रिपोर्ट तयार करून तो एकदा क्लाएन्टला प्रस्तुत केला की झालं. आपला त्या प्रोजेक्टशी, त्या इंडस्ट्रीशी, त्या मार्केटशी काहीच संबंध राहत नाही. खरं सांगायचं तर त्या क्लाएन्टशीही तो राहत नाही. येतोही कधी कधी, पण काही तक्रार झाली तरच! (हलका हशा) यामुळे होतं काय – त्या त्या प्रोजेक्टच्या वेळी आपण जमा केलेला महत्त्वाचा डाटा, काही महत्त्वाची निरीक्षणं, आपले अनुभव या साऱ्याचा नंतर आपण काही उपयोग करत नाही. जाणीवपूर्वक तर नाहीच नाही. 'नवा गडी, नवा राज' करीत आपण पुढच्या प्रोजेक्टकडे वळतो.'

बहुतेकांना पटलेलं दिसत होतं, त्यामुळे थोडा हुरूप येऊन मी पुढे म्हटलं, 'दुसरी गोष्ट, आपण गटागटात काम करतो. एकेक टीम एकेका प्रोजेक्टवर काम करते. त्या टीमच्या सदस्यांची इतर टीमच्या सदस्यांशी काही 'इन्टरॲक्शन' नसते, देवाणघेवाण नसते. इतर ग्रुप्सच्या प्रोजेक्टशी जणू कुणाला काही देणंघेणं नसतं. रिपोर्टची एक कॉपी आपण क्लाएन्टला देतो, एक लायब्ररीत ठेवतो. मला प्रामाणिकपणे सांगा, एका टीमचा रिपोर्ट दुसऱ्या टीममधलं कुणी तरी वाचतं का? मला उत्तर माहिती आहे – कुणीच वाचत नाही. रिपोर्टचं सोडा, इतरही काही 'शेअरिंग' नसल्यानं, मला असं वाटतं – *ॲज ॲन ऑर्गनायझेशन* म्हणून आपली जी डेव्हलपमेंट व्हायला हवी तशी होत नाही. इफ *वुई हॅव टू ग्रो, वुई हॅव टू ग्रो टुगेदर!*'

मी थांबलो. सरांकडे पाहून म्हटलं, '*व्हॉट वुड यू से सर?*'

'आपण त्यांनाच विचारू या,' सरांनी म्हटलं, 'तुम्हीच सांगा कोठुरकरांची ही निरीक्षणं तुम्हांला पटताहेत का?' सर्वांचाच होकार आला.

'ओके, कोठुरकर,' सरांनी म्हटलं, 'तुमची निरीक्षणं तर आम्ही मान्य केलीयत, आता त्यावर उपाय सुचवा.'

माझे 'उपाय' अर्थातच तयार होते.

'माझी पहिली सूचना अशी आहे, प्रत्येक प्रोजेक्टच्या वेळी आपण जो काही डाटा गोळा करतो, तो सगळाच तर काही रिपोर्टमध्ये जात नाही. मग तो जातो कुठे? मला कल्पना आहे, बराचसा वर्किंग फाईलमध्ये जात असणार. पण ती फाईल फक्त रेकॉर्डसाठी असते आणि त्यात पत्रव्यवहार, बिलं... असं सगळंच असतं. माझी सूचना अशी आहे, सगळा जमलेला महत्त्वाचा डाटा – म्हणजे क्वेश्चनायर्स नव्हे – ती इन्डस्ट्री, ते मार्केट यासंदर्भातली माहिती, जर्नल्स, आर्टिकल्स, काही रिपोर्टस् मिळाले असतील तर ते, हे सारं एका डाटा फाईलमध्ये संग्रहित केलं जावं आणि लायब्ररीमध्ये त्या त्या प्रोजेक्टच्या रिपोर्टसोबत ही 'डाटा फाईल'ही ठेवली जावी. हा डाटा नंतरही सर्वांना संदर्भ म्हणून सहज उपलब्ध होईल आणि त्यातून एक 'डाटा पूल' डेव्हलप होईल.'

'सजेशन ॲक्सेप्टेड,' नाईक सरांनी म्हटलं, 'मी तर म्हणेन, या पुढच्या प्रोजेक्टसाठीच नाही, जुन्या प्रोजेक्टसच्या संदर्भातही अशा 'डेटा फाईल्स' तयार करून घेऊ. ग्रेट... कोठुरकर, तुमची पुढची सूचना...'

'ती अशी आहे, एखादा प्रोजेक्ट पूर्ण झाल्यावर म्हणजे रिपोर्ट तयार झाल्यानंतर, तो क्लाएन्टला प्रस्तुत करण्यापूर्वी संपूर्ण डिव्हिजनची अशीच मीटिंग घेतली जावी. त्या मीटिंगमध्ये त्या प्रोजेक्टच्या लीडरनं प्रोजेक्टबद्दल तासाभराचं प्रेझेन्टेशन इतर सर्वांसाठी द्यावं. प्रोजेक्ट काय होता, तो करताना आलेल्या अडचणी, काही खास अनुभव, नव्यानं कळलेली काही खास माहिती... हे सारं इतरांशी शेअर करावं आणि पूर्ण रिपोर्ट नाही तरी निदान '*कन्क्लूजन्स* आणि *रेकमेन्डेशन्स*' प्रस्तुत करावीत. इतरांनी त्यावर प्रतिक्रिया द्याव्यात, सजेशन्स करावीत. त्यातील योग्य वाटतील ती स्वीकारली जातील. यातून तो प्रोजेक्ट फक्त त्या टीमचा न राहता, सर्वांचा होईल आणि रिपोर्टची क्वालिटीही सुधारू शकेल.'

'हेही सजेशन... अगदी *थँकफुली ॲक्सेप्टेड. नेक्स्ट!*' अर्थातच नाईक सर म्हणाले.

'माझं तिसरं सजेशन असं आहे – प्रोजेक्ट संपल्यानंतरही त्या त्या क्लाएन्टशी संपर्क ठेवण्याचा जाणीवपूर्वक प्रयत्न केला जावा. त्यांना उपयुक्त असं काही

नव्यानं मिळालं (ते कसं मिळू शकेल यावर मी बोलणारच आहे) तर ते त्यांच्याशी शेअर केलं जावं. *'नॉट जस्ट ॲडव्हायझर्स – पार्टनर्स इन प्रोग्रेस'* हे आपलं ब्रीद आहे. ते प्रत्यक्षात येण्यासाठी क्लाएन्टशी सतत संवाद असायला हवा. आत्ता नसतो असं मला म्हणायचं नाहीय. पण अनेकदा तो क्लाएन्टच्या बाजूनेच होत असतो. यापुढे आपणही आवर्जून तो सुरू ठेवायला हवा.'

'तिसरी सूचनाही पूर्णतः स्वीकारार्ह.'

'धन्यवाद! माझ्या सूचना संपल्या. म्हणजे कार्यपद्धतीसंदर्भातल्या! आता मला आपल्या 'ॲप्रोच'संदर्भात काही बोलायचंय.

मित्रहो, मला असं प्रामाणिकपणे वाटतं, आपण डाटा जमवल्यानंतर मुख्यतः त्याच्या 'स्टॅटिस्टिकल ॲनॅलिसिस'वर भर देतो. गैरसमज नकोत, हे अतिशय आवश्यक असतं. *थँक्स टू अवर स्टॅटिस्टिशियन्स* – ते अगदी परफेक्ट असतं, पण त्याचबरोबर आपली काही 'क्वालिटेटिव्ह इनपुटस्'ही रिपोर्टमध्ये असली पाहिजेत, असं मला वाटतं. ही कुठून येतील? मघाशी मी असंही म्हटलं, प्रोजेक्ट संपल्यानंतरसुद्धा क्लाएन्टला उपयुक्त असं नवं काही मिळालं, त्याच्या इंडस्ट्रीसंदर्भातलं, मार्केटसंदर्भातलं तर ते त्याच्याशी आवर्जून 'शेअर' केलं जावं. हे नवं कुठून मिळेल? ते आपल्याला मिळवावं लागेल! कसं ते सांगतो. होतं काय, आपण प्रत्येक वेळी एखादं प्रॉडक्ट आणि त्याचं मार्केट एवढाच विचार करतो; पण मार्केटिंगसंदर्भात विचार करताना खूपच व्यापक विचार आवश्यक असतो. उद्योगव्यवसायातल्या बदलत्या प्रवाहांचा – ज्यांना आपण ट्रेन्ड्स म्हणतो, त्यांचाही विचार करावा लागतो.

लोकांची बदलती जीवनशैली, बदलत्या आवडीनिवडी, बदलत्या आशा आकांक्षा, बदलतं तंत्रज्ञान... या साऱ्यांचा एखाद्या प्रॉडक्टच्या मार्केटशी प्रत्यक्ष संबंध दिसत नसला तरी खूप महत्त्वाचा प्रभाव पडत असतो. आपण नेहमी 'डिमान्ड फोरकास्ट' करत असतो. भविष्यातील मागणीबद्दल अंदाज करत असतो. त्यासाठी भविष्याची चाहूल घेणं गरजेचं असतं. ती फक्त 'स्टॅटिस्टिकल ट्रेन्ड्स'मधून मिळत नसते.

म्हणूनच सर, मला असं वाटतं, अशा साऱ्या गोष्टींचा सातत्यानं मागोवा घेणारा एखादा 'मार्केट ॲनॅलिस्ट' आपण नेमू शकलो तर त्याचा सर्वांनाच फायदा होऊ शकेल. त्यातून आपापल्या सर्व्हेसाठी उपयुक्त डाटा, प्रोजेक्ट लीडर्स घेऊ शकतील. सर्वांचीच एकूण मार्केटिंग फिल्डबद्दलची जाण वाढेल. मुख्य म्हणजे अशा ॲनॅलिसिसमधून क्लाएन्ट्सच्या उपयोगाचं असं काही हाती आलं तर ते आपण वेळोवेळी त्यांच्याशी शेअर करू शकू. त्यांचा आपला सतत संवाद सुरू राहील... आपण त्यांच्या प्रगतीत सहभाग नोंदवू शकू. *वुई विल नॉट बी जस्ट ॲडव्हायझर्स बट...'*

‘*पार्टनर्स इन प्रोग्रेस!*’ समोरचे सारेच उद्‌गारले.

‘कमाल आहे!’ सरांनी म्हटलं.

‘म्हणजे?’ मी प्रश्न केला.

‘मला कळत नाही, हे मला का नाही सुचलं?’

‘सर, ॲक्च्युअली...!’

‘थांबा, हा प्रश्न मी तुम्हांला नाही केलेला, हा मी स्वतःला केला आहे. मला जरा त्यावर विचार करू द्या!’

आता यावर मी काय बोलणार?

तेवढ्यात ‘सर,’ पटवर्धन म्हणाले.

‘बोला,’ सरांनी म्हटलं.

‘ते असो, पण कोठुरकरांना नेमावं हे तर तुम्हांलाच सुचलं ना!’

‘अरे खरंच की. म्हणजे मलाही क्रेडिट आहेच!’

‘प्रश्नच नाही!’ पटवर्धनांनी म्हटलं आणि त्यांच्यासोबत मीही!

‘मित्रहो,’ सरांनी म्हटलं, ‘कोठुरकरांनी गेला महिना-दीड महिना जो विचार केला त्याची फळं आपल्याला मिळाली आहेत. त्यांच्या सर्व सूचना तातडीनं अंमलात आणल्या जातील. अर्थात त्या सर्व सूचनांचा... खरं तर सुधारणांचा लाभ लगेचच दिसेल असं नाही, पण मला खात्री आहे – *इन द लाँग रन वुई विल सर्टनली बेनिफिट फ्रॉम देम. अवर ऑर्गनायझेशन विल गो फ्रॉम स्ट्रेंग्थ टू स्ट्रेंग्थ. कोठुरकर, यू हॅव डन अ वन्डरफुल जॉब, काँग्रॅच्युलेशन.*’

‘*थँक्स सर,*’ मी म्हटलं, ‘*अँड ऑफकोर्स थँक्स टू ऑल...* माझ्या सर्व सूचनांना सकारात्मक प्रतिसाद दिलात, त्याबद्दल सर्वांनाच धन्यवाद.’

वा, काय सफाईदार प्रेझेन्टेशन केलंय... असं तुम्हांला वाटलं असेल तर (तुम्हांला म्हणून) सांगतो. छाती हलके धडधडत होती, टेन्शन जाणवत होतंच. अगदी शाळेतल्या पहिल्या भाषणाच्या वेळी जाणवलं होतं तसंच. पण ते समोरच्यांना जाणवणार नाही याची तेव्हा जशी काळजी घेतली होती, तशीच याहीवेळी घेतली एवढंच! आत्मविश्वास उदंड होता, तरीही माझं काम मी ‘लाइटली’ घेऊ शकत नव्हतो. ‘आपल्याकडून अपेक्षा आहेत’ ही जाणीव मला सतत ठेवावी लागणार होती. निदान पुढची तीन वर्षं!

येस! *आय हॅड टू बी ऑन माय टोज्!*

‘कोठुरकर, तुमच्याकडे वैशाली मोहिते आल्या आहेत.’ घोडकेंनी फोनवर म्हटलं.

वैशाली? अशी अचानक. आज इतक्या वर्षांत ती प्रथमच ऑफिसवर आली होती. खरं तर मागेही दोन वेळा ठरलं होतं, पण तिलाच जमलं नव्हतं.

'पाठवू त्यांना वर?' घोडकेंनी विचारलं तसं मी भानावर येत म्हटलं, 'अरे म्हणजे काय, ताबडतोब.'

मी रूममधून जिन्याशी येईपर्यंत ती वर आलीही.

'तू कशी काय?'

'काही नाही अशीच! तुला भेटावंसं वाटलं!'

मी फक्त हसलो.

'अरे म्हणजे काय, एक्झिक्युटिव्ह कन्सल्टंट झालायस तू. तुझं ऑफिस पाहायला नको?'

मी तिला रूममध्ये नेलं म्हटलं, 'हे माझं ऑफिस!'

खूशच झाली ती, 'थाट आहे रे तुझा... मस्तच!'

ती बसली आणि काही वेळ माझ्याकडे बघतच राहिली.

'काय बघतेयस?'

'एक्झिक्युटिव्ह चेअरमध्ये तू कसा दिसतोयस ते बघतेय.'

'कसा दिसतोय?'

'मस्त, रुबाबदार. गंमत म्हणजे, या खुर्चीवरचा तू वयानं मोठाही वाटतोयस!'

'तुला 'मॅच्युअर' म्हणायचंय का?'

'बरं, तसं समज!' तिनं हसतच म्हटलं.

'ते सगळं राहू दे, आधी मला सांग...'

'मी ना 'गुड न्यूज' द्यायला आलेय!'

'गुड न्यूज? लग्नाच्या आधीच?'

क्षणभर गोंधळलीच ती. पण ट्यूब पेटली तसं तिनं म्हटलं, 'तू म्हणजे ना...!'

'असाच आहे मी!'

'गुड न्यूज' होती तिच्या जॉबसंदर्भातली. तिला अखेर अगदी तिच्या मनाजोगता जॉब मिळाला होता. तिथेच ती फायनल इंटरव्ह्यूसाठी गेली होती आणि तिथून तडक माझ्या ऑफिसवर. तिनं कंपनीचं नाव सांगितलं, तसा मात्र मी कपाळालाच हात लावला. पुण्याजवळच्या एका गावात, काहीशी जंगलातच होती तिची कंपनी. केमिकल्स बनवणारी बरीच जुनी कंपनी होती. अर्थात ही फक्त एक शाखा होती. कंपनीचं कॉर्पोरेट ऑफिस मुंबईला होतं आणि महाराष्ट्रभर अशा अनेक 'कंपन्या' होत्या.

'तुला दुसरी एखादी जवळची कंपनी सापडली नाही का?' मी तिला म्हटलं.

'मी मुद्दामच ती निवडली,' तिनं म्हटलं. 'का?'

'कॉर्पोरेट सोशल रिस्पॉन्सिबिलिटी!'

'म्हणजे?'

'अरे कंपनी आता 'सीएसआर'च्या दृष्टीनं खास प्लॅनिंग करते आहे. मला त्यांनी सिलेक्ट केलंय ते माझा सगळा सामाजिक उपक्रमांचा अनुभव बघूनच. अर्थात तसं मलाही अजून कामाचं नक्की स्वरूप स्पष्ट नाहीय. त्यांच्या वरिष्ठ पातळीवर चर्चा सुरू आहेत. पण खूप चांगला अनुभव मिळेल, एवढं नक्की.'

'तू खूश आहेस ना?'

'खूपच.'

'चल... तुझी नाईक सरांशी ओळख करून देतो.'

आजवर तिनं इतकं काही ऐकलं होतं सरांविषयी की तीही त्यांना भेटायला उत्सुक होतीच. इंटरकॉमवरून सरांना म्हटलं, '*सर, आय वॉन्ट यू टू मीट समवन, कॅन आय...?*'

'अरे म्हणजे काय, *कम राईट ओव्हर!*' सरांनी म्हटलं.

सरांची आणि तिची पहिलीच भेट. माझ्या आयुष्यातल्या सर्वाधिक महत्त्वाच्या दोन व्यक्ती प्रथमच एकमेकांना भेटत होत्या. आम्ही दोघांनी सरांच्या केबिनमध्ये प्रवेश केला तसे ते प्रश्नार्थक नजरेनं बघतच राहिले.

'सर, ही वैशाली... माझी मैत्रीण.'

'अरेच्या! तुम्हांला मैत्रीणसुद्धा आहे?'

'म्हणजे काय सर, ही माझी कॉलेजपासूनची मैत्रीण आहे.'

'काय सांगताय, म्हणजे अगदी खास मैत्रीण दिसतेय तुमची.'

'*ऑफकोर्स, शी इज अ व्हेरी व्हेरी स्पेशल फ्रेंड.*'

'कमाल आहे, इतक्या वर्षांत कधीच बोलला नाहीत तुम्ही.'

'सर, तसा आपला विषयच नाही झाला.'

'अरे हो, खरं म्हणजे मीच विचारायला हवं होतं. काय हो कोठुरकर, एखादी मैत्रीण वगैरे आहे की नाही तुम्हांला?'

'सर,' वैशालीनं म्हटलं, 'अहो आमच्या घरच्यांनाही आम्ही बरीच वर्षं बोललो नव्हतो.'

'*ओह, आय सी, एनी वे, इटस् अ प्लेझंट सरप्राइज फॉर मी.*'

'*व्हाय सरप्राइज सर?*' मी प्रश्न केला.

'कोठुरकर, अहो तुम्ही इतके टास्क ओरिएन्टेड आहात की तुम्हांला मैत्रीसाठी वेळ मिळत असेल असं वाटलंच नव्हतं.'

'*सर, टू बी ऑनेस्ट,* फक्त मैत्रीच नाही आमची. *वुई आर इन...*'

'ओह रिअली?'

'*येस सर, वुई आर एंगेज्ड टू इच अदर!*'

'*दॅटस् इव्हन अ बेटर सरप्राइज, काँग्रॅच्युलेशन्स!*'

इतके खूश झाले सर की, वैशालीला किती चहा बिस्किटं देऊ अन् किती नको असंच त्यांना झालं. नशीब 'मुली चॉकलेट हवंय का तुला?' असं नाही विचारलं त्यांनी!

'*कॉर्पोरेट सोशल रिस्पॉन्सिबिलिटी*' हे वैशालीच्या खास जिव्हाळ्याचं क्षेत्र आहे हे सांगितलं तसे तर ते कमालीचे खूश झाले. अगदी भरभरून कौतुक करीत त्यांनी म्हटलं, 'ग्रेट! वन्डरफुल! अशी 'जोडी' मी प्रथमच पाहतो आहे!'

सरांना भेटून आम्ही निघालो. केबिनबाहेर आलो, पण सरांनी खूण करून मला पुन्हा बोलावून घेतलं.

'कोठुरकर,' त्यांनी म्हटलं, 'तुम्हांला मी पहिली बिअर पाजण्यापूर्वी एखाद्या प्रिय व्यक्तीची शपथ घ्यायला लावली होती.'

'हो सर.'

'ती प्रिय व्यक्ती म्हणजे वैशाली!'

'हो सर.'

सर प्रसन्न हसले. त्यांनी म्हटलं, 'मला खात्री आहे. तिची शपथ तुम्ही कधीच मोडणार नाही.'

अनेक आघाड्यांवर लढत होतो मी. बदल तर घडतच होते. कामाची गुणवत्ता नक्कीच उंचावली होती. 'क्लाएन्टचा संतोष हेच आमचं समाधान' हे सूत्र सारेच आता कटाक्षानं पाळत होते. समाधानी, संतुष्ट क्लाएन्टस्‌कडून पुढेही नवा बिझनेस येत राहील, अशी स्पष्ट चिन्हं होती; पण तेवढं नक्कीच पुरेसं नव्हतं.

मी 'एमसीएस'साठी नवे क्लाएन्ट्स, नवा बिझनेस आणणंही अपेक्षित होतं. वर्ष उलटून गेलं होतं, तरी त्या आघाडीवर मी काहीच केलं नव्हतं. पुढील वर्ष-दीड वर्षांत नवे क्लाएन्ट्स आणणं, हीच आता माझी प्राथमिकता होती. कदाचित मी आल्यामुळे 'टर्नओव्हर' किती वाढायला हवा, याचं 'टारगेट'ही नाईक सरांनी ठरवलं असावं. ते मला सांगितलं मात्र नव्हतं. एक तर निश्चित, एक-दोन क्लाएन्ट्स आणून भागणार नव्हतं. त्यासंदर्भात मला आता मुसंडीच मारायला हवी होती. काय करावं? कुठून मिळू शकतील नवे प्रोजेक्ट्स? आमचा सध्याचा मुख्य बिझनेस नवा उद्योग सुरू करणाऱ्या क्लाएन्ट्ससाठी 'मार्केट सर्व्हे' हा होता. असे क्लाएन्ट्स कुठे शोधायचे, या विचारात असताना बत्ती पेटलीच!

'कळसा' तर काखेतच होता. त्यासाठी गावाला वळसा घालण्याची गरजच नव्हती! आमच्या एमबीएच्या क्लासमध्येही स्वतःचा उद्योग सुरू करण्याचा प्लॅन असलेले तिघे-चौघे होतेच. त्यांना 'मार्केट सर्व्हे'ची गरज असणारच होती. अर्थात तशी त्यांना स्वतःला वाटत नसली तरी मी त्यांना ती पटवून देऊ शकणार होतो. (तसाही मी 'सुंदरलाल पटवा' होतोच!) त्या वेळी 'मोबाईल' नव्हते. त्यामुळे 'आलं मनात की लाव फोन' ही सुविधा नव्हती. त्यांचे

घरचे फोन, पत्ते इन्स्टिट्यूटमध्येच मिळू शकले असते. त्यासाठी आज-उद्या इन्स्टिट्यूटमध्ये जावं या विचारात मी असतानाच अचानक –

'कोठुरकर, तुम्हांला हसमुख कोठारींचा फोन आहे,' घोडकेंनी इन्टरकॉमवर म्हटलं.

मी चकितच. आत्ताच कशी याला माझी आठवण झाली?

'अरे दे दे...!' मी घोडकेला म्हटलं.

'हॅलो, हसमुख!'

'हाय, कमलेश हाऊ आर यू?'

'आय ॲम फाईन, तू कसा आहेस?'

'मजेत.'

'मला माहितीय तू प्रोजेक्ट ऑफिसर म्हणून जॉईन झाला होतास. *आय ॲम शुअर यू मस्ट बी अ सिनिअर ऑफिसर नाऊ!*'

'*ॲक्च्युअली, यू वोन्ट बिलिव्ह हसमुख.*'

'का बरं?'

'*नाऊ आय ॲम वर्किंग ॲज ॲन एक्झिक्युटिव्ह कन्सल्टंट!*'

तो उडालाच. पण त्यानं अगदी मनःपूर्वक अभिनंदन केलं. अर्थात तोही एका अतिशय रेप्युटेड कंपनीत आता 'मार्केटिंग ऑफिसर' होता. मीही त्याचं अभिनंदन केलं.

'कमलेश, आपण 'एमबीए पास्ट स्टुडंट्स असोसिएशन' सुरू करतोय. पुढच्या महिन्यात पहिलं गेट टुगेदर प्लॅन केलं आहे. त्याच संदर्भात तुला भेटायचं होतं.'

'अरे, एनी टाईम... ही तर फारच मस्त आयडिया आहे.'

'उद्या मला हाफ डे असतो, दुपारी दोन वाजता चालेल?'

'शुअर... ये उद्या. बोलूयात.'

'*ओके, गुड डे!*'

'*गुड डे.*'

माझी बत्ती पुन्हा एकदा पेटली. नव्यानं. गेल्या पाच वर्षांतले सगळे (निदान बरेचसे) 'एमबीएज्' एकत्र येणार होते. प्रत्येक बॅचमध्ये, स्वतःचा उद्योग सुरू करणारे काहीजण असणारच होते... ग्रेट! अधिकस्य अधिकं फलम्!

दुसरे दिवशी हसमुख आला. आम्ही अगदी कडकडून भेटलो. दोघांनाही किती बोलू अन् किती नको असं झालेलं. तशी आम्हा दोघांत नेहमीच स्पर्धा असायची. *बट इट वॉज ऑलवेज अ हेल्दी कॉम्पिटिशन.* एक तर निश्चित, हसमुख स्वभावानं अतिशय उमदा होता. खूप गप्पा झाल्या. (त्यातल्या त्यात) पुरेसं बोलून झाल्यावर आम्ही 'माजी विद्यार्थी मेळाव्या'कडे वळलो. त्यासाठीचा ड्राफ्ट त्यानं केला होताच. 'कमलेश कोठुरकर टच' देऊन मी तो आणखी मस्त बनवला. दिवसभराचं गेट टुगेदर करायचं होतं. त्यासाठी काय काय कार्यक्रम ठरवावेत, त्यावर चर्चा केली.

'हसमुख, माझं लेक्चर ठेवलं तर?'

'अरे, जरूर. विषय सांग!'

'*मार्केट रिसर्च, व्हॉट फॉर?*'

'*डन!*' त्यानं उत्साहानं शेकहॅण्ड करत म्हटलं, '*अ लेक्चर बाय कमलेश कोठुरकर. अवर ब्राइटेस्ट पास्ट स्टुडंट अँड ऑल्सो द एक्झिक्युटिव्ह कन्सलटन्ट टू मॅनेजमेंट कन्सलटन्सी सर्व्हिसेस प्रा. लि.!* मजा आयेगा यार! *बॉईज विल बी रिअली एक्सायटेड!*'

'*अँड गर्ल्स?*'

'*वेल, दे विल बी फ्यू. बट आय ॲम शुअर दे टू विल बी इक्वली एक्सायटेड!*'

शेवटी 'एमबीए'चं गेटटुगेदर ते... झोकातच होणार! सत्तर रजिस्ट्रेशन्स झाली होती. एका पॉश हॉटेलचा हॉलच दिवसभरासाठी बुक केला होता. लंचची व्यवस्थाही तिथेच होती. पहिल्या म्हणजे 'प्री-लंच सेशन'च्या शेवटी माझं लेक्चर होतं. हसमुखनं माझा परिचयच असा जोरदार करून दिला की मुलंमुली खरोखरच 'एक्साईट' झाली. अर्थात मीही. असं जबरदस्त लेक्चर दिलंय की विचारूच नका. मुळात, वक्तृत्व तर होतंच पण आता अनुभव आणि पोझिशनमुळे आलेला आत्मविश्वासही होता.

स्वतःचा उद्योग सुरू करू इच्छिणाऱ्यांना '*नो युअर मार्केट, बिफोर यू इन्व्हेस्ट*' असा खणखणीत इशारा देऊन त्यासाठी त्यांनी 'एमसीएस'कडेच येणं कसं आवश्यक आहे, हे अगदी बजावलंच. 'मार्केट इन्टेलिजन्स' ही आमची खासियत आहे, हे सांगितलं तसे तर सगळे चांगलेच प्रभावित झाले. शेवटी सर्वांनाच खुलं आवाहन केलं, 'कुठलाही डाटा हवा असेल, मग ती *कॉम्पिटिटर्स इन्फो* असो की *मार्केट ॲनॅलिसिस – कम टू* एमसीएस, *यू विल नेव्हर बी डिसअपॉइंटेड!*'

टाळ्यांचा प्रचंड कडकडाट... मी तर अगदी शाळकरी वयापासून मिळवत होतो, त्याचा वेगळा उल्लेख कशाला हवा? कुठलीही अतिशयोक्ती नाही... *आय वॉज द स्टार ऑफ द डे!* (इथे 'ॲज युज्वल' म्हणण्याचा मोह मी टाळतो आहे!) 'लंच ब्रेक'मध्ये माझ्याभोवती मुलामुलींचा अक्षरशः गराडाच पडला. मला तर लंच करताच येईना. शेवटी हसमुखनं मध्ये पडून म्हटलं, '*गाईज.. प्लीज लेट हिम हॅव हिज लंच. यू कॅन मीट हिम टुमारो इन हिज कंपनी... इट्स नॉट फार अवे... प्लीज!*'

मुलं पांगली तेवढ्यात देसाई सरांनी येऊन पाठ थोपटली.

'कोठुरकर मघाशी तुम्ही मुलींच्या गराड्यात होतात...' त्यांनी म्हटलं.

'सर प्लीज! मुलामुलींच्या गराड्यात म्हणा!'

'ओके, ओके, मुलामुलींच्या गराड्यात होतात म्हणून बोलता आलं नाही, पण आत्ताच सांगतो, हेच लेक्चर तुम्ही पुढच्या महिन्यात पार्ट टू च्या बॅचसाठी द्यायचंय...

अँड नॉट जस्ट धिस इअर, एव्हरी इअर! आय ॲम शुअर यू विल गेट टू थ्री क्लाएन्टस फ्रॉम एव्हरी बॅच!'

'थँक यू सर!'

हे म्हणजे असंच ना, कमलेश कोठुरकर आगे बढो; हम तुम्हारे साथ है!

दुसरेच दिवशी चौघे ऑफिसवर आले. मी त्यांची आणि प्रोजेक्ट मॅनेजर्सची गाठ घालून दिली. प्राथमिक चर्चा होऊन, नंतर सविस्तर प्रपोजल, कोटेशन्स पाठवायचं ठरलं.

नंतरही मग कुणी कुणी येतच राहिलं. महिनाभरातच सात नवे मार्केट सर्व्हे!

माझं वर्षाचं 'टारगेट' असं महिन्यातच पुरं झालं. पण मी इथेच थांबलो नाही. रमेश जोगळेकरला हाताशी घेऊन चेंबर ऑफ कॉमर्स, सहकारी बँकांचे अधिकारी अशा 'सोर्सेस' मधून नवा उद्योग सुरू करू इच्छिणाऱ्यांचे नाव, पत्ते मिळवले. त्यांच्याशी पत्रव्यवहार, प्रत्यक्ष भेटी हा सिलसिला सुरू केला. रमेशचा इंटरेस्ट पाहून नाईक सरांनी त्याची 'बिझनेस प्रमोशन ऑफिसर' अशीच नवी नियुक्ती केली. (त्याचं स्वतःचंही 'प्रमोशन' झालंच!) त्याच दरम्यान स्वतः सरांनी इंजिनिअरिंग आणि फायनान्स डिव्हिजनसाठी नामांकित कंपन्यांचे प्रोजेक्ट्सही मिळवले... *रिअल प्रेस्टिजियस प्रोजेक्ट्स!* बघता बघता कामाचा व्याप इतका वाढला की जागा आणि मनुष्यबळ... दोन्ही पुरेना!

सरांनी अत्यंत महत्त्वाचे असे निर्णय घेतले. शेजारच्या बिल्डिंगमधला एक फ्लोअरच भाड्यानं घेतला. तशा जबाबदाऱ्या तर सर्वांच्याच वाढल्या होत्या. साहजिकच त्यांच्या अपेक्षाही उंचावल्या होत्या.

दरवर्षी प्रत्येकालाच दोन इन्क्रिमेन्टस दिली जात असत. तीन वर्षं पुरी झाल्यानंतर प्रोजेक्ट ऑफिसरांचं सिनिअर प्रोजेक्ट ऑफिसर म्हणून प्रमोशन होत असे. पण तेवढंच. यावेळी मात्र सर्व प्रोजेक्ट मॅनेजर्संना सिनिअर प्रोजेक्ट मॅनेजर्स म्हणून प्रमोशन दिलं गेलं. ज्या सिनिअर प्रोजेक्ट ऑफिसर्सची सर्व्हिस पाच किंवा अधिक वर्षं झाली होती त्यांना 'प्रोजेक्ट मॅनेजर्स' म्हणून प्रमोट केलं गेलं. याशिवाय नव्या प्रोजेक्ट ऑफिसर्सच्या नेमणुका झाल्या. त्या त्या प्रोजेक्टसाठी आवश्यक तो टेम्पररी स्टाफही नियुक्त केला गेला.

माझी तीन वर्षं पुरी होता होता एमसीएस – विशेषतः मार्केट रिसर्च डिव्हिजन, नव्या जोमानं अक्षरशः तरारलं. 'कोठुरकर फॅक्टर'चा लाभ साऱ्यांनाच झाला होता. आता प्रश्न खुद्द कोठुरकरांचाच होता.

'तीन वर्षांत अपेक्षित कामगिरी कोठुरकर दाखवू शकले नाहीत तर त्यांचं कॉन्ट्रॅक्ट रिन्यू केलं जाणार नाही,' हे नाईक सरांनी अगदी जाहीरपणे म्हटलं होतं. अपेक्षित कामगिरी तर सोडाच, मी अगदी अनपेक्षित कामगिरी करून दाखवली होती! कॉन्ट्रॅक्ट रिन्यू होणार,

याबाबत आता कुणालाच शंका नव्हती. अगदी जागडे, लोखंडेंनाही! तरीही नाईक सरांकडून त्यावर अधिकृत शिक्कामोर्तब होणं, हे माझ्यासाठी नक्कीच महत्त्वाचं होतं.

'कोठुरकर, आज संध्याकाळी भेटू या,' सरांनी म्हटलं. तेव्हाच मी ओळखलं, ते शिक्कामोर्तब आज व्हायचं आहे. आमचं रेस्टॉरंट ठरलेलं असायचं, अगदी टेबलही. तेच रेस्टॉरंट, तेच टेबल. तशीच संध्याकाळ. पहिली बिअर मी इथेच सरांसोबत घेतली होती. त्यानंतरही आमची अनेकदा अशी बिअर सेशन्स झाली होती. तरीही आजचं सेशन अगदीच खास असणार होतं. तीनच वर्षं... पण किती काही घडून गेलं होतं! फक्त एमसीएसमध्येच नव्हे, माझ्या व्यक्तिगत आयुष्यातही.

वैशालीची आता त्याच कंपनीत स्पेशल ऑफिसर, सीएसआर म्हणून नियुक्ती-बढती झाली होती. त्याहीपेक्षा महत्त्वाचं म्हणजे आम्ही ठरवल्याप्रमाणे आमचा स्वतःचा फ्लॅटही आता तयार होता. खरं तर आम्ही छोटा वन बीएचकेच घेणार होतो, पण नाईक सरांनी म्हटलं होतं, थोडं लोन काढावं लागलं तरी चालेल, पण टू बीचकेच घ्या. अर्थात नुसतं म्हटलं नव्हतं, त्यांच्या एका बिल्डर मित्राच्या उपनगरातील अतिशय सुंदर अशा स्कीममध्ये आमच्यासाठी खास रेटमध्ये मिळवूनही दिला होता. लोनसाठी तर प्रॉब्लेम नव्हता, नाईक सर स्वतः गॅरेंटर होते. फ्लॅटचा ताबा नुकताच मिळाला होता. इंटिरिअर पुरं झालं की आमचा रीतसर जोडीनं 'गृहप्रवेश' होणार होता. अर्थात लग्नानंतर!

सरांनी बिअरची ऑर्डर दिली आणि प्रसन्न हसत माझ्याकडे पाहिलं. सरांचं पहिलं वाक्य ऐकण्यासाठी माझा जीव जणू कानात गोळा झाला होता.

'कोठुरकर, तुम्ही तर जादूच केलीत!' सरांनी म्हटलं. आणि मी अक्षरशः भरून पावलो.

'जादूगार आहात तुम्ही... किमयागार आहात!'

'सर... तुम्ही संधी दिलीत, चॅलेंजही दिलंत... म्हणूनच मी काही करू शकलो.'

'चला... म्हणजे, मलाही श्रेय आहेच.'

'अर्थात सर... आज मी जो काही आहे...'

'हा हां... पुरे,' मला मध्येच तोडत सरांनी म्हटलं, 'कोठुरकर, दोन गोष्टी लक्षात ठेवा...'

'कुठल्या सर?'

'पहिली, मी फक्त निमित्त होतो. तुम्ही जे काही साध्य केलंयत ते तुमच्या टॅलेंटच्या आणि जिद्दीच्या जोरावर. दुसरी म्हणजे, मी तुम्हांला संधी दिली त्यात माझाही स्वार्थ होता. जे काही केलं मी, ते कंपनीच्या हितासाठीच केलं. हे मी उगाच तोंडदेखलं नाही बोलत आहे. *आय मीन इट.*'

मी गप्पच राहिलो. तसं सरांनी म्हटलं, 'पटतंय तुम्हांला?'

'हो, सर...' मी फक्त पुटपुटलो. इतका भारावलो होतो की, शब्दच सुचत नव्हते.

'कोठुरकर, तुम्हांला आपली पहिली भेट आठवते?'

‘ती मी कशी विसरेन सर? *दॅट वॉज अ टर्निंग पॉइंट इन माय लाइफ.*’

‘तुमचा बायोडाटा पाहूनच मी म्हटलं होतं... *यू सीम टू बी ॲन एक्स्ट्रॉऑर्डिनरी पर्सन.*’

‘हो सर!’

‘तेव्हा तुम्ही ‘तसं काही नाही’ म्हणाला होतात. पण आता तरी मान्य करा, *यू आर ॲन एक्स्ट्रॉऑर्डिनरी पर्सन!*’

बाप रे, हे म्हणजे... सर कौतुक करणार हे तर माहितीच होतं, पण हे फक्त कौतुक नव्हतं. सर अक्षरशः मुक्त कंठानं गुणगान करत होते. हा माझा गौरवच होत होता. तोही माझ्या ‘आदर्शा’कडून! भावनांवर नियंत्रण ठेवणं मला जड जात होतं. सरांनाही ते जाणवलं तसे तेही पुढे काही बोलले नाहीत.

तेवढ्यात बिअर आली... चिअर्स झालं. तोवर मी ‘नॉर्मल’वर आलो होतो.

‘आता मी बोलू शकतो!’ मी म्हटलं.

सर हसले, ‘बोला!’

‘सर, एक्स्ट्रॉऑर्डिनरीचा अर्थ असामान्य असा होतो. मराठीत ‘असामान्य’ शब्दानं अभिप्रेत असतं – तसं मी स्वतःला समजत नाही... पण सामान्य मात्र नक्कीच नाहीय.’

सर उत्सुकतेनं ऐकत होते. मीच पुढे म्हटलं, ‘सर, सामान्य राहणं मला शक्यच नव्हतं.’

‘का बरं?’

‘मला तशी परमिशनच नव्हती.’

‘कुणाची?’

‘माझी स्वतःचीच!’

‘म्हणजे?’

मी हसलो. ‘सर... ते माझं एक सिक्रेट आहे. आजपर्यंत वैशालीखेरीज मी ते कुणालाही सांगितलं नाहीय.’

‘*ओह, देन इट्स ओके, आय वोन्ट इन्सिस्ट.*’

‘तसं नाही सर, मी तुम्हांलाही सांगू शकतो. इनफॅक्ट आज तर सांगायलाच हवं.’

‘ग्रेट, सांगून टाका.’

‘सर मी आठवीत असतानाच एक संकल्प केला होता. तो डायरीत लिहूनही ठेवला होता.’

‘कुठला?’

‘माझा जन्म सामान्य म्हणून जगण्यासाठी झालेला नाहीय.’

‘काय सांगताय?’

‘हो सर.’

‘याचा अर्थ तुम्ही स्वतःला तेव्हाच ओळखलं होतं.’

‘शक्य आहे.’

‘मीही तुम्हांला पहिल्या भेटीतच ओळखलं होतं.’

‘खरंय.’

‘कोठुरकर, म्हटलं ना मी तुम्हांला, अक्षरशः जादू केलीय तुम्ही. बघता बघता केवढा व्याप वाढलाय आपला...’

‘सर, ते सगळंच काही माझं श्रेय नाहीय. खरे प्रेस्टिजियस प्रोजेक्ट्स तुम्हीच आणले आहेत.’

‘हो, पण तुम्ही होतात म्हणूनच मी त्यासाठी वेळ देऊ शकलो.’

मला श्रेय देण्याबाबत सर ठाम होते. विषय बदलण्यासाठी मी म्हटलं, ‘सर, मला तर जरा वेगळंच टेन्शन आहे.’

‘कसलं?’

‘आपण जर या वेगानं वाढत राहिलो तर...’

‘तर काय?’

‘काही वर्षांतच कुठल्या कुठे जाऊ आपण!’

‘मग जाऊ या की!’

‘पण सर...’

‘कोठुरकर, तुम्ही चिंताच करू नका. एक लक्षात ठेवा, कन्सल्टन्सी फर्मला वाढणं हे सर्वांत सोपं असतं.’

‘कसं काय?’

‘पहिली गोष्ट – *फॅक्टरी, रॉ मटेरियल, मशिनरी* – कसलीच *हेवी इन्व्हेस्टमेन्ट* नसते.’

‘खरंय.’

‘लागतं काय, जागा आणि मनुष्यबळ. जागा घेता येते, माणसं वाढवता येतात. मुख्य म्हणजे कसलीही रिस्क नसते!’

‘का?’

‘अगदी सोपं आहे. समजा अपेक्षेइतका बिझनेस नाही वाढला, कमी झाला किंवा अगदी ठप्पच झाला तरी काय! स्टाफ वाढवता येतो तसाच तो कमीही करता येतो. तो काय कायमचा आपल्या डोक्यावर बसत नसतो.’

‘खरंय.’

‘तुम्ही पाहताच आहात, त्या त्या प्रोजेक्टसाठी आपण हवा तेवढा टेम्परारी स्टाफही नेमू शकतो.’

‘आताही आपण तेच केलंय.’

‘एक्झॅक्टली, राहता राहिली जागा. ती काय भाड्यानं घेतली असली तर सोडता येते. प्रश्न मिटला! बरं मालकीची असली तर दुप्पट भावानं विकून मोकळे व्हा!’

'हा विचारच मी कधी केला नव्हता.'

'अर्थात आपण असं काहीही करणार नाही आहोत. उलट टेम्परारी स्टाफला पर्मनन्ट करणार आहोत आणि जागेचं म्हणाल, तर आपण इथेही एक-दोन मजले चढवू शकतो. पण माझा प्लॅन वेगळाच आहे.'

सर थांबले. ते त्यांचा प्लॅन सांगतील या अपेक्षित उत्सुकतेनं मी ऐकत होतो. पण...

'मी तो तुम्हांला आत्ताच सांगणार नाहीय,' सर म्हणाले, 'फक्त एवढंच सांगतो, जागेची तुम्ही काळजीच करू नका.'

'ओके सर!'

'अरे हो, सगळं झालं पण मुख्य मुद्दा राहिलाच.'

'कुठला सर?'

'तुमच्या कॉन्ट्रॅक्टचा!'

मी फक्त हसलो.

'काय करू या? व्यक्तिशः मी ते रिन्यू करावं, या मताचा आहे.'

'सर, माझंही अगदी तेच मत आहे!'

'ग्रेट, उद्याच करून टाकू. ड्राफ्ट तयारच आहे. पण एक मात्र आत्ताच सांगून ठेवतो.'

'काय सर?'

'कॉन्ट्रॅक्टच्या टर्म्स वाचून चकित होऊ नका. टायपिंग मिस्टेक तर नाही, असं काही मनात आणू नका. चुकून एखादं शून्य जास्त पडलंय, असं काही होणार नाहीय. एक लक्षात ठेवा. मी पूर्ण शुद्धीत असताना ते ठरवलेलं आहे.'

'ओके सर.'

'अरे हो, हे तर राहिलंच.'

'काय सर?'

'शुद्धीत असताना मी आणखी एक निर्णय घेतला आहे.'

मी थबकलोच. सरांना मी चांगलाचा 'ओळखून' होतो. ते आता आणखी एखादा 'गुगली' टाकणार.

'कुठला सर?'

'मी नवी कार घेतोय.'

'कुठली सर?'

सर हसले, 'ती तुम्ही प्रत्यक्षच पाहिलेली बरी!'

'ओके.'

'आणि हो, जर तुमची हरकत नसेल तर जी कार मी वापरत होतो, ती आता तुम्ही वापरू शकता. हं, हं, एक मिनिट. पूर्ण ऐकून घ्या. ती कंपनीचीच कार आहे. तुम्हांला कंपनीतर्फेच

देतो आहे मी. जेव्हा तुम्ही स्वतःची कार घ्याल, तेव्हा तुम्ही ही कंपनीला परत करू शकता.'

काय बोलणार मी यावर?

'कसं आहे कोठुरकर, आता लग्न करणार आहात तुम्ही. लग्नानंतर वैशालीला टू व्हीलरवरच बसवणार आहात का? बरं नाही दिसणार ते. कार तर हवीच हो.'

मी फक्त ऐकत होतो. सरांकडे निरखून बघत होतो. सरांच्या डोळ्यांत अजूनही मिश्किल हसू होतंच. मला कळेचना, आता आणखी काय 'सरप्राइज' असणार आहे आपल्यासाठी? काही मिनिटांतच माझ्या ध्यानात आलं, सरप्राइज नव्हतं, पण एक जबरदस्त 'प्रॉमिस' नक्कीच होतं. बिअरचा एक घुटका घेऊन मागे मस्त रेलून बसत सर म्हणाले, 'कोठुरकर, फक्त तीन वर्षं!'

'म्हणजे?'

'आणखी तीन वर्षं असंच काम करत राहा, मग बघा, तीन वर्षांनंतर कंपनी कुठे असेल आणि तुम्ही कुठे असाल!'

नकळत हलके रोमांचच उठले अंगावर. सरांनी जणू भविष्यवाणीच उच्चारली होती. क्षणभर वाटलं, तेही म्हणताहेत, 'कोठुरकर, तुमचा जन्म सामान्य म्हणून जगण्यासाठी झालेला नाही!'

सरांनी पुन्हा एकदा ग्लास उचलून समोर धरला तसाच मीही...

'चिअर्स...'

'चिअर्स!'

आता तर अंगभर सरसरून काटाच उठला होता.

■ ■ ■

प्रकरण : पाच

'आपण लग्न नोंदणी पद्धतीनं करायचं,' वैशालीनं म्हटलं.

मी चकितच झालो.

'म्हणजे काय? कार्यालयात नाही करायचं? वेडे, अग चांगल्या कार्यालयाचं वर्ष-वर्ष आधी बुकिंग करतात लोक. ते काय वेडे असतात का?'

'नाही, ते शहाणे असतात. वेडे आपणच आहोत. तेव्हा आता काही आपल्याला चांगलं कार्यालय मिळणारच नाहीय.'

'ते कसं मिळवायचं बघू आपण... पण लग्न कसं थाटामाटात झालं पाहिजे.'

'कमलेश, लग्न अगदी साधेपणानं करायचं आपण.'

'याला काय अर्थ आहे? एकदाच तर करतो लग्न आपण आणि जरा इतरांचाही विचार कर ना. त्यांनाही हौसमौज करायची असते. बायकांना दागिने घालून मिरवायचं असतं. तू सगळ्यांचा हिरमोड करतेयस...'

'कमलेश, आपण रजिस्टर्ड मॅरेज करणार आहोत.'

'म्हणजे तू मुंडावळ्या बांधणार नाहीस? वेडे, अग कसली क्यूट दिसशील तू... आणि आहाहा भटजींची तारस्वरात ती मंगलाष्टकं, मग मुहूर्ताची वेळ येईपर्यंत वेळ काढण्यासाठी हौशी नायिकांची... आय मीन गायिकांची... आपली नावं गुंफून खास रचलेली ॲडिशनल मंगलाष्टकं... तुझ्या बहिणीचंही नाव येईल... भगिनी ज्येष्ठ असे रजनी तीऽऽ'

'कमलेश, उगाच आगाऊपणा करू नकोस. लग्न आपण...'

'थांब, थांब.. अहेराचं काय? तुमच्या मोहित्यांच्या – आय मीन मराठ्यांच्या लग्नात अहेरांची तर काय धमाल असते. सर्जेराव घोरपडे – मुलीला शंभर रुपये, वसंतराव खांबेटे ० मुलीला बंद पाकीट, सत्यभामाबाई मारणे – मुलीला तांब्याभांडे...'

'कमलेश, तू आता मार खाशील हं!'

'बरं ते सगळं जाऊ दे, वरात मात्र काढायचीच आपण!'

'वरात?' वैशाली हलके किंचाळलीच.

'हो, माझं लहानपणापासूनच स्वप्न आहे ते. उघड्या कारमध्ये नवरा-नवरी टेचात बसलेयत. पुढे दरबार ब्रास बॅन्डचा ताफा, बॅन्डवर 'भोली सुरत दिलके खोटे' हे गाणं वाजतंय. गल्लीतली पोरं त्यावर नाचताहेत. गल्लीतल्या प्रत्येक लग्नाला मी असा नाचलेलो आहे. माझ्या वरातीत पोरांनी नाचलंच पाहिजे.'

'फारच चांगली कल्पना आहे. तू म्हणत असशील तर आपण दोघेही खाली उतरून नाचू!'

तुम्ही ओळखलं असेलच... हा लुटुपुटीचा वाद होता.

आम्ही दोघंही पायंडे पाडणारे, इतरांपुढे आदर्श ठेवणारे. आम्ही नोंदणी पद्धतीनंच एकमेकांचे झालो. 'स्वागत समारंभा'साठी मोजून शंभर निमंत्रित. पन्नास माझ्याकडचे, पन्नास वैशूकडचे. सॉरी, पन्नास मुलाकडचे, पन्नास मुलीकडचे. लग्नाबद्दल बोलताना या भाषेतच बोलायला हवं ना!

पण पन्नास म्हणजे पन्नास. एकावन्न चालणार नव्हते. ज्यांना निमंत्रण देऊनही येणं शक्य नव्हतं, त्यांच्याऐवजी दुसरे तेवढेच बोलवायचे – खर्च वाया जाता कामा नये!! सांगण्याचा मुद्दा लग्न असं साधेपणानं, कसलाही गाजावाजा न करता केलं आम्ही. पण तरीही गाजावाजा झालाच!

म्हणजे झालं असं, वैशालीकडचे जे पन्नास निमंत्रित होते त्यात त्यांच्या विभागाचे नगरसेवक धनंजय तोरणेही होते. त्यांनी आमचं अभिनंदन तर केलंच पण तिथेच हेही जाहीर केलं की, पुढच्याच आठवड्यात पुणे महानगरपालिकेतर्फे आम्हां दोघांचा सत्कार केला जाईल! कशासाठी?

तर सामाजिक ऐक्याला प्रोत्साहन देण्यासाठी! चक्रावलात ना? तसे तर आम्हीही चक्रावलोच होतो. पण झालं असं होतं – पुणे महानगरपालिकेतर्फे 'आंतरजातीय विवाह' करणाऱ्या जोडप्यांचा सत्कार केला जाणार होता. त्या संदर्भातला ठराव खुद्द धनंजय तोरणे यांनीच मांडला होता. पुढच्या आठवड्यात तो सर्वसाधारण सभेत संमत होणार होता आणि त्याच वेळी अशा एका जोडप्याचा प्रतीकात्मक सत्कारही व्हावा, अशी कल्पना होती. हे असं 'जोडपं' आपल्याच वॉर्डातलं मिळाल्यामुळे तोरणे काहीच्या काही खूश होते. मग काय विचारता, सर्वसाधारण सभेत तो ऐतिहासिक ठराव टाळ्यांच्या कडकडाटात संमत झाला आणि महापालिकेतर्फे पहिला सत्कार झाला तो – वैशाली मोहिते आणि कमलेश कोठुरकर यांचा! सभेला अर्थातच पत्रकारही उपस्थित होते. दुसऱ्या दिवशीच्या वृत्तपत्रात बातमीही झळकली.

'आदर्श जोडप्याचा महापालिकेतर्फे सत्कार'

आदर्श शब्द तर हवाच ना! मौज बघा, लग्न आम्ही (पायंडे मोडून) साधेपणानं केलं – म्हणूनच ते गाजलं होतं. 'आदर्श'ही ठरलं होतं. लग्नाची पत्रिकाही आम्ही छापली नव्हती. पण बातमी थेट पेपरमध्येच! सरळ आहे हो – काही झालं तरी प्रसिद्ध कोठुरकरांचं लग्न ते, प्रसिद्धी तर हवीच ना!

आदर्शाचा आणि पायंड्यांचाच विषय चाललाय तर हेही सांगायला हवं... आम्ही आणखी एक पायंडा पाडायचं पक्कं केलं होतं. त्या वेळी संतती नियमनाचा प्रचार सुरू झालेला होता. पण... तो होता, 'दोन किंवा तीन पुरेत!', 'हम दो-हमारे दो' आणि 'एक दांपत्य – एक अपत्य' या घोषणा त्या नंतरच्या... अर्थात, तरीही वंशाला दिवा हवा म्हणून मुलगा होईपर्यंत सहा-सहा मुलींना जन्म देण्याची पद्धत सुरूच होती.

आम्ही मात्र त्या वेळीही ठरवलं होतं – मुलगा होवो की मुलगी – आपल्याला एकच मूल असेल. दोन्ही घरच्यांना बजावलं होतं. अगदीच राहवलं नाही तर मुलीला मुलाचे कपडे घालून हौस भागवायची. पण कुठल्याही परिस्थितीत आम्हांला 'आणखी एक चान्स घ्या' म्हणून गळ नाही घालायची. अरे हो, 'चान्स' वरूनच आठवलं, आम्ही हेही ठरवलं होतं, लग्नानंतरची दोन वर्षं एकमेकांना द्यायची. कुठलाही 'चान्स' घ्यायचा नाही. दोघांखेरीज इतर कसलाही 'इश्यू' मध्ये येऊ द्यायचा नाही!

आपण पुन्हा माझ्या पुढच्या प्रवासाकडे वळू या. पण तिकडे वळण्यापूर्वी मला एक मुद्दा आवर्जून स्पष्ट करायला हवा. मला कल्पना आहे, तुमच्यापैकी काहींची अशी पक्की धारणा असेल की, 'तुम्ही भले कितीही टॅलेंटेड वगैरे असा, तुम्हांला मोठं व्हायचं असेल तर कुणीतरी गॉडफादर भेटावा लागतो.' त्यांनी एव्हाना हाही निष्कर्ष काढला असेल की, कमलेश कोठुरकरांना नाईक सरांसारखा गॉडफादर भेटला म्हणूनच ते 'मोठं' होऊ शकले. सॉरी! हा निष्कर्ष सपशेल चुकीचा आहे. स्वतः नाईक सर काय म्हणाले होते आठवा. 'मी फक्त निमित्त होतो. तुम्ही जे काही साध्य केलंयत ते तुमच्या टॅलेन्टच्या आणि जिद्दीच्या जोरावर. मी तुम्हांला संधी दिली त्यात माझाही स्वार्थ होता.' हा काही 'गॉडफादर'चा ॲप्रोच नव्हे!

आणि होय, सरांचं हे 'वक्तव्य' ही आठवा. 'आपण त्यांच्याशी तीन वर्षांचा करार करणार आहोत. या तीन वर्षांत त्यांच्याकडून जी अपेक्षित कामगिरी आहे, ती ते दाखवू शकले नाहीत तर कॉन्ट्रॅक्ट रिन्यू केलं जाणार नाही. *वुइच मीन्स देअर आफ्टर ही विल नॉट बी वर्किंग फॉर अस!'*

कुठलाही 'गॉडफादर' असा 'अल्टिमेटम' देत नसतो! होय, सरांना खात्री होती, मी त्यांना अपेक्षित असलेली कामगिरी करून दाखवेन... पण मलाही तितकीच खात्री होती – जर मी ती दाखवू शकलो नसतो तर सरांनी नक्की म्हटलं असतं '*सॉरी कोठुरकर, यू विल नो लाँगर बी*

वर्किंग फॉर अस!' भले शुभेच्छा दिल्या असत्या, पण जराही गय केली नसती. हे तर खरंच की सरांनी मला नेहमीच प्रेरित केलं, प्रोत्साहन दिलं, वेळोवेळी मार्गदर्शन केलं... ते मला गुरूस्थानी आहेतच. मला योग्य क्षेत्र मिळालं आणि त्यातही योग्य 'गुरू' भेटला म्हणूनच माझा मोठेपणाचा मार्ग सुकर झाला, यात तिळमात्र संदेह नाही. *बट गॉडफादर? नो सर!*

याउपरही कुणाला तसंच समजायचं असेल तर समजा बापडे! 'गॉडफादर मिळाला नाही म्हणून...' ही (बेगडी) सबब वापरायची त्यांना पूर्ण मुभा आहे! असो. लग्नासाठी आणि लग्नानंतरच्या काही 'उपक्रमां'साठी आवश्यक ती रजा संपवून मी पुनश्च ऑफिसमध्ये दाखल झालो. काही झालं तरी 'करिअर' हे माझं पहिलं प्रेम होतं, ध्यास होता. त्यामुळे नव्या उत्साहानं अक्षरशः मुसमुसत होतो. डोक्यात काही नव्या कल्पना खदखदत होत्या. 'हनिमून'च्या काळातही त्या सुचत होत्याच.

संधी मिळाली, तसं नाईक सरांपुढे हजर होऊन मोठ्या उत्साहानं म्हटलं, 'सर, माझं एक सजेशन आहे.' नाईक सर हसले. म्हणाले, 'थांबा, माझंही एक सजेशन आहे.'

'कुठलं सर?'

'लग्न जरा जास्तच मानवलंय. थोडं कन्ट्रोल करा, नाहीतर शर्ट इन् करता यायचा नाही.'

मी चटकन पोटाकडे पाहिलं. तितकंच पटकन ते थोडं आत घेत म्हटलं, 'ॲक्च्युअली सर...'

'हां, हां... कसलंही स्पष्टीकरण नकोय. तुमचं सजेशन काय आहे ते बोला.'

'सर, मी विचार करत होतो. आजपर्यंत ज्या ज्या क्लाएन्ट्ससाठी आपण 'मार्केट सर्व्हे' केलेयत, त्या सर्वांचे एक गेट टुगेदर घेतलं तर?'

नाईक सर काही क्षण माझ्याकडे रोखून बघतच राहिले.

'म्हणजे असं की...'

'थांबा!' सरांनी आदेशच दिला.

'सर मला फक्त...'

'कोठुरकर, तुम्हांला 'थांबा'चा अर्थ कळतो का?'

'हो, सर.'

'मग थांबा, एक शब्दही बोलू नका.'

नंतर इंटरकॉमवरून त्यांनी पावसकरांना बोलावून घेतलं.

'पावसकर, आपल्याकडे सिनिअर मॅनेजर्स किती आहेत?'

'मार्केट रिसर्चमध्ये?'

'हो.'

'तीन.'

'ठीक आहे, त्या तिघांना म्हणावं, अर्जन्ट मीटिंग आहे. हातातलं काम थांबवा आणि तातडीनं कॉन्फरन्स रूममध्ये या.'

पावसकर गेले तसं माझ्याकडे हसून पाहत सरांनी म्हटलं, 'कल्पनाबहाद्दर, चला कॉन्फरन्स रूममध्ये.'

काही मिनिटांतच सप्रे, मिराशी आणि पटवर्धन तिघेही हजर झाले. तिघांच्या चेहऱ्यांवर भाव एकच होता, इतकी अर्जन्ट मीटिंग?

'तुम्हांला काय निरोप दिला पावसकरांनी?' सरांनी प्रश्न केला.

'अर्जन्ट मीटिंग आहे. हातातलं काम थांबवा आणि चला.' सप्रे.

'तुम्ही काय करत होतात?'

'मी रिपोर्ट लिहीत होतो. वाक्यसुद्धा पुरं केलं नाही. पेन बंद केलं आणि आलो.'

'मिराशी तुम्ही?'

'मी क्लाएन्टशी बोलत होतो. त्यांना म्हटलं नंतर पुन्हा फोन करतो.'

'पटवर्धन?'

'मी जस्ट विचार करत बसलो होतो. त्यामुळे मला काही थांबवावं नाही लागलं. विचार करत करतच इकडे आलो!'

'क्या बात है! माझ्या शब्दाला इतका मान देता तुम्ही?'

'म्हणजे काय सर,' सप्रेंनी म्हटलं, 'यू आर द बॉस!'

'तेही खरंच म्हणा. एनी वे, तुम्ही सगळे संभ्रमात असाल ना, कसली एवढी अर्जन्ट मीटिंग?'

'ऑफकोर्स,' पटवर्धनांनी म्हटलं, 'असा निरोप यापूर्वी कधीच नव्हता मिळाला.'

'आय नो. एनी गेसेस, मीटिंग कसली असेल?'

'कोठुरकरांना काहीतरी नवी आयडिया सुचली असणार!' सप्रेंनी म्हटलं.

'काय हो कोठुरकर,' सरांनी म्हटलं, 'तुम्हांला नवी आयडिया सुचलीय?'

'हो, सर.'

'का बरं?'

'म्हणजे काय, तोच तर जॉब आहे माझा!'

'अरे खरंच की. ठीक आहे. आता कुठली आयडिया ते सांगून टाका.'

'सांगतो. पण त्यापूर्वी एक प्रश्न विचारू शकतो?'

'विचारा.'

'सर... आजपर्यंत आपण किती क्लाएन्ट्ससाठी मार्केट सर्व्हे केले असतील?'

'पटवर्धन सांगू शकतील.'

'अराउन्ड एटी...' पटवर्धन उत्तरले.

'ओके, मला वाटतं त्यापैकी फारच थोड्यांशी आता आपला संपर्क असेल!'

'खरंय.'

'तेव्हा माझी कल्पना अशी आहे, या सर्व क्लाएन्ट्सचं एखादं गेट टुगेदर आपण अॅरेन्ज केलं तर?'

मी सर्वांकडे पाहिलं. गंमत म्हणजे तिघांच्याही चेहऱ्यावर अगदी तेच, तसंच स्मितहास्य!

'कशी वाटते आयडिया?' सरांनी प्रश्न केला.

'*एक्सलन्ट!*'

'*सुपर्ब.*'

'मस्तच.'

'आता पुन्हा तोच प्रश्न!' नाईक सर.

'कुठला?' सप्रे.

'हे आजपर्यंत आपल्याला का नाही सुचलं?'

'अॅक्च्युअली सर...' सप्रे.

'बोला.'

'मला सुचलं होतं. पण मी मुद्दामच बोललो नाही.'

'का?'

'म्हटलं आपण काही 'एक्झिक्युटिव्ह कन्सल्टंट' नाही आहोत. उगाच कशाला सजेशन द्या.'

'वा! फारच उत्तम केलंत! कोठुरकर, आता जरा तुमची कल्पना स्पष्ट करून सांगा. काय नेमकं तुमच्या मनात आहे?'

'ओके, एक तर अगदी स्पष्ट आहे. त्या निमित्तानं पुन्हा क्लाएन्टशी संपर्क साधता येईल. पण त्याखेरीजही खूप काही साध्य होऊ शकेल.'

'उदाहरणार्थ?' सरांनी विचारलं.

मी जरा विचारात पडलो. तसं सरांनी म्हटलं, 'का हो, थांबलात का. बोला ना!'

'सर, थोडं स्पष्ट बोललो तर चालेल?'

'अजिबात नाही.'

'अं?'

'थोडं स्पष्ट बोलूच नका. अगदी पूर्ण स्पष्ट बोला!'

'ओके सर, मला एक विचारायचं होतं, आत्तापर्यंत आपण जे काही सर्व्हे केले, त्या सर्वांचे रिपोर्टस् पॉझिटिव्ह दिले होते... की काहींना निगेटिव्हही दिले होते?'

'माझ्या माहितीत तरी तसा एकही रिपोर्ट नाहीय. सर्वांना पॉझिटिव्ह रिपोर्टस्च दिले होते.' पटवर्धन.

'असं का?' मी प्रश्न केला, 'आपण केवळ क्लाएन्टला खूश करण्यासाठी अनुकूल रिपोर्टस् देत असतो का?'

'अजिबात नाही,' मिराशींनी चटकन म्हटलं, 'कोठुरकर, आपण ठरवून कधीच रिपोर्ट देत नाही. तुम्ही हे लक्षात घ्या, कुठलाही क्लाएन्ट आपल्याकडे येतो – एखाद्या प्रॉडक्टच्या संदर्भात – तेव्हा स्वतः त्यानं मार्केटचा अंदाज घेतलेला असतोच. त्याला त्या प्रॉडक्टसाठी मार्केट असल्याचं जाणवतं, तेव्हाच तो उद्योगात पडायचा विचार करतो. मग कन्फर्मेशन, बँक रिक्वायरमेन्टस... अशांसाठी आपल्याकडे येतो.'

'एक्झॅक्टली,' सप्रेंनी म्हटलं, 'मार्केट असतंच... आपण फक्त ते कन्फर्म करतो, ते किती असू शकेल याचा अंदाज बांधतो...'

'तोही अभ्यासपूर्वक!' पटवर्धन.

तिघाही मॅनेजर्सनी माझा प्रश्न समूळ उखडूनच टाकला होता.

'थँक्स,' मी म्हटलं, 'माझ्या पहिल्या प्रश्नाचं अगदी ठोस उत्तर मिळालं मला! माझे पुढचे प्रश्न असे आहेत – ज्या ऐंशी क्लाएन्ट्ससाठी आपण सर्व्हे केले त्यांपैकी कितीजणांनी प्रत्यक्ष उत्पादन सुरू केलं? ज्यांनी केलं नसेल, त्यांची कारणं कोणती होती? ज्यांनी उद्योग सुरू केले असतील, त्यांचा अनुभव काय होता? आपला अंदाज आणि प्रत्यक्ष मार्केट – यात त्यांना काही तफावत आढळली का? आपल्या सर्व्हेत त्यांना काही इतर त्रुटी जाणवल्या का? आणखी कोणता डाटा त्यांना उपयुक्त ठरला असता...? अशा अनेक प्रश्नांची उत्तरं आपल्याला या गेट टुगेदरच्या निमित्तानं मिळू शकतील.'

'नक्कीच,' सप्रेंनी म्हटलं, 'पण माझं आणखी एक सजेशन आहे.'

'बोला!' सर.

'उद्योग सुरू करताना, केल्यानंतर या क्लाएन्ट्सना निश्चितच बऱ्याच अडचणी आल्या असतील, त्यातल्या सर्वच काही 'मार्केट'शी रिलेटेड असतील असं नाही. काही मॅनेजमेंट संदर्भात असतील, काही टेक्निकल असतील, काही फायनान्शियल असू शकतील... राईट?'

'ॲब्सोल्युटली!' सर.

'म्हणूनच मला वाटतं. या गेट टुगेदरला दातार मॅडम, हर्डीकर आणि गंधेंनाही बोलवावं. म्हणजे पुढे त्या क्लाएन्ट्सना आपण कोणत्या सर्व्हिसेस देऊ शकू याचाही ते अंदाज घेऊ शकतील.'

'फारच छान, *व्हेरी गुड सजेशन!*'

'थँक्स सर.'

'आता, सर्वांत कळीचा प्रश्न, या गेट टुगेदरचा सगळा खर्च आपणच उचलायचा का?'

'काहीच गरज नाही,' पटवर्धन म्हणाले, 'सर, हे सगळे आता स्वतः उद्योजक आहेत. ते कॉन्ट्रिब्यूशन अगदी सहज देऊ शकतात.'

‘प्रश्नच नाही,’ मिराशींनी दुजोरा देत म्हटलं, ‘कॉन्ट्रिब्यूशन तर हवंच, त्यामुळे ज्यांचा खरा इंटरेस्ट आहे तेवढेच येतील, बाकीचे आपोआप गळतील.’

‘अगदी माझ्या मनातलं बोललात, मिराशी.’ सप्रे उद्गारले.

‘अरे!’ नाईक सर बोलले, ‘कंपनीला काहीच खर्च नसेल तर या प्रस्तावाला माझं दोनशे टक्के अनुमोदन आहे.’

‘आमचंही!’ बाकीचे सारेच उत्स्फूर्तपणे.

‘ग्रेट! आता कामाला लागू या. पटवर्धन, मिराशी तुम्ही क्लाएन्ट्सची लिस्ट करा. काहींचे पत्ते, फोन नंबर्स बदलले असतील. त्यांचा ट्रेस घ्या. काही त्यांपैकी मीही देऊ शकेन. कोठुरकर, तुम्ही एक छानसं लेटर ड्राफ्ट करा. सप्रे आणि तुम्ही मिळून, गेट टुगेदरचा पूर्ण प्रोग्रॅम ‘चॉक आऊट’ करा. ओके?’

‘येस सर!’ सर्वांचा प्रतिसाद.

‘गुड! आता असं करू या. सप्रे, तुम्ही जाऊन तुमचं ते अर्धवट सोडलेलं वाक्य पूर्ण करा. मिराशी, तुम्ही क्लाएन्टचा फोन कट केला होता त्यांना फोन लावा. पटवर्धन तुम्ही...’

‘मी जाऊन परत विचार करत बसतो!’ पटवर्धनांनी म्हटलं.

‘गुड! मी आणि कोठुरकर... दोघे चहा घेतो. मगच निघतो.’

‘असं कसं सर?’ सप्रेंनी म्हटलं, ‘आम्हांला चहा चालेल.’

‘असं म्हणताय? ठीक आहे सगळेच चहा घेऊ, सगळ्यांनाच थोडी तरतरी आली तर चांगलंच आहे!’

ही अशी शैली होती नाईक सरांची. कधी टेन्शन नसायचं, वाद नसायचे असं नाही... पण सर नेहमीच असे ‘कूल’ असायचे. सरांकडून खूप काही ‘घेतलं’ मी. पण सर्वांत महत्त्वाचं म्हणजे त्यांचा ‘*सेन्स ऑफ ह्यूमर!*’ खरं तर कामातही तो इतका महत्त्वाचा असतो, हा ‘साक्षात्कार’ सरांमुळेच झाला! ‘*बी सिन्सिअर, डोन्ट बी सिरियस,*’ हाच सरांचा ‘फंडा’ होता.

‘गेट टुगेदर’ अगदी उत्साहात संपन्न झालं. ऐंशीपैकी पंचावन्न उपस्थित होते. पण जे आले होते, ते उत्साहातच नव्हे, काहीसे उत्तेजितही होते. सर्वांनाच कल्पना आवडली होती. त्यांचे अनुभव मांडण्यासाठी त्यांना (अनपेक्षितपणे) एक उत्तम प्लॅटफॉर्म मिळाला होता. क्लाएन्ट्सच्या आणि आमच्या मॅनेजर्सच्या पुनश्च गाठीभेटी तर झाल्याच, पण क्लाएन्ट्सचाही परस्परांशी परिचय झाला. त्यातून काही बिझनेस असोशिएट्सही काहींना गवसले! सगळेच भरभरून बोलले. जे प्रारंभी बोलत नव्हते, त्यांना नाईक सरांनी युक्तीयुक्तीनं बोलतं केलं. ‘गेट टुगेदर’ आयोजित करण्यामागचे जे काही हेतू होते ते सारेच सफल झाले.

आम्हांला विचारमंथनासाठी दिशा मिळाली. क्लाएन्ट्सना पुढील वाटचालीसाठी उमेद मिळाली. पण आणखी एक झालं.. बहुतेक उद्योगांना व्यवसायवृद्धीसाठी काही ठोस मार्गदर्शन

हवं, हे चर्चेतून अगदी प्रकर्षानं पुढे आलं. त्यातूनच मग महिन्याभरानंतर दोन दिवसांचा 'बिझनेस डेव्हलपमेंट सेमिनार'ही आम्ही आयोजित केला.

पहिल्या दिवशी *मॅनेजमेंट प्रिन्सिपल्स, ह्यूमन रिलेशन्स, मार्केट स्ट्रॅटेजी, टेक्नॉलॉजी ॲप्लिकेशन आणि फिनान्शियल डिसिप्लीन...* अशा महत्त्वाच्या विषयांवर आमचं मार्गदर्शन. दुसऱ्या दिवशी, ज्या क्लाएन्ट्सनी लक्षणीय प्रगती साधली होती, त्यांनी त्यांच्या यशामागची रहस्यं उलगडून साधली. शेवटच्या सत्राला प्रश्नोत्तरं... वेळ संपली तरी प्रश्न संपेनात. अखेर 'पुन्हा भेटू या' या आश्वासनानंतरच समारोप... महत्त्वाचं म्हणजे, काही नवे प्रोजेक्ट्सही मिळाले. एमसीएस पुन्हा नव्या उत्साहानं सळसळू लागलं.

आणखी एक झालं, सेमिनारमधून एक वास्तव अगदी प्रकर्षानं समोर आलं, मुळात सरकारची धोरणंच चुकीची आहेत! ज्या पंचवार्षिक योजनांचा प्रचंड गाजावाजा झाला होता, त्या योजनांमुळे उद्योगविश्वाला अपेक्षित लाभ होतच नव्हता. शंतनुराव किर्लोस्करांसारखे उद्योगपती तसं सरकारला अगदी ठणकावून सांगतही होते. 'लायसेन्स परमिट राज' हा तर लघुउद्योगांच्या विकासातला सर्वांत मोठा अडथळा होता. आणि तो खुद्द सरकारनंच उभा केलेला होता. माझ्या तर मनात आलं, त्या संदर्भात आपणही 'सरकारचे डोके ठिकाणावर आहे काय?' असा एखादा जळजळीत अग्रलेख लिहावा. पण मी काही लोकमान्य टिळक नव्हतो की 'केसरी'सारखं वृत्तपत्र माझ्या हाताशी नव्हतं!

तेव्हा काही करणं शक्य नव्हतं, पण काही झालं तरी मी 'कमलेश कोठुरकर' होतो. संधी आली तसा त्याही संघर्षात उतरलोच मी... कमलेश कोठुरकर हे नाव खऱ्या अर्थानं दुमदुमलं ते तेव्हाच. पण ते नंतर येईलच.

॰ ॰ ॰

'गुड मॉर्निंग मॅम.'

'गुड मॉर्निंग. बसा.'

सकाळी सकाळी दातार मॅडमनी 'अर्जन्ट' बोलावून घेतलं होतं.

'बोला, मॅम... काय हुकूम आहे?'

'हुकूम नाही, तक्रार आहे.'

'तक्रार?'

'हो, तुम्ही फक्त 'मार्केट रिसर्च'साठीच वेळ देताय. 'मॅनेजमेंट डिव्हिजन'चा विचारही करत नाहीय.'

'तसं नाही मॅम, विचार करतोच आहे मी.'

'काय विचार करताय, सांगा बरं.'

'ॲक्च्युअली काय करता येईल, हाच विचार करतोय!'

दातार मॅम हसल्या. ‘त्याचसाठी बोलावलंय तुम्हांला,’ त्यांनी म्हटलं.

‘म्हणजे?’

‘उद्या तुम्ही माझ्याबरोबर एका क्लाएन्टकडे यायचंय, एस. एम. दिवेकर. ‘फिनिक्स इंजिनिअरिंग प्रा. लि.’चे मॅनेजिंग डायरेक्टर. मागे त्यांच्यासाठी एक जॉब केला होता आपण. नाईक सरांचा त्यांचा खास परिचय आहे. आता नुकताच आपण एक प्रोजेक्ट केलाय त्यांच्यासाठी. केलाय म्हणण्यापेक्षा करतोय म्हणू या. कसं आहे, आत्तापर्यंत त्यांच्याकडे इन्सेन्टिव्ह स्कीम अशी काही नव्हती. पण आता त्यांचं एक्स्पान्शन सुरू आहे. मनुष्यबळ वाढलंय. त्यामुळे त्यांनी नवा ‘एचआर ऑफिसर’ ठेवला आहे. यंगच आहे तो तुमच्यासारखा, वैशंपायन म्हणून. त्यानं दिवेकरांना सजेस्ट केलं आपण ‘इन्सेन्टिव्ह स्कीम’ सुरू करू या. त्यांना ती कल्पना पटली. पण त्यांनी त्यासाठी आपल्याला कन्सल्ट करायला सांगितलं. वैशंपायन आणि मी, आम्ही दोघांनी मिळून तिथल्या वेगवेगळ्या कामाच्या स्वरूपाचा अभ्यास केला. सध्याची आऊटपुटस्, टार्गेट्स हे सगळं ध्यानात घेऊन एक छान ‘इन्सेन्टिव्ह स्कीम’ तयार केली. त्यांनाही आवडलीय ती. खरं तर उद्या आम्ही ती कामगार प्रतिनिधींसमोर प्रेझेंटच करणार होतो, पण आत्ताच दिवेकरांचा फोन आला. त्यांनी म्हटलं, स्कीम उत्तमच आहे तुमची, पण मला थोडी चर्चा करायला आवडेल. काही बेसिकच प्रश्न आहेत म्हणाले. मी म्हटलं ठीक आहे, उद्या येते मी. ॲक्च्युअली ते विचारत होते, नाईक सर येऊ शकतील का... पण मी म्हटलं सर नाही येऊ शकणार, आमचे नवे एक्झिक्युटिव्ह कन्सल्टन्ट आहेत, त्यांना घेऊन येतेय.’

मी हसलो. दोन्ही डिव्हिजन्सची जबाबदारी आता मी कोठुरकरांकडे सोपवतो आहे, नाईक सरांनी म्हटलं होतं. दातार मॅम मला त्याचीच जाणीव करून देत होत्या. पण त्याहीपेक्षा म्हणजे...

‘हसलात का?’ दातार मॅम विचारत होत्या.

‘अहो मॅम, काय योगायोग आहे!’

‘कसला?’

‘माझा एमबीएचा समर प्रोजेक्ट ‘इन्सेन्टिव्ह स्कीम’वरच तर होता. माझी काही सजेशन्स त्या कंपनीनं ॲक्सेप्टही केलीयत.’

‘काय सांगताय! हे मला माहितीच नव्हतं.’

‘तिथल्या अभ्यासाचा आणि अनुभवाचा इथेही नक्की उपयोग होऊ शकेल.’

‘हे तर फारच उत्तम झालं. तुम्हांला आमची स्कीम देऊ का स्टडीसाठी...’

‘नको, स्कीम त्यांना आवडलीच आहे म्हणताय ना. उद्या आपण त्यांचे बेसिक प्रश्न काय आहेत, तेवढेच समजून घेऊ या.’

दातार मॅम हसल्या.

‘का हसलात?’

'काही नाही. निदान माझ्या समाधानासाठी तरी 'स्कीम' घेऊन जाल असं वाटलं होतं. *बट यू आर राईट.* नाही तरी 'स्कीम' वर बोलायचं नाहीच आहे! *आय रिअली ॲप्रिशिएट. फंडाज्* अगदी क्लिअर आहेत तुमच्या.'

त्या तर होत्याच... अगदी बालवयापासूनच!!

दुसऱ्या दिवशी दातार मॅमसह मी 'फिनिक्स'मध्ये पोहोचलो. वैशंपायन आमची वाटच पाहत होते. 'होता' म्हटलं तरी चालेल. सिन्सिअर वाटला मला तो आणि उत्साही. एकाच वयाचे असल्यानं आमचे सूर चटकन जुळले. त्यानंच आम्हांला दिवेकरांकडे नेलं. एस. एम. दिवेकरांच्या केबिनमध्ये आम्ही प्रवेश केला आणि मी जरा चमकलोच. पन्नाशीचे दिवेकर 'एमडी'पेक्षाही एखाद्या मिलिटरीयन सारखेच दिसत होते. झुबकेदार मिशा असलेलं करारी व्यक्तिमत्त्व. दातार मॅमनी माझी ओळख करून दिली आणि पुन्हा एकदा तेच. 'सो यंग?' हा प्रश्न दिवेकरांच्या नजरेतही उमटलाच. पण पाठोपाठ कौतुकही. दातार मॅमनी माझ्याविषयी आणखी थोडी 'माहिती' दिली, तसं ते वाढलंही.

'वेल,' त्यांनी म्हटलं, 'दातार मॅमना सगळी कल्पना आहे, पण मला वाटतं तुम्हांला थोडी बॅकग्राऊंड द्यावी लागेल.'

'प्लीज सर!'

'*यू सी, अवर्स* इज *अ स्मॉल इंजिनिअरिंग युनिट.* तरी दीडएकशे कामगार आहेत. काही सुपरवायझर्स आणि सहा ऑफिसर्स *इन्क्लुडिंग द वेल्फेअर ऑफिसर.* गेली दहा वर्षे मी ते माझ्या स्टाईलनं मॅनेज करतो आहे. मी स्वतः इंजिनिअर आहे. एमबीए वगैरे केलेलं नाहीय. पॉलिसी म्हणाल तर फर्म अँड फेअर! आमच्याकडे अजून तरी युनियन वगैरे नाहीय... तसे कामगार प्रतिनिधीही कुणी नाहीत. तीन-चार जुने, जाणते कामगार आहेत. त्यांच्याशीच आवश्यक तेव्हा चर्चा करतो. लेबर प्रॉब्लेम्स असे फार नाहीत. कधी काही तक्रारी असल्या तर मी स्वतः आणि वेल्फेअर ऑफिसर, आम्ही इन्डिव्हिजुअली निपटतो. माझा तसा बहुतेक सर्वांशीच व्यक्तिगत परिचय असल्यानं, ते जमून जातं. पण आता मनुष्यबळ प्रचंड वाढणार आहे. मौज म्हणजे नेमकं आत्ताच आमचे वेल्फेअर ऑफिसर सोडून गेलेयत. *बट एनी वे,* मी त्यांच्याविषयी फारसा समाधानी नव्हतोच. तशीही मला नव्या, फ्रेश, प्रोफेशनल ॲप्रोचची गरज होती. *दॅटस व्हाय आय हॅव हायर्ड धिस यंग मॅन* – वैशंपायन.

त्यांना मी म्हटलं, मनुष्यबळ वाढणार आहे, 'वेजबिल' तर वाढतच राहणार आहे. दरवर्षी सरसकट पगारवाढ देतो आपण, पण प्रॉडक्टिव्हिटीचं काय? *हाऊ डू वुई एन्श्युअर दॅट प्रॉडक्टिव्हिटी ऑल्सो इन्क्रिझेस?* ते फार आवश्यक ठरणार आहे, कारण त्याच्या आधारेच आपण कॉम्पिटिशनसमोर टिकणार आहोत.

वैशंपायन यांनी म्हटलं, सर आपण 'इन्सेन्टिव्ह स्कीम' डिझाइन करू या. *इट विल बूस्ट अप द प्रॉडक्टिव्हिटी.*

मी म्हटलं ठीक आहे. पण करायचीच आहे तर प्रॉपर करू या. *वर्क इट आऊट विथ एमसीएम.* त्याप्रमाणे या दोघांनी बराच अभ्यास करून इन्सेन्टिव्ह स्कीम तयार केलीय. *इट्स व्हेरी गुड मॅम, आय रिअली ॲप्रिशिएट.'*

'*थँक यू सर...*' दातार मॅमनं म्हटलं.

'पण कसं आहे, *आय हॅव सम बेसिक प्रॉब्लेम्स...* आता त्यांना बेसिक म्हणायचं की बाळबोध, ते तुम्ही ठरवा, पण आहेत खरे. *यू सी मिस्टर कोठुरकर, आय फुल्ली ॲप्रिशिएट द लॉजिक बिहाइन्ड द स्कीम्स.* बऱ्याच कंपन्यांमध्ये आता तशा स्कीम्स सुरू झाल्या आहेत. *व्हॉट आय वुड लाईक टू नो,* त्यांचा प्रत्यक्षात अनुभव काय आहे? चांगलं काम करणाऱ्याला त्याचं फळ मिळायला हवं, याबद्दल दुमत असूच शकत नाही. आमच्याकडेही अशा दोन वर्कर्सना आम्ही सुपरवायझर केलंय. पण असं काम करणारे किती असतात? फार थोडे. त्यांना 'इन्सेन्टिव्हज' दिल्यामुळे इतरांवर नेमका काय प्रभाव पडतो? *आर दे एनकरेज्ड ऑर ॲक्च्युअली डिसकरेज्ड?*

महत्त्वाचं म्हणजे, *ओव्हरऑल प्रॉडक्टिव्हिटी* वाढायला हवी तशी ती खरंच वाढते का? *प्रिन्सिपली आय ॲम ऑल फार दि इन्सेन्टिव्हज् – बट आय विश टू अन्डरस्टॅन्ड, द प्रॅक्टिकल साईड ऑफ इट. कॅन यू हेल्प मी आऊट हिअर? कॅन यू ॲक्च्युअली एक्सप्लेन हाऊ द स्कीम अफेक्ट्स द मोराल इन जनरल?'* दिवेकर बोलायचे थांबले. मी (अर्थातच) अगदी शब्दन् शब्द लक्षपूर्वक टिपत होतो.

'सर, तुमचा विश्वास बसणार नाही, पण कालच दातार मॅमना मी म्हटलं, हा एक विलक्षण योगायोग आहे.'

'म्हणजे?'

'अरे हो,' दातार मॅमनी म्हटलं, 'सर, मघा सांगायचंच राहिलं. गंमत अशी आहे, एमबीएसाठी जो प्रोजेक्ट करावा लागतो, तो कोठुरकरांनी नेमक्या याच विषयावर केला आहे. तोही अगदी एका रेप्युटेड ऑर्गनायझेशनमध्ये. मुख्य म्हणजे त्यांची काही सजेशन्स त्या कंपनीनं ॲक्सेप्टही केली आहेत.'

'रिअली?'

'हो सर,' मी म्हटलं, '*इव्हॅल्यूएशन ऑफ एम्प्लॉई इन्सेन्टिव्ह स्कीम्स,* हाच विषय होता माझ्या अभ्यासाचा.'

'काय सांगताय?'

'हो सर.'

'अरे! म्हणजे मला जो प्रश्न पडलाय, त्याच प्रश्नाचा तुम्ही नुकताच अभ्यासही केलाय.'

'होय सर.'

'हा म्हणजे... अलभ्य लाभच म्हणायचा. फारच छान. वैशंपायन, कॉफी सांगा. कॉफी घेऊन मगच बोलू या!'

दिवेकर कमालीचे खूश झाले. तशातच दातार मॅमनी त्यांना सॅन्टा बिस्किटची केस सांगितली तसे तर ते चकितच झाले. मला पाहताच प्रारंभी त्यांच्या नजरेत उमटलेल्या 'सो यंग?' या प्रश्नाची जागा 'सो टॅलेन्टेड?' या प्रश्नानं घेतली होती... म्हणजे असावी!

कॉफीपान झाल्यानंतर त्यांनी अगदी उत्साहानं म्हटलं, 'ओके मिस्टर कोठुरकर, आता बोला! आता तुम्हीच बोलायचंय, आम्ही फक्त ऐकणार आहोत.'

'ओके सर, *आय विल ट्राय टू बी ब्रीफ.*'

'*नो, नो, नो... यू डोन्ट हॅव टू बी. टेक युअर ओन टाइम.* मी म्हटलं ना माझा प्रश्न जितका बेसिक आहे, तितकाच बाळबोध आहे. *सो फरगेट दॅट यू आर टॉकिंग टू द एमडी!* एखाद्या ले मॅनला एक्सप्लेन करताय असं समजा. तसाही मी या अशाबाबतीत एकदम रांगडा गडीच आहे.'

मला हसू आलं. त्यांच्या त्या झुबकेदार मिशांमुळे ते तसेच दिसतही होते. कदाचित त्यामुळेच आजवर त्यांना 'लेबर प्रॉब्लेम्स' आले नसावेत!

'ओके, सर... माझा पहिला मुद्दा असा आहे – आपण इन्सेन्टिव्ह स्कीमबद्दल बोलताना फक्त चांगल्या कामगारांबद्दल बोलतो. प्रत्यक्षात प्रत्येक कंपनीत चांगले आणि वाईट असे दोन्ही प्रकारचे कामगार असतात. चांगले कामगार मुळातच सिन्सिअर असतात, मन लावून, जीव ओतूनही काम करत असतात. वाईट कामगार मात्र फक्त वेळ भरणारे, पाट्या टाकणारे, कामचुकार असे असतात. पण या दोन्हीपेक्षा संख्येनं प्रचंड असतात ते मधले म्हणजे सरासरी कामगार. ढोबळ मानानं बोलायचं झालं तर चांगले आणि वाईट कामगार... समजा पाच-पाच टक्के असतील तर हे सरासरी कामगार नव्वद टक्के असतात, बरोबर?'

'अगदी शंभर टक्के! हा तर फार महत्त्वाचा मुद्दा आहे.'

'थोडक्यात काय, तुम्हांला जर ओव्हरऑल प्रॉडक्टिव्हिटी वाढणं अपेक्षित असेल तर 'इन्सेन्टिव्ह स्कीम'चा या नव्वद टक्के कामगारांवर काय प्रभाव पडतो, हे पाहावं लागेल. तो कसा पडतो? कधी पडतो? आज आपल्याकडे जे होतं आहे, दरवर्षी प्रत्येकाला ठराविक पगारवाढ मिळते आहे – परफॉर्मन्स, प्रॉडक्टिव्हिटी याचा काहीच विचार होत नाही, त्यामुळे नेमकं काय होतं? पहिली गोष्ट त्याचा अतिशय प्रतिकूल परिणाम चांगल्या कामगारांवर होत असतो. आपल्या चांगल्या कामाची दखल घेतली जात नाही, आपल्या कष्टाचं चीज होत नाही अशी त्यांची भावना होते. परिणामी त्यांची प्रॉडक्टिव्हिटी खालावत जाते.'

'हे मात्र खरंय,' दातार मॅमनी म्हटलं, 'काही कामगारांनी आम्हांला तसं बोलूनही दाखवलं.'

'बरं, त्याच वेळी जे कामचुकार असतात, सो-सो असतात त्यांना काही धास्ती नसते. आपल्यासाठी ठराविक ती वाढ मिळणारच आहे, याची त्यांना खात्री असते. ही परिस्थिती

अर्थातच अयोग्य आहे. चांगलं काम करणाऱ्यांच्या कामाचं चीज व्हायला हवं, त्यांना अधिकाधिक चांगली कामगिरी करण्यासाठी प्रोत्साहन मिळायलाच हवं. इन्सेन्टिव्ह स्कीम हवी ती यासाठीच. पण तेवढीच पुरेशी नसते. जे वाईट काम करणारे आहेत, अपेक्षित किमान उत्पादनही न देणारे आहेत, त्यांच्यावर कारवाईही व्हायला हवी. काढू नका त्यांना कामावरून, पगारही कमी करणं शक्य नाही, पण पगारवाढ रोखू तर शकता. यातली मेख अशी आहे की या दोन्हींचा खरा प्रभाव पडतो तो, जे मध्यम स्वरूपाची कामगिरी करणारे असतात त्यांच्यावर. तेच बहुसंख्य असल्यामुळे हा प्रभावही नक्कीच परिणामकारक ठरतो. कामगिरी घसरली तर पगारवाढ रोखली जाईल या धास्तीनं प्रत्येकजण कामगिरी सुधारण्याचाचा प्रयत्न करतो. त्याच वेळी आणखी थोडी सुधारणा केली तर इन्सेन्टिव्हिही मिळू शकतो, या जाणिवेनं तसाही प्रयत्न केला जातो. बहुसंख्यांमध्ये अशी मानसिकता तयार झाली की ओव्हरऑल प्रॉडक्टिव्हिटी नक्कीच वाढत जाते.

मी जिथे प्रोजेक्ट केला, तिथे 'इन्सेन्टिव्ह स्कीम' सुरू होऊन पाच वर्षं झाली होती. पहिल्या तीन वर्षांत 'वाईटांवर कारवाई' मात्र होत नव्हती. ती सुरू झाली आणि अगदी लक्षणीय परिणाम दिसून आला. पहिल्या तीन वर्षांतही ओव्हरऑल प्रॉडक्टिव्हिटीत काही वाढ झालीच, पण नंतरच्या दोन वर्षांत ती जवळजवळ वीस टक्क्यांनी वाढली.

तात्पर्य हेच – फक्त चांगल्यांना प्रोत्साहन पुरेसं नसतं, वाईटांवर कारवाईही हवी. अशी दुहेरी योजना असेल तरच बहुसंख्य अशा सरासरी कर्मचाऱ्यांवर अपेक्षित प्रभाव पडू शकतो. याला तुम्ही *'कॅरट अँड स्टिक'* अ‍ॅप्रोचही म्हणू शकता. गाजर तर दाखवायचंच, पण हातात छडीही ठेवायची. काय बिशाद घोडं न पळेल?'

माझं बोलणं संपलं होतं. मी दिवेकरांकडे बघतच होतो. त्यांच्या झुबकेदार मिशांआडही त्यांचं समाधानाचं हसू लपत नव्हतं.

'मला कळत नाही,' त्यांनी म्हटलं, 'माझ्या प्रश्नाचं याहून नेमकं उत्तर काय असू शकतं? *व्हॉट डू यू से वैशंपायन?*'

'परफेक्ट सर,' वैशंपायन उत्तरले, '*ही हॅज अ‍ॅबसोल्यूटली नेल्ड इट!*'

'थँक्स,' मी म्हटलं, 'सर, याच संदर्भात माझं एक महत्त्वाचं सजेशन आहे.'

'बोला ना!'

'काही वेळा काय होतं, एखादा चांगला, सिन्सिअर कामगार असतो, त्याचंही कामात लक्ष नसतं. बहुधा घरचे काही प्रॉब्लेम्स, कर्ज झालेलं असतं... अशा वेळी जर त्याची अडचण दूर करता आली, कंपनीकडून काही मदत करता आली तर ती अवश्य करावी. तो कामगार कंपनीचा ऋणी राहतो आणि पूर्वीपेक्षा जीव तोडून काम करू लागतो. शेवटी आपल्याला तरी काय – तेच हवं असतं.'

'*आय अन्डरस्टॅन्ड,*' दिवेकरांनी म्हटलं, '*इन अ वे दॅट ऑल्सो अ‍ॅक्ट्स अ‍ॅज अ‍ॅन इन्सेन्टिव्ह!*'

‘*एक्झॅक्टली!*’

‘वैशंपायन, तुम्हांला काय वाटतं?’ दिवेकरांनी प्रश्न केला.

‘*हॅपी एम्प्लॉइज वर्क हार्डर!* सर, आम्हांला हेच तर शिकवलं जातं. अक्षरशः बजावलं जातं. तरीही ते प्रत्यक्षात क्वचितच आणलं जातं.’

‘ते ठीक आहे, पण आपल्याकडे ते प्रत्यक्षात आणलं जाईल ही जबाबदारी तुमची.’

‘नक्कीच सर!’

‘कोठुरकर, मला वाटतं, यापुढेही तुमची मदत लागेलच आम्हांला. *लेट अस थिंक, हाऊ वुई कॅन युटिलाइज युअर सर्व्हिसेस...*’

‘*एनी टाईम सर,* अगदी आनंदानं.’

‘अर्थात ते पुढचं पुढे. आता सध्या एकतर मी नक्कीच करू शकतो,’ म्हणत ड्रॉवरमधून त्यांनी चेकबुक काढलं.

‘कमलेश कोठुरकर, *ॲम आय राईट?*’ त्यांनी प्रश्न केला.

‘येस सर...’

ते चेक लिहू लागले. तसं मी म्हटलं, ‘सर, हे काय करताय?’

‘*ओन्ली अ टोकन ऑफ ॲप्रिसिएशन...*’

‘*बट सर, आय वॉज जस्ट डुइंग माय ड्यूटी.*’

‘*ॲग्रीड, बट यू डिड इट सो वेल...* आणि तुम्हीच म्हणालात ना, चांगल्याला प्रोत्साहन द्यायलाच हवं...’

यावर काय बोलणार मी?

पाच हजाराचा चेक लिहून माझ्या हाती देत ते म्हणाले, ‘*वेल, धिस इज युअर इन्सेन्टिव्ह.*’

मी उभाच राहिलो. अदबीनं चेक स्वीकारत मी म्हटलं, ‘*थँक यू सर, थँक यू सो मच!*’

यानंतरचा प्रोजेक्ट एमसीएसकडे आला तो वैशालीमुळे. वैशाली जॉईन झाल्यापासून तिची कंपनी, आजूबाजूच्या गावांसाठी काही ठोस मदत करू लागली होती. मुख्य म्हणजे कंपनीनं गावातल्या लग्नकार्यासाठी मोठा हॉल बांधून दिला होता. गावांच्या उरुसाच्या वेळी गावभोजनाचाही खर्च कंपनी उचलीत होती. असं काहीन् काही सुरू होतं. पण त्यामुळे गावची परिस्थिती थोडीच बदलणार? आता मात्र कंपनीच्या वरिष्ठ व्यवस्थापनानं सीएसआर अर्थात कॉर्पोरेट सोशल रिस्पॉन्सिबिलिटी म्हणून काही ठोस, विधायक उपक्रम हाती घ्यायचं ठरवलं होतं. त्यासाठी उद्योगसमूहातील सर्व कंपन्यांना आजूबाजूच्या गावांचं सर्वेक्षण करून, अहवाल सादर करण्याचा आदेश दिला होता. सर्वेक्षणाचं काम हे एखाद्या स्वयंसेवी संस्थेकडे दिलं जाणार होतं. वैशालीकडे जबाबदारी होती ती या संस्थेशी समन्वय साधण्याची.

शेवटी वैशालीच ती. कमलेश कोठुरकरांची खास मैत्रीण! तिनं स्थानिक व्यवस्थापनाला एक मोलाची सूचना केलीच. स्वयंसेवी संस्था सर्वेक्षण करू शकतील, पण आपली सर्वेक्षणाकडून विशिष्ट अपेक्षा आहे. सर्वेक्षणाच्या आधारे कंपनीनं 'सीएसआर'च्या दृष्टीनं कोणते उपक्रम हाती घ्यावेत, यासाठी काही ठोस सूचना हव्या असतील तर एखाद्या मॅनेजमेंट कन्सल्टन्सी देणाऱ्या संस्थेकडे जॉब देणं उपयुक्त ठरेल, हे तिनं व्यवस्थापनाला पटवून दिलं आणि तो प्रोजेक्ट 'एमसीएस'कडे आला.

मला आनंदच नव्हे, आनंदी आनंद झाला. अनेक कारणं होती. एक तर कॉर्पोरेट विश्वात जोडीनं काम करण्याचं आमचं स्वप्न पुरं होणार होतं. त्या निमित्तानं आमच्या रीतसर (कामाच्या वेळेतच) गाठीभेटी होणार होत्या. सर्वांत महत्त्वाचं म्हणजे काम आव्हानात्मक होतं. वेगळं तर होतंच शिवाय उद्योगविश्वाच्या सामाजिक उत्तरदायित्वाची गरज अधोरेखित करणारं होतं. वैशाली इतकाच मीही 'एक्सायटेड' होतो.

वैशाली एमसीएसमध्ये आली ते प्रोजेक्टसंदर्भातलं 'एमडी'चं पत्र घेऊनच. प्रश्नाचं व कामाचं स्वरूप कळलं तसं नाईक सरांनी म्हटलं, 'कोठुरकर, अशी असाइनमेन्ट आपण पूर्वी कधी केलेली नाही. ही अगदीच वेगळी आहे, महत्त्वाची आहे आणि तितकीच चॅलेंजिंगही. तुम्ही आता या प्रोजेक्टवरच लक्ष केंद्रित करा. हवा तेवढा वेळ घ्या, तोवर इकडचं सारं मी सांभाळतो.'

मला तर पूर्ण स्वातंत्र्यच मिळालं. वैशालीचं पहिलं काम होतं ते कंपनीच्या म्हणजेच 'स्थानिक व्यवस्थापना'ला 'सीएसआर' या संकल्पनेचं स्वरूप आणि महत्त्व पटवून देण्याचं. 'हेड ऑफिस'नं ते तिच्यावरच सोपवलं होतं. तेही वैशालीनं अशा काही झोकात निभावलं की क्या कहने! माझ्याइतकीच तीही वक्तृत्वकलेत पारंगत होतीच. (व्यवस्थापनासोबतच्या तिच्या त्या मीटिंगसाठी मीही हजर होतो).

'प्रत्येक क्षेत्रात काळानुसार काही नव्या नव्या संकल्पना उदयाला येत असतात,' तिनं म्हटलं, 'सध्या उद्योगक्षेत्रात, कॉर्पोरेट विश्वात उदयाला आलेली नवी संकल्पना म्हणजे सीएसआर... कॉर्पोरेट सोशल रिस्पॉन्सिबिलिटी, म्हणजेच 'औद्योगिक विश्वाचं सामाजिक उत्तरदायित्व'. खरं तर उद्योग विश्वाचं काम काय? समाजाला हव्या त्या वस्तूंचं उत्पादन करणं, त्या शक्य तितक्या वाजवी दरात विकणं आणि त्यायोगे नफा कमावणं. होय, नफा कमावणं हेच तर मुख्य उद्दिष्ट असतं आणि त्यात गैर काहीच नाही. नफा कमावल्याशिवाय कंपन्या चालतील कशा, वाढतील कशा? खाजगी कंपन्या म्हणजे काही स्वयंसेवी संस्था नव्हेत. फक्त अवाजवी किंमती आकारून, भरमसाट नफा कमावून ग्राहकांची पिळवणूक होऊ नये, एवढं पाहिलं की झालं. समाजाची आर्थिक प्रगती उद्योगांमुळेच तर होते. अनेकांना रोजगार मिळतात, अनेकांना म्हणजे लाखो, करोडोंना! हे काय कमी महत्त्वाचं आहे? याखेरीज आणखी कसलं सामाजिक उत्तरदायित्व?

तेच आज आपण जाणून घेणार आहोत. अगदी साधा मुद्दा घ्या. जवळजवळ चाळीस वर्षांपूर्वी आपण ही कंपनी उभी केली, ती इथलं जंगल तोडून. आज जंगलतोड करण्याला मनाई आहे. याचं कारण निसर्गाचा नाश करून उद्योगविश्व उभं राहून कसं चालेल? म्हणजेच पर्यावरणाचं रक्षण करणं हीसुद्धा आपली जबाबदारी नाही का?

दुसरी गोष्ट – त्या काळात आपण अगदी कवडीमोल भावात इथली जमीन विकत घेतली. आपण इथल्या स्थानिकांचं काही देणं लागतो की नाही? ज्या गावात, शहरात, ज्या परिसरात आपण कंपनी चालवतो त्या परिसरासंदर्भात आपलं काही उत्तरदायित्व असतं की नाही? किर्लोस्करांनी 'स्वच्छ पुणे, सुंदर पुणे' ही संकल्पना त्यातूनच मांडली आणि ती आता राबवलीही जाते आहे. या सर्वांपेक्षा महत्त्वाचा मुद्दा म्हणजे कंपनीची भरभराट होत असताना आजूबाजूच्या गावांमधले लोक मात्र दारिद्र्यातच जीवन जगत असतील तर ते आपल्याला कितपत भूषणावह आहे? हे खरंय, आपण गावाकरिता वेळोवेळी काही मदत करत असतो, पण आजवर आपण त्या मदतीकडे 'चॅरिटी' म्हणून पाहत आलोय. त्यामध्ये गावकऱ्यांवर आपण काही उपकार करीत आहोत, असं ध्वनित होतं. आता ती संकल्पना कालबाह्य झाली आहे... 'चॅरिटी' नव्हे तर 'कॉर्पोरेट सोशल रिस्पॉन्सिबिलिटी!' समाजातली गरिबी, उपासमार, अस्वच्छता, शिक्षणाचा अभाव – या साऱ्यांवर मात करण्याची जबाबदारी फक्त शासनाची नाहीय, ती आपल्या उद्योगविश्वाचीही आहे.

ती मान्य करणं ही काळाची गरज आहे. त्यासाठी वेळीच पावलं उचलणं हेच शहाणपणाचं ठरणार आहे. उद्या गावातले तरुण जर याच संदर्भात व्यवस्थापनाला जाब विचारू लागले तर आपल्याला कंपनी चालवणं मुश्किल होईल. हा संभाव्य असंतोष, जनभावनेचा क्षोभ, उद्रेक थोपविण्याचा राजमार्ग म्हणजे कॉर्पोरेट सोशल रिस्पॉन्सिबिलिटी. आपल्या 'टॉप मॅनेजमेंट'ला तिचं महत्त्व पटलं आहे. ती संकल्पना अधिकाधिक चांगल्या, विधायक, दूरदर्शी, स्वरूपात कशी राबवता येईल हे सुचविण्याची जबाबदारी मात्र आपली आहे.'

त्यानंतर अगदी सांगोपांग चर्चा झाली. प्रत्यक्ष सर्वेक्षण स्वयंसेवी संस्थेकडूनच करून घ्यायचं, 'एमसीएस'नं सुपरव्हिजन करायचं आणि रिपोर्ट सबमिट करायचा, असंही सर्वानुमते ठरलं. सर्वेक्षणासाठी आम्ही तीन गावं निवडली. मी व वैशालीनं मिळून प्रश्नावली तयार केली. ती नंतर नाईक सर आणि प्रोजेक्ट मॅनेजर्ससमोर प्रस्तुत केली. त्यांनी काही महत्त्वाच्या सूचना केल्या. त्यानुसार योग्य ते बदल केले. वैशालीच्या माहितीच्या स्वयंसेवी संस्थेतील सहा मुलामुलींची निवड केली. त्यांना कंपनीची माहिती, सर्वेक्षणाचं उद्दिष्ट आणि प्रश्नावली... यासंदर्भात ट्रेनिंग दिलं. पहिल्या दिवशी वैशालीनं स्वतः सोबत जाऊन त्यांना गावकऱ्यांशी कसं बोलायचं, काय बोलायचं, प्रश्नावली कशी भरायची, याचंही प्रशिक्षण, प्रात्यक्षिक दिलं आणि सर्वेक्षण सुरू झालं.

मुलं-मुली अशी घरोघरी जाऊन प्रश्नावली भरून घेत असताना मी आणि वैशाली आम्हीही गावातल्या मंडळींना भेटत होतो. सरपंच, तलाठी, शेतकरी, मजूर, तरुण... वास्तव

खरोखरच विदारक होतं. आपण कल्पनाही करू शकणार नाही, अशा हलाखीच्या परिस्थितीत गावकरी जीवन कंठीत होते. कंपनीला त्यांच्यासाठी काही करणं भागच होतं. प्रश्न एवढाच होता, कंपनी काय करू शकत होती? तेच तर आम्हांला शोधायचं होतं, सुचवायचं होतं. गावातलं 'अठरा विश्व दारिद्र्य' एकाएकी तर संपणार नव्हतं; तरीही येत्या काही वर्षांत, निदान लोकांच्या रोजीरोटीची तरी चिंता मिटेल, यासाठी काही ठोस उपाय करणं, नितांत आवश्यक होतं. अर्थात व्यवस्थापनानं आम्हांला हे अगदी स्पष्ट बजावलं होतं, कंपनीच्या वतीनं गावकऱ्यांना कुठलंही 'प्रॉमिस' द्यायचं नाही. तसंही ते द्यायचा आम्हांला अधिकार नव्हताच. आमची भूमिका मुख्यतः निरीक्षकाची होती, पण तशीच ती सल्लागाराचीही होती. कंपनीला काही ठोस, नेमका, परिणामकारक ठरेल असा उपाय आम्ही सुचवू शकलो तरच आमचं काम आम्ही चोख केलं, असं होणार होतं.

काही झालं तरी काम आम्हांला मिळालं होतं, ते वैशालीमुळे. कंपनीच्या आमच्याकडून असणाऱ्या अपेक्षा पुऱ्या करणं ही आता आमची... खरं तर माझी जबाबदारी होती. पण मी आणि वैशू वेगळे थोडेच होतो? मौज म्हणजे कामात आम्ही दोघेही इतके बुडलो, इतके गुंतलो की घरी परतल्यानंतरही त्याचीच चर्चा, तोच विचार. काम इंटरेस्टिंग तर होतंच, पण तितकंच चॅलेंजिंगही. महिन्याभराच्या सर्वेक्षणानंतर, पुढचा आठवडा आम्ही जमलेल्या माहितीचं आकलन, ॲनॅलिसिस... सारं केलं. वेळेचं तर भानच नव्हतं. ऑफिसचे सगळे गेले तरी आमचं काम सुरूच असायचं.

जागडेंनी आता आम्हांला (आता तरी) 'जा गडे' म्हणणं सोडून दिलं होतं. रात्री आठला आम्हांला शेवटचा चहा आणि ऑफिसच्या किल्ल्या देऊन तेही 'गुडनाईट' करीत! आमच्या चर्चा संपत नव्हत्या, कारण... गावातल्या तरुणांची एकच अपेक्षा होती, कंपनीनं त्यांना नोकऱ्या द्याव्यात आणि कंपनीनं हे अगदी स्पष्टच केलं होतं – आपण नोकऱ्या देऊ शकत नाही. मोठा तिढाच होता. तो सोडवायचा कसा? पण अखेर जमलं. तसाही कल्पनाबहाद्दूर होतोच मी आणि आता तर साक्षात 'प्रेरणा' समोर होती. चर्चा करता करता अगदी ठोस उपाय सुचलाच. आनंद तर झालाच, पण असंही वाटलं, हे आपल्याला आधी का नाही सुचलं? पण तीच तर गंमत असते, सुचल्यानंतर सगळंच सोपं वाटतं!

मला आठवतंय, रात्रीचे पावणेनऊ वाजले होते. अचानक फोन वाजला, घोडकेनं कनेक्शन वरच जोडून दिलं होतं. नाईक सरांचा फोन होता. आम्ही अजूनही ऑफिसमध्येच आहोत का?, हे चेक करण्यासाठी त्यांनी फोन केला होता. त्याना आम्ही जे सुचलं ते सांगितलं तसे ते इतके खूश झाले की 'पुष्कळ झालं काम, आता निमूटपणे घरी जा' असं आम्हांला बजावण्यासाठी आपण फोन केला होता हे विसरलेच ते. उलट म्हणाले, 'ग्रेट, आता तिथेच थांबा. वीस एक मिनिटांत पोहोचतोच मी, डिनरला जाऊ या.'

क्या बात है! बॉस हो तो ऐसा!!

पुढचे पंधरा दिवस खपून अगदी मस्त, जबरदस्त रिपोर्ट तयार केला. रिपोर्ट तर कंपनीकडे सुपूर्द करायचा होताच पण मला – मॅनेजमेंटपुढे महत्त्वाची निरीक्षणं, निष्कर्ष आणि प्रमुख शिफारशी... या साऱ्याचं प्रेझेन्टेशनही करायचं होतं. *आय वॉज मोअर दॅन रेडी फॉर इट!* व्यवस्थापनातले सारेच मोठ्या उत्सुकतेनं जमले होते. सर्वांना विनम्रपणे अभिवादन करूनच मी माझं प्रेझेन्टेशन सुरू केलं.

'प्रारंभीच मी हे स्पष्ट करू इच्छितो,' मी म्हटलं, 'आपल्या कंपनीनं आमच्या फर्मला जी असाइनमेन्ट दिली – ती; म्हणजे तशा स्वरूपाची अशी ही आमची पहिलीच असाइनमेन्ट होती. ती आमच्यासाठी चॅलेंजिंग तर होतीच, पण तितकीच इंटरेस्टिंगही होती. दिवस कसे गेले आम्हांला कळलंही नाही. तुम्ही हे जाणताच, आपण अभ्यासासाठी तीन गावे निवडली होती. त्या गावांमध्ये गेले तीन महिने आम्ही जे सर्वेक्षण केलं, गावकऱ्यांशी ज्या चर्चा केल्या त्या साऱ्याचे अगदी महत्त्वाचे व मोजके निष्कर्ष मी आपल्यासमोर आज प्रस्तुत करतो आहे. सर्वांत महत्त्वाचा मुद्दा असा आहे की तिन्ही गावांमध्ये आर्थिकदृष्ट्या अत्यंत हलाखीची स्थिती आहे. अर्धीअधिक कुटुंबं तर दारिद्र्यरेषेच्या खालीच आहेत. तोकड्या शेतजमिनीवर लोक कशीबशी गुजराण करीत आहेत, बाकीचे मोलमजुरीवर पोट भरत आहेत. तीही मिळेल तेव्हा व मिळेल तशी.

दुर्दैव असं की, परवडतच नसल्यानं नव्या पिढीचं शालेय शिक्षणही झालेलं नाही. एक फार महत्त्वाचा मुद्दा म्हणजे इतकी बिकट परिस्थिती असूनही लोकांना कंपनीकडून फुकट काही नको आहे. धर्मादाय अशी काही मदत नको आहे. आज त्यांची खरी गरज आहे ती हीच की, तरुण पोरांना काम हवं आहे. मुख्य म्हणजे हवी तेवढी मेहनत करण्याची तरुणांची तयारी आहे. अशा परिस्थितीत साहजिकच कंपनीनं घरटी एकाला तरी नोकरी द्यावी, अशीच साऱ्यांची अपेक्षा आहे. या संदर्भात मध्यंतरी आपल्याशी चर्चा झाली आहे.

'कंपनीनं नोकऱ्या द्याव्यात' हा पर्याय कितीही साधा सरळ वाटला तरी तो व्यवहार्य नाही. आपल्या कंपनीतील कामाचं स्वरूप पाहता, गावातल्या अशिक्षित तरुणांना नोकऱ्या देणं शक्य होणार नाही, हे अगदी स्पष्टच आहे. मग असा प्रश्न येतो, कंपनी काय करू शकेल? त्यावर बऱ्याच विचारविनिमयानंतर पुढे आलेला तोडगा असा आहे – कंपनी या अशिक्षित तरुणांना काही तांत्रिक कौशल्यांचं प्रशिक्षण देऊ शकेल.

प्लंबिंग, टू व्हीलर रिपेअरिंग, सर्व्हिसिंग, इलेक्ट्रिकलची कामं... ही यादी तशी आणखीही वाढवता येईल. पण मुद्दा असा आहे, यातूनच हे तरुण स्वतःच्या पायांवर

उभे राहू शकतील. एकदा हे तरुण प्रशिक्षित झाल्यानंतर कंपनीतली काही कामं त्यांना देता येतील. पण त्याच वेळी बाहेरची कामंही ते मिळवू शकतील.'

मला अगदी स्पष्ट जाणवलं, सूचनेला सर्वांचाच सकारात्मक प्रतिसाद होता. 'गुड आयडिया' हाच भाव बहुतेकांच्या चेहऱ्यावर होता. तशातच मी पुढे म्हटलं, 'योगायोगाची गोष्ट अशी, आम्ही या तोडग्यावर चर्चा करीत होतो. तो कितपत व्यवहार्य, उपयुक्त ठरेल यावर विचार करीत होतो आणि अगदी अनपेक्षितपणे वाचनात आलं, देशातल्या एका बड्या उद्योगसमूहानं नेमका हाच तोडगा शोधला आहे. तिथे तर काहीशी स्फोटकच परिस्थिती होती. गावातले लोक कंपनीच्या बसेसवर दगडफेक करीत होते, संचालकांच्या गाड्या अडवत होते. 'आम्हांला नोकऱ्या द्या' म्हणून तरुण उपोषणाला बसत होते. पण त्यातूनच त्यांच्या सीएसआर विभागानं हा स्वयंरोजगाराचा पर्याय गावातील तरुणांपुढे ठेवला. एवढंच नव्हे त्यानुसार प्रशिक्षण सुरूही केलं आहे. त्यांचा हा प्रयोग चांगलाच यशस्वी ठरतो आहे. त्यांच्या प्रयोगातून आपण घेऊ शकतो अशा काही गोष्टींचाही मी उल्लेख करू इच्छितो.

त्या गावांतील प्रशिक्षित तरुणांनी आता सहकारी संस्था स्थापन केली आहे. कंपनी आता एकेकट्या तरुणाला काम न देता संस्थेकडे देऊ लागली आहे. मुख्य म्हणजे ही सर्व जबाबदारी कंपनीकडेच न ठेवता त्यांनी स्वयंसेवी संस्थांना यात सहभागी करून घेतलं आहे. इतकं ठोस उदाहरण समोर असताना, आपलाही प्रयोग यशस्वी होईल, याबद्दल शंकाच राहत नाही. मी तर सुचवेन त्यांच्याकडील त्या उपक्रमाची अधिक माहिती मिळवण्यासाठी, अभ्यास करण्यासाठी कंपनीतर्फे वैशालीला पाठवलं जावं.

एक तर निश्चित... मार्ग दिसला आहे. आपण रोजगार देऊ शकत नसलो तरी, घरटी एकाला स्वयंरोजगारासाठी प्रशिक्षित करू शकतो. तेही सामाजिक उत्तरदायित्वाच्या दृष्टीनं आपण टाकलेलं पहिलं आणि तितकंच महत्त्वाचं पाऊल ठरेल. अर्थात आणखी खूप करण्यासारखं आहे. विशेषतः शिक्षण आणि आरोग्य यासंदर्भात! ते सारं अहवालात नमूद केलं आहेच.

शेवटी मी पुन्हा एकदा आपणा सर्वांचं लक्ष एका विशेष गोष्टीकडे वेधू इच्छितो, ती ही की, इतकी हलाखीची स्थिती असूनही गावकऱ्यांना कंपनीकडून फुकटचे पैसे नको आहेत. मेहनत करून, ताठ मानेनं जगण्याचीच त्यांची इच्छा आहे. आपण त्यांच्या त्या स्वाभिमानी वृत्तीची योग्य ती बूज राखली पाहिजे, असं मला वाटतं. म्हणूनच वैशालीनं जो पहिल्या मीटिंगमध्ये मांडला होता तोच मुद्दा मी शेवटी अधोरेखित करू इच्छितो. आपण जे जे काही गावकऱ्यांसाठी करू, ते आपण

धर्मादाय स्वरूपात करीत नसून फक्त कंपनीचं सामाजिक उत्तरदायित्व निभावत आहोत, असाच आपल्या साऱ्यांचा दृष्टिकोन असला पाहिजे. येस! *इट वोन्ट बी अवर चॅरिटी, इट विल बी नथिंग बट कॉर्पोरेट सोशल रिस्पॉन्सिबिलिटी. थँक्स...!'*

'गुड जॉब', 'वेल डन' असा प्रतिसाद मला अपेक्षित होताच, पण सगळ्याच ऑफिसर्सनी टाळ्या वाजवत मनःपूर्वक दाद दिली. मी तरी काय करणार? सभा असो की मीटिंग – कोठुरकर बोलले की टाळ्या झाल्याच पाहिजेत, असा अलिखित दंडकच होता. अर्थात यावेळची दाद ही माझ्या 'वक्तृत्वा'साठी नव्हती, आमची निरीक्षणं आणि सूचनांसाठी होती.

'वन्डरफुल,' एमडींनी म्हटलं, *'आय ॲम शुअर, दे हेड ऑफिस विल बी रिअली हॅपी.* आजच रिपोर्ट वाचतो आणि उद्या-परवा 'एचओ'ला पाठवून देतो.'

'ओके सर.'

'वन थिंग आय मस्ट से, आय वॉज वाइज इन हायरिंग वैशाली. अँड वैशाली वॉज वाइज इन असाइनिंग यू द जॉब. काँग्रॅच्युलेशन्स.'

'थँक यू सर. थँक यू सो मच!'

माझं काम मी तसं चोख बजावतच होतो, पण तरीही एक रूखरूख होती. मी मागे सांगितलंच – माझ्या भात्यात अनेक आयुधं होती. उद्योगविश्वातल्या अनेक 'बॉस' मंडळींनी आपल्या कंपनीत राबविलेल्या काही जबरदस्त कल्पनांचा, नव्या उपायांचा अन् उपक्रमांचा खजिना होता. 'ट्राईड अँड टेस्टेड फॉर्म्युले' होते. अजूनही ते वापरण्याची संधी मला मिळत नव्हती. ती मिळाली तेव्हा मात्र...

जशी मध्यमवर्गीय माणसं असतात, तशा मध्यमवर्गीय कंपन्याही असतात. त्या ना छोट्या असतात ना मोठ्या. या कंपन्यांना मनुष्यबळाचा प्रश्न सतत सतावीत असतो. त्यांना वाढत्या व्यापासाठी कुशल, प्रशिक्षित मनुष्यबळाची गरज असते. इंजिनिअर्स आणि एमबीएज् हवे असतात. ते त्यांना मिळतातही, पण त्यांच्याकडे टिकत नाहीत, वर्ष-दोन वर्षांतच ते एखाद्या मोठ्या कंपनीत अधिक चांगल्या पगाराची नोकरी शोधून, सोडून जातात. नव्या कंपनीत जाण्यासाठी ही मंडळी अशा 'मध्यमवर्गीय' कंपन्यांतील नोकऱ्यांचा 'स्टेपिंग स्टोन' म्हणून उपयोग करत असतात. अर्थात तिथेही ते टिकतात असं नाही. आणखी चांगला जॉब मिळाला की चालले तिकडे. याला 'जॉब हॉपिंग' असं म्हटलं जातं. या 'हॉपिंग' मध्ये आमचे 'एमबीएज्' चांगलेच तरबेज असतात. (कुणी सांगावं, एमसीएसमध्ये नाईक सरांनी मला खास ऑफर्स दिल्या नसत्या तर कदाचित मीही... असो.)

नेमक्या याच समस्येमुळे त्रासलेले एका 'मध्यमवर्गीय' कंपनीचे पर्सोनेल मॅनेजर शिरोडकर आमच्याशी बोलत होते. मी आणि दातार मॅडम... आम्ही त्यांची समस्या, त्यांच्या शब्दांत जाणून घेत होतो.

'दोन वर्षांपूर्वी आम्ही विविध विभागांसाठी एकूण सहा एमबीएज् निवडले होते. वर्षभर त्यांना त्या विभागांतील वेगवेगळ्या कामांचं, जबाबदाऱ्यांचं प्रशिक्षणही दिलं होतं. आजमितीला त्यातील पाचजण कंपनी सोडून गेले आहेत. जो एकच अजून कंपनीत आहे, त्याचं कारण वेगळं आहे. त्याला आता त्याच्या घरच्याच उद्योगात जॉईन व्हायचं आहे. त्यामुळेच त्याला आणखी जास्त पगाराच्या नोकरीत इंटरेस्ट नाहीय. पण तोही लवकरच जाईल. यावर उपाय काय?

एक तर निश्चित, मोठ्या कंपन्या देतात, तेवढा पगार आम्ही देऊ शकत नाही आणि अगदी दिलाच तरी ते पुरेसं ठरणार नाही. फक्त पगाराचाच प्रश्न नसतो, इतर पर्क्स, अलाऊन्सेस असतातच. कालच मला एकाचा फोन आला होता. त्यानं सांगितलं, तो नव्या कंपनीत रूजू झाला आणि महिन्याभरातच त्याचं लग्न ठरलं.

'मुलगा अमक्या कंपनीत आहे' म्हटलं की त्याचं 'बाजारमूल्य' वाढतंच ना! मी हे सगळं समजू शकतो, ती मुलं सोडून गेली त्याचं एवढं वाईट वाटत नाही, पण आम्ही जे त्यांना प्रशिक्षण दिलेलं असतं, ते वाया जातं याचंच दुःख होतं. आता सध्या पुन्हा आम्ही सुपरवायझर्सवरच अवलंबून आहोत, पण मॅनेजमेंटला 'एमबीएज्'च हवे आहेत. मलाही ते नको आहेत असं नाही – पण शिकणारे आणि टिकणारे एमबीएज् कुठून आणायचे? हा माझ्यापुढचा यक्ष प्रश्न आहे. तसे काय बरेच अर्ज येत असतात, त्यातून मी सहा सहज निवडू शकतो, पण जर पुन्हा हे असंच होत राहणार असेल तर त्यात मनःस्ताप, नुकसान, गैरसोय हे सगळंच होणार आहे. म्हणूनच मी तुम्हांला बोलावलं आहे. तुम्ही मॅनेजमेंट कन्सल्टंट आहात, व्यावसायिक सल्लागार आहात, तुम्ही मला या संदर्भात काय सल्ला देऊ शकता?'

शिरोडकर बोलत होते आणि माझी बत्ती पेटली होती. याच संधीची तर मी वाट पाहत होतो. माझ्याकडे शिरोडकरांच्या समस्येवर एक 'ट्राईड अँड टेस्टेड फॉर्म्युला' तयार होता. प्रश्न एकच होता. या फॉर्म्युलाचं श्रेय मी स्वतः घ्यावं की ज्याचं आहे त्यांना द्यावं?

अर्थात मी काही ते स्वतःकडे घेण्याच्या मोहात पडलो नाही. कारण,

– कुठलंही उसनं श्रेय घेण्याची मला गरज नव्हती.

– हे उत्तर असं मला 'इन्स्टंट' कसं सुचलं, हा प्रश्न शिरोडकरांना नक्कीच पडला असता.

– सर्वांत महत्त्वाचं म्हणजे हा उपाय यशस्वीरीत्या राबवला गेला आहे, हे सांगितल्याशिवाय त्यांना असा काही नवा प्रयोग करण्याचा विश्वासही वाटणार नव्हता.

'सर,' मी नम्रतेनं म्हटलं, 'ही समस्या फक्त तुमची नाहीय. तशी ही सार्वत्रिक आहे. सुदैवानं या समस्येतून मार्ग काढण्यासाठी एका कंपनीच्या मॅनेजमेंटनं केलेल्या प्रयोगाविषयी मला माहिती आहे. तसं खूप काही करावं लागलं त्यांना, पण त्यांचा तो प्रयोग अगदी कमालीचा यशस्वी ठरलाय.'

'रिअली?' शिरोडकरांचा विश्वास बसत नव्हता.

'हो सर!'

मला जाणवलं दातार मॅडमही माझ्याकडे कौतुकमिश्रित आश्चर्यानं पाहत होत्या. त्यांनाही मी नजरेनंच आश्वस्त केलं.

'तुम्ही मला तो प्रयोग काय होता, सांगू शकता?' शिरोडकरांनी विचारले.

'अर्थात.'

'देन प्लीज...'

'खूप विचारांती त्या कंपनीच्या मॅनेजमेंटनं एक अगदी वेगळाच प्रयोग करायचं ठरवलं. एमबीएज्चा नाद त्यांनी सोडून दिला. त्याऐवजी त्यांनी ज्यांना नोकरीची अत्यंत गरज होती, अशा फक्त बी.कॉम. झालेल्या मुलांचे अर्ज मागवले. तेही ग्रामीण भागांतून. त्यांच्या मानसशास्त्रीय चाचण्या घेतल्या. आयक्यू टेस्ट्स्ही घेतल्या. त्यांच्यात ग्रूप डिस्कशन्स घेतली. त्यातून आत्मविश्वास असणारे, पुढाकार घेणारे, नेतृत्वगुण असणारे कोण हेही पाहिलं. अशा सगळ्या चाळण्यांमधून त्यांनी अखेर वीस मुलं निवडली. त्यांना कंपनीत रूजू करून घेतलं.'

मी क्षणभर थांबलो. शिरोडकर कमालीच्या उत्सुकतेनं ऐकताहेत हे जाणवलं तसं मी म्हटलं, 'याच मुलांना व्यवस्थापनाचं प्रशिक्षण द्यायचं त्यांनी ठरवलं. त्यासाठी त्यांनी रात्रीचे व्यवस्थापनाचे वर्ग सुरू केले.'

'*दॅट्स इंटरेस्टिंग,*' शिरोडकर उद्गारले, 'पण हे वर्ग घेतले कुणी?'

मी हसलो, 'तुमचा विश्वास बसणार नाही. पण आय.आय.एम. मधून प्रशिक्षण घेतलेल्या मॅनेजर्सना त्यांनी पार्टटाईम शिकवण्यासाठी बोलावलं.'

'ओह.'

'सर, त्यातही विशेष म्हणजे या मॅनेजर्सनी प्रशिक्षणासाठी कुठलंही मानधन घेतलं नाही.'

'काय सांगताय?'

'हो सर, ॲक्च्युअली असे काही मॅनेजर्स, अगदी मॅनेजिंग डायरेक्टर्सही आमच्या मॅनेजमेंट इन्स्टिट्यूटमध्ये ॲडिशनल कोर्सेस घेत असतात, तेही विनामूल्य...'

'*दॅट्स रिअली इंटरेस्टिंग...*'

'ती मंडळी अशा ग्रामीण भागातील मुलांसाठी तर अगदी आनंदानं तयार होतील.'

'*आय सी, सो दोज बीकॉम ग्रॅज्युएट्स वेअर ट्रेन्ड इन मॅनेजमेंट टेक्निक्स्?*'

मी, कमलेश कोठुरकर । १९९

'हो सर.. त्यातही कंपनीनं अशी व्यवस्था केली की, ती मुलं दिवसा ज्या प्रकारचं काम कंपनीत करत असतील त्याच्याशी संबंधित अभ्यासक्रम रात्री शिकवला जाईल. त्यामुळे पुस्तकी ज्ञान आणि व्यवहारज्ञान यांची थेट सांगड घातली गेली. मुलांना भले एमबीएची पदवी मिळाली नाही – पण ती व्यवस्थापनात नक्कीच तरबेज झाली. मुख्य म्हणजे कंपनीला अपेक्षित आणि उपयुक्त असंच प्रशिक्षण त्यांना दिलं गेलं. कंपनीला प्रचंड फायदा झाला. पदवी नसल्यामुळे ही मुलं बाहेर नोकरी शोधण्याच्या फंदात पडली नाहीत. अर्थात तशीही ती कंपनीनं त्यांच्यासाठी जे केलं, त्याबद्दल कृतज्ञ होतीच... ती कंपनीशी एकनिष्ठ राहिली. आज ती मुलंच कंपनीच्या 'टॉप मॅनेजमेंट'चा एक अविभाज्य असा घटक झाली आहेत.'

'ग्रेट! वन्डरफुल, दातार मॅम?'

'*ॲबसोल्युटली!*' दातार मॅडमनं म्हटलं.

'अजूनही माझा विश्वास बसत नाही,' शिरोडकरांनी म्हटलं.

'*मिस्टर कोठुरकर, इव्हन बिफोर आय टोल्ड यू द प्रॉब्लेम, यू वेअर रेडी विथ द सोल्युशन, अमेझिंग!*'

'*सर, दॅटस् बिकॉज आय हॅव डन अ लॉट ऑफ होमवर्क!*'

'शिरोडकर,' दातार मॅडम म्हणाल्या, 'नाईक सरांनी यांना इतक्या तरुण वयात एक्झिक्युटिव्ह कन्सल्टंट का नेमलं, हे आता तुम्हांला क्लिअर झालं असेल.'

'*येस, येस इट्स ॲबसोल्युटली क्लिअर. ही रिअली सीम्स टू बी अ रिसोर्सफुल पर्सन!*'

'*थँक यू सर!*'

'मला स्वतःला हा असा प्रयोग करायला नक्कीच आवडेल. त्यातून काही ग्रामीण भागातली मुलं पुढं येणार असतील तर *नथिंग लाइक इट. इन फॅक्ट दॅट्स द बेस्ट पार्ट ऑफ इट...*'

'*येस सर,*' मी म्हटलं.

'ऑफकोर्स, मला मॅनेजमेंटशी बोलावं लागेल. पण मला खात्री आहे, मी त्यांना 'कन्व्हिन्स' करू शकेन. मॅनेजमेंटचं ॲप्रुव्हल मिळालं की मी तुम्हांला कळवतो.'

'राईट सर,' दातार मॅडम म्हणाल्या.

'पण एक गोष्ट आत्ताच क्लिअर करतो. एकदा ॲप्रूव्हल मिळालं की पुढचं सगळं मी तुमच्याकडेच सोपवीन. मुलांचे अर्ज मागवणं, त्यांच्या टेस्ट्स घेणं. आपण दहा मुलं निवडू या.'

'ओके सर!'

'*मीनव्हाईल मिस्टर कोठुरकर – कॅन यू इन्ट्रोड्यूस मी टू दोज हू कॅन कन्डक्ट द ट्रेनिंग?*'

'*शुअर सर,* मी आमच्या जोशी सरांशी बोलतो. त्यानंतर आपण मीटिंग करू या. *देन वुई विल चॉक आऊट द होल प्रोग्रॅम.*'

'*वन्डरफुल!* कोठुरकर,' माझ्याशी अगदी जोरदार हस्तांदोलन करत शिरोडकरांनी म्हटलं, '*यू मेड माय डे... इट वॉज रिअली नाईस मीटिंग यू!*'

'*थँक यू सर!*'

माझ्या 'खजिन्या'तला एकच 'फॉर्म्युला' वापरला होता मी. पण त्यातूनच खूप काही साध्य होणार होतं. शिरोडकरांचा 'प्रॉब्लेम' कायमस्वरूपी सुटणार होता. ग्रामीण भागातल्या मुलांना 'मॅनेजमेंट'चा जॉब मिळणार होता. 'एमसीएस'ला प्रोजेक्ट मिळणार होता! या साऱ्याचं श्रेय अर्थातच मला मिळणार होतं. दातार मॅडमनी ते तत्काळ देऊनही टाकलं!

'एक्झिक्युटिव्ह कन्सल्टंट' म्हणून माझी दुसरी टर्म अशी सुरू झाली होती. त्यामुळे साहजिकच माझा आत्मविश्वास वाढला होता आणि बाकी साऱ्यांच्या अपेक्षाही. छोटे, छोटे प्रोजेक्टस तर अनेक सुरू होते. नाईक सरांनी आणलेले काही प्रेस्टिजियस प्रोजेक्सट्सही होते. तरीही आता एखादी मोठी झेप घ्यायला हवी होती. आता प्रतीक्षा होती ती तशाच एखाद्या संधीची... आणि ती आलीही! एका मोठ्या संधीनं, नाईक सरांच्या केबिनच्या दारावर 'नॉक' केलं होतं!

'चला कोठुरकर,' त्या दिवशी ऑफिसमध्ये आल्या आल्या पावसकरांनी म्हटलं.

'कुठे?'

'सरांनी बोलावलं आहे.'

का कोण जाणे, त्याच क्षणी जाणवलं, काहीतरी खास घडणार आहे.

'गुड मॉर्निंग सर.'

'गुड मॉर्निंग, बसा.'

सरांचं प्रसन्न व्यक्तिमत्त्व आज जरा अधिकच प्रसन्न दिसत होतं.

'कोठुरकर, एक सांगा, सर्दीवरचं सर्वांत लोकप्रिय औषध कोणतं?'

'एक्झोरब!'

लोकप्रिय होतंच ते. 'प्रत्येक घरात हवंच' अशीच जाहिरात असायची. भारतात जवळ जवळ मक्तेदारीच होती 'एक्झोरब'ची. नाक चोंदलं रे चोंदलं की – एक्झोरब. दुसरं नावच नाही.

'कंपनी कुठली?'

मी हसलो, म्हटलं, 'सर, माझी 'जनरल नॉलेज'ची टेस्ट घेताय का?'

'सांगा तर खरं!'

मी कंपनीचंही नाव सांगितलं 'केएचबी लिमिटेड'. 'केएचबी' ही मल्टिनॅशनल कंपनी होती.

'समजा 'केएचबी'चा प्रोजेक्ट आपल्याला मिळाला तर? 'ऑल इंडिया कन्झ्युमर सर्व्हे' आहे.'

माझे डोळे लकाकणं (वगैरे) तर अपरिहार्यच होतं.

'बोला ना!'

'सर मी, तासभर भांगडा करीन. अर्धा तास तरी नक्कीच...'

सर हसले. 'तुम्हांला येतो भांगडा?'

'नाही, पण मी शिकून घेईन.'

'थांबा, एवढ्यात गुडघ्याला बाशिंग बांधू नका.'

'ओके, सर!'

'तूर्त तरी फक्त शक्यता आहे. खूप लढावं लागेल आपल्याला... गाठ 'इको एम्स'शी आहे!'

इको एम्स! एका बड्या उद्योगसमूहातली कन्सल्टन्सी फर्म होती ती. मार्केट रिसर्च आणि इकॉनॉमिक स्टडीजमध्ये देशातली नंबर वन. मुंबईत तर मक्तेदारीच होती तिची. नकळत माझ्यातला चॅलेंजप्रिय 'मी' सरसावलाच.

'पण यावेळी निदान संधी तरी आहे,' सर बोलले. आम्हांला तरी काय, संधीच तर हवी होती.

'तीही कशी मिळाली, सांगतो,' सरांनी म्हटलं, 'तसा यापूर्वीही मी एक दोन वेळा प्रयत्न केला होता. पण जमलं नव्हतं. कुठलाही सर्व्हे असो तो 'इको एम्स'लाच दिला जायचा. पण नुकताच 'केएचबी'ची मॅनेजमेंट बदललीय. त्यांचा ॲप्रोचही आता बदलतो आहे. ते आपल्या पथ्यावर पडलंय. शिवाय लकीली माझा एक क्लासमेट तिथे जॉईन झालाय. या सर्व्हेची त्यानंच माहिती दिली. आपलं ब्रोशरही मागवून घेतलं. अर्थात त्यानं हेही क्लिअर केलंय – 'इको एम्स' बरोबरच तुम्हांलाही बोलावलं जाईल, एवढं मी बघू शकतो. पुढे तुम्हांलाच लढावं लागेल.'

मी हसलोच. लढाऊ वृत्ती तर होतीच, शिवाय असंख्य, अगणित आयुधं होती माझ्या भात्यात. अर्थात कल्पकताही होतीच.

'पुढच्या आठवड्यात मीटिंग आहे. मुंबईला जावं लागेल,' सरांनी म्हटलं.

बस... मला तर वेधच लागून राहिले, त्या मीटिंगचे. सारखं तेच डोक्यात. वैशालीनं म्हटलंच, 'कमलेश, तू घरी आलायस ना?'

'म्हणजे!'

'मनानं म्हणतेय मी! घरी आलायस का अजून ऑफिसमध्येच आहेस?'

मी हसलो. म्हटलं, 'एक्झोरब आहे का ग घरात?'

'आहे की. का, तुला सर्दी झालीय?'

'नाही, असंच बघायचं होतं.'

वैशालीनं बाटली दिली. तसं तिला म्हटलं, 'खरं सांगू?'

'खरंच सांग!'

'आता या क्षणी तरी, तुझ्यापेक्षा ही बाटलीच प्रिय वाटतेय मला.'

'हो का? मग बस तिला कुरवाळत,' म्हणून ती निघून गेली. मी उगाचच त्या बाटलीकडे अनिमिष नेत्रांनी बघत राहिलो. जणू ती बाटली मला वश होणार होती आणि 'केएचबी'चा प्रोजेक्ट मिळवून देणार होती.

मी तिला तशी कल्पनाही दिली. म्हटलं, 'बाई ग, आता तू माझ्या हातात आहेस, पण एक लक्षात घे माझं भवितव्य तुझ्या हातात आहे!' खूपसं खरं होतं ते. 'एमसीएस'साठी तो फार मोठा 'ब्रेक थ्रू' ठरणार होता. पहिलावहिला ऑल इंडिया सर्व्हे!

ठरलेल्या दिवशी सरांच्या कारनंच आम्ही मुंबईला गेलो. सकाळी अकराची वेळ होती. आम्ही पोहोचलो तसं सरांच्या क्लासमेट असलेल्या विधातेंनीच स्वागत केलं. विधातेंच्या हातात 'एक्झोरब'चा इनहेलर होता. 'चला, म्हणजे ते स्वतःही वापरतात तर,' मी स्वतःशी म्हटलं. 'इको एम्स'चे प्रतिनिधीही नुकतेच पोहोचले होते. विधातेंनी आमचा त्यांच्याशी परिचय करून दिला. आमचे स्पर्धक, तगडेच होते. एक स्मार्ट साईडचे, दुसरे काहीसे स्कॉलरही. स्वभावानंही उमदे होते. '*वुई वेलकम हेल्दी कॉम्पिटिशन,*' त्यांनी म्हटलं. आमच्याशी चांगलेच वागले, बोलले ते. तरीही एक जाणवलं, प्रोजेक्ट आपल्यालाच मिळणार याविषयी त्यांना खात्री होती. आम्हांला मात्र फक्त संधी होती.

चहापानानंतर आम्ही कॉन्फरन्स रूममध्ये गेलो. मल्टिनॅशनल कंपनीची कॉन्फरन्स रूम ती. सगळंच कसं चकाचक. काही क्षणांतच मिस्टर भूपेश चौधरींनी प्रवेश केला. मल्टिनॅशनल कंपनीचे मार्केटिंग मॅनेजर. विलक्षण प्रभावी व्यक्तिमत्त्व. साध्या 'स्माईल'मध्येसुद्धा किती अदब, किती आत्मविश्वास. परस्पर परिचयानंतर सुरू झालं चौधरींचं ब्रीफिंग. सगळा जीव मी कानात गोळा केला आणि मनातल्या टेपरेकॉर्डरचं बटन ऑन केलं.

तसं तर खूप काही बोलले ते, पण मी ते थोडक्यात देतो आहे. तुम्हांलाही सहज समजू उमजू शकेल असंच आहे आणि अर्थातच इंटरेस्टिंगही. त्या निमित्तानं तुम्हीही 'मॅनेजमेंट' आणि 'मार्केटिंग'च्या अनोख्या विश्वात थोडीबहुत मुशाफिरी करू शकाल! मला खात्री आहे, एव्हाना तुम्हांलाही हे सगळंच किती इंटरेस्टिंग आहे, हे जाणवलं असेलच. असो. तर हे होतं भूपेश चौधरींचं ब्रीफिंग –

'मित्र हो, तसं म्हटलं तर हा एक अगदी साधा, सोपा, सरळ असा 'कस्टमर सर्व्हे' आहे, त्याचा 'स्कोप'ही अगदी मर्यादित आहे आणि तरीही त्यातून अधिक उपयुक्त, अधिक

अर्थपूर्ण असं काय निष्पन्न होऊ शकेल, हे तुम्ही सुचवायचं आहे. तेच नेमकं आम्हांला तुमच्याकडून अपेक्षित आहे.'

'एक्झोरब' देशातला नंबर वन ब्रॅन्ड आहे. आमचा मार्केट शेअर इतर ब्रॅन्डसपेक्षा कैक पटीनं अधिक आहे. त्याबद्दल दुमत असूच शकत नाही. पण तरीही एकूण 'मार्केट पोटेन्शियल' ध्यानात घेता आपला 'सेल' आज आहे, त्यापेक्षा निश्चितच अधिक हवा. खरं तर खूपच अधिक हवा, असं आता आमच्या 'टॉप मॅनेजमेंट'चं म्हणणं आहे.'

'एक्झोरब, प्रत्येक घरात हवंच,' अशी आपली टॅगलाइन असली तरी आजही कोट्यवधी घरं अशी आहेत, जिथे एक्झोरब पोचलेलं नाही. ते कसं पोहोचू शकेल? एकूणच 'सेल' कसा वाढविता येईल, यासाठी आता आमचं चिंतन, मंथन सुरू आहे, प्रयत्न सुरू आहेत. त्याचाच एक भाग म्हणून आम्ही पुढील वर्षात, म्हणजे नेक्स्ट कॅलेंडर इयर, ॲडव्हर्टायझिंग बजेट वाढवत आहोत. किती प्रमाणात, ते अजून ठरायचं आहे. बट राईट नाऊ लेट अस से अराऊंड थर्टी पर्सेंट मोअर. अर्थात हे लक्षात घ्या जाहिरातीची थीम तीच राहणार आहे. जाहिराती त्याच असणार आहेत, फक्त त्यांचं प्रमाण वाढणार आहे. फ्रिक्वेन्सी वाढणार आहे. हे करत असतानाच वाढविलेल्या जाहिरातींचा नेमका किती आणि कसा परिणाम झाला हे जाणून घेण्यासाठी आपण हा *'कम्पॅरेटिव्ह ॲडव्हर्टायझिंग इम्पॅक्ट सर्व्हे'* करणार आहोत. 'तुलनात्मक' असल्यामुळे तो अर्थातच दोन टप्प्यांत केला जाईल.

'जाहिरातींचं प्रमाण वाढवण्यापूर्वी म्हणजे येत्या डिसेंबर महिन्यात आणि त्या नंतर पुढील वर्षीच्या जानेवारी महिन्यात. मुंबई, दिल्ली, कलकत्ता आणि बंगळूर – या चार शहरांमध्ये हा सर्व्हे केला जाईल. *विच विल बी ऑफकोर्स अ हाऊसहोल्ड सर्व्हे,* घराघरातील एका जबाबदार व्यक्तीशी संपर्क साधून प्रश्नावली भरून घेतली जाईल. त्या संदर्भातील बाकी डिटेल्सवर नंतर विधाते तुमच्याशी बोलतीलच.

'मुख्य मुद्दा आहे, वर्षभरात वाढविलेल्या जाहिरातींचा नेमका परिणाम, प्रभाव मोजण्याचा. होय, मी 'मोजण्याचा' म्हणतो आहे. *इट हॅज टू बी अ क्वान्टिटेटिव्ह कम्पॅरिझन.* हे तर खरंच की जाहिरातीमुळे अंतिमतः विक्रीत वाढ होणं अपेक्षित असतं. पण इतकी टक्के जाहिरात अधिक केली त्यामुळे विक्रीत इतकी टक्के वाढ झाली, असं सरळ सोपं समीकरण मांडता येत नसतं. अनेकदा विक्री तीच (तेवढीच तरी) राहावी यासाठीसुद्धा अधिक जाहिरात करावी लागते. शेवटी हे स्पर्धेचं युग आहे.

'शिवाय विक्री वाढण्या न वाढण्याला इतरही अनेक घटक कारणीभूत असतात. त्याहीपेक्षा म्हणजे या वर्षी जाहिरातीत केलेल्या वाढीचा परिणाम त्याच वर्षीच्या, म्हणजे फक्त त्याच वर्षीच्या विक्रीवर परिणाम होत असतो असंही नाही. अर्थात विक्रीचे आकडे आम्हांला उपलब्ध असणारच आहेत. तेव्हा तो काही आपल्या सर्व्हेचा विषयच नाहीय.

जाहिरातीचं प्रायमरी फंक्शन किंवा मुख्य उद्दिष्ट असतं ते लोकांमध्ये *'ब्रॅन्ड अवेअरनेस'* वाढवणं. तुमचं ब्रॅन्डनेम जनमानसात रूजवणं.

'आपला सर्व्हे हा मुख्यतः पुढील कॅलेंडर इयरनंतर म्हणजेच जाहिरात वाढीनंतर ग्राहकांचा 'ब्रॅन्ड अवेअरनेस' किती वाढला यावर केंद्रित असणार आहे. आपल्या प्रश्नावलीतील पहिला प्रश्न हा 'अवेअरनेस' संदर्भातच असेल. जाहिरातीत तीस टक्के वाढ केल्यामुळे अवेअरनेसची लेव्हल वीस टक्के वाढली किंवा चाळीस टक्के वाढली... असा सर्व्हेचा निष्कर्ष आमच्यासाठी महत्त्वाचा ठरणार आहे. अशा स्वरूपाची तुलनात्मक पाहणी प्रथमच केली जाणार आहे. त्यामुळे फक्त आमच्यासाठीच नव्हे तर आमच्या उद्योगसमूहातील अन्य सर्व कंपन्यांसाठी हा एक दिशादर्शक सर्व्हे ठरू शकणार आहे. मार्केटिंग व ॲडव्हर्टायझिंग संदर्भातील 'मॅनेजमेंट पॉलिसी' ठरवण्यासाठी त्यातून काही ठोस असे 'निकष' अपेक्षित आहेत. त्या दृष्टीनं हा एक ऐतिहासिक सर्व्हेच म्हणावा लागेल.

'अर्थात मी प्रारंभीच म्हटलं तसं, एका अर्थी हा अगदी साधा, सोपा सरळ सर्व्हे आहे. तरीसुद्धा अवेअरनेसमधील फरक कसा मोजायचा हा त्यातला कळीचा प्रश्न आहे. 'तुम्ही एक्झोरब हे नाव ऐकलं आहे का?' असा स्पष्ट प्रश्न विचारूनही तो कळू शकतो. पण हे फारच ढोबळ झालं. आजची आपली लोकप्रियता पाहता – ते नाव न ऐकलेले लोक विरळच असतील. म्हणजे समजा आजही ते नव्वद/शंभर टक्के असतील – वर्षभरानंतरही तेवढेच असतील.

'अशा परिस्थितीत जाहिरात वाढवून आपण नेमकं काय साधलं, हा प्रश्न उपस्थित होईल. मग त्यासाठी एवढा सारा खर्च – प्रथम जाहिरातीवर आणि नंतर सर्व्हेवर – कशासाठी करायचा?

'तर – एक प्रयोग, अभ्यास म्हणून आपण तो करणार आहोत. हा प्रयोग यशस्वी व्हावा, हा अभ्यास अर्थपूर्ण ठरावा, यासाठीच आम्हांला तुमचं सहकार्य हवं आहे. तुमची काही खास 'इनपुट्स' हवी आहेत.

'पुन्हा एकदा स्पष्ट करतो – आमच्या पुढचा प्रश्न आहे – 'अवेअरनेस'चं काही खास विश्लेषण आपण करू शकतो का? त्याची काही परिमाणं ठरवून त्या आधारे अधिक अर्थपूर्ण आणि नेमकी तुलना करू शकतो का? जाहिरातीतील तीस टक्के वाढीचा काही ना काही ठोस परिणाम तर होणारच. तो परिणाम किती व कसा झाला याचं मार्मिक उत्तर मिळू शकेल, नेमकं विश्लेषण होऊ शकेल असे काही नवे वेगळे निकष तुम्ही सुचवू शकता का? तुमच्यासाठी हेच महत्त्वाचं 'चॅलेंज' असणार आहे. त्यासाठी प्रश्नही तुम्हांला काही खुबीनं विचारावे लागतील. ते कसे विचारायचे हे तुम्ही ठरवायचं आहे. अर्थात एवढा मोठा सर्व्हे आपण करतो आहोत तर एकाच घटकाचा अभ्यास करून कसं चालेल? याखेरीज अन्य असे कोणते प्रश्न आपण विचारू शकतो, ज्यांची उत्तरं, ज्यातून मिळणारी माहिती – ही

आम्हांला मार्केटिंग व ॲडव्हर्टायझिंग पॉलिसी ठरवताना उपयुक्त ठरू शकेल – हेही तुम्ही सुचवायचं आहे.

'प्रश्नावली' तुम्हीच डिझाईन करायची आहे. मात्र आपली प्रश्नावली अतिशय सुटसुटीत हवी, शक्यतो सात पेक्षा अधिक प्रश्न नसावेत. सर्व प्रश्न ऑब्जेक्टिव्ह स्वरूपाचे असावेत. ज्यांची 'होय/नाही' अशी किंवा ए, बी, सी स्वरूपाच्या पर्यायांपुढे टिक् करून उत्तरं मिळू शकतील असे असावेत. पाच ते सात मिनिटांत एक कॉन्टॅक्ट व्हावा, लोकांचा याहून अधिक वेळ घेणं अपेक्षित नाही. सर्वांत महत्त्वाचं, सर्व उत्तरांचं 'क्लिअर क्वान्टिफिकेशन' करता यायला हवं. दोन्ही सर्व्हेमधून विविध उत्तरांचं पर्सेन्टेजेसमध्ये कम्पॅरिझन करता यायला हवं.

'पुढील आठ-दहा दिवसांत तुमची कोटेशन्स पाठवून द्या. त्यानंतर पुन्हा एकदा प्रश्नावलीच्या प्रस्तुतीसाठी भेटू या. त्या भेटीनंतर तीन ते चार दिवसांतच आमचा निर्णय तुम्हांला कळविला जाईल. *नाऊ, एनी क्वेश्चन्स?*'

त्यानंतर 'इको एम्स'च्या प्रतिनिधींनी काही प्रश्न विचारले. चौधरींनी आमच्याकडे पाहून '*एनी क्वेश्चन्स फ्रॉम यू?*' असा प्रश्न केला. 'नो सर,' नाईक सरांनी म्हटलं, '*वुई आर ॲबसोल्यूटली क्लिअर अबाऊट द सर्व्हे ऑब्जेक्टिव्ह अँड ऑल्सो अबाऊट व्हॉट इज एक्स्पेक्टेड फ्रॉम अस!*'

'*ग्रेट!*' चौधरी उद्गारले, '*नाऊ लेट अस ब्रेक फॉर लंच. आफ्टर लंच मिस्टर विधाते विल ब्रीफ यू अबाऊट द सर्व्हे – व्हॉट वुई हॅव प्लॅन्ड अबाऊट इट.*' मीटिंग संपली. तेव्हा कुठे मी मनातल्या टेपचं बटन 'ऑफ' केलं.

विधातेंसोबतच आम्ही सारे 'लंच'ला गेलो. मल्टिनॅशनल कंपनीचं ऑफिसर्स कॅन्टिन! तिथल्या लंचबद्दल काय बोलावं? पहिलं मनात आलं ते हेच... आपण हे 'हाय क्लास' लंच आज प्रथमच घेतो आहे. इथले ऑफिसर्स रोजच घेत असतात. होय, हलकासा हेवा वाटलाच... काय नव्हतं त्या लंचमध्ये? सूप, सॅलडपासून ते 'डेझर्ट'पर्यंत.. सारंच हायक्लास. खरं सांगतो 'अन्न हे पूर्णब्रह्म' असं का म्हणतात याचा मला त्या दिवशी प्रथमच साक्षात्कार झाला! असो. लंचनंतर विधातेंनी कंपनीला अपेक्षित सर्व्हेचं प्लॅनिंग विशद केलं. सगळं कसं पद्धतशीर 'वर्कआऊट' केलं होतं.

ही 'झलक' तर पाहा...

'– चारही शहरांमध्ये एकाच वेळी सर्व्हे करायचा आहे. या डिसेंबरमध्ये व पुढच्या वर्षीच्या जानेवारी महिन्यात.

– सर्व्हेसाठी स्थानिक मुलामुलींनाच 'इंटरव्ह्यूअर' म्हणून घ्यायचं आहे.

– तुमच्या कंपनीतर्फे एक कोआर्डिनेटर त्यांना ट्रेनिंग देईल, तोच सुपरव्हिजन व बॅकचेकिंग करेल.

– सर्व्हेसाठी सुयोग्य सँपलसाइझ तुम्हीच सुचवायचा आहे. दोन-तीन पर्याय व त्यानुसार कोटेशन्सही देऊ शकता.

– आमच्यातर्फे पंधरा दिवसांनंतर एक प्रतिनिधी येईल व त्याला योग्य वाटेल त्या पद्धतीनं झालेल्या कॉन्टॅक्ट्ससंदर्भात – अर्थात भरलेल्या प्रश्नावलीसंदर्भात बॅकचेकिंग व क्रॉसचेकिंग करेल.

– सर्व्हे घराघरातून केला जाणार असल्यामुळे सकाळी १० ते संध्याकाळी ५ दरम्यानच केला जाईल. तशा स्पष्ट सूचना इंटरव्ह्यूअर्सना द्यायच्या आहेत...'

इतकं काटेकोर नियोजन केलेलं होतं. आम्ही फक्त प्रत्येक शहरांत किती कॉन्टॅक्ट्स करायचे ते ठरवून कोटेशन द्यायचं होतं. अर्थात निघताना विधातेंनी स्पष्ट केलं, 'कोटेशन्स देताना उगाच काटछाट करू नका. कोऑर्डिनेटरचे अलाऊन्सेस व इंटरव्ह्यूअर्सना पेमेन्टस् उत्तमच ठेवा. कोटेशन्स हा फार महत्त्वाचा भाग नाहीय, तुम्ही लढायचं आहे ते प्रश्नावलीवर.'

बाप रे... माझं हृदय तर नुसतं उचंबळत होतं. मल्टिनॅशनल कंपनीचा ऑल इंडिया सर्व्हे. जाहिरातवाढीचा तुलनात्मक प्रभाव शोधणारा पहिलावहिला सर्व्हे. फक्त 'केएचबी'साठीच नव्हे तर, त्यांच्या उद्योगसमूहातील सर्वच कंपन्यांना मार्केटिंग व ॲडव्हर्टायझिंगसंदर्भातील धोरण ठरविण्यासाठी दिशादर्शक ठरू शकणारा. म्हटलं तर साधा, सोपा, सरळ... पण तोच अधिक अर्थपूर्ण करण्याची जबाबदारी आमच्यावर होती. म्हणजे मुख्यतः माझ्यावर. नाईक सर होतेच, पण मी हे जाणून होतो, त्यांची भिस्त माझ्यावरच असणार होती; आणि होय माझी गाठ त्या 'इको एम्स'च्या स्मार्ट आणि अभ्यासू स्पर्धकांशी होती.

चेंडू आता आमच्या कोर्टात होता. 'प्रश्नावली'च आमचं भवितव्य ठरवणार होती. पुण्याला परतल्यानंतर 'कोटेशन'चं काम सरांनी सप्रेंकडे सोपवलं आणि आम्ही दोघं चर्चेला बसलो. इंग्रजीत त्याला 'ब्रेन स्टॉर्मिंग' असं भारदस्त नाव आहे. डोकं तर लढवायचं होतंच, पण अनेकदा उत्तर तसं सोपं असूनही आपण अकारणच अतिगांभीर्यानं नको तितक्या खोलात शिरत असतो. 'सॅन्टा'च्या वेळी मी स्वतः हा अनुभव घेतला होता. बोलता-बोलताही काही सुचू शकतंच, यावर विश्वास असल्यानं मी ठरवलं होतं... बस, बोलत राहायचं.

'सर,' मी म्हटलं, 'चौधरी जेव्हा अवेअरनेसबद्दल बोलत होते. त्याचं सखोल विश्लेषण, काही परिमाणं, निकष असे शब्द वापरत होते, तेव्हा माझ्या डोक्यात काय आलं सांगतो...'

'सांगा.'

'आपल्याला आताची ब्रॅन्ड 'अवेअरनेस लेव्हल' मोजायची आहे व जाहिरातीमुळे ती किती वाढली हे पाहायचं आहे. राईट?'

‘*अॅबसोल्युटली.*’

‘माझ्या डोक्यात आलं ते असं. आपण जेव्हा अवेअरनेस लेव्हलविषयी बोलतो तेव्हा नेहमी एकाच लेव्हलबद्दल बोलतो. अवेअरनेसच्या एकाहून अधिक लेव्हल्स असू शकतील का?’

सरांचे डोळे लकाकलेच.

‘*व्हेरी गुड पॉईंट,*’ त्यांनी अतिशय उत्साहानं म्हटलं, ‘*धिस कुड बी अ ब्रेक थ्रू*. शोधूयात. अवेअरनेसच्या एकाहून अधिक लेव्हल्स कोणत्या असू शकतील? किती असू शकतील? दोन, चार? दोन उपयोगाच्या नाहीत, माझ्या मते किमान तीन तरी हव्यात.’

‘नक्कीच!’

‘ओके... पहिली लेव्हल कोणती?’

‘जिला चौधरींनी ढोबळ म्हटलं होतं ती! एक्झोरब हे नाव तुम्ही ऐकलं आहे का? असं थेट उच्चारून जर ‘हो’ हे उत्तर आलं तर ती अवेअरनेसची अगदी सामान्य लेव्हल म्हणता येईल, म्हणजेच सर्वांत खालची.’

‘मान्यच आहे. आता प्रश्न असा आहे तिच्यापेक्षा वरच्या लेव्हल्स काय असतील?’

‘त्या दोन तरी हव्यात!’

‘एकेक शोधूयात. ही तर तुम्ही सर्वांत सामान्य अशी खालची लेव्हल म्हणताय, तर सर्वांत वरची लेव्हल कुठली असेल? त्यासाठी त्यांना कुठला प्रश्न विचारावा लागेल?’ सर बोलले आणि माझी बत्ती पेटलीच!

‘सर,’ मी उत्तेजित होत म्हटलं, ‘तुम्ही जो मला विचारला होतात तोच. सर्दीवरचं सर्वांत लोकप्रिय औषध कोणतं? मी उत्तरलो होतो – एक्झोरब. सर.. *आय थिंक* दॅट इज द *टॉप लेव्हल ऑफ अवेअरनेस*. त्यानं स्वतः होऊन ‘एक्झोरब’ हे नाव घेतलं पाहिजे.’

‘येस... येस,’ सरांनीही उत्साहानं म्हटलं, ‘फक्त थोडा बदल करू या. ‘लोकप्रिय’ शब्दही नको. ‘सर्दी म्हटलं की कुठलं औषध तुम्हांला आठवतं?’ एवढंच विचारायचं. त्याला ‘एक्झोरब’ आठवलं तर ही सर्वांत वरची – नंबर वन अवेअरनेस लेव्हल.’

‘ग्रेट, म्हणजे सर्वांत वरची आणि सर्वांत खालची अशा दोन्ही लेव्हल्स मिळाल्या. आता ‘मधली’ शोधावी लागेल.’

‘मला काय वाटतं,’ सरांनी म्हटलं, ‘त्याला चटकन नाही आठवलं एक्झोरब, तरी ते माहिती नसेल असं नाही. थोडा वेळ दिला तर तो स्वतःही ते आठवू शकेल?’

‘नक्कीच सर,’ मी अधिकच उत्तेजित होऊन म्हटलं, ‘त्यांनी जर प्रथमच ‘एक्झोरब’ हे नाव नाही घेतलं, तर आपण त्याला विचारू शकतो – ‘याखेरीज सर्दीसाठीचं आणखी कुठलं औषध तुम्हांला माहिती आहे? यावेळी जर त्यानं एक्झोरब हे नाव घेतलं – तर ती झाली अवेअरनेसची लेव्हल नंबर टू!’

‘अरे! म्हणजे तीन लेव्हल्स शोधल्या की आपण!’

'येस सर!'

सरांनी 'कोठुरकर,' म्हणत असा काही जोरात शेकहॅण्ड केला की मी हलके विव्हळलोच.

'येस!' सर उद्गारले, '*आय थिंक वुई हॅव नेल्ड इट!*'

तातडीनं फोन उचलून त्यांनी म्हटलं, 'जागडे, चहा! आणि असतील तेवढी बिस्किटं! काय म्हणालात? दोनच पुडे आहेत? पुष्कळ झाले, आम्ही दोघेच आहोत!' मग माझ्याकडे वळून त्यांनी म्हटलं, 'हिरमुसू नका. चहा-बिस्किटांवर बोळवण नाही करत आहे मी. पण संध्याकाळ तर होऊ द्याल की नाही?'

नंतर मात्र काही क्षण आम्ही दोघेही गप्पच राहिलो. जो 'ब्रेक थ्रू' आम्हांला हवा होता, तो मिळाल्याची चिन्हं होती. याशिवाय सरांचा अनुभवही कामी आला.

'कोठुरकर, हे तर जबरदस्त सुचलंय आपल्याला, पण थोडं पॉलिशिंग करू या.'

'शुअर सर.'

'आपण जाहिरातींचा प्रभाव तपासतो आहोत. त्याला काय आठवतं ते पाहतो आहोत. *इन अ वे वुई आर आस्किंग हिम टू रिकॉल.* त्यामुळे '*अवेअरनेस लेव्हल*' म्हणत असलो तरी द *बेटर वर्ड इज रिकॉल लेव्हल!*'

मलाही पटलंच ते.

'दुसरी गोष्ट... आपण नुसतंच टॉपची लेव्हल, मधली आणि खालची लेव्हल असं म्हणतोय. त्यापेक्षा जरा छान शब्द सुचले तर?'

'फारच छान होईल.'

'टॉपची लेव्हल कुठली, तर जे चटकन सुचतं ते नाव! याला आपण '*टॉप ऑफ माइन्ड रिकॉल*' म्हणू शकतो.'

'वॉव... सर मस्तच.'

'सर्वांत खालची लेव्हल कुठली? तर जेव्हा त्याला आपण थेट नाव सांगून – बाबा, हे हे आठवतंय का तुला असं विचारतोय ती. आपण त्याला मदत करतोय उत्तर द्यायला. तिला आपण *अेडेड रिकॉल* म्हणू शकतो.'

'सुपर्ब!'

'आता प्रश्न राहतो. मधल्या लेव्हलला काय म्हणायचं?'

'सर... तिला आपण *अनअेडेड रिकॉल लेव्हल* म्हणू शकतो.'

सर हसले नाहीत, 'वॉव' म्हणूनही उद्गारले नाहीत. सरांनी चक्क दोन बोटं तोंडात घालून शिट्टीच मारली! चौधरींना जे अपेक्षित होतं ते आम्ही नक्कीच साधलं होतं. जाहिरात वाढवल्यामुळे 'जनरल अवेअरनेस इतका वाढला' असा ढोबळ निष्कर्ष चौधरींना नको होता. त्यासाठी एखादा 'क्वालिटेटिव्ह' निकष हवा होता. नेमका तोच आम्ही शोधला होता. सर्दी म्हटली की तुम्हांला कोणतं औषध आठवतं? या प्रश्नावर ऐंशी टक्के लोकांनी एक्झोरब हे नाव घेतलं

असलं तर जाहिरात वाढवल्यानंतर ते नव्वद ते पंच्याण्णव टक्के लोकांनी घ्यायला हवं. थोडक्यात '*टॉप ऑफ माईंड रिकॉल लेव्हल*' मध्ये लक्षणीय फरक दिसला, तरच तो अपेक्षित परिणाम म्हणता येणार होता. तेच खरं मार्मिक विश्लेषण. तीच खरी नेमकी तुलना ठरणार होती.

मला राहवलं नाही. 'सर,' मी म्हटलं, 'यावेळी मात्र तुमचा नव्हे तर माझा स्वतःचाच आतला आवाज मला सांगतो आहे...'

'हा जॉब आपल्याला मिळणार!' आम्ही दोघेही एकदमच उद्गारलो.

'ब्रॅन्ड अवेअरनेस' हा सर्वांत कळीचा प्रश्न होता. तो आम्ही सोडवला होता. अर्धी लढाई नक्कीच जिंकली होती. पण अर्धी राहिलीच होती. आता ठरवायची होती ती प्रश्नावली. इतर असे कोणते प्रश्न, नेमके, मोजके आणि तेही ऑब्जेक्टिव्ह स्वरूपाचे विचारावेत, ज्यामुळे 'मार्केटिंग' आणि 'अ‍ॅडव्हर्टायझिंग'साठी काही महत्त्वाची, उपयुक्त माहिती मिळू शकेल... एवढा सारा 'सर्व्हे'चा खटाटोप सार्थकी लागेल.

सरांचा अनुभव आणि माझी (तथाकथित) कल्पकता. दोन्हींच्या समन्वयातून अखेर ती 'प्रश्नावली'ही साकारली. सप्रेंनी तयार केलेली कोटेशन्स सरांनी चेक केली (तो माझा प्रांत नव्हताच). केएचबीला पाठवूनही दिली. आता फक्त तिकडून बोलावणं कधी येतंय (येतंय की नाही) याचीच प्रतीक्षा होती.

'कोठुरकर,' सरांनी म्हटलं, 'चार दिवस सुटी घ्या. इकडे फिरकूही नका. वैशालीलाही रजा टाकायला सांगा. चार दिवस मौज करा. लोणावळा-खंडाळा अशा ठिकाणी मस्त मुक्कामी राहा. काहीच नाही तर निदान कोल्हापूरचा पन्हाळा तरी!'

'सर पण –'

'माझं ऐका, एकदा 'केएचबी'चा जॉब आला की अजिबात वेळ मिळणार नाही. खूप काम असणार आहे. कळलं?'

'हो सर.'

'पटलं?'

'हो सर.'

'गुड. या आता...'

आठवड्याभरातच बोलावणं आलं. पुन्हा एकदा एकाच दिवशी आमची व 'इको एम्स'ची प्रेझेंटेशन ठेवलेली होती. त्यांची लंचअगोदर, आमची लंचनंतर. प्रेझेंटेशन करून ते आले तेव्हा चांगलेच खूश दिसत होते. मागच्या भेटीत होते तसेच याहीवेळी पूर्ण आश्वस्त दिसत होते. यावेळी तर जरा अधिकच...

त्यांच्यासोबतच आम्ही लंच घेतलं. लंचनंतर (बहुधा औपचारिकता म्हणून) आम्हांला शुभेच्छा देऊन गेले ते. नंतर आली 'एमसीएस'ची प्रश्नावली प्रस्तुती. दोघे तयारीनेच गेलो

होतो. यावेळी त्यांच्या 'मार्केटिंग डिपार्टमेंट'चा सगळा स्टाफ उपस्थित होता. एखादी मैफल 'जमलेली' कळतेच. आमची प्रस्तुतीही 'जमली'च होती. प्रस्तुतीनंतर फक्त चौधरींचा सस्मित प्रतिसाद, 'गुड जॉब!' बस एवढंच. बाकी कुणी काहीच बोललं नाही. पण सर्वांचे चेहरे बोलत होतेच.

'*वेल, वुई विल लेट यू नो...*' हेच समारोपाचं बोलणं.

विधाते काही सूचक बोलतील अशी अपेक्षा होती. दोन्ही प्रेझेंटेशनला ते उपस्थित होते. शिवाय तसे आमच्या आतल्या गोटातले, पण तेही काही बोलले नाहीत. 'धीर धरा, दोन चार दिवसांत तुम्हांला काय ते कळेलच!' एवढंच... म्हणजे एकूण सस्पेन्सच!

आम्हा दोघांचा आतला आवाज मात्र अजूनही तेच सांगत होता 'जॉब आपल्याला मिळणार!' आमच्या प्रेझेंटेशननंतर त्यात तरी काही बदल झाला नव्हता.

पुढचे चार दिवस कसे गेले, मी सांगूच शकत नाही. गेले खरे. चार दिवसांत मी व नाईक सर आम्ही एकमेकांना फक्त 'गुड मॉर्निंग' आणि 'गुड नाईट' करत होतो. बोलत काहीच नव्हतो. 'एक्झोरब' हा शब्द उच्चारणं तर दूरच.... गंमत म्हणजे, मनातली उत्सुकता, प्रतीक्षा, उलघाल लपविण्यासाठी दोघेही उगाचच मोठ्यानं हसत वगैरे होतो...

आणि सरांनी इंटरकॉमवर म्हटलं, '*कोठुरकर, स्टार्ट इमिजिएटली!*' मी हातातलं पेन तसंच टाकलं आणि तातडीनं सरांच्या केबिनमध्ये गेलो.

'कोठुरकर, भांगडा करा!' हातातलं 'केएचबी'चं लेटर फडकावीत सरांनी म्हटलं. माझा तर विश्वासच बसला नाही, असं का म्हणू? तो बसलाच, कारण जॉब आपल्याला मिळणार ही खात्रीच होती. एवढं खरं, काय बोलावं कळेना. सरांनाही ते जाणवलं, त्यांनी खुणेनंच म्हटलं, बसा स्वस्थ!

आनंद गगनात (वगैरे) मावेनासा होणं, म्हणजे काय हेच त्या क्षणी मी अनुभवत होतो. भांगडा वगैरे करतात ते यासाठीच बहुधा – तो आनंद पम्प आऊट करण्यासाठी. सरांनी तोपर्यंत घोडकेंना, केएचबीत विधातेंना फोन लावायला सांगितलं होतं.

'विधाते, आत्ताच ऑर्डर मिळाली. *आय जस्ट डोन्ट नो हाऊ आय शुड थँक यू...* अरे हो पण... *ओके रिअली? ओह, आय सी, येस येस, थँक यू,* बोलूच पुन्हा!'

'काय म्हणाले विधाते?'

'म्हणाले 'मी फक्त निमित्त होतो' त्यांनी हेही सांगितलं आपल्या प्रेझेंटेशननंतर अर्ध्या तासातच निर्णय झाला होता.'

'*ओह गॉड!*'

'हो – 'इको एम्स'ची सजेशन्स त्यांना फारच इन्टेलेक्च्युअल आणि कॉम्प्लिकेटेड वाटली होती. दे *वॉन्टेड समथिंग सिंपल.*'

'सो... सिम्प्लिसिटी वर्क्स!'

'प्रश्नच नाही. *ॲनी वे नाऊ लेट अस कॉंग्रेच्युलेट इच अदर!'*

आम्ही दोघांनी प्रेमभरानं हस्तांदोलन केलं. 'चला, *लेट अस अनाऊन्स* द *गुड न्यूज...'*

आम्ही दोघे बाहेर आलो.

'युअर अटेन्शन प्लीज...' सरांनी खास 'एअरहोस्टेस स्टाईल'मध्ये म्हटलं. सगळे बघतच राहिले तसं त्यांनी जाहीर केलं, *'वुई हॅव बॅग्ड* द *'केएचबी' सर्व्हे!'* बाप रे... प्रचंड टाळ्या आणि नंतर जल्लोषच!

सरांनी नंतर प्रोजेक्ट मॅनेजर्सची मीटिंग घेतली. दातार मॅडमही होत्या. खूप सारे निर्णय घेणं भागच होतं. सप्रेंना सरांनी 'प्रोजेक्ट इनचार्ज' नेमलं. सर्व्हेसाठी चार सिनिअर ऑफिसर्सनाच कोऑर्डिनेटर म्हणून पाठवणं भाग होतं. त्यांना खास इन्क्रिमेन्ट द्यायचं आणि प्रोजेक्ट ऑफिसर्सनाही सिनिअर म्हणून प्रमोशन द्यायचं... नव्या आठ ते दहा प्रोजेक्ट ऑफिसर्सची नेमणूक करायची. वाढत्या व्यापासाठी मग शेजारच्या बिल्डिंगमधला आणखी एक फ्लोअर घ्यायचा.

'हॅलो, भन्साळी,' सरांनी फोनवर म्हटलं, 'नाईक बोलतोय. काही नाही, आपलं बोलणं झालं होतंच. *ओ येस, वुई गॉट* द *जॉब. थँक्यू.* म्हणूनच आता दुसरा फ्लोअरही लागेल. ऑफकोर्स कॉन्ट्रॅक्ट करू या. *फॉर थ्री इयर्स!* बोला ना... (सर हसले) *ओ येस. आय परफेक्टली अन्डरस्टॅन्ड... ओके.'*

फोन ठेवूनही सर हसतच होते.

'काय म्हणाले भन्साळी?'

'काही नाही... आता यानंतर आणखी फ्लोअर तर सोडा... एक केबिनपण मिळणार नाही म्हणाले! बरोबरच आहे त्यांचं. त्यांचं काही स्वतःचं प्लॅनिंग आहेच. म्हणाले, डबल भाडं दिलंत तरी देणार नाही.'

सरांनी माझ्याकडे पाहिलं आणि म्हटलं, 'नका हो देऊ, तुम्ही जागा दिली नाहीत म्हणून आम्ही काय वाढायचे थांबणार आहोत का?'

'छट्...' मी म्हटलं, *'वुई विल बी ग्रोईंग!'*

वाढत तर राहिलोच आम्ही. केएचबी सारख्या मल्टिनॅशनल कंपनीनं आम्हांला प्रोजेक्ट दिला, याचा इतका गवगवा झाला की पुढच्या दोन वर्षांत तीन 'ऑल इंडिया सर्व्हे' आमच्याकडे आले आणि होय, अखेर तो दिवसही आला ज्याची मला मनोमन प्रतीक्षा होती. तो रविवारचा दिवस होता.

'सकाळी दहा वाजता सगळे इथे हजर हवेत,' सरांनी आदेशच दिला होता.

सुटी असूनही सगळे दहाला ऑफिसमध्ये जमले. बाहेर रस्त्यावर तीन बस उभ्या होत्या. सगळे चक्रावलेच... प्रकार काय आहे?

'सर आपण काय पिकनिकला चाललोय का?' सप्रेंनी विचारलंच.

'हो... पिकनिकच आहे,' सर उत्तरले.

'पण, सर आम्ही डबे नाही आणले.' मिराशी.

'काळजी करू नका. एक वाजेपर्यंत तुम्ही आपापल्या घरी असाल.'

'म्हणजे जवळच चाललो आहोत आपण!' पटवर्धन.

'हो, पुण्यातच. फक्त गावात नाही, उपनगरात!'

'पण कुठे?' सप्रे.

'फार प्रश्न विचारता बुवा तुम्ही. कुठे, कशासाठी... ओके. आपण उपनगरात एक प्रेक्षणीय स्थळ बघायला चाललो आहोत. झालं समाधान! आता आणखी प्रश्न नकोत. सगळे बसा बसमध्ये.'

'पण सर... कुणी कुठल्या बसमध्ये बसायचं?' सप्रे.

'तुम्हांला आवडेल त्या बसमध्ये बसा. फक्त पहिल्या बसमध्ये माझ्यासाठी सीट ठेवा म्हणजे झालं.'

'ओके सर... तुमची सीट मी धरून ठेवतो,' मिराशींनी म्हटलं, 'फ्रन्टला विन्डो सीटच ठेवतो.'

अखेर सगळे बसमध्ये बसले. 'एमसीएस'चा ताफा उपनगराच्या दिशेने निघाला. मूड तर तोच होता, पिकनिकचा. पण कमालीची उत्सुकता होती... त्या 'प्रेक्षणीय स्थळा'विषयी...

अखेर, ते 'स्थळ' आलंच. तिन्ही बस थांबल्या. सगळे खाली उतरले. आम्ही बघतच राहिलो. समोर एक देखणी सहा मजली वास्तू मोठ्या दिमाखात उभी होती. झोकदार बोर्डही होता – 'मॅनेजमेंट कन्सल्टन्सी सर्व्हिसेस प्रा. लि.' बाप रे... सगळे अक्षरशः हादरलेच. सॉरी, हरखलेच. सरांनी एक खणखणीत आणि तितकंच देखणं 'सरप्राइज' प्रस्तुत केलं होतं.

पावसकर, जागडे, डोंगरे आणि इतर प्यूनमंडळी स्वागताला हजर होती. वास्तूवर नजर ठरत नव्हती. नजरेत मावतच नव्हती ती. 'बिल्डिंग आपण नंतर पाहू,' सरांनी म्हटलं, 'प्रथम सगळे लिफ्टनं टॉप फ्लोअरवर चला.'

सगळे सहाव्या मजल्यावर पोहोचले. हॉलमध्ये छोट्या सभेची अॅरेन्जमेन्ट होती. शंभर-सव्वाशे खुर्च्या मांडलेल्या होत्या. तेवढा तर आता स्टाफ झालाच होता. समोर एक टेबल, दोन खुर्च्या. सगळे स्थानापन्न झाले, तसे सर एका खुर्चीवर बसले. मी सवयीप्रमाणे पहिल्या रांगेतच बसलो होतो.

'कोठुरकर,' सरांनी म्हटलं, 'ही दुसरी खुर्ची तुमच्यासाठी.' मी चमकलोच, गांगरलोही, 'सर, मी...?'

'हो तुम्हीच...'

सभेत जोरदार कुजबुज... मी जाऊन सरांशेजारच्या खुर्चीत बसलो. तसं तर अनपेक्षित, अविश्वसनीय असं खूप काही झेललं होतं मी आजवर. आज तसंच काही घडण्याची दाट शक्यता होती. फक्त एवढंच की... सर बोलायला उभे राहिले. माझा जीव सगळा कानांत.

'मित्रहो... आपल्या या नव्या वास्तूत मी तुम्हा सर्वांचं मनःपूर्वक स्वागत करतो.'

दणकून टाळ्या झाल्या.

'होय, आपली जुनी वास्तू आपण सोडतो आहोत आणि या सुंदरशा वास्तूत स्थलांतर करीत आहोत. *आय नो, इट मस्ट बी अ प्लेझंट सरप्राइज फॉर ऑल ऑफ यू...* पण गंमत अशी खुद्द माझ्यासाठीही हे अनपेक्षितच आहे. खूप वर्षांपूर्वी जेव्हा गावातून इकडे यायला कुणी फारसं धजावत नव्हतं, तेव्हा अगदी अविश्वसनीय अशा रेटमध्ये हा प्लॉट मी घेऊन ठेवला होता. प्लॉटचं करायचं काय हे मात्र ठरत नव्हतं. मुलांसाठी बंगले, फार्म हाऊस असं काही मनात होतं... पण दोन्ही मुलं अमेरिकेतच स्थायिक झाली... कंपनीचं म्हणाल तर गावातली इतकी प्राईम लोकेशनची जागा सोडून इकडे येणं – हा विचारही नव्हता आला मनात!

दोन फ्लोअर्स, कन्सल्टन्सी फर्मला नक्कीच पुरेसे होते. अगदीच वाटलं तर आणखी एक मजला चढवता येईल असंही डोक्यात होतं. पण हे जे इथे तरुण तडफदार गृहस्थ बसले आहेत – कमलेश कोठुरकर, यांनी माझं सगळं प्लॅनिंग धुळीला मिळवलं. अर्थात तसं करण्याचा परवाना मी स्वतःच त्यांना दिला होता. पण ते इतक्या सिरियसली घेतील याची कल्पना नव्हती. त्यामुळेच तर तुम्हा कुणाला सुगावाही न लागू देता ही टुमदार वास्तू मी उभी केली. 'केएचबी'चं कॉन्ट्रॅक्ट मिळालं तेव्हाच मी हे ठरवलं होतं. त्यानंतरच्या दोन वर्षांत आणखी तीन ऑल इंडिया सर्व्हे आले आणि आता हा सिलसिला सुरूच राहणार आहे.

तुम्ही सारेच जाणता, हे सारं श्रेय कमलेश कोठुरकर यांचं आहे. इट इज द *'कोठुरकर फॅक्टर' दॅट हॅज डन ऑल द वन्डर्स!* (टाळ्या).

'तुम्हांला कल्पना आहे – एक्झिक्युटिव्ह कन्सल्टंट म्हणून तुमच्या साक्षीनंच, तीन वर्षांसाठी मी त्यांची नेमणूक केली तेव्हा त्यांना म्हटलं होतं, तुम्ही अपेक्षित कामगिरी केलीत तरच तुमचं कॉन्ट्रॅक्ट रिन्यू केलं जाईल. त्यांनी अपेक्षितच नव्हे – नेत्रदीपक कामगिरी केल्यामुळे अपरिहार्यपणे मी त्यांचं कॉन्ट्रॅक्ट रिन्यू केलं. ते करताना मात्र मी त्यांना कुठलं चॅलेंज दिलं नव्हतं, कुठली शर्त ठेवली नव्हती... तशी काही गरजच भासली नव्हती. उलट मी त्यांना म्हटलं होतं, 'कोठुरकर अजून फक्त तीनच वर्षं थांबा... मग पाहा, कंपनी कुठे असेल आणि तुम्ही कुठे असाल!' आजच ती तीन वर्षं पुरी होत आहेत. कंपनी कुठे असेल,

हे आता साऱ्यांनी प्रत्यक्षच पाहिलं आहे. राहिला प्रश्न कोठुरकरांचा... त्याचं उत्तर देण्याची वेळ आता आली आहे.'

काही क्षण थांबून सरांनी म्हटलं, 'मित्रहो, हे जाहीर करताना मला अतिशय आनंद होतो आहे की कमलेश कोठुरकर हे उद्यापासून आपले एक्झिक्युटिव्ह कन्सल्टंट नसतील. *ही विल बी द न्यू एक्झिक्युटिव्ह डायरेक्टर ऑफ अवर कंपनी.*'

टाळ्यांच्या कडकडाटानं हॉल अक्षरशः निनादून गेला. बघता बघता सारे उभेही राहिले... *अ स्टॅन्डिंग ओव्हेशन...* मीही उभा राहिलो आणि हात जोडून साऱ्यांना अभिवादन केलं. त्यात विनम्रता होतीच, पण एक सहजशी अदबही. तीही आवश्यकच होती. आता 'एक्झिक्युटिव्ह डायरेक्टर' होतो मी!

■ ■ ■

प्रकरण : सहा

माझा 'मोठं होण्याचा' प्रवास मी तुमच्यासाठी उलगडतो आहे. मात्र आता मी 'गिअर' बदलतो आहे. कारण इथे माझ्या प्रवासाचा पहिला टप्पा पूर्ण होतो. हा प्रवास मी खूपसा तपशिलात मांडला. शालेय वयापासून मी कसा स्वतःला घडवत गेलो, कसा पुढाकार घेत राहिलो, कशा कल्पना लढवत गेलो, संधी मिळेल तिथे कसं स्वतःचं स्थान निर्माण करत गेलो... हे सारं उलगडून सांगितलं. काही निवडक प्रकल्पांचा दाखलाही दिला.

माझं कार्यक्षेत्र आणि त्यातलं माझं नेमकं योगदान तुम्हांला कळावं, यासाठी ते आवश्यकच होतं. अन्यथा एकतिसाव्या वर्षीच मी ही मजल कशी गाठू शकलो, हा प्रश्न तुम्हांला नक्कीच पडला असता. शिवाय प्रारंभीच मी वादा केला होता, ज्या तरुणांनी माझा आदर्श ठेवला असेल त्यांच्यासाठी माझ्या 'मोठं होण्या'तली सारी रहस्यं मी खुली करीन. नेमकं काय केलं... खरं तर काय काय केलं म्हणजे 'कमलेश कोठुरकर' होता येईल, हे उलगडून सांगेन. अर्थात सारा प्रवास अद्यापि पूर्ण झालेला नाही, किंबहुना 'खरा प्रवास' तसा बाकीच आहे; पण पहिला टप्पा निश्चितच पूर्ण झाला आहे.

या पहिल्या टप्प्यात मला व्यक्तिगत यश मिळवायचं होतं, स्वतःला सिद्ध करायचं होतं... आणि ते मी निश्चितच केलं होतं. '*ऑथॉरिटी बाय ॲक्सेप्टन्स*' वरच समाधान मानणारा मी आता '*ऑथॉरिटी बाय पोझिशन*'पर्यंत येऊन ठेपलो होतो. हा माझ्यासाठी एक '*टेक ऑफ पॉइंट*'च होता. इथून पुढचं माझं यश खूपसं सहज होतं आणि तसं निश्चितही. म्हणूनच मी 'गिअर' बदलतो आहे.

पुढचा माझा प्रवास मी दोनच टप्प्यांमध्ये – खरं तर दोनच प्रकरणांमध्ये मांडणार आहे. मी '*टेक ऑफ पॉइंट*' वर आलो होतो. पुढचं यश मला स्पष्ट दिसत होतं हे खरंच आहे, पण मी तेवढ्यावरच समाधान मानू शकत नव्हतो. कारण – दर्शिकेतली पुढची उद्दिष्टं आता मला अगदी स्पष्ट खुणावत होती...

एव्हाना हे तर तुम्ही जाणलं असेलच, जी मी दर्शिकेत लिहिली होती ती केवळ डायरीच्या पानावर सुवाच्य अक्षरांत लिहिलेली सुबक सुंदर वाक्ये नव्हती, ती माझी स्वप्नं होती... ते माझे... मी तर म्हणेन... काळजावर कोरलेले संकल्प होते. दर्शिका ही माझ्यासाठी भगवद्गीता होती. तेच माझं बायबल होतं. कॉलेजच्या दिवसातच मी दर्शिकेत लिहून ठेवलं होतं *'आय वॉन्ट टू मेक सम डिफरन्स... आय वॉन्ट टू मेक सम कॉन्ट्रिब्यूशन.'* मला काही खास बदल घडवायचा होता, काही खास मोलाचं असं योगदान द्यायचं होतं. 'हे जे काही घडलं, ते कमलेश कोठुरकरांमुळे' अशी इतिहासात नोंद होईल... असं काही करून दाखवायचं होतं. माझ्या मते ती वेळ आता आली होती.

तसं तर काय 'एमसीएस'मध्ये मी माझं योगदान दिलं होतंच. अगदी लक्षणीय, लक्षणीयच काय अभूतपूर्व, देदीप्यमान असा बदलही घडवून आणला होता. पण मला तिथेच थांबायचं नव्हतं, माझी स्वप्नं मोठी होती. मला आता पुण्याच्या उद्योगविश्वासाठी काही खास योगदान द्यायचं होतं... तेही 'एमसीएस'च्या माध्यमातूनच. त्यासाठीचा 'प्लॅन'ही मनात तयार होता. तो नाईक सरांपुढे प्रस्तुत करून त्यांची संमती मिळवणं आवश्यक होतं. तो फक्त 'एमसीएस'च्या वाढीचा प्लॅन नव्हता. खरं तर तो प्लॅन नव्हताच. ते माझं पुढचं 'मिशन' होतं.

'बोला कोठुरकर, एक्झिक्युटिव्ह डायरेक्टर म्हणून तुमचा *प्लॅन ऑफ ॲक्शन* काय असणार आहे?'

'सर, मी जरा वेगळा विचार करत होतो.'

सर हसले.

'का हसलात सर?'

'अहो, तुमचा विचार वेगळा असणारच, बोला!'

'सर, आजवर आपण आपल्याकडे नवनवीन प्रोजेक्टस कसे येतील, ते अधिकाधिक चांगल्या पद्धतीनं कसे पुरे करता येतील, क्लाएन्ट्सना अधिक चांगल्या सर्व्हिसेस कशा देता येतील, हाच विचार करत होतो. ते अर्थातच स्वाभाविक होतं आणि आवश्यकही. त्यामुळेच एमसीएसनं फार मोठी झेप घेतली आहे. इतकं नाव झालं आहे आपलं की, यापुढे फारशी धावपळ न करताही नवेनवे प्रोजेक्ट्स आपल्याकडे येत राहणार आहेत. ते हाताळण्यासाठी आपण सक्षम आहोत, सुसज्ज आहोत. पुरेसं आणि अनुभवी मनुष्यबळ आहे – ही प्रशस्त वास्तू आहे. सगळं इन्फ्रास्ट्रक्चर आहे...'

सर पुन्हा हसले.

'सर?'

'कोठुरकर ही प्रस्तावना झाली, ती आता नाही केलीत तरी चालेल.'

सर असं का म्हणताहेत? मी विचार करत होतो तेवढ्यात त्यांनीच पुढे म्हटलं, 'तुम्ही एक विसरताय कोठुरकर, तुम्ही आता 'एक्झिक्युटिव्ह कन्सल्टंट' नाही आहात, 'एक्झिक्युटिव्ह डायरेक्टर' आहात. हा बदल नीट लक्षात घ्या. आत्तापर्यंत तुमचं काम होतं सल्ला देणं, कल्पना सुचवणं... आता तुम्ही स्वतः निर्णय घेऊ शकता. ते घेण्याचे अधिकार आता तुम्हांला मिळाले आहेत.'

'पण सर, तुमची 'कन्सेन्ट' तर घ्यायला हवीच ना...'

सर हसले, 'खरंय... पुढची चार वर्षं तरी!'

चार वर्षं का? हा प्रश्न मला पडला नाही. चार वर्षांनंतर सर एक अतिशय महत्त्वाचा निर्णय घेणार होते आणि मला त्याची पुरेपूर कल्पना होती.

'पण हेही लक्षात ठेवा,' सरांनी म्हटलं, 'माझी कन्सेन्ट घ्यायची ती फक्त पॉलिसी, प्लॅनिंग संदर्भातच. एरवी छोटे-मोठे निर्णय आता तुम्हीच घ्यायचे आहेत.'

'हो सर, पण हा पॉलिसी डिसिजनच आहे म्हणूनच...'

'ओके, शूट!'

'सर, मी स्वतः पुढे आता एक वेगळं मिशन ठेवू इच्छितो.'

सरांच्या डोळ्यांतलं कौतुक लपलं नाही. 'ग्रेट, कुठलं मिशन?'

'पुण्यातल्या लघुउद्योगांचा विकास.'

सर अगदी प्रसन्न हसले. 'मला काय आठवलं सांगू?'

'काय सर?'

'तुम्ही आठवीत केलेला संकल्प!'

माझ्याही चेहऱ्यावर हलकंसं हसू.

'हे तर खरंच,' सरांनी म्हटलं, 'माणूस जसजसा वर जातो, तस तसं त्याचं क्षितिज विस्तारत जातं. तुम्ही त्याचा प्रत्ययच देताय. पुण्यातील लघुउद्योगांचा विकास... हे तुमचं नवं मिशन आहे?'

'हो, सर...'

'तो ही 'एमपीएस'च्या माध्यमातून... राईट?'

'ऑफकोर्स सर!'

'फारच छान! *आय रिअली ॲप्रिशिएट इट*... का सांगू?'

'का सर?'

'आजवर मी फक्त 'एमसीएस' कशी वाढेल, हेच बघत होतो. तुम्ही मात्र फार वेगळा विचार करताहात. मला नेमकं तेच तर अपेक्षित आहे. मी ज्या पद्धतीनं एमसीएस चालवत होतो, तेच तुम्हीही करत राहिलात तर उपयोग काय? तुमचं कॉन्ट्रिब्यूशन काय राहील मग? नवं नेतृत्व, तरुण नेतृत्व यासाठीच तर हवं असतं...'

'थँक्स सर.'

'हा, आता बोला. त्या दृष्टीनं काय विचार केलायत तुम्ही?'

'सर... मागे आपण आपल्या जुन्या क्लाएन्ट्ससाठी प्रथम गेट टुगेदर घेतलं होतं आणि त्यानंतर दोन दिवसांचा बिझनेस डेव्हलपमेंट सेमिनारही. त्याचा अगदी पॉझिटिव्ह फीडबॅक आहे.'

'प्रश्नच नाही.'

'त्यावरूनच माझ्या डोक्यात आलं, हे असेच सेमिनार्स आपण पुण्यातल्या लघुउद्योगांसाठी घेतले तर?'

'पुण्यात शेकडो... शेकडो नव्हे, हजारो लघुउद्योग आहेत.'

'म्हणूनच सर... पुढची चार वर्षं, तुमची अनुमती असेल तर मी याच कामाला वाहून घेऊ इच्छितो.'

सरांनी भुवया उंचावल्या. माझ्याकडे रोखून पाहिलं.

'माझी अनुमती हवीय तुम्हांला?'

'अर्थात सर.'

'मी नाही दिली तर?'

मी चमकलोच. हा तर मी विचारच केला नव्हता.

'बोला ना, मी नाही दिली अनुमती तर तुम्ही थांबणार आहात?'

काय बोलणार मी? गप्पच राहिलो.

'मी सांगतो, तरीही तुम्ही थांबणार नाही. तुम्हांला आता थांबवणं अशक्य आहे. का सांगू?'

'का सर?'

'अहो, तुम्ही 'मी वाहून घेईन' हे शब्द उच्चारले आहेत. जो अशी भाषा वापरतो, त्याला थांबवणं शक्यच नसतं. *अब तो नाईक सर क्या, दुनियाकी कोई ताकद तुम्हें रोक नहीं सकती!*'

सरांच्या शब्दांनी मन भरून आलं. क्षणभर डोळेच मिटले मी.

'कोठुरकर, आजवर अनेक तरुणांच्या सोबत काम केलंय मी. बहुतेक जण विचार करत असतात तो त्यांच्या करिअरचा, प्रमोशनचा. आजवर तरी मी कुणाच्या तोंडून 'माझं मिशन', 'मी वाहून घेईन' असे शब्द ऐकलेले नाहीत. तुम्ही तेच उच्चारता आहात. त्यामुळे मी 'नाही' म्हणण्याचा प्रश्नच येत नाही.'

'थँक यू सर.'

'खरं सांगू, मला हीच उत्सुकता होती की, यानंतर तुम्ही तुमची कल्पकता, तुमची ऊर्जा कुठे वापरणार आहात? पण तुम्ही त्यासाठी अगदी उत्तम मिशन निवडलं आहे. *आय ॲम ग्लॅड*

अँड आय ॲम ऑल फॉर इट!' पुण्यातल्या लघुउद्योगांच्या विकासात आपण काही ठोस योगदान देऊ शकलो तर ती माझ्यासाठीही अतिशय आनंदाची आणि अभिमानाची गोष्ट असेल.'

'थँक यू सर,'

'सो... जस्ट गो अहेड! नाऊ टेल मी हाऊ यू आर प्लॅनिंग फॉर इट!'

'सर, हे आपल्याला मोठ्या स्तरावर करायचं आहे आणि बराच काळ करायचं आहे. त्यामुळेच त्यासाठी खूप पूर्वतयारी करावी लागेल.'

'अर्थात.'

'एक स्वतंत्र सेमिनार सेल तयार करावा लागेल. नवी टीम तयार करावी लागेल. स्वतंत्र ब्रोशर करून घ्यावं लागेल...'

'ते सर्व कराच, पण मी एक सजेस्ट करीन.'

'बोला ना सर.'

'प्रत्यक्ष सेमिनार्सचं सत्र सुरू करण्यापूर्वी लेट अस डू अ सर्व्हे अवरसेल्व्हज – पुण्यातल्या लघुउद्योगांचं प्रोफाईल काय आहे – वेगवेगळ्या सेक्टर्समधलं त्यांचं डिस्ट्रिब्यूशन कसं आहे. आजचं त्यांचं स्टेट्स काय आहे. त्यांना प्रामुख्यानं कोणत्या अडचणी आहेत. गेल्या दहा वर्षांतली त्यांची वाटचाल कशी आहे. यातला बराचसा डाटा आपल्याला चेंबर ऑफ कॉमर्समध्ये मिळू शकेल. शिवाय आपण स्वतःही काही कॉन्टॅक्ट्स करू या. त्यामुळे जास्त चांगलं प्लॅनिंग करता येईल.'

'नक्कीच सर,' मी अतिशय उत्साहित होत म्हटलं.

'तेव्हा पुढचा महिनाभर तरी यावरच भर द्या तुम्ही.'

'शुअर सर...'

'ओके हे तुमचं झालं, आता माझं काय?'

'म्हणजे?'

'माझ्याही हाती अजून चार वर्षं आहेत. त्या चार वर्षांसाठी माझाही काहीतरी प्लॅन हवाच ना...'

मी हसलो. सरांना मी काही आज ओळखत नव्हतो. त्यांचा काहीतरी प्लॅन झाला असणारच, हे सरळ होतं.

'सर, प्लीज टेल मी, व्हॉट आर यू प्लॅनिंग?'

'कसं आहे कोठुरकर, तुम्ही लघुउद्योगांकडे लक्ष देणार आहात, मग मोठ्या कंपन्यांकडे कुणी बघायला नको का?'

'खरंय सर.'

'तेच मी करणार आहे. आपल्या 'मॅनेजमेंट डिव्हिजन'साठी एक नव्हे – दोन बड्या कंपन्यांकडून अतिशय खास असाइनमेन्ट मिळते आहे. आजवर 'मॅनेजमेंट ट्रेनीज'ची निवड

स्वतः त्या कंपन्या करीत होत्या. आता ती 'रिक्रूटमेन्ट प्रोसेस' आपण हॅन्डल करणार आहोत. ॲप्लिकेशन्स आपल्याकडेच येतील. पहिल्या सगळ्या टेस्ट्स, इंटरव्ह्यूज आपणच कन्डक्ट करायचे. नंतर शॉर्टलिस्ट करून कंपनीला द्यायची. दे *विल ओन्ली कन्डक्ट द फायनल इंटरव्ह्यू ॲंड डू द फायनल सिलेक्शन.*'

'*इन शॉर्ट रिक्रूटमेन्ट कन्सल्टन्सी!*'

'येस.'

'वन्डरफुल. फारच मस्त डेव्हलपमेंट आहे.'

'प्रश्नच नाही. याचा आणखी एक फायदा होऊ शकतो.'

'कुठला सर?'

'या मोठ्या कंपन्यांमध्ये आपल्याला पुढे फार चांगला ॲक्सेस राहणार आहे. आपल्या थ्रू निवडली गेलेली मंडळी मोठ्या पदांवर असणार आहेत. पुढे जेव्हा गरज असेल त्या वेळी या सर्वांचं सहकार्य आपल्याला मिळू शकणार आहे.'

मी फक्त हसलो.

'काय झालं?' सरांनी विचारले.

'सर... हा तुम्ही फक्त चार वर्षांचा विचार नाही केलेला, त्यापुढचाही केलायत.'

अगदी छानसं हसत सर उद्गारले, 'खरंच हुशार आहात तुम्ही कोठुरकर. म्हणूनच मला खात्री आहे. या नव्या ॲक्सेसचा तुम्ही भविष्यातही पुरेपूर उपयोग करून घ्याल.'

'नक्कीच सर, तसाही मी संधीसाधू म्हणूनच प्रसिद्ध आहे.'

करिअरमध्ये तर माझी घोडदौड सुरू होती. व्यक्तिगत आयुष्यातही वैशूची साथ होती. उच्चभ्रू वस्तीत देखणा, प्रशस्त फ्लॅट होता. कंपनीनं आता नवी कारही दिली होती. 'खरंच काय कमी आहे आपल्याला' अशा भ्रमात मी असतानाच किंवा असल्यामुळे बहुधा आयुष्यानं मला एक धडा शिकवायचं ठरवलं असावं.

> होय, एक महत्त्वाचा धडा शिकलो मी आयुष्याकडून. तो आवश्यकच होता. माझा 'रथ' जमिनीपासून चार अंगुळे वर चालला होता, तो पुन्हा जमिनीवर आला. फार वर्षांनी हे ध्यानात आलं, आयुष्यात सगळ्याच गोष्टी तुमच्या मनासारख्या किंवा त्याहीपेक्षा म्हणजे तुम्ही ठरविल्याप्रमाणे होत नसतात. कारण? ते तर अगदीच स्पष्ट, सरळ आहे – सगळ्याच गोष्टी तुमच्या हातात नसतात!

तसं हे अगदी सामान्य ज्ञान आहे. त्यासाठी एमबीए वगैरे होण्याची गरज नसते. अगदी अशिक्षित माणसालाही ते समजत असतं. किंबहुना त्यांनाच ते पक्कं ठाऊक असतं.

आमच्यासारख्या सुशिक्षित आणि (तथाकथित) हुशार, स्मार्ट माणसांचाच असा एक समज असतो की, आपण सगळं आपल्या मनाप्रमाणे घडवू शकतो. आपल्याला जे जे हवं ते मिळवू शकतो. एवढंच नव्हे तर ते अगदी हवं तेव्हा मिळवू शकतो. कळत-नकळत मीही त्याच भ्रमात राहत होतो. आयुष्यात जे मिळवायचं मी ठरवलं होतं, ते सारंच मला मिळत गेलं होतं. तेही अपेक्षेपेक्षा अगोदरच. सारे सहकारीही माझ्या या 'समजा'ला सातत्यानं बळकटी देत होते. 'कोठुरकरांचं प्लॅनिंग म्हणजे कसं अगदी परफेक्ट असतं,' हे मी सततच ऐकत होतो. पण...

हेच तर शिकलो मी. तुम्ही कितीही परफेक्ट प्लॅनिंग केलं तरी सगळ्याच गोष्टींवर तुमचं नियंत्रण नसतं. म्हणून तर माझी एक इच्छा अद्यापि पुरी झाली नव्हती. लग्नानंतरची दोन वर्षं मी आणि वैशालीनं एकमेकांसाठी (आणि अर्थातच करिअरसाठी) राखीव ठेवलेली होती. ते आमचं प्लॅनिंग परफेक्ट जमलं होतं. आपापली करिअर्स आम्ही अगदी उत्तम मार्गी लावली होतीच, पण अगदी आवर्जून वेळ काढून दोघेच खूप 'एन्जॉय' करत होतो, भ्रमंतीही करत होतो.

पहिला आमच्या 'लिस्ट'वर होता तो अर्थातच यमुनाकाठचा ताजमहाल! बादशहाच्या अमर प्रीतीचे मंदिर एक विशाल! फक्त विशालच नव्हे – शुभ्र आणि सुंदरही. डोळ्यांचं पारणं फिटत नव्हतं. दिवसाउजेडी पाहिला, रात्रीच्या चांदण्यात पाहिला. तो तर डोळ्यात अक्षरशः भरभरून राहिला. त्यानंतर कितीतरी रात्री डोळे मिटले तरी समोर ते संगमवरी शिल्पच तरळत होते. त्यानंतर कुलू-मनाली आणि थेट नैनितालही. सुटीच्या दिवसांत मग छोटे छोटे ट्रेक्स.

आता मात्र आम्हांला दोघंच राहायचं नव्हतं. तिसऱ्या 'छोट्या'ची प्रतीक्षा होती. त्याच्या किंवा तिच्या स्वागतासाठी अगदी आतुरलेले होतो पण, वर्ष दीड वर्षांतही काही 'गुड न्यूज' नव्हती. आता वैद्यकीय सल्ला घेणं अपरिहार्यच होतं. आम्ही डॉक्टरांकडे गेलो. त्यांनी अर्थातच सगळ्या टेस्ट्स करून घेतल्या. काहीतरी प्रॉब्लेम होता हे तर निश्चितच. नेमका काय ते रिपोर्टनंतर कळणार होतं. मधल्या काळातली माझी आणि वैशालीची मनःस्थिती काय होती, सांगणं कठीण आहे. वरकरणी आम्ही दोघेही शांत होतो. आत मात्र नुसती उलघाल होती. प्रॉब्लेम – ज्याला थेट भाषेत 'दोष' म्हणतात, 'तो असलाच तर माझ्यात असू दे' असं मला वाटत होतं.

अखेर रिपोर्ट मिळाला. प्रॉब्लेम स्पष्ट झाला. तो माझ्याच संदर्भात होता. वैशालीला काय वाटलं असेल मी समजू शकतो. पण जे वास्तव होतं ते स्वीकारणं क्रमप्राप्त होतं. आता प्रश्न होता तो, त्यावर काही उपाय होता की नाही? वैशालीची मातृत्वाची इच्छा मी पुरी करू शकणार की नाही? जे गृहीतच धरलेलं असतं... हजारो लाखोंच्या संदर्भात ते अगदी निसर्गतः आणि सहज घडत असतं, ते आमच्याबाबतीत मात्र होणार नव्हतं. त्याक्षणी तरी प्रकर्षानं जाणवलं ते स्वतःचं अपुरेपण...

'प्रश्न तसा गंभीर आहे,' डॉक्टरांनी स्पष्ट केलं, 'अर्थात वैद्यकीय शास्त्र पुष्कळच प्रगत होत असल्यानं त्यावर उपायही आहे.'

हा एक मोठा दिलासाच होता आमच्यासाठी. होय, उपाय होताच. अगदी शंभर टक्के खात्री नव्हती, तरीही शक्यता होतीच. उपाय खर्चिक तर होताच, पण वेळही लागणार होता. वर्ष, दोन वर्षं उपचार घ्यावे लागणार होते. वारंवार टेस्ट्स कराव्या लागणार होत्या. एक अतिशय सिनिअर डॉक्टर, अशीच एक केस हाताळीत होते. त्यांची आजवरची प्रगती आशादायक होती. आम्ही अर्थातच उपचारांसाठी संमती दर्शवली आणि बाकी सारं डॉक्टरांच्यावर सोपवलं.

म्हणजे एवढंच की, त्यासंदर्भात विचार करत न बसता दोघे पुन्हा आपापल्या उद्योगात गढून गेलो. स्पष्टच सांगायचं तर पूर्वीपेक्षाही आम्ही स्वतःला त्या व्यापात बुडवून घेतलं. याखेरीज आणखी काय करू शकत होतो आम्ही?

माझं पुढचं मिशन अगदी स्पष्ट होतं. पुण्यातील लघुउद्योगांचा विकास. त्यासाठी काही महिने आम्ही अगदी जय्यत तयारी करत होतो. स्वतंत्र 'सेमिनार सेल' सुरू केला होता. आमच्या वेगवेगळ्या डिव्हिजन्समधल्या निवडक मंडळींबरोबरच काही बाहेरचे खास 'असोसिएट्स' ही जोडून घेतले होते. हवा तो सगळा डाटा जमवला होता. पुणे परिसरातल्या लघुउद्योगांचं 'प्रोफाईल' पुरेसं स्पष्ट झालं होतं. त्यांच्यातले वेगानं वाढणारे आणि वाढ रखडलेले असे दोन्ही प्रकारचे उद्योग आम्ही 'आयडेन्टिफाय' केले होते.

सामान्यतः येणाऱ्या समस्या आणि काही अनपेक्षित विशेष अशा समस्या. दोन्हींच्या संदर्भात अगदी सखोल विश्लेषण करून 'सेमिनार'मध्ये लघुउद्योजकांना नेमकं कशाचं आणि कसं मार्गदर्शन करायला हवं – तेही ठरवलं होतं. यावेळी दोनऐवजी तीन दिवस ठरवले होते. दर पंधरवड्याला तीन दिवसांचा एक सेमिनार. प्रत्येक सेमिनारमध्ये जास्तीत जस्त तीस लघुउद्योजक. सेमिनारमध्ये अनुत्तरित राहिलेल्या समस्यांवर काम करण्यासाठी एक वेगळी टीम...

'सेमिनार पार पडला की झालं,' हा आमचा ॲप्रोच नव्हता. त्यातून काही ठोस निष्पन्न व्हायला हवं, याबद्दल मी अत्यंत आग्रही होतो. त्यासाठी जे जे करावं लागेल ते करण्यासाठी मी स्वतः आणि आमचा सारा 'सेमिनार सेल' कटिबद्धच होता. पूर्ण तयारी झाली तसं आम्ही, 'लेट अस ग्रो टुगेदर' ही टॅगलाईन असलेलं सेमिनारचं खास 'ब्रोशर' निवडक शंभर लघुउद्योगांना पाठवलं. आता प्रतीक्षा अन् उत्सुकता होती ती प्रतिसादाची. तो मात्र जेमतेमच आला. चौकशीसाठी फोन अनेकांचे आले. प्रत्यक्ष नोंदणी फक्त आठजणांनी केली. फक्त आठजणांसाठी सेमिनार घेणं शक्य नव्हतं, त्यात मौजही नव्हती. प्रचंड उत्साहात असलेले आमच्या 'सेमिनार सेल'चे सारे अगदीच खट्टू झाले.

'असं नाउमेद होऊन कसं चालेल?' मी त्यांना समजावलं, 'प्रारंभीच भरघोस प्रतिसादाची अपेक्षा कशी करता येईल? त्यासाठी आपल्या सेमिनारमधून काही ठोस लाभ होईल, असा

विश्वास उद्योजकांमध्ये निर्माण करायला हवा. प्रत्यक्ष भेटून त्यांना सेमिनारचं महत्त्व पटवून द्यावं लागेल.' माझे सहकारी मग लघुउद्योजकांना भेटून त्यांना 'कन्व्हिन्स' करू लागले. मीही अनेकांशी फोनवरून बोललो. शेवटी मग मी अंतिम अस्त्र काढलं. जे काहीसे साशंकच होते त्यांना 'सेमिनारचा काहीच उपयोग झाला नाही,' असं वाटलं तर पूर्ण रिफन्ड देण्याचा शब्दही दिला.

ही मात्रा लागू पडली. पहिल्यावहिल्या सेमिनारसाठी बावीस लघुउद्योजकांनी नावनोंदणी केली. हे नोंदणी सत्र सुरू असताना माझं विचारचक्रही सुरू होतं. मी विचार करत होतो तो प्रारंभाचा. मला नेहमीसारखा औपचारिक प्रारंभ करायचा नव्हता. रुक्ष प्रास्ताविक करण्यात मला स्वारस्य नव्हतं. माझ्याकडे वक्तृत्व तर होतंच, असं काही बोलायचं मनात होतं की सेमिनारमध्ये प्रारंभीच जान येईल, चैतन्य सळसळेल, सारे उद्योजक प्रेरित होतील, भारावूनच जातील.

अचानक माझ्या नजरेसमोर तरळले ते लक्ष्मणराव किर्लोस्कर. पराकोटीच्या प्रतिकूल परिस्थितीतही 'उद्योजक घडतो कसा?' याचं ज्वलंत धगधगतं उदाहरण म्हणजे लक्ष्मणराव. त्यांचं चरित्र वाचताना मी तर झपाटूनच गेलो होतो. अक्षरशः पारायणं केली होती त्याची. मला खात्री होती त्यांचं विलक्षण चरित्रच संक्षेपानं प्रस्तुत केलं तर उद्योजक प्रेरितच काय, अक्षरशः स्तिमित होऊन जातील. 'सेमिनार'साठी खूप छान सूर लागेल...

प्रत्येक मराठी माणसानं आदरानं अन् अभिमानानं उच्चारायला हवं असं एक नाव म्हणजे 'किर्लोस्कर'. कमलेश कोठुरकरांचं काय घेऊन बसला आहात? मोठं व्हावं कसं, हे मी मारे स्वतःचाच दाखला देत सांगतो आहे, पण 'असामान्य व्हावं कसं?' याचं अक्षरशः रोमहर्षक दर्शन तुम्हांला घडू शकेल ते लक्ष्मणरावांच्या चरित्रातच. 'आभाळ कोसळलं तरी त्याच्या छाताडावर पाय देऊन मी उभा राहीन!' हे लोकमान्यांचे उद्गार आहेत. हे उद्गार प्रत्यक्षात कुणी जगलं असेल तर ते म्हणजेच लक्ष्मण काशिनाथ किर्लोस्कर!

॥ ॥ ॥

योगायोगानं महाराष्ट्राच्या या सुपुत्राचा जन्मदिवस जवळच होता. तो 'मुहूर्त' धरूनच आम्ही पहिल्यावहिल्या सेमिनारचा प्रारंभ केला. 'एमसीएस' परिवाराबाहेरचं असं हे माझं पहिलं व्याख्यान होतं. माझ्यासमोर अत्यंत उत्सुक नजरांनी बसले होते पुण्यातले बावीस लघुउद्योजक. असंही म्हणता येईल — त्यांच्यासमोर प्रथमच उभे होते ते कमलेश कोठुरकर! हे तर खरंच — फर्स्ट इम्प्रेशन इज द लास्टिंग इम्प्रेशन... आय हॅड टू मेक अ लास्टिंग इम्प्रेशन! अगदी शाळकरी वयापासून मी स्पर्धा गाजवल्या होत्या, सभा जिंकल्या होत्या. आता मला या समोरच्या उद्योजकांना 'जिंकायचं' होतं. थेट त्यांच्या मनापर्यंत पोहोचायचं होतं. लक्ष्मणरावांचं स्मरण करूनच मी माझं 'प्रास्ताविक' सुरू केलं.

'माझ्या उद्योजक मित्रांनो,

'मॅनेजमेंट कन्सल्टन्सी सर्व्हिसेस'तर्फे आयोजित या 'व्यवसाय विकास शिबिरा'त मी आपणा सर्वांचं अगदी मनःपूर्वक स्वागत करतो. खरं तर प्रथम भेटीत 'नमस्कार' म्हणायला हवं, पण मी आपणा सर्वांना नमस्कार न करता – 'सॅल्यूट' करतो आहे. *येस आय सॅल्यूट यू.* कारण सांगतो, तुम्ही सर्वांनी मळलेली वाट न चोखळता नव्या वाटेनं जाण्याचा धाडसी निर्णय घेतला आहे. हजारो मध्यमवर्गीयांप्रमाणे दरमहा पगाराची हमी देणाऱ्या नोकरीचा सुरक्षित पर्याय न निवडता स्वतःचा उद्योग उभारण्याचा संकल्प केला आहे. तो प्रत्यक्षात आणला आहे. नोकरी शोधत बसण्यापेक्षा अशी नोकरी शोधणाऱ्यांसाठी स्वतःच नोकऱ्या निर्माण करण्याचा निश्चय केला आहे. रोजगारनिर्मिती हाच तर कळीचा प्रश्न असतो. विशेषतः युवावर्गासाठी. तुम्ही सारे रोजगार तर निर्माण करीत आहातच पण राज्याच्या, देशाच्या औद्योगिक विकासात मोलाचं योगदान देत आहात. अर्थात कुठलाही उद्योग – मग तो छोटा असो की मोठा – गरज असते ती गुंतवणूकीची!

मला पूर्ण कल्पना आहे – प्रारंभीची गुंतवणूक करण्यासाठी तुम्ही काय केलं असेल... कर्ज काढलं असेल, त्यासाठी कुणी घरातले दागिने गहाण ठेवले असतील, कुणी राहतं घरही तारण ठेवलं असेल, कमावलेलं सारंच पणाला लावलं असेल. आपलं स्वप्न साकार करायचं असेल तर अशी जोखीम पत्करावीच लागते. प्रामाणिकपणे सांगायचं तर शाळकरी वयात मी स्वतःही उद्योजक होण्याचं स्वप्न पाहिलं होतं. पण अशी जोखीम पत्करण्याचं धाडस माझ्याकडे नव्हतं, तुम्ही साऱ्यांनी ते दाखवलं आहे. म्हणूनच तुम्हांला माझा 'सलाम' आहे. होय, पण आज तुम्ही आम्ही सगळेच प्रथम 'सलाम' करू या ते महाराष्ट्राचे आद्य उद्योगपती, यंत्रमहर्षी आदरणीय लक्ष्मणराव किर्लोस्कर ह्यांना. आज मुद्दामच त्यांच्या जन्मदिनाचं औचित्य साधून हे शिबिर आम्ही योजलं आहे. शिबिराचा प्रारंभ करताना, मी अगदी संक्षेपात त्या द्रष्ट्या मराठी उद्योजकाच्या चरित्राला उजाळा देऊ इच्छितो.

लघुउद्योजक म्हणून तुम्ही असंख्य अडचणींचा, अडथळ्यांचा, आव्हानांचा सामना अखंड करत असालच, पण स्वतः लक्ष्मणरावांची त्या काळात... जेव्हा देशात चाकू सुऱ्याही बनत नसत, त्या पारतंत्र्याच्या काळात स्वतःचा उद्योग उभारताना जी संकटं झेलली, जी विलक्षण आव्हानं पेलली, ती ऐकताना तुम्ही सारेच थक्क होऊन जाल. त्यांच्या तुलनेत तुम्हांला आजची तुमच्यासमोरची आव्हानं नक्कीच सोपी वाटतील. ती पेलण्यासाठीची प्रेरणा तुम्हांला त्यांच्या या छोट्याशा चरित्रजागरातून मिळू शकेल. तुम्ही सारे नव्या उमेदीने, तुमच्या पुढील नवनव्या आव्हानांना भिडण्यासाठी सज्ज व्हाल, ह्याची मला खात्री आहे.

'उद्योग कसा उभारावा' याचं एक ज्वलंत, जिवंत, धगधगतं उदाहरण म्हणजे लक्ष्मणराव किर्लोस्कर. त्यांच्या या चरित्रजागरातून तुम्ही इतकं काही शिकू शकाल की ते तुमच्यासाठी एक अभूतपूर्व असं प्रशिक्षणच ठरेल, तेही जितंजागतं, जिवंत असं! मला खात्री आहे, उद्योजक म्हणून तुमच्या यापुढच्या प्रवासात, लक्ष्मणरावांचं चरित्र तुम्हा सर्वांना एखाद्या दीपस्तंभासारखं – प्रकाशाची वाट दाखवत राहील. त्यांचा संघर्ष, त्यांची कल्पकता, त्यांची जिद्द, त्यांची चिकाटी सारंच विलक्षण आहे. इतकं रोमहर्षक, इतकं चित्तथरारक आहे की कथा कादंबऱ्याही थिट्या वाटाव्यात! पटकथाही खुज्या ठराव्यात!

मुंबईच्या एका टेक्निकल इन्स्टिट्यूटमध्ये नोकरी करीत होते लक्ष्मणराव. नेटिव्ह असल्यानं त्यांना बढती नाकारली गेली, तसा गोऱ्या प्रिन्सिपॉलच्या टेबलावर सरळ राजीनामा ठेवूनच लक्ष्मणराव बाहेर पडले. 'बस, यापुढे नोकरी नाही. स्वतःचा व्यवसाय करायचा,' मनाशी पक्कं ठरवलं. पहिला कुठला व्यवसाय, कुठला उद्योग केला असेल लक्ष्मणरावांनी? तो होता कोटाची बटणे बनविण्याचा! यंत्रांशी सलगी होतीच. अनेक खटपटी, लटपटी करून लक्ष्मणरावांनी बनवली संपूर्ण देशी बनावटीची बटणे. मोठ्या उत्साहानं त्यांनी ती बाजारात विक्रीसाठी ठेवली. बटणे बाजारात आली आणि बाजारातच राहिली. लोकांनी 'देशी बटणे' सपशेल नाकारली. अखेर एक दिवस दुकानातून बटणे उचलून आणून त्यांनी घरातच ठेवून दिली. हा पहिला अनुभव!

आता पुढे काय? नोकरी तर सोडलेली. पण दुसरा काही उद्योग करायचा तर पैसा हवा, भांडवल हवं. लक्ष्मणरावांच्या पत्नीनं हातातल्या सोन्याच्या पाटल्या काढून देत म्हटलं, 'भांडवल हवं ना, हे घ्या!' तोच एक सोपा आणि घरगुती पर्याय होता भांडवल उभारणीचा! लक्ष्मणरावांनी पाटल्या घेतल्या खऱ्या, पण त्याच क्षणी वचन दिलं, 'त्या पाटल्या मी आज घेतो, पण याच्या दुप्पट वजनाच्या पाटल्या तुला घालीन.' याला म्हणतात आत्मविश्वास! एखाद्या अपयशानं ज्याची उमेद खचते तो उद्योजक नव्हेच.

यावेळी कुठलं प्रॉडक्ट निवडावं लक्ष्मणरावांनी? तुमचा विश्वास बसणार नाही, पण पुढे यंत्रमहर्षी ठरलेल्या लक्ष्मणरावांनी निवडलेलं पुढचं उत्पादन होतं – डॉक्टर आणि केमिस्ट्सना लागणाऱ्या गोळ्यांच्या कागदी डब्या! खपल्या नाहीत तरी मोठा फटका नको आणि परदेशी मालाशी स्पर्धा नको!

मौज म्हणजे लक्ष्मणरावांच्या देशी डब्यांना जोरदार मागणी येऊ लागली आणि अगदी पाहता पाहता जम बसला. पण... त्या काळच्या संकटांच्या तऱ्हा पहा... अचानक मुंबईवर प्लेगची धाड आली. लक्ष्मणरावांना सगळा गाशा गुंडाळून मुंबई

सोडून तातडीनं बेळगाव गाठावं लागलं! अर्थात बेळगावात स्वस्थ थोडेच बसणार ते? विचारचक्र सुरू होतंच. मुंबईप्रमाणे इथेही आता सायकलींचं प्रस्थ वाढत होतं. माणसं स्पेअरपार्ट्र्ससाठी इथंतिथं चौकशा करत होती. ते पाहिलं आणि जवळचा सारा पैसा गुंतवून लक्ष्मणरावांनी सायकलीचं दुकान टाकलं. विलायतेहून मागवलेल्या सायकलींबरोबर ते काही देशी स्पेअरपार्ट्र्सही बनवून विकू लागले. बघता बघता किर्लोस्करांचं दुकान पंचक्रोशीत प्रसिद्धीला आलं. सारं आता ठीक चाललंय म्हणतानाच पुन्हा एकदा अरिष्ट कोसळलं. लक्ष्मणरावांचा जणू मागोवा घेत घेतच प्लेग बेळगावी येऊन धडकला! दुकान तर गुंडाळावं लागलंच, पण राहती घरंही सोडावी लागली! गावाबाहेरच्या माळरानात झोपड्या बांधून राहणं नशिबी आलं! अर्थात तिथेही लक्ष्मणरावांच्या मनातला उद्योजक जागाच होता. पुढचं प्रॉडक्ट कोणतं, याचा शोध घेत होता. ते नजरेला 'दिसलं' तसं त्यांनी ठरवलं – बस, आता इथे माळरानावरच कारखाना टाकायचा. कसला कारखाना? नांगर बनविण्याचा. होय, पण लाकडी नांगर नव्हे, लोखंडी नांगर बनविण्याचा! केवढा धाडसी निर्णय! बापजाद्यांच्या जन्मापासून इथं जमीन लाकडी नांगरानं नांगरली जात होती आणि लक्ष्मणराव आता म्हणत होते, लोखंडी नांगर बनवायचे. लोखंडी कशासाठी? तर नांगरणी एकदमच सोपी होऊन जाईल. आज जी अवजड औतं वापरतो शेतकरी ते सगळंच किती दगदगीचं असतं. बैलं धष्टपुष्ट लागतात, नांगरट दोन-दोनदा करावी लागते. लोखंडी नांगर वापरले तर सगळं सोपं होऊन जाईल. बस, एकदा ठरलं म्हणजे ठरलं. विलायतेहून एक नांगर मागवून घेतला आणि पुरता अभ्यास करून लक्ष्मणरावांनी देशी नांगरासाठीचा नमुनाही पक्का केला.

अर्थात नांगर बनवायचा म्हणजे बिडाची भट्टी हवी! तीच खरी अडचण होती, पण लक्ष्मणरावांच्या लेखी आता अशक्य असं काहीच नव्हतं. लाख खटपटी, लटपटी करून लक्ष्मणरावांनी त्या माळावरती पहिली भट्टी पेटवली आणि पहिल्या फाळाचं लोखंड ओतलं! उघड्या-बोडक्या माळरानावर नवं पर्वच अवतरलं. लक्ष्मणरावांनी किमया केली आणि देशी बनावटीचा पहिला लोखंडी नांगर पुरा तयारही झाला. नांगर नवा होता. केसरी, ज्ञानप्रकाशमध्ये जाहिराती झळकल्या. बातमी सगळीकडे दुमदुमली पण – वर्षानुवर्षे लाकडी नांगर वापरणाऱ्या शेतकऱ्यांच्या मनात लोखंडी नांगराबद्दल अनंत शंका होत्या. नांगर तयार होऊ लागले आणि तसेच पडून राहिले! लक्ष्मणरावांना 'हेन्री फोर्ड'चं अपरिमित कौतुक होतं. ते ठाऊक असलेले काहीजण त्यांची 'खलबत्ता फोर्ड' म्हणून हेटाळणी करू लागले! नव्या नांगराचं श्रेय तर सोडाच, हेटाई नशिबी आली. होते नव्हते तेवढे पैसे गुंतवून कारखाना उभारलेला, कामगार कामावर नेमलेले... मुकाट्यानं सारं नुकसान सोसून गाशा गुंडाळावा लागणार, असंच चित्र होतं.

इतके ओतीव, सुंदर नांगर ते, पण त्यांना मागणीच येईना. करायचं काय? भले शेतकऱ्यांच्या फायद्याचे होते, पण तरीही ते 'घ्याच' म्हणून सक्ती थोडीच करता येते? पण तसं काही करावं लागलं नाही. एके दिवशी अचानक कुणी जोशी इनामदार आले आणि म्हणाले, 'मी घेतले तुमचे नांगर, सहा नांगर गाडीत भरा!' अर्थात 'गाडी'त म्हणजे बैलगाडीत! बस, भवानी कुणी करायची एवढाच प्रश्न होता. जोशी इनामदारांनी ती केली आणि सगळीच चक्रं फिरली. पळूसच्या पाटीलबुवानी तर थेट पस्तीस नांगरांची ऑर्डर दिली. मग काय विचारता? काळ बदलला. जो तो, ज्याला त्याला सांगू लागला, लाकडी नांगराचा जमाना गेला आता किर्लोस्करांचा लोखंडी नांगर आला. माळावरच्या खोपटातल्या कारखान्यानं मग चांगलंच अंग विस्तारलं. चाळीस कामगार कारखान्यात कायम झाले आणि लक्ष्मणराव किर्लोस्कर रीतसर कारखानदार झाले.

अर्थात वाढत्या व्यापाबरोबर अडचणी, आव्हानंही वाढत होती. एकच दाखला देतो. फारच मजेशीर आहे, लक्ष्मणरावांच्या विलक्षण जिद्दीची अन् कल्पकतेची साक्ष देणारा आहे. एकदा मोल्डर मिळत नव्हता आणि कामच खोळंबेल असं दिसत होतं. काय करावं लक्ष्मणरावांनी?

झाडाखाली विणकाम करत बसलेल्या बायकांना त्यांनी म्हटलं, 'मोल्ड घालाल का?' बायका टकामका एकमेकींकडे बघतच राहिल्या.

'या बया, आम्हांला वं कसं जमायचं ते?'

'न जमायला काय झालं. इतकं सुंदर विणता... गव्हले, पापड, शेवया चिकाटीनं घालता, ते कसं जमतं?'

'आमचं हात नाजूक असत्यात म्हून जमतं ते!'

'मोल्ड घालायला नाजूक हातच हवेत!'

लक्ष्मणरावांनी म्हटलं. मग बायकांनाही सुरसुरी आली. शिकत, सवरत, लाजतबुजत बायकांनी मग मोल्ड घातलेही. मौज म्हणजे, मोल्ड सराईत मोल्डरपेक्षाही सरस उमटले! मला वाटतं, वाटतं नव्हे मला खात्री आहे, जगाच्या इतिहासात 'मोल्ड घालणाऱ्या' त्या पहिल्याच स्त्रिया असतील! हीच तर जादू असते उद्योजकतेची, कल्पकतेची. किर्लोस्कर नांगर वापरणं आता प्रतिष्ठेचं झालं. कुणाचं स्थळ सुचवताना 'घरचं चांगलं आहे, शेतीवाडी आहे,' याबरोबरच 'चार किर्लोस्कर नांगर आहेत,' हेही सांगितलं जाऊ लागलं. इतकी ख्याती झाली की लोकमान्य टिळक आवर्जून भेटीस आले.

कारखाना पाहून लक्ष्मणरावांची पाठ थोपटत त्यांनी म्हटलं, 'तुम्ही करता आहात ते एक मोठं राष्ट्रकार्यच आहे. कोणत्याही अडचणींना न जुमानता हे सुरू ठेवा. उद्या देशाला स्वराज्य मिळालं तर उद्योगधंद्याच्या वाढीशिवाय त्याला

तरणोपाय नाही. तेव्हा पुढील काळावर नजर ठेवून हे काम नेटानं चालवा. तुम्हांला यश मिळाल्याशिवाय राहणार नाही.'

लोकमान्यांच्या शब्दांनी स्फुरण येऊन लक्ष्मणरावांनी कारखान्याचं काम नव्या जोमानं सुरू ठेवलं. पण सारं स्थिरावलं असं वाटत असतानाच अचानक सरकारी फतवा निघाला, 'कारखाना इथून हलवा.' तुम्ही कल्पना करू शकता. आज देशात आपलं सरकार आहे तरीही 'लायसन्स-परमिटराज'मुळे उद्योगांच्या वाढीत कितीतरी शासकीय अडथळे आहेत. त्या वेळी तर देश पारतंत्र्यात होता. ब्रिटिशांची सत्ता होती. किर्लोस्करांचा कारखाना त्यावेळच्या 'कंपनी सरकार'ला खटकत होताच. काही झालं तरी अशा देशी उद्योगांचा सरकारला पोटशूळ होता. शहरवाढीचं कारण देऊन 'कंपनी सरकार'नं माळावरील कारखान्याची जागा खाली करण्याची थेट नोटीसच धाडून दिली. हा तर मुळावरच घाला होता. कारखाना हलवा.

मातीत रूजलेलं, फोफावू पाहणारं रोपटं मुळासकट उखडून फेकून द्या! फक्त कारखानाच नव्हे, माळावर कष्टानं, कौतुकानं उभारलेली वस्तीही भुईसपाट होणार होती. दुसरा कुणी असता तर केव्हाच खचला असता. उद्योगाचं खूळ त्यानं डोक्यातून काढून टाकलं असतं. पण लक्ष्मणराव खचणारे नव्हतेच. त्यांनी ठरवलं वस्ती, कारखाना सारंच इथून हलवायचं आणि दुसऱ्या जागी उभारायचं. सोपं तर नव्हतंच ते, पण मुळात दुसरी जागा तर मिळायला हवी. शहरगावातली नकोच, म्हणजे कंपनी सरकार पुन्हा मोडता टाकू शकणार नाही. अशी जागा हवी जिथं पाणी, बाजार, पोस्ट, रेल्वे सारं असेल. अखेर जागा मिळाली... पण तिथे बाकी काही नव्हतं, फक्त रेल्वे स्टेशन होतं. मुक्काम पोस्ट कुंडल. मित्रहो, उद्योजक शून्यातून विश्व उभारतो ते कसं याचा इतका विलक्षण प्रत्यय क्वचितच कुठे येऊ शकेल. आज 'किर्लोस्करवाडी' जिथं दिमाखात उभी आहे, तिथे पूर्वी काय होतं? खरं तर काय काय नव्हतं, हे ऐकाल तर तुम्ही हैराण होऊन जाल.

सारे नव्या वस्तीची जागा पाहण्यासाठी गेले आणि डोळे विस्फारून बघतच राहिले. दूर जिथवर नजर पोहोचत होती तिथवर फक्त उजाड, ओसाड माळरान होतं. बाभळीची झाडे आणि नुसता निवडुंग माजला होता. दोन-दोन, तीन-तीन फूट उंचीची वारूळं होती. दूरवर मनुष्यवस्तीची कुठलीही खूण नव्हती. एक पडकी धर्मशाळा सोडली तर कसलं बांधकामही नव्हतं.

'इथे वस्ती कुठंय?' कुणीतरी प्रश्न केला.

'आपण करायची,' लक्ष्मणराव उत्तरले, 'माळावरचा कारखाना आणि सगळी वस्ती जशीच्या तशी उचलून या जागेवर आणायची.'

'ती कशी हो?'

'मारुतीनं द्रोणागिरी उचलला होता तशी!'

हे फक्त शब्द नव्हते, भाबडं स्वप्न नव्हतं. एका द्रष्ट्या उद्योजकाचा तो निर्धार होता. चित्रपटातली गोष्ट वेगळी असते. तिथे 'साथी हाथ बढाना साथी रे' या गाण्यावर झुलत एक्स्ट्रा नटमंडळी एकमेकांच्या हाती विटा देत असतात आणि गाणं संपता संपता तीन मिनिटात नगर उभंही राहतं. प्रत्यक्षात मात्र दिवस-दिवस असंख्य माणसं उन्हातान्हात घाम गाळत असतात, तहानभूक विसरून अखंड राबत असतात... तेव्हा कुठे इंचइंच काम पुढे सरकत असतं. नवं आव्हान पेलण्यासाठी लक्ष्णरावांसह स्त्री-पुरुष, तरणे, म्हातारे सारेच सज्ज झाले आणि मग वस्तीतल्या मोडलेल्या झोपड्या नव्या जागेवर पुन्हा उभ्या राहू लागल्या.

कारखान्याचाही एकएक पत्रा उतरत होता आणि नव्या जागी चढत होता. दिवसागणिक निवडुंग मागे हटत होता. नवी वस्ती घडत गेली. पाण्यासाठी विहीर खणली गेली. जुजबी रस्ते आकारू लागले. येणारी होती ती सारी माणसं आणि आणायची होती ती सारी यंत्रं आली. आडबाजूच्या ओसाड माळरानात यंत्रं धडधडू लागली आणि कारखाना सुरू झाला. वारूळा निवडुंगाच्या जागी माणसं आणि यंत्रं रूजवणं येरागबाळ्याचं काम नव्हे. लक्ष्मणरावांनी ते करून दाखवलं. पण... संकटांची मालिका संपलेली नव्हती.

यावेळी निसर्गानंच जणू त्यांचा कस जोखायचं ठरवलं. शरीर भाजून काढणारा उन्हाळा संपला आणि नव्या वस्तीवर पहिलाच पाऊस अक्षरशः पिसाटल्यासारखा कोसळू लागला. अकस्मात त्या माळरानावर उभ्या राहिलेल्या नव्या उद्योगनगरीला वेडावाकडा झोडपून काढू लागला. उभारलेले आडोसे कडकडा कोलमडून पडले. खोपटं भुईसपाट झाली. जरा पक्क्या घरांवरची छपरंही राहिली नाहीत. मुलं-माणसं जीव मुठीत धरून वळचणीला कशीबशी उभी राहिली. अक्षरशः काळरात्रच म्हणायची ती. एका रात्रीत सारं होत्याचं नव्हतं झालं. नियतीला वाटलं असेल, आता तरी हा माणूस हरेल-खचेल. पण छे, पावसाचं थैमान ओसरून गेलं – काळरात्र कशीबशी सरली आणि उजाडलं तसं लक्ष्मणरावांनी म्हटलं, 'पुन्हा कामाला लागायला हवं. पडलेली घरं नव्या विटा घालून बांधली पाहिजेत. विटांसाठी पांढरीची माती कुठे मिळतेय का ते पाहा!' कुठल्याही परिस्थितीत कप्तानानं हिंमत हरायची नसते! होय, युद्धच ते एका अर्थी.

माणसं 'पांढरी'च्या शोधात चिखल तुडवीत निघालीही. गावोगाव हिंडून मोठ्या मुश्किलीनं पांढरी गोळा झाली आणि पांढरीच्या मातीत बांधलेल्या विटांनी घरं एकएक करीत पुन्हा उभी राहिली. तसंच मग देऊळ उभं राहिलं. धर्मशाळा पुरी झाली. कारखान्यातली यंत्रंही पुन्हा धडधडू लागली. हळूहळू नवं गाव वसत गेलं. भाज्या पिकू लागल्या, द्राक्षांचे मळे फुलू लागले.

अमेरिकेतल्या कॅटलॉग्जमधून पाहिलेल्या तिकडच्या वसाहतींवरून लक्ष्मणरावांनी मनोमनी ध्यास धरला होता ती अभिनव उद्योगनगरी भारतातल्या मातीमधून साकारली गेली, 'किर्लोस्करवाडी.' निवडुंग पुण्याईवर जणू नंदनवन फुललं... या नंदनवनात शंतनु लहानाचा मोठा झाला तसं लक्ष्णरावांनी त्याला पुण्यात इंग्रजी शाळेत शिकण्यासाठी पाठवलं. सारं आबादीआबाद झालं, पण... छे संकटांची मालिका संपली नव्हती. उलट आजवरची सगळी संकटं क्षुद्र भासावीत असं विलक्षण अरिष्ट अवतरलं!

प्लेगनं पछाडलं, सरकारनं पिटाळलं, पावसानं झोडपलं. त्या साऱ्यातून लक्ष्मणराव पुन्हा जिद्दीनं उभे राहिले. मात्र आत्ताचं संकट हे लहानसहान नव्हतं – महासंकट होतं. पहिल्या महायुद्धाला तोंड फुटलं होतं. युद्ध तिकडे युरोपात पेटलं पण युद्धाची झळ उभ्या भारतभर पोहोचली.

एकाएकी सारंच महागलं, बाजारात रॉकेलही मिळेनासं झालं. पण लक्ष्मणरावांची चिंता त्याहीपेक्षा वेगळीच होती. कारखान्यासाठी हवं असणारं बीड, लोखंड, कोळसा काहीच पुरेसं मिळेना. कच्च्या मालाची रसदच तुटल्यासारखी झाली. नांगरासाठी लागणारं बरंच लोखंड लक्ष्मणरावांनी थेट जर्मनीहून मागवलं होतं. युद्धकाळात लोखंड येणार कसं? आलं नाहीच ते. फक्त निरोप आला, लोखंड घेऊन निघालेल्या बोटी ब्रिटिशांनी जप्त केल्या आहेत. आता तर यक्षप्रश्नच उभा राहिला. लोखंडाशिवाय नांगर बनायचे कसे? कसे बनवले असतील नांगर लक्ष्मणरावांनी? मित्रहो, तशा लहानखुऱ्या चणीच्या, साडेचारफूटी देहाच्या या माणसानं असंख्य, अगणित संकटांशी जी काही झुंज दिलीय, ती कथन करताना माझ्या अंगभर काटा फुलला आहे.

सारंच अचाट आहे, अफाट आहे. कल्पनेपलीकडचं आहे. 'बाजारात मिळेल त्या भावानं बीड, लोखंड विकत घ्या,' लक्ष्मणरावांनी आदेश दिला. पण पैसे मोजूनही माल मिळेना. बिडाचा तर मोठाच प्रश्न होता.

'रेल्वेचं स्क्रॅप विकत घ्या. आत्ताची वेळ भागवा. पुढचं मी पाहतो,' लक्ष्मणरावांनी म्हटलं. कच्च्या मालासाठी, बिडासाठी लक्ष्मणरावांची हिकमती नजर चारही दिशांचा वेध घेत होती. दूरवरचा एक किल्ला त्यांना दिसत होता. किल्ल्यावर पडलेल्या जुन्या तोफांच्या खाणाखुणा त्यांना खुणावीत होत्या. 'किल्ल्यावरच्या तोफा उतरवा. हवी तेवढी माणसं पाठवा. परवानगी कशी मिळवायची ते मी बघतो,' त्यांनी फर्मावलं.

मला नाही वाटत जगात कुठेही, कुठलाही उद्योग चालवण्यासाठी अशी अचाट कल्पना कुणी लढवली असेल. मावळ्यांच्या आवेशातच सारे किल्ला चढले आणि

दोर लावून, जिवाची बाजी लावून अवघड डोंगरदरीतून तोफांचे अवशेष खाली उतरू लागले. असा कुणी का कारखाना चालवतो?

'होय, मी चालवतो,' लक्ष्णराव म्हणत होते, 'चालवतो आहे. चालवत राहीन. वेळ आली तर आकाशपाताळ एक करीन पण माझ्या कारखान्याची भट्टी पेटत राहिली पाहिजे.' तोफा उतरवून बीड हाती आलं खरं पण कोळसा मिळेना.

'कसा मिळत नाही कोळसा? रान पेटवलं की सारं मिळतं!'

'पण कुठलं रान पेटवायचं?' हा प्रश्न होताच.

लक्ष्मणरावांचं उत्तर तयार होतं, 'जुन्या झाडांचं रान विकत घ्या. झाडं पेटवा आणि कोळसा काढा!'

मला खात्री आहे, नियतीही या लोकविलक्षण व्यक्तिमत्त्वाकडे डोळे विस्फारून पाहत असावी. हा माणूस खांद्यावर आभाळ घेऊन क्षितिजाच्या अंतापर्यंत चालतच राहील, याची तिलाही खात्री पटली असावी. प्रतिकूल परिस्थितीतून अक्षरशः तावून सुलाखून निघालेला कारखाना मग रसरसत्या जोमानं तरारला. पाहता पाहता दुपटी-चौपटीनं वाढला. इंग्लंडहून येणाऱ्या नांगरांची आयात पुढे थांबली तसे देशी नांगराला सुगीचे दिवस आले. महाराष्ट्राच्या 'हेन्री फोर्ड'नं बाजी जिंकली. 'किर्लोस्करवाडी'ला लक्ष्मणरावांची पहिली 'बेबी फोर्ड' गाडी आली. लक्ष्मणरावांचं कर्तृत्व इथेच थांबत नाही. त्यांचा संघर्षही इथे संपत नाही. शंतनुरावांना त्यांनी अमेरिकेला शिकण्यासाठी पाठवलं. ते परत आल्यानंतरही या पितापुत्रांनी जागतिक मंदीच्या जीवघेण्या लाटेला कसं तोंड दिलं, तोही रोमहर्षक इतिहास आहे... पण तो पुन्हा कधीतरी.'

'तूर्त एवढंच म्हणेन मी – लक्ष्मणे रचला पाया, शंतनु झालासे कळस. तुम्हा आम्हांला अभिमानच वाटायला हवा, कारण जगाच्या औद्योगिक विश्वात पोहोचलेलं पहिलं मराठी नाव म्हणजे किर्लोस्कर! किर्लोस्कर पितापुत्रांच्या कर्तृत्वाला मनःपूर्वक सलाम करतो आणि थांबतो मी. धन्यवाद!'

माझ्या अंगभर तर रोमांच फुलले होते. त्याच अवस्थेत माझं 'प्रास्ताविक' संपवून मी बसलो, तर सारेच्या सारे टाळ्यांचा कडकडाट करीत उभेच राहिले. *अ स्टॅन्डिंग ओव्हेशन.* अर्थात ते फक्त माझ्या वक्तृत्वाला नव्हतं, मुख्यतः किर्लोस्करांच्या कर्तृत्वाला होतं. मीही मग उभा राहून टाळ्या वाजवीत त्यात सामील झालो.

प्रारंभ अपेक्षेपेक्षा सुंदर झाला होता. पुढच्या साऱ्या सेमिनारसाठी अगदी योग्य तो सूर लागला होता. त्या दिवशीची सारी सत्रं अगदी उत्साहात संपन्न झाली. नियोजित वेळेपेक्षा दीडएक तास अधिकच चर्चा सुरू होत्या. दुसऱ्या दिवशीही तोच अनुभव... तिसऱ्या

दिवशीही! आम्ही योजली होती ती सारी सत्रं पार पडली, पण उद्योजकांना आणखी खूप बोलायचं होतं, शेअर करायचं होतं, विचारायचं होतं.

अखेर मी आमच्या 'फॉलोअप वीक'ची कल्पना स्पष्ट केली आणि आपला संवाद सुरूच राहील, अनुत्तरित समस्यांवर पुढेही आमचा विचार होत राहील, याची ग्वाही दिली. नाईक सर फक्त समारोपासाठी हजर होते. ते त्यांच्या काही कामांत व्यग्र तर होतेच. पण आता हा त्यांनी घेतलेला 'पॉलिसी डिसीजन'ही होता. तो अगदीच स्पष्ट होता – *'लेट कमलेश कोठुरकर टेक ओव्हर!'*

सरांच्या हस्ते सहभागी लघुउद्योजकांना सेमिनारमध्ये सहभागी झाल्याची प्रमाणपत्रं देण्यात आली. ही माझीच कल्पना होती, तरीही त्या साऱ्यांना अशा प्रमाणपत्राचं किती अप्रूप असेल याबद्दल मी थोडा साशंकही होतो. प्रत्यक्षात मात्र अगदी शाळकरी मुलांच्या उत्साहात साऱ्यांनी प्रमाणपत्रं स्वीकारली. थोडक्यात आनंदी आनंद गडे!

पहिलावहिला सेमिनार चांगलाच यशस्वी ठरला. अपेक्षेप्रमाणे पुढच्या 'फॉलोअप'मध्ये 'एमसीएस'साठी काही नव्या 'असाईनमेन्ट्स'ही आल्या. झालेल्या चर्चांवरून एक अशीही कल्पना सुचली 'एमसीएस'नं एक मंथली न्यूजलेटर सुरू करावं. उद्योगविश्वातल्या घडामोडी, नव्या संधी याविषयी माहिती देणारं. तशी तर आम्ही आमच्या क्लाएन्ट्ससाठी ती सुरुवात केलीही होती.

प्रसाद वैशंपायन हा *'मार्केट ॲनॅलिस्ट'*नेमला होताच. तो अशी निवडक माहिती संबंधित क्लाएन्ट्सला पाठवत होताच. तिलाच आता आम्ही व्यापक स्वरूप द्यायचं ठरवलं. डाटा तर जमत होताच. शिवाय माझं ड्राफ्टिंग कौशल्यही होतंच. दोन्हींचा वापर करून *'अपडेट'* हे न्यूजलेटर पुढच्याच सेमिनारपासून प्रकाशित करायचं ठरलं. पहिल्या सेमिनारचा रिपोर्ट उद्योगवर्तुळात पोहोचला होता. तो अगदीच पॉझिटिव्ह असल्यानं दुसऱ्या सेमिनारसाठी फारसा प्रचार न करताही तीस रजिस्ट्रेशन्स झाली.

यावेळी मी आणखी एक कल्पना लढवली. सेमिनारच्या शेवटी सर्वांना प्रमाणपत्रं तर दिलीच, पण एका लघुउद्योजकाला *'बेस्ट पार्टिसिपेशन'*ची ट्रॉफीही दिली, अर्थात अगोदर जाहीर न करता. ज्याला ती मिळाली त्यानं तर विश्वकरंडक मिळाल्याच्या थाटातच ती स्वीकारली आणि जल्लोष करत उंचावलीही. *'अपडेट'* न्यूजलेटरच्या पहिल्या अंकाचं प्रकाशनही झालं. तिथेही एक कल्पना लढवलीच मी. पुढील प्रत्येक न्यूजलेटरमध्ये *'मॅन ऑफ द मंथ'* अशा धर्तीवर एका लघुउद्योजकाचा फोटो व परिचय द्यायचं जाहीर केलं.

नेहमीच काही भव्य, दिव्य करावं लागतं असं नाही. उपक्रम कुठलाही असो, अशा छोट्या-छोट्या कल्पनांनीही त्यात जान आणता येते. माणसं इथून-तिथून सारखीच असतात. त्यांना काही ना काही 'मोटिव्हेशन' हवंच असतं. अर्थात मी स्वतः तर काय 'स्वयंप्रेरित'च

होतो. *'अपडेट'* या 'न्यूजलेटर'मुळे मला आणखी स्फुरण चढलं. माझ्या लेखणीला धार होतीच. *'अपडेट'*च्या प्रत्येक अंकात मी 'एडिटोरियल' लिहू लागलो. समाजवादातील भोंगळपणा, शासकीय नियोजन, उद्योगांवरील अनावश्यक नियंत्रणे यांवर मी अगदी सडेतोड भाष्य करू लागलो. त्या निमित्तानं माझं जे चिंतन-मंथन होत राहिलं, त्या आधारेच मी पुढे थेट मैदानातही उतरलो. ते अर्थात पुढे येईलच.

सेमिनार्सचं सत्र जोरात सुरू झालं. 'सेमिनार सेल'ला जराही उसंत मिळत नव्हती. तिथेही मनुष्यबळ वाढवावं लागलं. दर सेमिनारगणिक एमसीएसकडे येणाऱ्या 'असाइनमेन्ट्स' वाढत गेल्यानं त्यासाठीही नवी भरती करावी लागली. बघता बघता पुण्याच्या लघुउद्योगविश्वात 'एमसीएस'चं नाव तर झालंच, पण एक नवं चैतन्यही संचारलं. वर्ष-दोन वर्षांत काही किमया घडणार होती असं नाही, पण एक तर निश्चित *'लेट अस ग्रो टुगेदर'* या चळवळीनं 'जोर' पकडला. *'यू कॅन डू बेटर'* हा संदेश प्रत्येक 'छोट्या-मोठ्या' लघुउद्योजकापर्यंत पोहोचला; आणि होय कमलेश कोठुरकर हे नावही...

'चेंबर ऑफ कॉमर्स'नं उद्योगविश्वातल्या 'आउटस्टॅन्डिंग कॉन्ट्रिब्यूशन'करिता खास पुरस्कार देऊन माझा सत्कार केला. तोही थेट उद्योगमंत्र्यांच्या हस्ते. पाठोपाठ 'आंत्रेप्रन्युअर्स क्लब'नंही मला 'उद्योगमित्र' हा पुरस्कार बहाल केला. नाही म्हटलं तरी बरीच वर्षं पुरस्काराशिवाय उलटली होती, ती कसर अशी भरूनच निघाली.

इतर अनेक पुरस्कार मला मिळत होते. त्यानं निश्चितच माझा 'सन्मान' होत होता, पण ज्यात माझा फक्त 'आनंद' होता असा एक 'छोटासा' पुरस्कार आयुष्याकडून मला हवा होता. तो मात्र अद्यापि लाभला नव्हता. पुढे तरी लाभेल की नाही याबद्दल संदिग्धताच होती. जे अगदी सर्वसामान्यांनाही सहजपणे मिळत असतं ते पितृत्व मला अद्याप तरी लाभलं नव्हतं. डॉक्टरांची ट्रिटमेंट सुरू होती. वेळ लागेल हे तर त्यांनी प्रारंभीच बजावलं होतं. दोन वर्षांत थोडीबहुत प्रगती झाली होती तरीही... शंभर टक्के हमी तर नव्हतीच. वैद्यकीय उपचारांना यश येईलच असं गृहीत धरता येत नव्हतं, त्यामुळेच आम्हा दोघांच्याही मनात एकच कल्पना घोळत होती. आम्ही बोलून दाखवत नव्हतो एवढंच. विषय कुणी काढायचा, हाच प्रश्न होता. अखेर मीच तो प्रस्ताव वैशालीपुढे ठेवला, 'वैशू, आपण मूल दत्तक घेऊ या का?'

तिनं माझ्याकडे रोखून पाहिलं. मी पुरेसा गंभीर आहे हे जाणवलं तसं तिनं म्हटलं, 'खरं सांगू, मीही तोच विचार करत होते.'

मनातलं बोलून टाकल्यामुळं दोघांनाही आता काहीसं हलकं, मोकळं वाटत होतं. अर्थात निर्णय तसा सोपा नव्हता. सारं विचारपूर्वक ठरवावं लागणार होतं.

'दत्तकप्रक्रिया सहजसोपी नसते,' वैशालीनं म्हटलं.

'पण त्या दृष्टीनं निदान चौकशी तर सुरू करू या.'

'चालेल, पण आपलं तर सगळं ठरू दे.'

'म्हणजे?'

'मुलगा की मुलगी?'

'माझ्या मनातलं सांगू, दत्तकच घ्यायची झाली तर मुलगी घेऊयात.'

'अगदी आनंदानं.'

'पण हे बघ. ट्रिटमेंट तर सुरूच ठेवायची.'

खरं तर मी आता ट्रिटमेंटविषयी फारसा आग्रही नव्हतो. पण वैशाली अगदी ठाम होती.

'*ओके, व्हॉटएव्हर यू से!*'

दोघांचीही मानसिक तयारी झाली तसं मग घरच्यांशी, डॉक्टरांशी बोलायचं ठरवलं.

प्रथम डॉक्टरांची भेट घेऊन आम्ही आमचा विचार त्यांच्या कानावर घातला.

डॉक्टर चांगलेच विचारात पडले.

'तुमची ही कल्पना नक्कीच स्वागतार्ह आहे,' त्यांनी म्हटलं, 'पण मला एक प्रामाणिकपणे सांगा – हा विचार करण्यामागे आपल्या ट्रिटमेंटला यश मिळणार नाही, असं तुम्ही गृहीत धरलं आहे का?'

तसंच खरं तर आम्ही समजून चाललो होतो.

'*टू बी ऑनेस्ट, येस.*' मी उत्तरलो.

'*वेल, आय डोन्ट ब्लेम यू,*' डॉक्टर म्हणाले, 'मलाही अपेक्षित तेवढी प्रोग्रेस झालेली नाहीय. पण आता माझा पुढचा प्रश्न, *विल यू लाइक टू स्टॉप द ट्रिटमेंट?*'

'नाही नाही,' वैशाली चटकन म्हणाली, 'ट्रिटमेंट सुरूच ठेवूयात आपण.'

'*आय सी!*'

डॉक्टर पुन्हा विचारात पडले. तसे तर आम्ही दोघेही थोडे संभ्रमातच होतो. डॉक्टर नेमकं काय सुचवताहेत, याविषयी आम्हांला चांगलीच उत्सुकता होती. तेच योग्य मार्ग दाखवतील, असा विश्वासही.

'*ओके, लेट अस थिंक अबाऊट द प्रोज अँड कॉन्स,*' त्यांनी म्हटलं, 'पहिली गोष्ट, तुम्ही दोघेही आपल्याला एकच इश्यू हवा याबद्दल ठाम होता. *इफ यू गो फॉर द ॲडाप्शन अँड ऑल्सो कॅरी ऑन विथ द ट्रिटमेंट* – तुमचं ते प्लॅनिंग डिस्टर्ब होऊ शकतं. अर्थात दोन अपत्यं हा काही प्रॉब्लेम नाहीय. मुद्दा असा आहे, *इफ अवर ट्रिटमेंट इज सक्सेसफुल अँड यू हॅव युअर ओन चाइल्ड...* आपण ॲडॉप्शन केलं नसतं तरी चाललं असतं, असं तुम्हांला वाटू शकतं. शिवाय हे आपलं स्वतःचं, हे दत्तक घेतलेलं – अशी तुलना होऊ शकते. *दॅट वोन्ट बी फेअर*. पण त्याहीपेक्षा महत्त्वाचं म्हणजे – एक लक्षात घ्या, दत्तकप्रक्रिया ही खूप मोठी

प्रक्रिया असते. अगदी सगळी चौकशी करून पूर्ण खात्री पटल्याशिवाय ती मंडळी विचारही करत नाहीत. मला असं वाटतं, तुमची ट्रिटमेंट सुरू आहे व तुम्हांला स्वतःचं अपत्य होण्याची शक्यता आहे – हे स्पष्ट झालं तर तेही तुम्हांला थांबण्याचाच सल्ला देतील.'

मी आणि वैशालीनं एकमेकांकडे पाहिलं. एकंदरीत हा निर्णय आम्ही समजत होतो त्यापेक्षाही अवघड, गुंतागुंतीचा होता.

'*सो लेट मी पुट इट स्ट्रेट,*' डॉक्टर म्हणाले, '*इफ यू आर रिअली कीन ऑन अॅडॉप्शन – वुई कॅन स्टॉप द ट्रिटमेंट.*'

'नाही, नाही डॉक्टर,' वैशालीनं लगेचच म्हटलं, 'आम्हांला ट्रिटमेंट थांबवायची नाहीय.'

'*ऑलराईट,*' डॉक्टरांनी म्हटलं, 'त्याबद्दल तुम्ही ठाम असाल तर *लेट मी गिव्ह यू अ गुड न्यूज.*'

गुड न्यूज? माझ्यासाठी तर ते जादुई शब्द होते.

'एक सिनिअर डॉक्टर हीच ट्रिटमेंट देताहेत असं मी तुम्हांला बोललो होतो. द *गुड न्यूज इज ही हॅज गॉट द सक्सेस!*' ही नक्कीच '*गुड न्यूज*' होती.

'*नॉट जस्ट दॅट...* आपल्या केसबद्दलही मी त्यांच्याशी चर्चा केली. त्यांनी मला काही चेंजेस सुचवले आहेत. *इफ वुई फॉलो दॅट लाइन ऑफ ट्रिटमेंट...* त्यांच्या मते वर्ष-दीड वर्षांत आपल्यालाही निश्चित रिझल्ट मिळू शकेल.'

हा नक्कीच मोठा दिलासा होता. प्रतीक्षा तर करावी लागणार होती. पण यावेळी डॉक्टर खूपच पॉझिटिव्ह होते.

'ओके, डॉक्टर,' मी म्हटलं, '*लेट अस गो अहेड.*'

अखेर दत्तक घेण्याचा विचार आम्ही मनातून काढून टाकला.

'आपलं स्वतःचं मूल असावं' ही आंतरिक इच्छा तर होतीच. डॉक्टरांची ट्रिटमेंट सुरू ठेवली आणि... त्यांनी म्हटलं होतं तसंच झालं. वर्ष पुरं व्हायच्या आतच अखेर वैशालीनं ती '*गुड न्यूज*' दिलीच.

खरं सांगतो, अगदी त्या क्षणी मी डॉक्टरांचे, नियतीचे आणि देवाचे आभार मानले. अक्षरशः भरून पावलो होतो मी. यावेळी मला कल्पना नव्हती, पण ती फक्त 'गुड न्यूज' नव्हती माझ्यासाठी, फार मोठ्या बदलाची ती नांदीच ठरणार होती!

अखेर तोही दिवस आलाच!

'एक्झिक्युटिव्ह डायरेक्टर' म्हणून माझी नियुक्ती करतानाच नाईक सरांनी सूचित केलं होतं, आणखी चार वर्षं... ती चार वर्षं उलटली होती. त्या चार वर्षांसाठी मी जे स्वतःसाठी मिशन ठरवलं होतं, तेही पुरं झालं होतं. बघता बघता... पन्नासहून अधिक सेमिनार्स झाले होते.

त्यांतून पुढे आलेल्या काही महत्त्वाच्या प्रश्नांवर व प्रकल्पांवर आम्ही काम करत होतो आणि त्यांचे रिझल्ट्सही खूपच आशादायी, उत्साहवर्धक होते. स्वतः नाईक सर आणि दातार मॅडम यांनी – दोन बड्या कंपन्यांसाठी 'ऑफिसर रिक्रूटमेन्ट' साठीचा एक खास पॅटर्न डेव्हलप केला होता व राबवलाही होता. त्याचेही रिझल्ट्स एन्करेजिंग होते. सरांनी म्हटल्याप्रमाणे त्या कंपन्यांमध्ये 'एमसीएस'ला आता अधिकृत आणि कायमस्वरूपी 'अ‍ॅक्सेस' मिळाला होता.

चार वर्षांत 'एमसीएस'ची उलाढालही चांगलीच वाढली होती. फक्त एका प्रकल्पात आम्हांला एक मोठा फटका खावा लागला होता. अर्थात तो आमच्या चुकीमुळे नव्हे तर काही शासकीय विभागांच्या अगदीच अनपेक्षित आणि अनाकलनीय हस्तक्षेपामुळे. तरीही आम्ही जबाबदारी स्वीकारली होती आणि तोवर प्रकल्पावर झालेला सारा खर्च – क्लाएन्टला परत केला होता.

तो एक अपवाद सोडला तर सारंच उत्तम चाललं होतं. फक्त एवढंच की अतिशय जड अंतःकरणानं आता एक वास्तव स्वीकारावं लागणार होतं. माझे गुरू, माझे मेन्टॉर ज्यांच्या मार्गदर्शनामुळे, ज्यांच्या विश्वासामुळे मी इथवर येऊन पोहोचलो होतो – त्यांचीच साथ मला यापुढे लाभणार नव्हती. होय, नाईक सर आता निवृत्त होणार होते. माझी मनःस्थिती मोठी विचित्र होती. या दिवसाची मला प्रतीक्षाही होती आणि त्याच वेळी तो दिवस लवकर येऊ नये, असंही आत कुठेतरी वाटत होतं. पण शेवटी काळ कुणासाठी थांबत नसतो, की कुणाला अपेक्षित गतीनं धावतही नसतो.

आज जे घडणार होतं ते अपेक्षित तर होतंच, पण तितकंच अपरिहार्यही. नाईक सरांनी सर्व सिनिअर्स, प्रोजेक्ट मॅनेजर्स आणि डिव्हिजन हेड्स – खास मीटिंग बोलावली होती. मी नाईक सरांच्या चेहऱ्याकडे पाहत होतो. मला तिथे जराही संभ्रम, खळबळ जाणवत नव्हती. उलट एक शांत, समाधानच दिसत होतं.

'मित्र हो, वीस वर्षांपूर्वी 'एमसीएस' मी सुरू केली. तेव्हा कल्पनाही केली नव्हती, अशी मोठी दिमाखदार वाटचाल आपण केली आहे. आज 'एमसीएस' ही फक्त पुण्यातली नव्हे देशातली एक नामांकित कन्सल्टन्सी फर्म म्हणून ओळखली जाते. मन खरंच आनंदानं आणि अभिमानानं भरून आलं आहे. होय, पण मनात एक हुरहुरही दाटून राहिली आहे. हे तर त्रिकालाबाधित सत्य आहे की प्रत्येक गोष्टीला कुठंतरी अंत असतोच. काळाची चक्रं कुणी उलटी फिरवू शकत नसतं. पुढच्याच आठवड्यात मला पासष्ट वर्ष पूर्ण होतील. मला कल्पना आहे पासष्टीचा मुळीच वाटत नाही मी, अजूनही पन्नाशीचाच वाटतो. पण तुम्हांला काय वाटतं याचं कॅलेंडरला सोयरसुतक नसतं. कॅलेंडर स्पष्ट निर्देश करतं आहे आणि तो उमदेपणानं स्वीकारणं हे मलाही क्रमप्राप्त आहे. *ओके, नाऊ लेट मी ऑफिशिअली अनाऊन्स,* मी आता निवृत्त होतो आहे.'

तशी तर साऱ्यांनाच कल्पना होती, पण एखाद्या गोष्टीची कल्पना असणं वेगळं आणि तिच्यावर अंतिम शिक्कामोर्तब होणं वेगळं. ते अखेर सरांनी केलं होतं. सारेच विलक्षण गंभीर झाले. अपेक्षितच होता तरीही तो निर्णय पचवणं सर्वांसाठी अवघडच होतं. काही क्षण इतकी कमालीची शांतता पसरली की साऱ्यांचे श्वास ऐकू यावेत.

'खरं तर यात आश्चर्य वाटावं असं काहीच नाही. साठीत निवृत्ती ही अगदी सर्वमान्य संकल्पना आहे. मी पाच वर्षं अधिक घेतलीयत. होय, एमसीएस माझ्या मालकीची आहे. मी ठरवलं तर आणखी दहा वर्षंही 'एमडी' राहू शकतो. पण माझा तो बिलकुल इरादा नाहीय. पासष्टीनंतर निवृत्त व्हायचं, हे अगदी पक्कं मनावर कोरलं होतं.

प्रत्येकाचा कृतिशील असण्याचा काळ – *आय मीन बायॉलॉजिकली* – मर्यादित असतो. क्षेत्र कोणतंही असो – वयानुसार तुमची क्षमता क्षीण होत असते. अशा परिस्थितीत आपण निर्णयप्रक्रियेच्या अग्रस्थानी असू नये – असं मी स्वतः मानतो. अनुभव मोलाचा असतो, शहाणपणही महत्त्वाचं असतं. ते असतंच, पण त्या आधारे अशा व्यक्तींनी निर्णय घेणाऱ्यांना 'सपोर्ट' द्यावा, सल्ला द्यावा... मात्र संस्थेच्या भविष्याचा निवाडा करू नये. तो सक्षम अशा तरुण पिढीकडे सोपवायला हवा. तेच मी आज करतो आहे. हा निर्णय घेताना तीन प्रश्न होते माझ्यासमोर. तुमच्याही मनात असतीलच ते.

'पहिला – मी निवृत्त झाल्यानंतर कंपनी कुणाची असेल? म्हणजेच कंपनीचे मालकी हक्क कुणाकडे असतील?

'दुसरा – हा इतरांसाठी फारसा महत्त्वाचा नसला तरी माझ्यासाठी तरी आहेच. तो म्हणजे निवृत्तीनंतर मी काय करणार आहे? कुठे असणार आहे... वगैरे.

'आणि तिसरा अर्थातच – कंपनीचं भविष्य कुणाच्या हाती सोपवणार?

'पहिल्या प्रश्नाचं उत्तर प्रथम देतो. तुम्हा सर्वांना माहिती आहेच, माझी दोन्ही मुलं अमेरिकेत आहेत, दोघेही उच्चपदस्थ आहेत आणि तिकडेच स्थायिक झाले आहेत. वारसाहक्कानं कंपनीची मालकी त्यांच्याकडे द्यावी, अशी दोघांचीही अपेक्षा नाहीय. त्यामुळेच मी एका ट्रस्टची स्थापना करतो आहे, ज्यात मी स्वतः, माझी दोन्ही मुलं यांच्याप्रमाणेच माझ्या विश्वासातील काही व्यक्ती... मुख्यतः उद्योजक व सामाजिक कार्यकर्ते आणि काही संस्थांचा समावेश असेल. माझ्या पश्चात कंपनीची मालकी त्या ट्रस्टकडे असेल.

'दुसरी गोष्ट अगदी आवश्यक वाटल्याशिवाय मी स्वतः किंवा विश्वस्तांपैकी कुणीही कंपनीच्या कामकाजात कसलाही हस्तक्षेप करणार नाही. कंपनी चालवण्याचे सर्वाधिकार नवनिर्वाचित एमडीकडेच असतील.

आता दुसरा प्रश्न निवृत्तीनंतर मी काय करणार आहे? निवृत्तीनंतर मला दोन गोष्टी करायच्या आहेत. पहिली काही वर्षं मी व माझी बायको आम्ही दोघेही आमच्या अमेरिकेतल्या मुलं-नातवंडांसोबत राहणार आहोत, त्यांना आमचा कंटाळा येईपर्यंत! त्यानंतर मात्र आम्ही दोघेही जगप्रवास करणार आहोत. जोडीनंच सारं जग हिंडणार आहोत. फक्त पॅरिसला काही काळ एकटंच राहता आलं तर मला आवडेल, पण बघू या! अर्थात आमचा प्रवास अगदीच वेगळा असणार आहे. आम्ही कुठल्या ट्रॅव्हल एजन्सीच्या टूरसोबत जाणार नाही आहोत. सारा प्रवास आम्ही स्वतःच्या मर्जीनुसार करणार आहोत. प्लॅन असा आहे – आम्ही काही खास शहरं निवडणार आहोत. त्या शहरांत कुठल्याही हॉटेलमध्ये न राहता महिना-दोन महिने एखादं घर भाड्यानं घेऊन राहणार आहोत आणि त्या शहरात मनसोक्त भटकणार आहोत.

फक्त पर्यटनस्थळाला भेटी न देता, तिथल्या जनजीवनाशी, जीवनशैलीशी समरस होणार आहोत. बायकोला फ्रेंच आणि जर्मन या दोन भाषा तर उत्तमच येतात. मी आणखी काही भाषांचं जुजबी शिक्षण घेतो आहे. त्या जोरावर आम्ही अनोळखी परदेशीयांशी गप्पाही मारणार आहोत. जमेल तितकी वेगवेगळी खाद्यसंस्कृतीही जाणून घेणार आहे. असो...

आता सर्वांत महत्त्वाचा तिसरा प्रश्न, यानंतर एमसीएसची धुरा कोण सांभाळणार आहे? उत्तर तुम्हा सर्वांना माहिती आहेच – आज मी त्याची अधिकृत घोषणा करणार आहे एवढंच. पण हेही सांगायला हवं, आज मी ती घोषणा करणार असलो तरी माझा हा निर्णय केव्हाच झाला होता. खरं तर अगदी पहिल्या भेटीतच. खूप वर्षांपूर्वी मी मॅनेजमेंट इन्स्टिट्यूटमध्ये गेस्ट लेक्चरर म्हणून गेलो होतो. लेक्चरनंतर एका तरुणानं स्वतःची ओळख करून देत म्हटलं होतं, 'मी, कमलेश कोठुरकर.' त्याच क्षणी मला जाणवलं होतं, हे पाणी काही वेगळंच आहे. त्यानंतर ते मला भेटण्यासाठी एमसीएसमध्ये आले, तेव्हा तर माझी खात्रीच झाली होती. मी त्यांना म्हटलंही होतं, *'यू सीम टू बी ॲन एक्स्ट्रॉऑर्डिनरी पर्सन,' आय ॲम ग्लॅड, ही हॅज टर्न्ड आऊट टू बी वन.* पुढचा सारा इतिहास तुम्हांला माहितीच आहे. मला खरोखरच आश्चर्य वाटतं – *धिस पर्सन हॅज नेव्हर फेल्ड टू सरप्राइझ मी.* त्यांच्याकडून मी ज्या ज्या अपेक्षा केल्या, त्या त्यांनी नुसत्या पुऱ्या केल्या नाहीत, त्या अपेक्षांपलीकडची कामगिरी करून दाखवली. त्यांच्यापुढे मी जी आव्हानं ठेवली ती त्यांनी इतक्या सहजपणे पेलली की मीच कुठेतरी कमी पडलो की काय असं वाटत राहिलं.

मी दोन गोष्टी मुख्यतः बघत होतो. पहिली म्हणजे *डज ही हॅव लीडरशिप क्वालिटीज्!* त्या तर त्यांच्याकडे अगदी पुरेपूर आहेत. *ही हॅज इनिशिएटिव्ह, ही हॅज*

कॉन्फिडन्स. टॅलेन्ट आहे, धाडस आहे पण त्याचवेळी इतरांना 'मोटिव्हेट' करण्याचं कौशल्य आहे. सर्वांना सोबत घेऊन जायला हवं, याचीही जाण आहे. दुसरी गोष्ट जी मी पाहत होतो ती हीच की तरुण वयातच मिळालेलं यश ते कसं पेलताहेत! त्यांना 'ग'ची बाधा तर होणार नाही ना... त्यांचा अहंकार तर पोसला जात नाहीय ना? मला आनंद आहे. माझ्या या दोन्ही निकषांवर ते खरे उतरले आहेत. त्यांच्याकडे जबरदस्त आत्मविश्वास आहे. कमालीचा सेल्फ रिस्पेक्ट आहे, पण अहंकार मात्र नाहीय. मला खात्री आहे तुमच्या सर्वांचाही तोच अनुभव असेल. हो, आणखी एक. मला याही गोष्टीचा अतिशय आनंद आहे की, कमलेश कोठुरकर हे व्यक्तिमत्त्व 'मागील पानावरून पुढे चालू' या पठडीतलं नाहीय. मी ज्या शैलीनं कंपनी चालवत होतो त्यापेक्षा ते काही वेगळंच स्वरूप कंपनीला देतील याची मला खात्री आहे. मला तेच तर हवं आहे. त्यांची स्वप्नं मोठी आहेत, त्यांचे इरादे बुलंद आहेत. त्यामुळे 'एमसीएस'च्या भवितव्याबद्दल मी अगदी निःशंक आहे. ओके, मला वाटतं एवढी प्रस्तावना पुरे आहे. आता मी ही अधिकृत घोषणा करतो आहे – 'एमसीएसचे नवे मॅनेजिंग डायरेक्टर म्हणून मी कमलेश कोठुरकर यांची नियुक्ती करीत आहे.'

पुन्हा तेच. टाळ्यांचा कडकडाट अन् *स्टॅन्डिंग ओव्हेशन.* या वेळी मात्र मला राहवलं नाही. मी उठून नाईक सरांजवळ गेलो. झुकून त्यांना अभिवादन केलं, तसं त्यांनी मला प्रेमानं जवळ घेतलं. ज्यांनी मला प्रेरणा दिली होती, दिशा दाखवली होती... आज त्यांचीच जागा मी घेत होतो. अवघ्या पस्तिसाव्या वर्षीच मी 'एमडी' झालो होतो.

योगायोग म्हणजे त्याच दिवशी मध्यरात्रीच्या सुमारास 'बाबा'ही झालो मी. हॉस्पिटलच्या वेटिंग रूममध्ये डोळे मिटून प्रतीक्षा करत बसलेल्या माझ्या कानांवर कुणाचे तरी शब्द आले, 'मुलगी झाली हो!'

यशाबद्दल बोलायचं झालं तर अगदी स्पृहणीय यश मिळवलं होतं मी. तेही तरुण वयातच. सारे वर्गमित्र माझा हेवा करत होते. पण 'यशा'ची एक खासियत असते, ते कितीही मिळवलं तरी संपत नसतं. *सक्सेस इज नेव्हर एन्डिंग!*

'यश मिळवून झालं' असं वाटणं म्हणजे एका अर्थी 'आयुष्य जगून झालं' असं वाटण्यासारखं आहे. 'यशाचं शिखर गाठलं' असं आपण म्हणतो, पण यश म्हणजे शिखर नव्हे, यश ही एक सफर असते, न संपणारी सफर. यशाचं एक छोटंसं शिखर मी गाठलं होतं पण माझी सफर संपणार नव्हती. खरं तर आता ती नव्या जोमात सुरू होणार होती. म्हणूनच

दर्शिकेतला पुढचा आणि सर्वांत महत्त्वाचा संकल्प मला आता स्पष्ट खुणावत होता. 'मला फक्त 'मॅनेजर' व्हायचं नाहीय, मला लीडर व्हायचंय!' मॅनेजर तर काय थेट 'मॅनेजिंग डायरेक्टर' झालो होतो मी. साहजिकच एमसीएसचा 'लीडर' ही झालो होतो. पण मला तिथेच थांबायचं नव्हतं... एका कन्सल्टन्सी फर्मचं नेतृत्व करण्यात धन्यता मानायची नव्हती. आता अवघ्या पुण्याचं उद्योगक्षेत्र मला साद घालीत होतं. पुण्यातल्या लघुउद्योगांच्या विकासात मी गेल्या चार वर्षांत काही विशेष योगदान दिलं होतंच – आता मला अवघ्या 'उद्योगविश्वा'चं नेतृत्व करायचं होतं! होय, तीच होती माझी आंतरिक आकांक्षा.

'पण लक्षात ठेवा,' प्रभूदेसाईंचे ते शब्द आजही कानात घुमत होते, 'मॅनेजरची नियुक्ती करता येते, लीडरची नाही करता येत. कुणीतरी नेमलं म्हणून तुम्ही 'मॅनेजर' होऊ शकता, लीडर मात्र तुमचं तुम्हांलाच व्हावं लागतं. लीडरशिप ही तुम्हांलाच मिळवावी लागते. जेव्हा लोक तुम्हांला स्वीकारतात, तुमचं नेतृत्व मान्य करतात, तेव्हाच तुम्ही खरे लीडर होता!' शब्द न शब्द किती खरा होता. नाईक सरांनी नेमलं म्हणून मी 'मॅनेजिंग डायरेक्टर' झालो होतो. पुण्याच्या उद्योगविश्वाचं नेतृत्व मात्र माझं मलाच मिळवावं लागणार होतं. तेही स्वतः उद्योजक नसताना! नेता हा 'उद्योजक'च कशाला हवा? तो उद्योजकांना दिशा देणारा, विचार देणारा, प्रेरित करणाराही असू शकतो. तेच तर माझं पुढचं मिशन होतं.

मला पुण्यातल्या उद्योगविश्वाचं वैचारिक नेतृत्व करायचं होतं... अगदी शाळेत असतानाही मी जाणलं होतं, तुम्हांला नेता व्हायचं असेल तर अवतीभवती काय चाललंय, हे माहिती असावं लागतं. हीच खरी मेख असते. बहुतेक मंडळी अनभिज्ञच असतात. 'मला काय त्याचं' म्हणत अक्षरशः झापडबंद जगत असतात. अवतीभवती काय घडतंय याच्याशी त्यांना काही घेणंदेणं नसतं. सरकार कोसळलं, देशाचं दिवाळं निघालं किंवा जगबुडी झाली, तरी हे ढिम्मच! कसली माहिती नाही की कसली भूमिका नाही. ही मंडळी कसं नेतृत्व करणार? त्यांचा जन्म अनुयायी होण्यासाठीच झालेला असतो. माझा जन्म मात्र... तुम्हांला तर माहितीच आहे!

'नेतृत्वा'साठी मला आता जणू काळच साद घालत होता. थेट 'जगबुडी' नव्हती आली पण जगभर अक्षरशः उलथापालथ झाली होती. अशा घटना घडत होत्या की सारे अक्षरशः हादरले होते, दिङ्मूढ झाले होते. कित्येक दशके जणू युगधर्म बनून राहिलेला समाजसत्तावाद अखेर धुळीला मिळाला होता.

सोव्हिएत रशियाची अर्थव्यवस्था कोसळली होती. साम्यवादाच्या, समाजवादाच्या पायावर उभारली गेलेली राष्ट्रं दिवाळखोरीत गेली होती. भारताचीही अवस्था जवळपास तशीच होती. दिवाळं निघालं नव्हतं, पण निघू शकेल अशीच एकूण परिस्थिती होती. अवघ्या देशाचं दिवाळं? होय! चिन्हं तर तशीच दिसत होती. आपल्या देशातली परकीय चलनाची गंगाजळी संपुष्टात आली होती. ठणठणाटच होता. ज्या गोष्टींची आयात केल्याशिवाय आपण राहूच शकत नव्हतो अशी अगदी अत्यावश्यक, आयातही थांबवावी लागणार होती. अगदी पेट्रोलचीही.

आणखी जेमतेम पंधरा दिवस रेटता आलं असतं – पण नंतर देशभर हाहाकार उडाला असता, रांगा लावूनही पेट्रोल मिळालं नसतं. सगळं ठप्पच झालं असतं. पैसा आणायचा कुठून? कर्जबाजारी भारताला जुने हप्ते फेडणंच शक्य नव्हतं. नवं कर्ज देणार कोण? कुठलीही वित्तसंस्था तयार नव्हती. होय, आंतरराष्ट्रीय बाजारात भारताला दिवाळखोर राष्ट्र म्हणून घोषित केलं जाईल अशीच अवस्था होती. यातून देशाला वाचवायचं कसं? एकच उपाय होता, तोही तात्पुरता.

सोनं गहाण ठेवा! दुसरा पर्याय नव्हताच. करणार तरी काय? रिझर्व्ह बँकेकडे जो सोन्याचा साठा होता, त्यातलं साठ-सत्तर टन सोनं युरोपातील बँकांकडे गहाण ठेवलं गेलं, तेव्हा कुठे कर्ज मिळालं. अत्यावश्यक वस्तूंची आयात करता आली. अर्थात तेवढ्यानं भागणार नव्हतं. अजूनही कर्ज हवं होतंच, पण आता आणखी मदत हवी असेल तर त्यांच्या कडक अटी होत्या. जागतिक बँकांचा सरळ सरळ दबाव होता.

'देशाची अर्थव्यवस्था खुली करा!'

'उखाजा मान्य करा!'

उखाजा म्हणजे उदारीकरण, खासगीकरण आणि जागतिकीकरण. थेट अल्टिमेटमच. हिंदी चित्रपटात असतो 'अगर जान प्यारी हो तो...' तसाच. देश 'चालवायचा' असेल तर अर्थव्यवस्था खुली करा! नाईलाजानं का होईना पण सरकारला आर्थिक उदारीकरण स्वीकारावंच लागलं. अभूतपूर्व असे बदल एकापाठोपाठ एक सुरू झाले. अर्थव्यवस्थेवरील सरकारी नियंत्रणं कमी होऊ लागली. आयात-निर्यात व्यापारावरील बंधनं शिथिल केली गेली. 'लायसन्स-परमिट राज'चा विळखा सैल झाला. अनेक उद्योगांना शासकीय परवाने घ्यायच्या अटींपासून मुक्त केलं गेलं. सर्वांत महत्त्वाचं म्हणजे खासगी क्षेत्राकडे बघण्याचा सरकारचा दृष्टिकोन बदलला. त्यांच्याशी 'दुश्मनी' न करता, त्यांच्या साथीनं विकासयोजना आखता येतील असा विचार सुरू झाला.

फक्त देशातच नव्हे आंतरराष्ट्रीय पातळीवर सारं काही 'खुलं' करण्याचा प्रवाह जोर धरू लागला. वर्षानुवर्षं समाजवाद हा युगधर्म बनला होता. आता नवा युगधर्म अवतरला होता. कोंडलेला अवकाश आता मुक्त होऊ पाहत होता. खुल्या व्यवस्थेला, खुल्या व्यवहारांना, खुल्या विचारांना नवे धुमारे फुटत होते. ही खरं तर काळाची गरज होती. हा इतिहासाचाच धडा होता; पण दुर्दैवानं जगभरातल्या डाव्या मंडळींना तो पचला नाही. इतिहासातून धडा घेणारे ते नसतातच. डावे म्हणजे सहसा कडवेच. हे सारे 'कडवे' बावचळले, चवताळले आणि खुल्या धोरणांवर तुटून पडले.

भारतातल्या डाव्या मंडळींनी त्यांचीच री ओढली. डावी राजवट अव्यवहार्य, अन्याय्य तर असतेच पण ती किती अमानुष होऊ शकते याचं अगदी ढळढळीत उदाहरण आहे ते आपल्याच नारायण मूर्ती यांचं. आज आंतरराष्ट्रीय ख्याती लाभलेल्या मूर्तींनी जे काही क्रौर्य

अनुभवलं, ते अक्षरशः विदारक आहे. खरं तर या (कडव्या) डाव्यांच्या डोळ्यात अंजन घालण्यासाठी हे एकच उदाहरण पुरेसं आहे. इतकं बोलकं आहे की त्यानंतर बोलण्यासारखं काही राहतच नाही!

नारायण मूर्ती तरुण वयात अक्षरशः कट्टर कम्युनिस्ट होते. नेहरूंच्या भाबड्या समाजवादानं त्यांनाही भारावून टाकलं होतं आणि हळूहळू त्या समाजवादाला कडवी धार येत गेली होती. सेसा या फ्रेंच कंपनीकडून नोकरीची ऑफर आली तसे मूर्ती १९७२ साली फ्रान्सला गेले. पुढील दहा वर्षं मूर्ती फ्रान्समध्ये राहिले आणि आजूबाजूच्या देशांतही फिरले. त्यांच्याच शब्दांत सांगायचं तर – 'युरोपमधली ती दहा वर्षं माझ्या व्यावसायिक आणि त्याहून वैचारिक आयुष्याला कलाटणी देऊन गेली. तिकडच्या भांडवलशाही देशांमधली समृद्धी अनुभवताना प्रथमच माझ्यातल्या एकारलेल्या कम्युनिस्ट विचारांपुढे प्रश्नचिन्हं लागली. जगभर कडव्या साम्यवादाचा पगडा असलेल्या त्या काळच्या युरोपमध्ये संपत्तीविषयी संशय किंवा आकस नव्हता. खाजगी क्षेत्राला प्राधान्य होतं, प्रत्येकानं कष्ट करून सुख कमावण्याचा आग्रह आणि ज्यानं त्यानं संपत्ती निर्माण करण्यामध्ये स्वतःचं योगदान द्यावं असं मोकळं वातावरण. आपल्याजवळ असेल ते सर्वांनी सारखं वाटून घेणं आणि आपल्या वाट्याला जे येईल त्यात 'सुख' मानणं म्हणजे आदर्श नव्हे. असलेल्या संपत्तीच्या वाटप-पुनर्वाटप-फेरवाटपातून समानता येत नसते. असल्या बेगडी, भावुक समानतेतून गरिबीचं निर्मूलन होणं शक्य नाही. न्याय्य मार्गाने संपत्तीची निर्मिती हाच एकमेव मार्ग आहे, याचा रोकडा प्रत्यय युरोपनं मला दिला. भारत सोडताना मी कडवा, पण काहीसा गोंधळलेला कम्युनिस्ट होतो. परत येताना मी, समान समृद्धीसाठी संपत्तीनिर्माणावर विश्वास ठेवणाऱ्या न्याय्य भांडवलशाहीचा पुरस्कर्ता झालो.'

पण हे एवढंच नाही झालं... तारुण्यातलं साम्यवादाचं आकर्षण पुरतं पुसून काढणारा एक जळजळीत धडा मूर्तींना परतीच्या प्रवासात मिळाला. परत मायदेशात येताना मूर्तींनी स्वतःकडील बरीचशी शिल्लक रक्कम दान करून टाकली. मोजके पैसे सोबत घेऊन रस्त्याने मजल दरमजल करत, वाटेतले देश पाहत पाहत भारतात परतू, असं त्यांनी ठरवलं.

याच प्रवासात ते 'नीस'ला पोहोचले. जुना युगोस्लाव्हिया (आत्ताचा सर्बिया) आणि बल्गेरियाच्या सीमेवरचं ते एक शहर. शनिवारी रात्री मूर्ती उशीरा नीसच्या रेल्वे स्टेशनवर पोचले. सगळीकडे शुकशुकाट होता. स्थानिक पैसे बदलून घ्यावेत तर बँका बंद झालेल्या. दुसऱ्या दिवशी तर सुटीच. सोफिया एक्सप्रेसची वाट पाहत मूर्ती उपाशी पोटीच स्टेशनमध्ये बसून राहिले. काही वेळानं एक तरुण मुलगी आली. काही अंतरावर एक तरुणही दिसला. ती मुलगी मूर्तींशी फ्रेंचमधून बोलू लागली. सोव्हिएत युनियनच्या प्रभावाखाली असलेल्या पूर्व युरोपातल्या 'पोलादी पडद्या'आडच्या देशात राहणं किती भयंकर आहे याबद्दलचे तिचे अनुभव ती सांगत होती. मूर्ती फक्त ऐकत होते पण... अचानक पोलीस आले. काही

कळायच्या आत त्यांनी दोघांची गठडी वळली. नंतर कळलं ती मुलगी बल्गेरियातल्या साम्यवादी सरकारवर टीका करते आहे असा संशय येऊन, काही अंतरावरून त्यांचं बोलणं ऐकणाऱ्या त्या तरुणानं पोलिसांना खबर दिली होती. मूर्तींचं सामान जप्त झालं. रेल्वे स्टेशनच्या प्लॅटफॉर्मवरून अक्षरशः फरपटत त्यांना स्टेशनवरच्या एका कोंदट खोलीत डांबलं गेलं. वर एक छोटासा झरोका आणि कोपऱ्यात शरीरविधी उरकण्यासाठी एक उघडं छिद्र! मूर्ती त्या खोलीत तब्बल बहात्तर तास होते. ना अन्न, ना पाणी. बाहेरचं जग दिसेल याची आशाच उरली नव्हती. शेवटी एकदाचं ते दार उघडलं गेलं. स्टेशनात इस्तंबूलच्या दिशेने निघालेली एक मालगाडी उभी होती. कुणीतरी मूर्तींना फरपटत नेऊन एका डब्यात ढकलून दिलं. गाडी सुटायच्या आधी एक बल्गेरियन गार्ड आला.

मूर्तींना म्हणाला, 'वीस तासांनी ही गाडी इस्तंबूलला पोचेल. तिथे तुला तुझा पासपोर्ट आणि इतर सामान मिळेल. तू आमच्या मित्र देशाचा, भारताचा नागरिक आहेस म्हणून तुला सोडतो आहोत, लक्षात ठेव.' इस्तंबूलपर्यंतच्या वीस तासातही ना कुणाची सोबत, ना अन्न, ना पाणी.

मूर्ती म्हणतात, 'साम्यवादाचं हे भयानक रूप संताप आणणारं होतं. न केलेल्या अपराधाच्या शिक्षेतून मी सुटलो होतो ते केवळ मी भारतीय होतो म्हणून. माणूस म्हणून माझी किंमत शून्य होती. चार दिवसांच्या तहान भुकेनं व्याकुळ अवस्थेत इस्तंबूलला उतरलो तेव्हा गुरुवारची पहाट उजाडली होती. त्या 'काळोख्या प्रवासा'त साम्यवादाबद्दलचं माझं उरलंसुरलं आकर्षण अक्षरशः वितळून गेलं. शंका मिटल्या, डोक्यातला गोंधळ संपला. नुसत्या कोरड्या विचारांनी समानता येत नाही. कितीही उदात्तीकरण केलं तरी असलेली गरिबीच सगळ्यांमध्ये वाटून घेणं म्हणजे समानता नव्हे, हा धडा युरोपने दिला होताच. त्यातच मग... अधिकाधिक रोजगार उपलब्ध करण्याची क्षमता असणारं औद्योगिकरण आणि त्यातून निर्माण होणारी संपत्ती हेच गरिबीच्या प्रश्नावर उत्तर असू शकतं, तोच आपल्या देशापुढचा मार्ग आहे, हे माझ्या मनावर कुणी बिंबवलं असेल तर नीस स्टेशनवर मला कोंडून घालणाऱ्या आणि नंतर मालगाडीच्या घाणेरड्या कुबट डब्यात ढकलून देणाऱ्या त्या बल्गेरियन गार्डने! एरवी माझ्यातला चिवट कम्युनिस्ट असा सहजासहजी मरता ना!'

अशी ही, समाजाच्या कल्याणाचा ऊरबडवा आक्रोश करणारी आणि माणसाची किंमत शून्यावर आणणारी डावी विचारसरणी! मूर्तींनी तिचा जो साक्षात अनुभव घेतला, तो ऐकून खरं तर कुणाही कम्युनिस्टाचं हृदयपरिवर्तन व्हायला हवं! ज्यांचं होणार नाही त्यांना मूर्तींसारखंच चार दिवस अन्नपाण्यावाचून अंधाऱ्या कोठडीत डांबून ठेवायला हवं!

यातला उपरोधाचा भाग सोडा, पण मूर्तींची कहाणी इथेच संपत नाही. त्यांनी स्वतः साम्यवादाला/समाजवादाला तिलांजली तर दिलीच पण 'असलेली गरिबी समान वाटायची नसते, तर प्रथम संपत्ती निर्माण करायची असते' याचा एक झळझळीत आदर्शच घालून दिला.

प्रारंभी अगदी 'कट्टर कम्युनिस्ट' असलेले मूर्ती *'कम्पॅशनेट कॅपिटॅलिस्ट'* झाले आणि देशाच्या औद्योगिक विश्वात त्यांनी अभूतपूर्व असं योगदान दिलं – 'इन्फोसिस'च्या रूपानं. तो तर स्वतंत्र भारताचा 'मानदंड'च म्हणावा लागेल! कशी उभी राहिली इन्फोसिस?

आजच्या काळात ज्ञान हेच भांडवल असतं, यावर विश्वास असणाऱ्या मूर्तींनी आपल्या पत्नीकडून सुधा मूर्तींकडून (त्यांनी फडताळात साठवून ठेवलेले.) फक्त दहा हजार रुपये घेतले. तेवढ्या भांडवलावर, सहा मध्यमवर्गीय तरुण मित्रांसह (आपापल्या नोकऱ्या सोडून) छोट्याशा फ्लॅटमध्ये 'इन्फोसिस'ची स्थापना केली आणि... 'इन्फोसिस'नं अक्षरशः इतिहास घडवला... इतिहासालाच एक मोलाचा धडाही घालून दिला. १९८१ ते १९९२ या पहिल्या दहा वर्षांतच 'इन्फोसिस' चा टर्नओव्हर १६ लाख डॉलर्सवर पोहोचला. पण त्याहीपेक्षा महत्त्वाचं म्हणजे, अर्थव्यवस्था खुली झाल्यानंतर १९९२ ते २००६ या काळात 'इन्फोसिस'नं १६ लाख डॉलर्सवरून थेट २ अब्ज १५ लाख डॉलर्सवर झेप घेतली. आज तर हा आकडा आठ अब्ज डॉलर्सवर पोहोचला आहे. हे समाजवादी/साम्यवादी राजवटीत शक्य झालं असतं का? आता तुम्हीच सांगा – सरकारी नियंत्रणं हवीत/समाजवाद हवा की खुली अर्थव्यवस्था हवी? दुसरं काय उत्तर असू शकतं या प्रश्नाचं?

पण हे सारं घडलं ते नंतर. त्या वेळी मात्र खुल्या व्यवस्थेचं स्वागत तर सोडाच, तिला विरोधच होत होता. देशाच्या विकासासाठी अपरिहार्य असलेल्या या खुल्या व्यवस्थेला विरोध होत होता. त्या मागची खरी गोम वेगळीच होती. मी ती नेमकी ओळखली होती. आपल्या देशातले सरकारीकरणाचे वर्षानुवर्षे आवळत राहिलेले पाश एकाएकी तुटणं अवघड होतं. चाळीस वर्षं सतत चाललेली सर्व क्षेत्रं मुख्यतः सरकारी नियंत्रणाखाली ठेवणारी तथाकथित समाजवादी यंत्रणाच सरकारी नेतृत्वालाही मानवणारी होती. या यंत्रणेतच राजकीय नेते, नोकरशहा व बडे उद्योजक यांचे हितसंबंध सुरक्षित होते. आंतरराष्ट्रीय दडपणापुढे सरकारला मान तुकवावी लागली तरी हे सारे 'छुपे रूस्तम' खऱ्या खुलेपणाच्या विरोधातच होते. काही मोजक्याच 'स्पष्ट वक्त्यां'चा अपवाद सोडला तर बहुतेक राजकीय नेते, विचारवंत, पत्रकार... खुलेपणाच्या, जागतिकीकरणाच्या बाजूनं ठामपणे बोलायला कचरत होते. हे सगळं पाहिलं आणि मी ठरवलं – मी मात्र बोलणार! अगदी ठामपणे बोलणार! मी राजकारणी नव्हतो, विचारवंत नव्हतो, पण एक तर निश्चित मी जराही कचरणारा नव्हतो. माझ्या 'फंडाज् क्लिअर' होत्या. 'अपडेट' या आमच्या न्यूजलेटरच्या 'संपादकीय'मधून माझे विचार मी अगदी धारदार शैलीत मांडत होतोच. पण त्याखेरीज माझ्याकडे एक 'अमोघ' अस्त्रही होतं – वक्तृत्वाचं!

हीच तर काळाची हाक होती. माझ्यासाठी, हीच तर संधी होती. पंडित नेहरूंच्या ज्या भाबड्या समाजवादाबद्दल मी साशंक होतो, त्याच समाजवादाशी चार हात करण्यासाठी –

ज्या उद्योजकतेचा मी निस्सीम चाहता होतो, त्या उद्योजकतेचा जयघोष करण्यासाठी — पुण्याच्या उद्योगविश्वाचं वैचारिक नेतृत्व करण्यासाठी मैदानात उतरण्याची योग्य वेळ आली होती. मी आता थांबूच शकत नव्हतो. 'चेंबर ऑफ कॉमर्स'तर्फे देशातल्या बदलत्या परिस्थितीसंदर्भात 'उद्योजक मेळावा' आयोजित केला जाणार होता. मी प्रस्ताव ठेवला — मी मेळाव्यात बोलू इच्छितो. खुल्या व्यवस्थेला खुला पाठिंबा देणारं पुण्यातलं पहिलं जाहीर भाषण मी करू इच्छितो! (ते ऐतिहासिक ठरणार याची तर मनोमन खात्रीच होती.)

'चेंबर'नं ती कल्पना उचलून धरली, एवढंच नव्हे 'उद्योजक मेळाव्या'ऐवजी खुली जाहीर सभा घ्यायचं ठरवलं. 'उद्योजकच कशाला, सर्वांसाठी खुलं ठेवू या... बँकवाले येऊ देत, शासकीय अधिकारी येऊ देत, तरुण येऊ देत, माध्यमांचे प्रतिनिधी येऊ देत, पहिलंच भाषण जोरदार झालं पाहिजे!'

मी तर काय एका पायावर तयार होतो! एकच अडचण होती. कुठलंच सभागृह पुरं पडणार नव्हतं. अखेर आमच्या कॉलेजच्या ग्राऊंडवर स्टेज उभारून 'खुल्या' मैदानावर सभा घ्यायचं ठरलं.

विषय जाहीर केला गेला —

'खुल जा सिमसिम... अर्थात खुल्या मनानं, खुल्या व्यवस्थेकडे'
वक्ते – 'उद्योगमित्र' श्री. कमलेश कोठुरकर!
खुली व्यवस्था, खुली मनं... खुलं सभागृह!

खास पत्रकार परिषद घेतल्यानं सर्व वृत्तपत्रात वार्ता झळकली. जागोजागी बॅनर्सही लावले गेले. उद्योगविश्वाला आता माझं नाव परिचयाचं झालं होतंच, पण अन्य क्षेत्रातली मंडळीही कुतूहलानं विचार करू लागली, 'कोण हे कमलेश कोठुरकर?'

वातावरण तर जबरदस्त तयार झालं. सभेच्या वेळी साम्यवाद्यांनी गोंधळ घालू नये यासाठी पोलिसांनाही कल्पना दिली गेली. राजकीय वर्तुळात तर हलकीशी खळबळच. त्या काळात पुण्यात वजनदार असे दोन राजकीय नेते होते — एक दादा, दुसरे भाऊ! तसा दोघांचाही चांगलाच दबदबा होता, पण दादा म्हणजे फारच बडे प्रस्थ होतं. दिल्लीला असले तरी त्यांनी तिकडे मान हलवल्याखेरीज पुण्यात पान हलायचं नाही. सांस्कृतिक समितीचे अध्यक्ष दादाच. कार्यक्रम कुठलाही असो दादा पुण्यात असतील तर त्यांच्यासाठी व्यासपीठावर खुर्ची ठेवायची, हा दंडकच होता.

दादांच्या पीएचा फोन आला मला. 'दादा, तुमच्या व्याख्यानासाठी येताहेत.'

'फारच छान, त्यांचं स्वागतच आहे,' मी म्हटलं.

'अध्यक्ष म्हणून त्यांचं नाव जाहीर करा...' पलीकडून आदेश.

'पण, आता सर्व प्रसिद्धी झालीय!' माझी मजबुरी.

'होऊ दे ना... सभेच्या दिवशी पेपरला जाहिरात सोडा.'

'पण हा धोरणात्मक निर्णय आहे.'

'म्हणजे?' तिकडून त्रासिक स्वरात.

'मी फक्त वक्ता आहे, आयोजक नाहीय.'

पीएला जाणवलं, हा माणूस तसा ऐकणार नाही, सोनारानंच कान टोचायला हवेत.

'तुम्ही दादांशीच बोला!' त्यानं म्हटलं.

मग फोनवर स्वतः 'दादा'च.

'नमस्कार...' अर्थातच भारदस्त आवाजात.

'नमस्कार दादा.' मी शक्य तितक्या नम्र स्वरात.

'तुम्ही योग्य वेळ आणि योग्य विषय निवडला आहे. उद्योजकांचं, लोकांचं प्रबोधन करायलाच हवं.'

'धन्यवाद दादा!'

'मीही तुमच्यासोबत आहे. शेवटी हा राजकीय निर्णय आहे. म्हणूनच माझ्या उपस्थितीमुळे कार्यक्रमाला एक अधिकृत स्वरूप येईल.'

मी पुन्हा तेच कारण पुढे केलं, 'मी फक्त वक्ता आहे, दादा. चेंबरच्या अध्यक्षांशी बोलावं लागेल.'

'ठीक आहे ना, बोला तुम्ही, माझं नाव सांगा, म्हणजे झालं.'

'साहेब, खरं सांगू?'

'हां बोला.'

'तुम्ही स्वतःच बोललात तर बरं होईल. शेवटी मी सांगणं आणि तुम्ही बोलणं यात फरक आहे.'

(म्हणजे असं, मी फक्त निरोप देऊ शकतो, तुम्ही सरळ दमातच घेऊ शकता.)

मुद्दा तर रास्त होताच.

'ठीक आहे, मी बोलतो. पण कोठुरकर...'

'हां, दादा...'

'तुम्ही नवखे आहेत म्हणून सांगून ठेवतो, कधीही काही मदत लागली तर संकोच करू नका, मी आहेच हे लक्षात ठेवा.'

खरं तर माझ्यासाठी तो वेगळाच इशारा होता, 'कोठुरकर, पुण्यात मला डावलून काही कराल तर तोंडघशी पडाल, लक्षात ठेवा.'

मी 'होय दादा, धन्यवाद' म्हणून फोन ठेवून दिला. त्यांचा इशारा तर नेमका पोचला होताच माझ्यापर्यंत! त्यांनी नंतर 'चेंबर'लाही फोन लावला, पण चेंबरच्या अध्यक्षांनी

'चेंबर'च्या कार्यक्रमात फक्त मंत्रीमहोदयच व्यासपीठावर असू शकतात, हे धोरण पुढे केलं.

दादांचा नाईलाज झाला. त्यांनी स्वतःशी बहुधा, 'थांबा, मी मंत्री झालो की बघतोच तुमच्याकडे' म्हटलं असावं.

मी जे काही बोलणार होतो ते 'दादां'ना व्यासपीठावर बसून ऐकणं नक्कीच जड गेलं असतं. समोर श्रोत्यांत बसून ऐकणं त्यांच्या प्रतिष्ठेला शोभणार नव्हतं. एका संभाव्य पेचातून सुटकाच झाली माझी.

अखेर तो दिवस उजाडला. मैदानावर लोटलेल्या अलोट जनसमुदायासमोरचं पुण्यातलं जाहीर असं माझं पहिलंच भाषण. आत्मविश्वास होताच पण ऊरात हलकीशी धडधडही होती. शाळेतलं माझं ते पहिलंवहिलं भाषण आठवत होतं. मी स्वतः 'लोकशाही' आदर्श मानणारा असूनही ती कशी आदर्श राज्यपद्धती नव्हे, हे मी केवळ वक्तृत्वाच्या जोरावर मुलांना पटवून दिलं होतं. आजचं आव्हान तसं सोपं होतं. ज्या खुल्या व्यवस्थेचा मी स्वतः खंदा पुरस्कर्ता होतो, तीच कशी आदर्श आहे, हे श्रोत्यांना ठणकावून सांगायचं होतं.

कॉलेजमधला तो 'वैचारिक जागर'ही मनात जागता होता. त्या वयातच मनीमानसी कळलेले अनेक विचारवंतांचे विचार, आजही कानामनात घुमत होतेच. इथे मी 'असं जबरदस्त भाषण केलं त्या दिवशी की मी सभा जिंकलीच' असं लिहूनही पुढे जाऊ शकतो; पण मी तसं करणार नाहीये. 'सभा कशी जिंकायची असते...' याचं प्रात्यक्षिकही तुम्हांला द्यायचं आहे. त्यातून हे तर ऐतिहासिक ठरलेलं माझं भाषण आहे.

सभा सुरू होण्याची वाट पाहत मी थांबलो होतो. तेवढ्यात एका इन्स्पेक्टरांनी मला किंचित बाजूला घेतलं. मी थोडा चमकलोच. पण त्यांनी म्हटलं, 'आमची काही माणसं साध्या वेषात जागोजागी पेरलेली आहेत. सभेत कुणी गडबड करायचा प्रयत्न केला तर त्यांना तत्काळ उचललं जाईल. तुम्ही अजिबात काळजी करू नका. बिनधास्त बोला!'

माझ्या अंगी दहा हत्तींचं बळ संचारलं. त्याच आवेशात मी मंचावर गेलो. खुल्या मैदानातला एवढा अफाट समुदाय... पण केवढी विलक्षण शांतता. माझ्या अंगभर रोमांच उभे राहिले. मी बोलू लागलो आणि नकळत स्वतःच भारावून गेलो. असं वाटत होतं, जणू अवघ्या आसमंतातून शब्द फुटत आहेत आणि तेच माझ्या तोंडून उमटताहेत.

> 'माझ्या उद्योजक मित्रांनो अणि उद्योजकतेच्या तमाम चाहत्यांनो, आपला देशच नव्हे तर अवघं जग आज एका अभूतपूर्व परिस्थितीचा सामना करतं आहे. एका नव्या वळणावर उभं आहे. या पुढचं मार्गक्रमण करण्याअगोदर गरज आहे ती

मागे वळून पाहण्याची. इतिहासानं दिलेले धडे जाणून घेण्याची. ते धडे आपण शिकलो तरच, पुढची वाटचाल जाणतेपणानं, डोळसपणे करू शकणार आहोत. नेमकं काय घडलं आहे?

'विसावं शतक आता संपत आलं आहे. या विसाव्या शतकात जगभर अनेक उलथापालथी झाल्या. अमानुष असा नरसंहार करणारी दोन महायुद्धं झाली. अणुबॉंबसारखी विध्वंसक शक्ती अवतरली. मात्र याहीपेक्षा भयंकर घटना वैचारिक पातळीवर घडल्या. होय, व्यक्तिस्वातंत्र्याची गळचेपी करणाऱ्या साम्यवाद, समाजवाद, नाझीवाद, फॅसिझम या समूहवादी विचारसरण्यांचा उदय याच शतकात झाला. त्याचेही भीषण परिणाम जगाला भोगावे लागले. त्यातही साम्यवादाचा एवढा प्रभाव होता की, तो जणू अंतिम आहे, असा अनेकांचा ठाम समज झाला होता. पण त्या समजाचे आता अक्षरशः वाभाडेच निघाले आहेत. साम्यवादाच्या पायावर उभी असलेली अनेक राष्ट्रं दिवाळखोरीत गेली आहेत. साम्यवाद, समाजवादानं दाखवलेली भरभराटीची, आर्थिक समानतेची सारी मोहक स्वप्नं मोडीत निघाली आहेत. ही सगळी मार्क्समहोदयांची करणी आहे. कार्ल मार्क्स! मित्रहो, शोषितांचा तारणहार, समतेचा मसीहा मानल्या गेलेल्या कार्ल मार्क्सनं अवघ्या जगालाच फार मोठा चकमा दिला आहे. आता हे अगदी स्पष्ट झालं आहे – मार्क्सवादात शास्त्रीय विश्लेषणाचा कितीही आव आणलेला असला, तो कितीही व्यवहारवादी भासला तरी कार्ल मार्क्सनं केलेलं आवाहन बुद्धीला नव्हतं, हृदयाला होतं.

'मार्क्सवादात काव्य होतं, धुक्यातून लाल ताऱ्याकडे जाण्याचं स्वप्न होतं. तरुणांना भारावून टाकणारा एक रोमान्स होता. म्हणूनच असं म्हटलं जातं, चाळिशीच्या आता ज्याला मार्क्स झपाटत नाही, त्याला हृदय नसतं आणि चाळिशीनंतरही ज्याला मार्क्स झपाटून राहतो त्याला डोकं नसतं! मार्क्सवादी मंडळी स्वतःला आधुनिक आणि पुरोगामी समजत राहिली, बुद्धिवादी म्हणून मिरवत राहिली, पण मार्क्सवाद ही प्रत्यक्षात अंधश्रद्धाच होती. तीही बुद्धिवाद्यांची अंधश्रद्धा! म्हणूनच ती अत्यंत घातक होती.

'मार्क्सचा समाजसत्तावाद ही व्यक्तीच्या 'स्व'ला संपवू पाहणारी जगातली सर्वांत बलाढ्य विचारसरणी होती. समता, संपत्तीचं समान वाटप ही कितीही उदात्त संकल्पना वाटली तरी वाटपाआधी निर्मिती तर व्हायला हवी. ती कशी होणार? संपत्तीच्या निर्मितीची प्रेरणा ही मुळात व्यक्तिगतच असते. व्यक्तीच्या प्रगतीतच समाजाची निर्मिती होत असते. समाजसत्तावादानं ही निर्मितीची प्रेरणाच नष्ट केली. मग 'दारिद्र्याचं समान वाटप' हाच पर्याय उरला.

'जगभरातील साम्यवादी सरकारांचा डोलारा कोसळला, तोही अगदी झपाट्यानं कोसळला कारण तो मुळातच पोकळ, अव्यवहार्य होता. मार्क्सची सगळीच भाकितं खोटी ठरली. साऱ्या अर्थव्यवस्था अक्षरशः तोंडघशी पडल्या. मार्क्सनं जिचं गाजर दाखवलं होतं ती शोषितांची सत्ता आली नाहीच, उलट पार्टी नावाची एक राक्षसी सत्ता अवतरली. ती पूर्वीपेक्षाही जास्त शोषण करणारी ठरली. आपल्या देशात काय झालं? स्वातंत्र्यप्राप्तीनंतर आपले लाडके पंतप्रधान जवाहरलाल नेहरू यांनीही देशात समाजवादाला राजमान्यता दिली. अतिशय गाजावाजा करीत पंचवार्षिक योजना सुरू झाल्या. हे विकासाचं समाजवादी मॉडेलच होतं. औद्योगिकरण म्हणजे प्रगती यावर नेहरूंचा ठाम विश्वास होता. ती झपाट्यानं करण्यासाठी शासनानं म्हणजेच सार्वजनिक क्षेत्रानंच पुढाकार घेतला पाहिजे हे नेहरूंच्या समाजवादाचं सूत्र होतं.

'साहजिकच मोठमोठ्या सरकारी उद्योगांत अतोनात गुंतवणूक केली गेली. त्याच वेळी खासगी उद्योगांवर मात्र नियंत्रणं घातली गेली. लायसेन्स-परमिट राज सुरू झालं. यातून झालं काय? झालं भलतंच! मोठ्या भांडवली खर्चांचे सरकारी उद्योग, फायद्याऐवजी प्रचंड तोट्यांचे विक्रम करू लागले. खासगी उद्योगांचे मात्र पंख छाटले गेले. मौज अशी की परमिटधारकानं फारसं उत्पादन केलं नाही तरी चालत होतं, पण परमिटपेक्षा अधिक उत्पादन करणं हा गुन्हा ठरला. नफा हा जणू अपवित्र शब्द ठरला.

'मौज पाहा, सरकारी उद्योगांनी कितीही तोटा केला तरी हरकत नव्हती, खासगी उद्योगांनी अधिक उत्पादन करून नफा कमावला तर तो मात्र गुन्हा! उद्योजकतेचं याहून अधिक विडंबन काय असू शकतं? सर्वांत मोठा प्रश्न होता, प्रचंड तोट्यातले सरकारी उद्योग चालवायचे कसे? मग लादा नागरिकांवर करवाढीचा बोजा. पण तो तरी किती लादणार! उत्पन्नाच्या शंभर टक्के तर कर लादता येत नाही. हरकत नाही, नव्वद टक्के तर लादता येतोय ना! त्यातूनही भागलं नाही तर छापा नोटा, नाही तर परकीयांकडे कर्जासाठी हात पसरा.

मित्रहो, भारत हा कर्ज मागणारा प्रमुख देश आहे. केवढी अभिमानाची गोष्ट आहे. उगाच नाही आपण म्हणत, मेरा भारत महान! आणखी मौज म्हणजे या कर्जबाजारी देशात सरकारी अधिकारी आणि कर्मचारी मात्र फुकटचा पगार मिळवित होते. टाईमपास म्हणून दिवस दिवस फक्त तंबाखू चोळत होते. शिवाय वरचा मलिदा होताच. लायसेन्स परमिटमुळे भ्रष्टाचार बोकाळला होता. अगदी साधी गोष्ट आहे. जेवढी नियंत्रणं जास्त तेवढी खाबूगिरीलाही जास्त संधी! का नाही यांना नियंत्रणं प्यारी असणार!

'सरकारनं जनतेसाठी कल्याणकारी योजनाही राबवल्या, पण योजनांचा लाभ गरीबांच्या तोंडी न जाता शासकीय अधिकाऱ्यांच्या आणि पुढाऱ्यांच्याच खिशात जात राहिला. हा काही माझा बिनबुडाचा आरोप नव्हे. म्या पामर कोण? खुद्द राजीव गांधींनीच म्हटलं होतं, 'सरकार एकाकडून पैसा घेऊन दुसऱ्याला वाटतं. पण हे करताना रुपयातले पंच्याऐंशी पैसे मधल्यामध्ये गडप होतात! पंधरा पैसे गरीबाकडे जातात. तेही लाजेकाजेखातर!' जनाची नसली... ती नसतेच, पण मनाची तर असतेच ना! हे आपलं समाजवादी कल्याणकारी मॉडेल!

'वर्षानुवर्षे आम्ही समाजवादाचा उदोउदो केला. गरीबांच्या कल्याणाचा ऊरबडवा आक्रोशही केला. असा आक्रोश न करणाऱ्या कित्येक देशांतील नागरिकांचं राहणीमान उंचावलं. आम्ही मात्र अजून आक्रोशच करीत आहोत. समाजवादाच्या गप्पांनी राहणीमान वाढत नसतं. त्यासाठी योग्य आर्थिक धोरणं राबवावी लागतात. आपण नेमकी चुकीचीच धोरणं राबवली. स्वातंत्र्यानंतर देशात काही प्रगती झाली नाही का? नक्कीच झाली. पण जी काही प्रगती झाली ती मुख्यतः जागतिक पातळीवर विज्ञान व तंत्रज्ञानानं घेतलेल्या झेपेमुळे! ही प्रगती सरकारी कार्यक्रमांमुळे झाली नसून उलट सरकारचा अडथळा ओलांडून घडलेली आहे. शंतनुराव किर्लोस्करांनी म्हटल्याप्रमाणे *वुई हॅव मेड द प्रोग्रेस, नॉट बिकॉज ऑफ प्लॅनिंग, बट इन्स्पाइट ऑफ द प्लॅनिंग.*'

'मित्रहो, समता ही संकल्पना कितीही मानवतावादी भासली तरी ती न्याय्य असतेच असे नाही. समतेचा दुराग्रह 'क्षमते'वर अन्याय करू लागतो आणि 'स्वातंत्र्या'वरही घाला घालतो. समतेच्या नावाखाली 'काहींना नाही तर कुणालाच नको' ही मूर्खपणाची भूमिकाही घेतली जाते. त्यामुळे प्रगतीच रोखली जाते. वास्तव असं आहे, स्वातंत्र्याच्या पोटात योग्य प्रकारची समता असतेच, समतेच्या पोटात मात्र 'स्वातंत्र्य' मावत नाही!

'स्वातंत्र्याच्या कविकल्पना काही असोत, व्यवहारात स्वातंत्र्य म्हणजे खुली व्यवस्था, खासगीकरण, जागतिकीकरण, उदारीकरण. हे सारं या खुल्या व्यवस्थेत अपरिहार्य आहे. जागतिकीकरणाच्या रेट्यात गरीब भरडले जातात... दारिद्र्यरेषेखाली जगणाऱ्यांना खुल्या व्यवस्थेचं कौतुक काय, हे आजही समाजवाद्यांचे लाडके प्रतिवाद आहेत. त्यामुळेच जागतिकीकरण, उदारीकरणाचा बाऊ केला जातो. पण वस्तुस्थिती अशी आहे की स्वातंत्र्यानंतरच्या इतक्या वर्षांतही भारतात दारिद्र्य कायम राहिलं ते समाजवादामुळेच. देशाला अजूनही दरिद्री ठेवलंय ते 'उद्योजकता' मारणाऱ्या समाजवादी तोंडावळ्याच्या लायसन्स परमिट राजनेच. समाजवादात नोकऱ्यांचंच आकर्षण वाढतं. त्यातही सरकारी

नोकऱ्यांचं! कशी वाढणार उद्योजकता, कशी वाढणार उत्पादकता, कसे निर्माण होणार रोजगार? कशी वाढणार समृद्धी?

'या समाजवादानं साधलं एकच – गरिबी आणि अभावाशी आम्हा भारतीयांचं एक विचित्र नातं जोडून दिलं. गरिबी, अभाव ही आर्थिक व्यवस्था आहे. ती आर्थिक मार्गानेच बदलता येते. या अवस्थेला अकारण मूल्यांचा मुलामा लावून अभावातच समाधान मानण्याची संस्कृती म्हणजे समाजवाद नव्हे! समाजाच्या कल्याणासाठी विषमता घटायला हवी हे शंभर टक्के खरं आहे, पण त्यासाठी प्रथम उद्योगधंद्याची भरभराट व्हायला हवी. जे उद्योग उभे करू शकतात त्यांना स्वातंत्र्य मिळायला हवं, त्यांच्या निर्मितीक्षमतेला वाव मिळायला हवा. व्यक्तीची उद्योजकता चिरडून कोणत्याही देशाचा आर्थिक पाया मजबूत होऊ शकत नाही, हाच इतिहासाचा धडा आहे. तो धडा शिकू या. व्यक्तीहिताच्या संरक्षणातूनच अंतिमतः समाजहित साधलं जाऊ शकतं, या चिरंतन सत्याचा आता तरी प्रामाणिकपणे स्वीकार करू या, भाबड्या समाजवादाला सायोनारा करू या आणि खुल्या मनानं, खुल्या व्यवस्थेचं स्वागत करू या... जय हिंद, जय महाराष्ट्र!'

ओ माय गॉड! ओ माय गॉड!!

काही क्षण तसेच गेले आणि नंतर अक्षरशः घणाघाती टाळ्यांच्या कडकडाटानं आसमंत निनादून गेला. मी कृतज्ञतेनं प्रतिसादाचा स्वीकार करण्यासाठी हात जोडले आणि क्षणभर डोळेही मिटले... याचसाठी केला होता सारा अट्टाहास!

त्या दिवशी तर भाषण गाजलंच, पण नंतरही गाजतच राहिलं. टीव्हीनं जबरदस्त कव्हरेज दिलं. माझी वक्तव्यं पुन्हा पुन्हा झळकत राहिली. दुसऱ्या दिवशीच्या वृत्तपत्रांत तर हेडलाईनच –

'खुल्या मनानं खुल्या व्यवस्थेचं स्वागत करू या'

विराट सभेत कमलेश कोठुरकरांचं आवाहन. माझ्या छबीबरोबरच सभेचीही छायाचित्रे, क्षणचित्रे. अभूतपूर्व प्रतिसाद आणि माझं वक्तृत्व याची आवर्जून दखल घेतलेली. सर्व महत्त्वाच्या मुद्यांसह भाषणाचा सविस्तर वृत्तांत... निःसंशय त्या दिवशी कमलेश कोठुरकर प्रथमच घराघरात पोहोचले.

मग व्याख्यानांचा सिलसिला सुरूच झाला. औद्योगिक कंपन्या, व्याख्यानमाला, विविध मेळावे, कॉलेजेसमध्ये – खुली व्यवस्था, जागतिकीकरण, आधुनिक तंत्रज्ञानाचे आव्हान, उद्योजकता – अशा विविध विषयांवरची व्याख्यानं देऊ लागलो. अर्थात मला फक्त भाषणं ठोकून थांबायचं नव्हतं. मला कृती हवी होती, प्रगती हवी होती.

त्याचसाठी विविध उद्योगांच्या प्रतिनिधींसह मी सुरू केलं अनोखं असं 'प्रगती अभियान'.

खुल्या विचारांचा जागर करण्यासाठी,
शासकीय पातळीवर त्यांचा पाठपुरावा करण्यासाठी,
आर्थिक सुधारणांचा अधिकाधिक लाभ घेण्यासाठी,
नव्या तंत्रज्ञानाचं स्वागत करण्यासाठी,
प्रशिक्षण आणि परस्पर सहकार्यासाठी!

हा होता एक आगळावेगळा विचार व कृती मंच. मात्र हे फक्त 'व्यासपीठ' नव्हतं, हे अभियान होतं. ही एक अभिनव चळवळ होती. संघर्षापेक्षा रचनेवर भर देणारी, समतेपेक्षा समृद्धीची कास धरणारी. असं 'अभियान' सुरू करणारं पुणे हे पहिलंच शहर ठरलं. देशपातळीवरही त्याची विशेष दखल घेण्यात आली. या निमित्तानं पुण्यात एक नवं पर्वच अवतरलं. आजही मी अभिमानानं म्हणून शकतो – या नव्या पर्वाचा अध्वर्यू होतो अर्थातच मी, कमलेश कोठुरकर.

■ ■ ■

प्रकरण : सात

काही व्यक्ती तुमच्या आयुष्यात येतात आणि आयुष्याला हलकेच काही 'वळण' देऊन जातात. माझ्याबाबतीत बोलायचं तर पहिले अर्थातच नाईक सर. त्यांनीच माझ्या करिअरला नेमकी दिशा दिली. ते भेटले नसते तर, छे... हा विचारच करू शकत नाही मी. त्यांच्या नेहमीच ऋणात राहीन मी!

दुसरी, प्रिय वैशाली. ती आली आणि तिनंच मला प्रेमाचं भान दिलं. कधी कधी असं वाटतं ती भेटली नसती तर मी 'वर्कोहोलिक' झालो असतो कदाचित आणि आयुष्यातल्या सर्वांत उत्कट, सुंदर भावनेला मुकलो असतो.

तिसरी व्यक्ती म्हणजे चिमुरडी दिशा. मौज अशी, तिनं जो काही बदल घडवला माझ्यात, तो तिच्या (आणि माझ्याही) नकळत! ती आली आणि कळलंही नाही, मी कसा आणि किती बदलत गेलो.

कसं सांगू मी? काय काय सांगू?

आजवर मी कमलेश कोठुरकर होतो. नाईक सरांनी प्रोत्साहन दिलं, वाढवलं ते 'कमलेश कोठुरकर'लाच. वैशालीही 'कमलेश कोठुरकर'च्याच प्रेमात होती. मी स्वतः तर काय होतोच होतो. 'मी, कमलेश कोठुरकर' असं म्हणताना स्वरात अभिमान कसा दाटलेला असायचा. पण... 'बाबा' झालो आणि 'कमलेश कोठुरकर' 'बॅक-सीट'ला गेला! याहून अधिक मोठा 'बदल' कोणता असू शकतो? हे असं काही वळण घेईल आयुष्यात... याचा तर विचारही केला नव्हता. कसा करणार? आजवर फक्त मला स्वतःला 'मोठं' व्हायचं होतं, तोच खरा ध्यास होता माझा. पण आता एका चिमण्या जिवाला मोठं करायचं होतं. मला हेही कळून चुकलं – तुम्ही 'मोठं' असण्याचा आणि 'बाबा' होण्याचा काही संबंध नसतो. किंबहुना 'बाबा' होण्यासाठी तुम्हांला अनेकदा मोठं असूनही 'लहानं'च व्हावं लागतं! म्हणूनच... इथून

पुढचा माझा प्रवास 'मोठं' होण्याचा आहे तसाच 'बाबा' होण्याचाही आहे, प्रतिष्ठित होण्याचा आहे तसाच 'पालक' होण्याचाही आहे. तोही सांगायलाच हवा, अन्यथा हे आत्मकथन अधुरं राहील... सर्वार्थानं! नेमकं हेच तर तुमच्याशी 'शेअर' करायचं आहे. आजवर कुठे सांगू शकलो नव्हतो, तेच तर सांगायचं आहे. माझ्या सारखेच 'मोठं' होण्याच्या महत्त्वाकांक्षेने जे झपाटलेले असतील, त्यांनी हे वाचायलाच हवं. अगदी शेवटपर्यंत, शेवटच्या ओळीपर्यंत वाचायला हवं!

प्रारंभी तर वैशाली माहेरीच होती. दोघींना भेटण्यासाठी रोजच माझी फेरी असायची. उशीर झालेला असला, थकलो असलो तरी भेटल्याविना जीव राहायचा नाही. हळूहळू दिशा मलाही ओळखू लागली होती. जवळ गेलो की तिचे डोळे लकाकत. चिमुकल्या मुठीत माझं बोट धरून ती अशा काही टक्क डोळ्यांनी बघत राहायची की माझा सगळा शीण नाहीसाच व्हायचा. रोजच भेटायचो मी, तरी रोजचा आनंद जणू 'नवा' असायचा. आजचा आनंद हा 'कालचा' नसायचा. काही वेगळाच असायचा. आयुष्यात हे असं काही मी प्रथमच अनुभवत होतो. अर्थात आनंद होता तशीच जबाबदारीही होतीच. सगळी जबाबदारी फक्त वैशालीची थोडीच होती? तिची बिचारीची धांदल मी रोजच बघत होतो. आईपण निभावणं हे स्त्रीसाठी तसं नैसर्गिक असलं तरी ते सोपं नक्कीच नसतं.

गर्भारपण, बाळाचा जन्म, त्यानंतरचं त्याचं संगोपन... प्रत्येक आईसाठी हा एक विलक्षण अनुभव असतो. तिला अंतर्बाह्य प्रभावित करणारा. तिचं भावविश्व ढवळून टाकणारा. मुख्य म्हणजे तिच्याकडून प्रचंड गुंतवणुकीची मागणी करणारा, कितीही आयाबाया दिमतीला असल्या तरी आईला आपलं 'आईपण' पूर्णतः निभवावंच लागतं.

'तुला सांगू कमलेश,' वैशाली म्हणायची, 'एकदा आई झालं की तुमचा प्रत्येक प्रश्न हा बाळाशी निगडित होतो. प्रत्येक गोष्टीचा विचार, बाळाच्या अनुषंगानंच करावा लागतो. त्याला आपण क्षणभरही विसरू शकत नाही.'

सगळं बघतच होतो मी आणि काहीसा अस्वस्थही होत होतो. दिशाला वाढवण्यात मलाही वैशालीची साथ द्यायची होती. आजवर स्वतःला मी 'कमलेश कोठुरकर' म्हणून घडवलं होतं. आता मात्र मला 'पालक' म्हणून घडायचं होतं. अर्थात फक्त मलाच नव्हे, मला आणि वैशालीला — आम्हां दोघांनाही! आमचे डॉक्टर स्वतः बालसंगोपनशास्त्रात अगदी निष्णात होते.

आम्हांला 'पालकत्वा'चे प्राथमिक धडे दिले ते त्यांनीच. बाप रे! किती अनभिज्ञ होतो आम्ही, किती चुकीचे समज, किती चुकीच्या कल्पना. सगळं नव्यानंच शिकावं लागलं. मुळात पालक 'असणं' वेगळं आणि पालक 'होणं' वेगळं. पालक

होणं हे एक 'घडणं'च असतं आणि ते सोपं नक्कीच नसतं. तुम्हांला तुमचं वागणं-बोलणं बदलावं लागतं, कमालीचा संयम ठेवावा लागतो, काही हट्ट सोडावे लागतात, सवयी बदलाव्या लागतात, नेहमीच्या वेळा बदलाव्या लागतात – तशा छोट्या छोट्याच गोष्टी असतात, पण त्यातूनच तुम्ही फक्त 'पालक' म्हणून नव्हे तर 'माणूस' म्हणूनही घडत असता. मौज म्हणजे हे सगळं एक चिमुकला निरागस जीव घडवून आणत असतो. एक तर निश्चित, पालकत्व ही जाता जाता जमणारी गोष्ट नव्हे की जाता जाता निभावता येणारी गोष्ट नव्हे.

'एक लक्षात ठेवा,' डॉक्टरांनी प्रारंभीच बजावलं, 'मुलांना पालकांचा थोडाथोडका नव्हे तर भरपूर वेळ हवा असतो. भरपूर लक्ष, भरपूर प्रेम हवं असतं. काही पालक 'क्वालिटी टाईम'च्या पर्यायानं त्याची भरपाई करू पाहतात, पण तशी ती होत नसते. हा पर्याय म्हणजे योग्य, पुरेशा आहाराऐवजी व्हिटॅमिन्सच्या गोळ्या देण्यासारखं आहे.'

ते ऐकलं आणि माझ्यातला 'बाबा' एकदम उसळलाच. 'डॉक्टर, तसं असेल तर मी हवा तेवढा वेळ द्यायला तयार आहे. स्वतःला 'पितृत्वाची रजा' मंजूर करतो आणि या दोघींच्या दिमतीला राहतो.' डॉक्टर आणि वैशाली दोघांनाही हसूच आलं.

'खरंच, सिरियसली!' मी म्हटलं.

'कोठुरकर, उतावळ्या नवऱ्याबद्दल ऐकून आहे मी, पण उतावळा बाबा प्रथमच बघतोय...'

'डॉक्टर, मी...'

'कोठुरकर, जरा शांत व्हा. तुमच्या भावना समजू शकतो मी, पण या संदर्भातलं 'वास्तव' काय आहे ते तुम्हीही समजून घ्या. मूल वाढवणं ही मुख्यतः आईची जबाबदारी असते. निसर्गानंच ती तशी योजलेली आहे. इतरांना – अगदी बाबांनाही त्या क्षेत्रामध्ये निसर्गतःच फारसा वाव नाहीय.'

ऐकून जरा खट्टूच झालो मी. पण डॉक्टरांनी पुढे म्हटलं, 'कसं आहे कोठुरकर, प्रत्येक मूल हे वेगळं असतं. त्याची स्वतःची अशी काही वैशिष्ट्यं असतात. ती सारी वैशिष्ट्यं फक्त आईच जाणू शकते.'

हे तर पटणारच होतं.

'आणि हेही लक्षात घ्या, त्या वेगळ्या वैशिष्ट्यांचा विकास घडवणं, त्यांना योग्य वळण देणं हेच तर खरं शिक्षण असतं. जे फक्त आईच करू शकते.'

अरे देवा! मी तर (मनातल्या मनात) कपाळालाच हात लावला. मी स्वतः इतकं शिक्षण घेतलं होतं, प्रशिक्षणही दिलं होतं पण 'खरं शिक्षण' काय असतं, ते आज प्रथमच कळत होतं. ही दिशा जन्मतःच आम्हांला कुठले कुठले धडे देणार होती, तीच जाणे!

'आयांना वाटतं आपलं मूल जितकं लवकर शाळेत जाईल तितकं ते शहाणं होईल. पण त्या हे विसरतात की आईच असते बाळाची खरी शिक्षिका!' वैशालीचे तर डोळेच चमकले.

'मी नेमकं काय करायला हवं डॉक्टर?' तिनं विचारलं.

'एक लक्षात ठेव, बाळाच्या बुद्धीसाठी पहिली सहा वर्षं खूप महत्त्वाची असतात. या काळात ते काय ऐकतं, काय पाहतं... स्पर्श, गंध, स्वाद यातून त्याला किती समजू दिलं जातं... त्यासाठी पालकांकडून विशेषतः आईकडूनच जाणीवपूर्वक किती प्रयत्न केले जातात, यातूनच त्याची बुद्धी वाढत असते. ही वाढ महत्त्वाची असते, कारण त्यावरच त्याच्या पुढच्या विकासाचा, प्रगतीचा पाया घातला जातो.'

हे ऐकलं आणि पुढच्याच क्षणी वैशाली उद्गारली, 'डॉक्टर, मी तुम्हांला शब्द देते – दिशा सहा वर्षांची होईपर्यंत मी घरीच राहीन. माझी पुढची सहा वर्षं फक्त तिच्यासाठीच असतील.'

'फारच छान!' डॉक्टरांनी म्हटलं, 'फक्त अधूनमधून कमलेशसाठीही थोडा वेळ देत जा म्हणजे झालं!'

हे सगळं झालं तरी मी अस्वस्थच होतो. या सहा वर्षांत 'बाबा' म्हणून मी नेमकं काय करायचं कळत नव्हतं. मुलांना बाबा नकोच असतात का काय? मी विचारलं तसं डॉक्टरांनी हळूच म्हटलं, 'मुलांना बाबाही हवे असतातच, का सांगू?'

'का?'

'ते आई सारखे नसतात म्हणून! हवेत उडवून झेलत, दंगामस्ती करतात, कधी कधी तर कुस्तीही करतात. आईला अजिबात पटत नाही असं सगळं करतात. तीच तर मुलांसाठी 'गंमत' असते. आईच्या काळजी घेण्यातला आणि बाबांच्या धमाल करण्यातला फरक अगदी छोट्या वयापासूनच कळत असतो त्यांना.'

'हे मात्र खरंय,' मी म्हटलं, 'बाबा हेच सगळं करायचे माझ्याशी.'

'एक्झॅक्टली. शिवाय बाबांबरोबर मुलं बाहेरचं जग धिटाईनं पाहू शकतात. बाबा इतर मोठ्या माणसांशी कसं बोलतात, इकडे त्यांचं लक्ष असतं. त्यातूनच ती 'सोशल स्किल्स' शिकत असतात.'

क्या बात है! ऐकून खूशच झालो मी. दिशाबरोबर मी फक्त धमाल करायची होती. माझ्याकडूनच ती 'सोशल स्किल्स' ही शिकणार होती!

'म्हणूनच आईनं मुलांना आवर्जून बाबांबरोबर काही वेळ का होईना सोडलं पाहिजे.' डॉक्टर म्हणाले.

'अगदी आनंदानं!' वैशालीनं म्हटलं.

'आणि बाबांनीही मुलांसाठी वेळ काढला पाहिजे!'

'अगदीच आनंदानं!' मीही म्हटलं.

मला चटकन आठवलं. अनेक उद्योजकांची चरित्रं वाचली होती मी, त्यात जे. आर. डी. टाटांचंही चरित्र होतं. वडिलांविषयी लिहिताना त्यांनी म्हटलं होतं, 'माझ्या बाबांनी मला सर्वांत उपयुक्त देणं दिलं ते म्हणजे त्यांचा वेळ. माझ्यासाठी त्यांना नेहमी सवड असायची!'

'भारतरत्न' ठरलेल्या एका महान उद्योजकाचे हे उद्‌गार नक्कीच खूप काही सांगून जातात. सगळ्या शंका फिटल्याच माझ्या. 'दिशा बेटी,' मी मनोमन म्हटलं, 'तुझ्यासाठी तुझ्या बाबांकडे नेहमीच सवड असेल, आय प्रॉमिस...'

पालकत्व ही मोठी 'जबाबदारी' असते खरी, पण ती तुम्ही आनंदानंच निभवायची असते. दिशा आली आणि तिनं माझं नातं जोडलं ते निखळ आनंदाशी! तशी तर ती स्वतः सतत कशा ना कशात रमलेली असायची; पण आश्चर्य म्हणजे अगदी सानुल्या वयातही तिला संगीताची ओढ असल्याचं आम्हांला जाणवलं. वैशाली घरीच असल्यानं नेहमीच गाण्यांच्या कॅसेट्स लावत असे. 'ओळखीचं गाणं' लागलं की दिशाचा चिमुकला चेहरा फुलायचा. डोळे आनंदाने लकाकायचे. हळूहळू तर ती हात, पाय हलवून 'दाद'ही देऊ लागली होती. तालाचं ज्ञान जणू तिला उपजतच होतं.

तिला 'बालवाडी'त पाठवायचं नाही, असं आम्ही ठरवलं होतं. पण प्रज्ञा मराठे या वैशालीच्या मैत्रिणीनं बालवाडी सुरू केली तसं पहिलं नाव आम्ही दिशाचं नोंदवलं. कारण 'बालवाडी ही अभ्यासासाठी नसते, आनंदासाठी असते' हाच प्रज्ञाचा 'फंडा' होता. तिथे तर काय फक्त गाणं बजावणं आणि नाचणं. सगळे खेळही मजेशीर, गाण्यावर बसवलेले. दिशा कमालीची रमली.

प्रज्ञानं दिशाची 'सांगितिक बुद्धिमत्ता' हेरली आणि ती जोपासलीही. तिला गाणं, नाचणं दोन्ही शिकवलं. दिशा स्वतःच बडबडगीतं रचून गाऊ लागली. दिशाच्या निमित्तानं कित्येक वर्षांनी मी पेन्सिल आणि ब्रश हातात घेतला. दिशाबरोबर असंख्य, अगणित चित्रं काढली. करिअरसाठी मी ज्या आनंदाशी वर्षानुवर्षे फारकत घेतली होती, त्या आनंदाशी जणू नव्यानं ओळख झाली, तीही दिशामुळेच.

मी काढलेली चित्रं बघून ती प्रचंड खूश व्हायची, टाळ्या पिटायची. आल्यागेल्यांनाच काय, शेजाऱ्यांना नेऊन दाखवायची. प्रत्येक वेळी 'माझ्या बाबांनी काढलंय,' हे तितक्याच अभिमानानं सांगायची. हळूहळू तीही शिकली चित्रं काढायला. तिथेही तिची रंगसंगतीची समज पाहून मी चक्रावलोच.

तिची अशी तालसुरांशी अन् रंगरेषांशी दोस्ती होत असतानाच, मी भरपूर मस्तीही करायचो तिच्याशी. तसा तर डॉक्टरांनीच खुला परवाना दिलेला, पण खरं सांगायचं तर त्या निमित्तानं माझीच हौस भागवून घेत होतो मी! दिशानं इथेही एक मोलाचा धडा दिला मला. शाळकरी वयापासून मी मोठं होण्याचा संकल्प केला होता. स्वतःला त्या ध्यासानंच घडवत आलो होतो. पण 'पालक' झालो तसं ध्यानात आलं – मुलांना त्यांच्या आंतरिक

ऊर्मीनं फुलू द्यायचं असतं. त्यांना मोठं करण्याच्या नादात त्यांचं मूलपण हरवू द्यायचं नसतं!

मुलांना मुळात शिकवायचं नसतंच, त्यांचं तीच शिकत असतात – आपण त्यांना फक्त शिकू द्यायचं असतं. नेमकं तेच केलं आम्ही आणि दिशा शिकत गेली. मोठी, शहाणी, हुशार होत गेली.

आमचं पालकत्व आम्ही असं भरभरून अनुभवत असतानाच अचानक... नगरसेवक धनंजय तोरणे आले. पुन्हा एकदा महापालिकेतर्फे आमच्या सत्काराचा प्रस्ताव घेऊन. तोरणे हे नेहमीच काही नवे नवे प्रस्ताव मांडत असत आणि ते सामाजिकदृष्ट्या महत्त्वाचे असल्यामुळे संमतही होत असत.

आमचं भाग्य असं की प्रत्येक वेळी आमचीच पहिली वर्णी लागत असे. यावेळेस तोरणेंनी प्रस्ताव दिला होता तो एकच कन्यारत्न असणाऱ्या, म्हणजे एकाच मुलीनंतर थांबण्याचा जाणीवपूर्वक निर्णय घेणाऱ्या पालकांचा सत्कार करण्याचा.

'पाच पालकांचा आम्ही प्रातिनिधिक सत्कार करणार आहोत,' तोरणे म्हणाले, 'त्यातले पहिले तुम्हीच असाल.'

आम्ही दोघेही काहीसे विचारात पडलो. प्रस्तावामागची भूमिका आम्हांला पूर्णतः मान्य होती तरीही आम्ही त्यासाठी खरोखरच पात्र आहोत का याबद्दल मनात संदेह होता. निर्णय पूर्णतः आमचा होता की त्याला परिस्थितीही कारणीभूत होती? तोरणेंना आम्ही आमच्या ट्रीटमेन्टबद्दल कल्पना दिली. मुळातच दिशाचा जन्म उशिरा झाल्यामुळे नंतर पुन्हा 'चान्स' घेण्यात अर्थच नव्हता, हेही स्पष्ट केलं. पण तोरणे पूर्ण तयारीनिशी आले होते. वैशालीच्या घरच्यांकडून त्यांनी सगळी माहिती मिळवली होती.

'ट्रीटमेन्ट हा नंतरचा भाग आहे,' त्यांनी म्हटलं, 'त्यापूर्वीच तुम्ही मुलगा होवो की मुलगी, आपल्याला एकच अपत्य असेल असं ठरवलं होतं, बरोबर?'

'हो,' मी म्हटलं.

'म्हणजे तेव्हाच दिशाचा जन्म झाला असला तरी तुम्ही थांबलाच असतात – मुलाचा हट्ट धरला नसता. बरोबर?'

'हो.'

'आणि मला हेही माहितीय, मध्यंतरी तुम्ही दत्तक घेण्याचा विचार करत होतात. तेव्हाही मुलगीच दत्तक घ्यायची, असं ठरवलं होतंत, बरोबर?'

'हो.'

'अर्थ सरळ आहे. ट्रीटमेन्ट घ्यावी लागली, दिशा उशिरा झाली, याचा तुमच्या मूळ निर्णयाशी काही संबंध नाहीय, बरोबर?'

तोरणेंचे सगळेच मुद्दे 'बरोबर'च होते, बिनतोड होते.

'मी तर म्हणेन,' त्यांनी म्हटलं, 'या सत्कारासाठी तुम्हीच सर्वांत पात्र आहात.'

यावर आम्ही काय बोलणार? काही झालं तरी हा सत्कार दिशामुळे होणार होता. दिशाचे पालक म्हणून होणार होता. आम्ही आनंदानं होकार दिला. महापालिकेतर्फे पाच पालकांचा प्रातिनिधिक सत्कार झाला. त्यातही पहिले अर्थातच कोठुरकर. सर्वांच्या मुली पाच-सहा वर्षांच्या होत्या. त्यांनाही भेटवस्तू दिल्या गेल्या.

दुसऱ्या दिवशीच्या वृत्तपत्रांत अर्थातच बातमी – महापालिकेतर्फे एकच कन्यारत्न असणाऱ्या 'आदर्श पालकां'चा सत्कार!

पुन्हा एकदा – तो 'आदर्श' शब्द आपसूकच आला. आंतरजातीय विवाह करणारं 'आदर्श जोडपं' होतो आम्ही, आता 'आदर्श पालक' ही ठरलो होतो!

दिशा एव्हाना पाच वर्षांची झाली होती. तिला बरंच काही कळू लागलं होतं. बरंच म्हणजे खरं तर खूपच... आम्हांला अगदी पदोपदी त्याचा प्रत्यय येत होता. डॉक्टरांनी सुचवल्याप्रमाणे वैशालीनं फक्त दिशासाठी दिलेल्या वर्षांचं तिनं चीज केलं होतं. आता वैशालीला वेध लागले होते कामाचे. आम्ही दोघे त्या संदर्भात विचार करत होतो. वैशालीनं आता कुठेतरी नोकरी करण्यापेक्षा आम्ही दोघांनी मिळूनच काही उपक्रम सुरू करावा, अशी कल्पना होती. आम्ही त्याविषयी बोलत असताना दिशा ऐकत असायची. अर्थात दिशा शाळेत जाऊ लागल्यानंतरच वैशाली बाहेर पडणार होती.

पण अचानक एके दिवशी दिशानंच म्हटलं, 'आई, अग तुला जायचंय ना बाबांबरोबर कामाला? जा तू – मी राहीन एकटी.'

'राहशील तू एकटी? करमेल तुला?'

'हो, नाही तर आजीला बोलवू आपण.'

'ते झालं ग, पण आता मी नको झालेय का तुला, कंटाळलीस का मला?' वैशालीनं गंमतीनं म्हटलं.

'तसं नाही ग. तुलाही बाहेर गेलं की छान वाटेल ना. बाबांनाही मदत होईल. आधी पण जायचीसच ना तू कामाला. म्हणून म्हणतेय मी, समजलं?'

काय बिशाद आम्हांला न समजेल!

खरं सांगू, आपण समजत असतो, आपण मुलांना वाढवतो... पण खरी तीच आपल्याला वाढवत असतात!

तुम्ही 'मोठं' होत असता, ते तुमच्या कार्यातून. म्हणूनच खऱ्या अर्थानं मोठं व्हायचं असेल तर तुमचं कार्य सतत विस्तारत राहायला हवं. हे तर खरंच की तुम्ही जसजसे वर जाता, तसतसं तुमचं क्षितिजही विस्तारत असतंच. माझं कार्यक्षेत्र तसंच तर विस्तारत होतं. दोन

आघाड्यांवर 'लढत' होतोच मी पण मला आता तिसऱ्या आघाडीचेही वेध लागले होते. एकाच वेळी अनेक आघाड्यांवर लढण्याची मला खुमखुमी होतीच, शिवाय तशी क्षमताही. अर्थात माझ्यासाठी सर्वांत महत्त्वाची होती, ती 'एमसीएस'. 'एमसीएस'चा आता तर मी सर्वेसर्वा होतो, पण तिथेही मी अगदी वेगळाच ॲप्रोच ठेवला होता, जो चांगलाच कामी येत होता. असं म्हणतात, *दॅट गव्हर्नमेन्ट इज द बेस्ट, वुइच गव्हर्न्स द लीस्ट!*

चांगलं शासन कोणतं? जे कमीत कमी 'शासन' करतं ते! चांगला 'मॅनेजिंग डायरेक्टर' कोण? अर्थातच जो कमीत कमी 'मॅनेज' करतो. कमीत कमी 'डायरेक्ट' करतो तो. मुळात मी 'मॅनेजर' नव्हतोच. लीडर होतो, नेता होतो आणि डॉ. प्रभुदेसाईंनी तर स्पष्टच बजावलं होतं, खरा नेता हा कायम स्वतःच पुढाकार घेत नसतो, इतरांनाही त्यासाठी उद्युक्त करत असतो! 'एमसीएस'मध्ये मी नेमकं तेच करत होतो. सर्व प्रोजेक्ट मॅनेजर्सना मी आता 'प्रोजेक्ट डायरेक्टर्स' म्हणून पदोन्नती दिली होती. मुख्य म्हणजे सप्रेंची मी एक्झिक्युटिव्ह डायरेक्टर म्हणून नियुक्ती केली होती! थोडक्यात 'प्रोजेक्ट्स डिव्हिजन'ची सर्व धुरा सप्रेंकडे सोपवून मी आता माझ्या आवडत्या 'ट्रबल शूटिंग डिव्हिजन'साठी मोकळा झालो होतो.

होय, आता मी अधिकृत 'ट्रबल शूटर' झालो होतो. क्लाएन्ट्स त्यांच्या कोणत्याही छोट्या-मोठ्या समस्येसंदर्भात आता आमचा सल्ला घेऊ शकत होते. अर्थात त्यासाठीचे 'चार्जेस' देऊन! तुम्हांला हे तर माहितीच आहे – माझ्या पोतडीत असंख्य समस्यांवरचे तोडगे, ट्राईड अँड टेस्टेड फॉर्म्युले तयारच होते. ते सारे आता कामी येत होते. अर्थात काही नव्या समस्याही समोर येत – पण मुळातच 'कल्पनाबहाद्दर' असल्यानं नव्या कल्पनाही सुचत असतच. थोडक्यात माझं 'ट्रबल शूटिंग' अगदी धडाक्यात सुरू होतं. अहोरात्र कष्ट करून, घाम गाळून नव्हे तर मुख्यतः डोकं लढवून यश मिळवायचं, हा तर फंडाच होता आपला. तो आजही कायम होता...

माझी दुसरी आघाडी होती 'प्रगती अभियान'. तिथे मी अर्थातच 'सल्लागार' या भूमिकेत होतो. (तेवढा एकच सल्ला होता, जो दिल्याचे मी पैसे घेत नव्हतो!) 'प्रगती अभियाना'चं कामही जोरात सुरू होतं. खुल्या धोरणामुळे उद्योगांना मुक्त अवकाश मिळाल्यानं ते बहरत होतेच. 'प्रगती अभियान' हे त्यांना हक्काचं व्यासपीठ मिळालं होतं. अनेक प्रश्नांची सातत्यानं चर्चा होत होती. काही प्रश्न मार्गीही लागले होते. एकंदरीतच शासनाच्या नव्या 'उद्योग स्नेही' धोरणामुळे अतिशय उत्साहाचं वातावरण होतं. 'प्रगती' हीच आता 'पॉलिसी' होती.

या दोन्ही आघाड्यांवर यश मिळवत असतानाच, आता मला तिसरी आघाडीही खुणावत होती. तिच्याविषयी मी खास उत्सुक होतो, चांगलाच उत्साहात होतो. कारण त्या आघाडीवर प्रिय वैशाली आता माझी साथ देणार होती. 'मातृत्वाची रजा' संपवून वैशाली

पुन्हा मैदानात उतरणार होती. माझी 'सहधर्मचारिणी' आता माझी 'सहकर्मचारिणी' होणार होती. दोघे मिळून आम्ही 'कॉर्पोरेट विश्वाचं सामाजिक उत्तरदायित्व' ही नवी आघाडी सुरू करणार होतो.

या आघाडीवर नेमकं कसं लढायचं, नवं-वेगळं असं काय करायचं यावर आमची सखोल चर्चा सुरू होती. अर्थात ती आम्हांला रात्रीच करता येत असे. तीही (भरपूर खेळून) दिशा झोपल्यावर. मौज बघा, आम्ही एकमेकांच्या बाहुपाशात असायचो आणि बोलत असायचो – उद्योगांच्या सामाजिक उत्तरदायित्वावर. धन्य, धन्यच... दुसरं काय!

आमच्या त्या कल्पनेला मूर्त स्वरूप येईपर्यंत मी एक छोटा उपक्रम सुरू केलाच (तसाही मी स्वस्थ बसणाऱ्यांतला नव्हतोच). 'कॉर्पोरेट कंपन्यांचं सामाजिक उत्तरदायित्व' ही संकल्पना आता तशी सर्वमान्य झाली होती. पण मनात आलं, फक्त कंपनीचंच उत्तरदायित्व का असावं. त्या कंपनीत काम करणाऱ्या मॅनेजर्स, एक्झिक्युटिव्हजचंही का असू नये? त्यांच्यातही ही उत्तरदायित्वाची बीजं का पेरू नयेत? तरुण वयातच तर ती पेरली जायला हवीत. झगमगती करिअर करीत असतानाच, आपण कंपनीचं आणि समाजाचंही काही देणं लागतो, हे भान त्यांच्यातही का रूजवू नये?

मला स्वतःला तर त्याची निकड खूपच जाणवत होती. मीही प्रारंभी फक्त स्वतःपुरताच विचार करत होतो, विद्यापीठातर्फे काही सामाजिक उपक्रमात सहभागी झालो... त्यानंतर मला ते भान आलं होतं. कुणीतरी द्यावंच लागतं ते. ते आपणच का देऊ नये? माझं तुम्हांला माहितीच आहे, एकदा ठरलं म्हणजे ठरलंच. आता तर उद्योगविश्वात कमलेश कोठुरकर या नावाला काही खास वजन, खरं तर वलयच प्राप्त झालं होतं. मोठमोठ्या कंपन्यांच्या संचालकांशी माझा थेट संवाद होता. महत्त्वाचं म्हणजे गेल्या काही वर्षांत अनेक 'एमबीएज्'ना माझ्या शिफारशींवर चांगल्या कंपनीत जॉब मिळाले होते. या सर्व पार्श्वभूमीवरच मी आयोजित केला एक दिवसाचा 'युवा एक्झिक्युटिव्हज् मेळावा'. जाहीर होताच भरघोस प्रतिसाद. तो तर अपेक्षित होता.

'शंभरी' गाठली तशी आम्ही नोंदणी थांबवली. स्वतंत्र हॉल घेऊनच सगळी व्यवस्था केली. अशा आयोजनात 'एमसीएस'ची तरुण मंडळी आता अगदी तरबेज झाली होती. महत्त्वाचं होतं ते अर्थातच माझं बीजभाषण.

मी निवडलेला विषय होता – 'माझं करिअर, माझं योगदान'. सारेच तरुण कमालीचे उत्सुक होते. काहीतरी वेगळं आणि महत्त्वाचं ऐकायला मिळणार याविषयी सर्वांनाच खात्री होती. माझ्या संदर्भात बोलायचं तर, 'काय साधायचंय' हे मनात अगदी स्पष्ट होतं. शिवाय 'कसं साधायचं?' यासाठीचं आवश्यक कौशल्यही होतं. मला खात्री होती, माझं हे एक भाषणही सर्वांचीच नव्हे, तरी काहीजणांची दृष्टी बदलू शकतं, पर्यायानं त्यांची आयुष्यं बदलू शकतं. तुमच्यासाठीही हे एक प्रात्यक्षिकच ठरावं. विश्वासात कसं घ्यावं, उत्सुकता कशी

निर्माण करावी, धक्कातंत्र कसं वापरावं, ठोस मार्गदर्शनासाठी प्रभावी सूत्रं कशी द्यावीत आणि शेवटी त्यावर कळस कसा चढवावा! माझ्या वक्तृत्वकलेची ही आणखी एक झलक...

'मित्रहो, या पहिल्यावहिल्या युवा एक्झिक्युटिव्हज मेळाव्यात तुम्हा सर्वांचं हार्दिक स्वागत. तुम्ही सारेच टॅलेन्टेड आहात, उच्चशिक्षित आहात, मुख्य म्हणजे ऐन उमेदीत आहात. पंचविशीतच नामांकित कंपन्यांमध्ये ऑफिसर, एक्झिक्युटिव्ह अशा अधिकारपदावर निवडले गेले आहात, नियुक्त झालेला आहात. *अ प्रेस्टिजियस जॉब इन अ रेप्युटेड ऑर्गनायझेशन* हे तुमचं स्वप्न पुरं झालेलं आहे. अर्थात हे तुम्हांला सहजासहजी मिळालेलं नाहीय. या मागे तुमची मेहनत आहे, जिद्द आहे, *कॉम्पिटिटिव्ह स्पिरिट* आहे. म्हणूनच प्रथमतः तुम्हा साऱ्यांचं मी अगदी मनःपूर्वक अभिनंदन करतो... उद्योगविश्वात तुमचं हार्दिक स्वागत करतो.

'पण ते करीत असतानाच एक कळीचा प्रश्नही तुम्हा सर्वांना विचारू इच्छितो, आजच्या तुमच्या प्रतिष्ठित कंपनीतला हा जॉब तुम्ही किती वर्षं करणार आहात? त्याहीपुढे जाऊन थेटच प्रश्न करतो, ही कंपनी, हा जॉब तुम्ही केव्हा सोडणार आहात? मला कल्पना आहे, हा प्रश्न तुम्हांला अगदीच अनपेक्षित असेल. बहुतेकांना तो अगदीच असंबद्ध, अप्रस्तुत असाच वाटेल. मला याचीही कल्पना आहे की तुमच्यापैकी कुणाच्याच मनात असा काही विचारही नसेल. कसा असेल? का असावा? आज तुम्हांला मिळालेला जॉब ही तुमच्यासाठी एक संधी आहे. तिचं सोनं कसं करता येईल, आपलं 'टॅलेन्ट' कसं सिद्ध करता येईल, हाच विचार तुम्ही करीत असाल – तरीही मी तुम्हांला पुढचा विचार करायलाही उद्युक्त करतो आहे.

'मित्रहो, माझा प्रश्न कितीही अप्रस्तुत वाटला तरी तो 'अकारण' नाहीय. त्यामागे एक अतिशय ठोस कारण आहे. कारण असं आहे – अलीकडे अक्षरशः एखादी साथ यावी त्याप्रमाणे तरुण एक्झिक्युटिव्हज् नोकऱ्या बदलत आहेत. परिणामी मोठमोठ्या कंपन्यांचं व्यवस्थापन चिंतेत पडलं आहे. कंपनीच्या कामकाजावर, पर्यायानं कंपनीच्या नियोजनावर आणि अंतिमतः कंपनीच्या प्रगतीवर या 'जॉब हॉपिंग'चा प्रतिकूल परिणाम होतो आहे. नोकरी बदलणं हा गुन्हा आहे काय? निश्चितच नाही. प्रश्न आहे तो त्यासाठीच्या कारणाचा, त्यामागील हेतूचा अन् वृत्तीचा. प्रत्यक्ष अनुभवानंतर जर तुम्हांला हे जाणवत असेल की, कंपनीतलं वातावरण योग्य नाहीय, तुम्हांला अपेक्षित संधी मिळत नाहीय, तुमच्या क्षमतांचा पुरेपूर वापर होत नाहीय किंवा तुमच्या कामगिरीची दखल घेतली जात नाहीय... तर तुमच्या मनात बदलाचा विचार येणं नक्कीच समजू शकतं.

'पण बहुतांश बदल हे 'बेटर प्रॉस्पेक्ट्स' या एकाच उद्देशानं होत असतात. तुम्ही म्हणाल यात तरी गैर काय आहे? खरं तर काहीच नाही — पण इथेही पुन्हा एक कळीचा प्रश्न असतो — पुढच्या कंपनीत तरी तुम्ही किती वर्षं राहणार आहात? सतत वाढीव पगाराचं आकर्षण हेच मुख्य कारण असेल तर त्याला मर्यादा असतात; आणि मुख्य म्हणजे ते तुमच्या अंगलटही येऊ शकतं. किती जॉब बदलाल? दोन-तीन? चौथा जॉब मिळणं हे मग अवघडच होऊन बसतं. 'जॉब हॉपर' हा तुमच्यावर शिक्का बसला की, ते तुमचं 'डिसक्वालिफिकेशन' होऊन बसतं. तसं होऊ नये यासाठी मी आत्ताच तुम्हांला सावध करतो आहे. हे तुम्ही निश्चित टाळू शकता. तुमचं करिअर 'सिन्सिरिटी' आणि 'डिग्निटी'च्या आधारे घडवू शकता. त्यासाठीच आज आपल्या 'अस्सल मराठी बिग बॉस' मंडळींनीच सुचविलेली दोन अतिशय महत्त्वाची सूत्रं मी तुमच्यासमोर मांडतो आहे.

'पहिलं सूत्र आहे — लर्न, अर्न अँड रिटर्न

'तुमच्या करिअरचा तुम्ही या तीन टप्प्यांत विचार करायला हवा. तुम्ही सारे आत्ताच करिअरची सुरुवात करत आहात. मी हे जाणतो तुम्ही सारेच प्रशिक्षित आहात. इंजिनिअरिंग, एमकॉम, एमबीए असं उत्तम प्रशिक्षण घेतल्यामुळेच तुमची निवड झाली आहे. तुम्ही महाविद्यालयात जे शिकला आहात, ते कितीही उपयुक्त असलं तरी ते निश्चितच पुरेसं नसतं. त्यामुळेच नोकरीची प्रारंभीची काही वर्षं तुम्ही मुख्यतः व्यावसायिक शिक्षणासाठी दिली पाहिजेत. यू हॅव टू लर्न युअर जॉब थरली अँड मस्ट ट्राय टू मास्टर ऑल द स्किल्स् रिक्वायर्ड टू डू इट इफिशिएंटली.

'दुसऱ्या टप्प्यात लग्न, संसार, मुलं या जबाबदाऱ्या असतात. त्यामुळं या टप्प्यात कंपनीत भरपूर काम करून चांगले पैसेही मिळवले पाहिजेत. यू मस्ट अर्न! बहुतेक जण याच टप्प्यावर थांबतात.

'पण यानंतरचा तिसरा टप्पाही महत्त्वाचा असतो — ज्यात तुम्ही कंपनीचा विचार प्राधान्यानं करायला हवा. प्रश्न आहे, ज्या कंपनीत तुम्ही करिअर घडवता त्या कंपनीच्या उत्कर्षासाठी, भविष्यातील उभारणीसाठी तुम्ही काही प्रयत्न करणार आहात की नाही? कंपनीत नंतर येणाऱ्या तुमच्या सारख्याच तरुणांच्या पुढच्या पिढ्या घडविण्यात काही योगदान देणार आहात की नाही? अर्थात हे सगळं साधायचं तर तेवढा काळ एकाच कंपनीत टिकलं पाहिजे. तेव्हा आत्तापासूनच विचार करा — तुमचं करिअर तुम्ही नेमकं कसं घडविणार आहात. तुमच्यापुढे दोन पर्याय आहेत, पहिला, लर्न, अर्न अँड रिटर्न आणि दुसरा, अर्न अर्न अर्न अँड रीच द पॉईंट ऑफ नो रिटर्न!

'आता आपल्या दुसऱ्या सूत्राकडे वळू. ते सूत्र आहे दुहेरी उद्दिष्टांचं. नोकरी करताना प्रत्येकानं स्वतःपुढे एकच नव्हे तर दोन उद्दिष्टं ठेवायला हवीत. पहिलं

अर्थातच पैसा, करिअर. हे अर्थातच स्वतःच्या उत्कर्षासाठी, कुटुंबाच्या सुखसमृद्धीसाठी असावं. पुन्हा एकदा... बहुतेक जण इथेच थांबतात.

'पण मित्रहो पैसा, पॉवर, पोझिशन या गोष्टींना मर्यादा नसतात. कितीही मिळाल्या तरी समाधान होत नसतं. पैसा महत्त्वाचा असतोच पण पैसा म्हणजे सर्व काही नव्हे, याचं भान हवं. त्यासाठी स्वतःपुढे काहीसं व्यापक उद्दिष्टही तुम्ही ठेवलं पाहिजे. फक्त स्वतःचा नव्हे तर समाजाचा आणि देशाचाही विचार केला पाहिजे. तुम्ही म्हणाल आम्ही आमची नोकरी करताना हा विचार करायचा म्हणजे नेमकं काय? सांगतो, समजा तुम्ही ॲग्रिकल्चरल प्रॉडक्ट्स बनविणाऱ्या कंपनीत काम करता आहात तर तुमचं पहिलं उद्दिष्ट असेल त्या प्रॉडक्ट्सच्या अधिकाधिक विक्रीचं. पण त्याच वेळी ग्रामीण भारतात, गरीब शेतकऱ्यांच्या जीवनात समृद्धी आणणं – हे व्यापक उद्दिष्टही तुम्ही मनाशी बाळगू शकता.

'समजा तुम्ही हेल्थ प्रॉडक्ट्स विकत असाल तर त्यांची अधिकाधिक विक्री हेच तुमचं पहिलं कर्तव्य असेल, पहिलं उद्दिष्ट असेल, पण त्याच वेळी समाजात आरोग्यविषयक जागृती करणं हेही तुमचं दुसरं व्यापक असं उद्दिष्ट असू शकेल. तुमच्या एकट्याच्या प्रयत्नानं खूप काही घडेल असं नाही, पण त्यामुळे तुमच्या प्रयत्नांचं मोल कमी होत नाही, त्यातून तुम्हांला मिळू शकणाऱ्या समाधानाचं तर मोलच होऊ शकत नाही.

'मित्रहो, जोपर्यंत तुम्ही पगारवाढ, व्यक्तिगत स्पर्धा, प्रमोशन यातच गुंतून राहाल, तोपर्यंत असमाधानीच राहाल. *आफ्टर ऑल इट्स अ रॅटरेस, अँड द प्रॉब्लेम विथ रॅटरेस इज इव्हन इफ यू विन, यू स्टिल रिमेन अ रॅट!* फक्त स्वतःसाठीच काम कराल तर लवकर थकाल. पण मोठं उद्दिष्टही समोर ठेवाल तर तुम्हांला थकवा जाणवणारच नाही. तिथे ना टार्गेट्सचं प्रेशर असेल ना कसली स्पर्धा. अर्थात अशा मोठ्या ध्येयाच्या दिशेनं जात राहाल, तर छोटी छोटी ध्येयंही आपोआपच पुरी होत जातील. तुमचं काम हे फक्त काम राहणार नाही. त्याचं 'मिशन' होऊन जाईल. आणि तुमच्या करिअरचंसुद्धा रूपांतर एका सुंदर, अर्थपूर्ण प्रवासात झालेलं असेल. कशी वाटते कल्पना? मित्रहो, ही दोन सूत्रं तुमच्यापुढे आज प्रस्तुत करायची होती. मला खात्री आहे, तुम्ही सारेच ही दोन्ही सूत्रं आचरणात आणण्याचा प्रयत्न कराल. निदान, तसा विचार तरी नक्कीच कराल.

'पण थांबा, शेवटी तुमच्यासाठी एक 'रहस्य'ही मला खुलं करायचं आहे. त्याला तुम्ही 'टॉप सिक्रेट'ही म्हणू शकता. मित्रहो, मला माहिती आहे, तुम्ही सारेच महत्त्वाकांक्षी आहात. आज ना उद्या, आपणही 'टॉप मॅनेजमेंट'मध्ये असावं, हे तुमच्यापैकी प्रत्येकाचं स्वप्न असणार. म्हणूनच मी हे 'सिक्रेट' करिअरच्या प्रारंभीच तुम्हांला सांगतो आहे.

हे कायम लक्षात ठेवा – कुठल्याही कंपनीच्या 'टॉप मॅनेजमेंट पोझिशन'साठी त्यांचाच विचार केला जातो, जे त्या कंपनीत अधिकाधिक वर्षे सर्व्हिस करतात, ज्यांचं त्या कंपनीच्या उभारणीत काही खास योगदान असतं आणि ज्यांच्यामुळे समाजात कंपनीची प्रतिमा उंचावेल अशी संचालकांना खात्री असते.

थोडक्यात ज्यांना पुरेसं सामाजिक भान असतं, त्यांनाच उच्चपदांसाठी प्राधान्य दिलं जातं. तात्पर्य काय? अगदी सोपं, सरळ आहे. मी जी दोन सूत्रं तुमच्यासमोर मांडली तीच तुम्हांला अखेरीस 'टॉप मॅनेजमेंट'च्या दिशेनं नेऊ शकतात. म्हणूनच मित्रहो फक्त 'माझं करिअर, माझं करिअर' एवढाच मर्यादित विचार करू नका. 'माझं करिअर, माझं योगदान' असा व्यापक विचार करीत राहा. त्यातूनच तुम्ही करिअर घडवू शकाल, स्वतःचा उत्कर्ष साधू शकाल आणि कंपनीसाठी, समाजासाठी काही योगदानही देऊ शकाल, धन्यवाद!'

छान झाला मेळावा. अन् सगळे घरोघरी गेले, असं तर चालणारच नव्हतं. म्हणूनच आम्ही स्थापन केला,

'कॉर्पोरेट युवा मंच'
एकमेकांचे अनुभव 'शेअर' करण्यासाठी...
अडचणी-समस्यांवर विचारविनिमय करण्यासाठी...
व्याख्यानं व प्रशिक्षण कार्यशाळांच्या आयोजनासाठी...
आणि अर्थातच उद्योगक्षेत्रातील तरुणाईच्या सामाजिक योगदानासाठी.

हे सगळं झालं तरी आमचं – माझं आणि वैशालीचं – सारं लक्ष होतं ते आमच्या पुढच्या 'जॉइंट व्हेंचर'कडे. वैशालीला तिच्या कंपनीतील 'कॉर्पोरेट सोशल रिस्पॉन्सिबिलिटी' संदर्भातला थेट अनुभव तर होताच, पण त्या निमित्तानं तिनं देशातल्या एका नव्या उद्योगसमूहातील 'सीएसआर प्रकल्पाचा'ही अभ्यास केला होता. थोडक्यात त्या संदर्भातल्या तिच्या फंडाज अगदी क्लिअर होत्या. आमचं पुढचं संभाषण वाचा म्हणजे काय ते तुम्हांलाही क्लिअर होईल. अर्थात हेही लक्षात ठेवा की, हे 'नवरा-बायको' बोलताहेत!

'माझं ठरलं बरं का!' एके दिवशी खरं तर एके रात्री तिनं जाहीरच केलं (अर्थात दिशा झोपी गेल्यानंतर).

'फारच छान, आता काय ठरलं तेही सांगून टाक.'

'आपण एक संस्था सुरू करत आहोत. जी अर्थातच वेगळी असेल.'

'ती तर असणारच.'

'तिचं नावही सुचलंय मला!'

'काय सांगतेस!'

'हो, तेही अगदी वेगळंच आहे.'

'काय ते चटकन सांगून टाक.'

'आपली संस्था 'स्वतंत्र' असेल... बरोबर?'

'प्रश्नच नाही.'

'ती सामाजिकही असेल.'

'अर्थात.'

'म्हणूनच आपल्या संस्थेचं नाव असेल 'स्वतंत्र सामाजिक'.'

मी हसलो. नक्कीच गोड हसलो असणार! त्या काळात मराठी नाटकांच्या जाहिरातीत 'स्वतंत्र सामाजिक नाटक' असं हमखास लिहिलं जायचं. तिथूनच वैशालीनं हे नाव उचललं होतं. पण त्याला एक वेगळंच परिमाणही दिलं होतं.

'मस्तच, आवडलं मला!'

'छान आहे की नाही?'

'वेगळंही आहे. पण मला कळत नाही...'

'काय?'

'हे कसं काय सुचलं तुला?'

'म्हणजे काय...' तिनं हसतच म्हटलं, 'मी पवळा आहे ना.'

'म्हणजे?'

'ढवळ्याशेजारी बांधला पवळा... वाण नाही पण गुण लागला!'

'म्हणजे 'ढवळ्या'लाही श्रेय आहेच!' मी अगदी नाईक सरांच्या शैलीत म्हटलं.

'अर्थात. बरं आता पुढे ऐक. आपल्या 'स्वतंत्र सामाजिक' संस्थेची प्रमुख तीन उद्दिष्टं असतील. किती?'

'तीन.'

'पहिलं, कॉर्पोरेट विश्वात 'सामाजिक उत्तरदायित्वा'बद्दल जागृती करणे.'

'अर्थात.'

'दुसरं, उद्योगविश्वाचं ग्रामीण विकासाशी नातं जोडणं.'

'फारच छान.'

'आणि तिसरं, तरुणतरुणींना सामाजिक क्षेत्रातही करिअर करण्याची संधी उपलब्ध करून देणं.'

'क्या बात है!' मी उत्स्फूर्त उद्गारलो, 'सामाजिक क्षेत्रात करिअर! अशी संधी आजवर तरी कुणी दिली नसावी.'

'तेच तर आपल्या संस्थेचं खास वैशिष्ट्य असेल. तुम्ही काय म्हणता त्याला ते मार्केटिंगमध्ये... यूएसपी – *युनिक सेलिंग प्रापोझिशन.*'

'येस! हेच आपल्या संस्थेचं 'यूएसपी' असेल.'

'येस डिअर. मला वाटतं, हेच खरं आपलं खास योगदानही असेल.'

'नक्कीच. आता पुढे ऐक.'

'आता पुढे काय?'

'आपला *प्लॅन ऑफ ॲक्शन!*'

'तोही तयार आहे?'

'अर्थात.'

'फारच छान... बोल.'

'हे बघ, प्रथम आपण काही निवडक मोठ्या कंपन्यांमध्ये – म्हणजे त्यांच्या मॅनेजमेंटसमोर 'सीएसआर' वर प्रेझेन्टेशन्स देऊयात. त्यातून सकारात्मक प्रतिसाद देणाऱ्या पाच कंपन्या निवडू या.'

'ओके.'

'मग अविकसित अशी पाच गावे निवडू या.'

'आलं माझ्या ध्यानात.'

'काय?'

'प्रत्येक कंपनीनं एक गाव दत्तक घ्यायचं!'

'एक्झॅक्टली! अर्थात नंतर आपण त्या गावांचा सर्व्हे करू. आपल्याकडे प्रश्नावली तर तयारच आहे. गावातील प्रश्न समजून घेऊ. गावकऱ्यांशी चर्चा करून त्यासंदर्भातली योजना तयार करू.'

'यासाठी 'ग्राम विकास समिती'ही स्थापन करू या,' मी म्हटलं.

'हो हो, अशी एकदा का योजना स्पष्ट झाली की ती संबंधित कंपनीच्या व्यवस्थापनापुढे सादर करू. अर्थातच अपेक्षित आर्थिक साहाय्यासह त्यांचा होकार मिळाला की आपलं काम सुरू...'

'त्यासाठी आपल्याला मुलामुलींची निवड करावी लागेल. मस्त जाहिरातच देऊ आपण. बघूयात कसा प्रतिसाद मिळतोय ते.'

'तो तर मिळेलच. मला खात्री आहे.'

'मलाही. तुझ्यासारखी काही मुलं, मुली असणारच ना, सामाजिक उपक्रमांची आवड असणारी. त्यांच्यासाठी ही तर पर्वणीच ठरेल.'

'प्रश्नच नाही. आता एकच प्रश्न राहतो.'

'कुठला?'

'प्लॅनिंग तर झालं,' वैशालीनं म्हटलं, 'आता संस्थेसाठी कार्यालय हवं.'

'अर्थात, तेही भाड्यानं घेण्यापेक्षा मालकीचं असावं.'

'मग तर फारच उत्तम.'

'आणि उगाच छोटं मोठं नको. चांगल्या कार्याला शोभेलशी वास्तू हवी.'

'बाप रे, तुझ्या डोक्यात काय आहे?'

'लाडके, आपला फंडा काय आहे?'

'*थिंक बिग, स्टार्ट स्मॉल.*'

'*एक्झॅक्टली!*'

'*ओके, व्हेअर डू आय स्टार्ट? आय मीन वुई स्टार्ट?*'

मी हसलो. म्हटलं, ' 'आय' आणि 'वुई'मध्ये अशी गोंधळू नकोस. तसेही आपण वेगळे का आहोत?'

'ते झालंच रे, पण...'

'हो पण, हेही तितकंच खरं. संस्था तुझी असेल. तूच संचालक असशील. मी फार तर सहसंचालक!'

'याला म्हणतात सहजीवन!'

'राईट, आता तुझ्या प्रश्नाचं उत्तर! 'एमसीएस'चा सर्वेसर्वा या नात्यानं मी हे जाहीर करत आहे की 'स्वतंत्र सामाजिक' या संस्थेसाठी कंपनीमध्ये दोन केबिन्स दिल्या जातील.'

'थँक्स, मंडळ आपलं आभारी आहे!'

'अर्थात, ही ऑफर फक्त प्रारंभीच्या काळासाठी आहे. म्हणजे संस्था स्वतःच्या वास्तूत स्थलांतर करेपर्यंत.'

'मंडळ, पुन्हा एकदा अत्यंत आभारी आहे!'

यानंतरच्या सर्व घडामोडी इतक्या वेगानं होत गेल्या की आमचा स्वतःचाही विश्वास बसला नाही. आमची आजवरची सगळी पुण्याई फळाला आली होती. वैशाली उणीपुरी सहा वर्षं घरीच होती. आता मात्र ती नवं मिशन हाती घेण्यासाठी अक्षरशः मुसमुसत होती. आठवड्याभरातच तिनं 'स्वतंत्र सामाजिक'चं कार्यालय 'एमसीएस'मध्ये सुरू केलं.

पहिल्याच दिवशी तिला एक आश्चर्याचा सुखद धक्का... आम्हीच तर दिला तो. संस्थेच्या प्रारंभिक खर्चासाठी 'एमसीएस'मधल्या यच्चयावत सर्वांनी म्हणजे कमलेश कोठुरकरांपासून ते जागडे, लोखंडे यांच्यापर्यंत सगळ्यांनी. एका महिन्याच्या वेतनातील दहा टक्के रक्कम संस्थेकडे सुपूर्द केली.

'ये तो बस शुरूआत है,' असं मी सहज, सवयीनं म्हटलं, पण झालं तसंच... नाईक सरांच्या कानी गेलं तसं त्यांनी कंपनीच्या वार्षिक निव्वळ नफ्यातील वीस टक्के रक्कम

(तीही प्रतिवर्षी) संस्थेकडे वर्ग केली जावी, असं पत्रच दिलं. एवढंच नव्हे, आपल्या पश्चात ही रक्कम 'वाढविण्याचे' सर्व अधिकार विश्वस्त मंडळाला असतील, असंही नमूद केलं!

आमचा उत्साह अर्थातच दुणावला. 'करायचं ते दणक्यात' हे तर मनोमन होतंच. आता वेध होते संस्थेच्या स्वतःच्या वास्तूचे. त्यासाठी आमची मदार होती ती अर्थातच बड्या कंपन्यांवर. पन्नास बड्या कंपन्या निवडून त्यांना, संस्थेच्या कार्याची माहिती देणारं – 'सहयोगातून समृद्धीकडे' हे सूत्र असलेलं – सुबकसं पत्रक पाठवून दिलं.

संस्थेच्या संकल्पित वास्तूसाठी सढळ हाताने योगदान द्यावं, असं आवाहन असलेल्या माझ्या सहीच्या पत्रासह. मी प्रारंभीच म्हटलं होतं, पुण्यात कमलेश कोठुरकरांचा शब्द सहसा डावलला जात नाही. हीच त्याची सुरुवात होती. पाहतापाहता संस्थेकडे बड्या बड्या कंपनीच्या संचालकांच्या भरभरून शुभेच्छांचा व भरघोस रकमेच्या चेक्सचा ओघ सुरू झाला. तशातच एका नामांकित बिल्डरांनीही अगदी अनपेक्षितपणे भरघोस सहकार्य केलं आणि अवघ्या चारच महिन्यांत 'स्वतंत्र सामाजिक'चं स्वतःच्या 'सहयोग' या दुमजली वास्तूत स्थलांतर झालं.

मीही मग वाढदिवसाचं निमित्त साधून वैशालीला 'कार' भेट दिली. तिनं प्रथम भुवया उंचावल्या. पण मी तत्काळ स्पष्ट केलं, 'तू या कामाच्या निमित्तानं प्रचंड हिंडणार आहेस, गावोगावी जाणार आहेस. जिथे गाडी जाऊच शकत नाही अशाही भागात फिरणार आहेस. हरकत नाही, पण जिथपर्यंत गाडी जाऊ शकते, तिथपर्यंत न्यायला काय हरकत आहे? अनावश्यक दगदग टाळता येऊ शकेल. तू अधिक जोमानं काम करू शकशील.'

'अरे पण, मला चालवता कुठे येते?' तिनं म्हटलं.

'बाबांनी ड्रायव्हर ठेवलाय!' दिशानंच उत्तर दिलं.

'हे बघ, कुठे कुठे जावं लागणार आहे तुला,' मी म्हटलं, 'एकटीनं जाण्यात अर्थ नाही, त्याची तुला सोबतही होईल. कुठून परतायला उशीर झाला तरी आम्हांला चिंता राहणार नाही.'

'हो आई, खरंच!' दिशाचा दुजोरा.

'पुन्हा एरवीही तुम्ही दोघींना कुठे जायचं असेल तर माझी वाट पाहायला नको. तुझा आता वेळ वाचणंही महत्त्वाचं आहे.'

यावर काय बोलणार वैशाली? तिचा नवरा म्हणजे मूर्तिमंत 'सुंदरलाल पटवा' होता. असो... एव्हाना तिनं काही कंपन्यांमध्ये वरिष्ठ व्यवस्थापनासमोर 'सामाजिक उत्तरदायित्व' संदर्भात प्रेझेंटेशन केलं होती. ते दत्तक घेऊ शकतील, अशी पाच गावेही निश्चित केली होती.

आता आम्हांला गरज होती ती युवा 'समाजकर्मीं'ची. अर्थात त्यासंदर्भातलं आमचं 'प्लॅनिंग' अगदीच वेगळं होतं.

आमची त्यासाठीची जाहिरात ही अशी होती –

'सामाजिक उपक्रमांची मनःपूर्वक आवड असणाऱ्या
तरुणतरुणींसाठी एक अभूतपूर्व संधी!
उत्तम मासिक मानधनासह 'ग्रामविकास' प्रकल्पात
योगदान देण्यासाठी समाजकर्मी म्हणून रूजू व्हा!'

हे असं आवाहन प्रथमच केलं जात होतं. सत्तरएक अर्ज आले. वैशालीनं त्यांतून वीस तरुणतरुणींची निवड केली. हे असणार होते 'स्वतंत्र सामाजिक'चे पहिलेवहिले समाजकर्मी! त्यांची मनोभूमिका तयार करून त्यांना सामाजिक कार्यासंदर्भातला आमचा वेगळा दृष्टिकोन विशद करणं गरजेचं होतं. तेही काम अर्थातच माझ्याकडे आलं.

'मित्रहो, तुम्हा सर्वांना भेटून विशेष आनंद होतो आहे. तुम्ही निश्चितच इतरांपेक्षा वेगळे आहात. तुम्हा सर्वांच्या मनात सामाजिक जाणीव जागती आहे. समाजकार्याच्या ओढीनंच तुम्ही सारे इथे जमला आहात. आजवर तुम्ही स्वयंस्फूर्तीनं समाजासाठी काही करत आला आहात. तुमच्यापैकी काहीजण असे आहेत जे राज्यात कुठेही नैसर्गिक आपत्ती कोसळली तर मदतकार्यासाठी रातोरात धावून गेले आहेत. काहींनी आपत्तीग्रस्तांसाठी निधिसंकलन केलं आहे. कुणी रक्तदान शिबिरांचं आयोजन करणारे आहेत, कुणी 'झाडे लावा झाडे जगवा' या मोहिमेत सहभागी होत पर्यावरणरक्षणासाठी झटणारे आहेत. खरंच, ऊर अभिमानानं, आनंदानं भरून आला आहे.

'मित्रहो, आपल्याकडे समाजकार्याची फार मोठी परंपरा आहे. संपूर्ण आयुष्य समाजासाठी समर्पित करणारे महात्मे आणि सेवाव्रती या महाराष्ट्राच्या मातीत नेहमीच उपजले आहेत. अगदी आजही असे काही तरुण आहेत – कुणी डॉक्टर आहेत, कुणी इंजिनिअर आहेत, कुणी आर्किटेक्ट आहेत जे आपलं करिअरच नव्हे तर घरदार सोडून एखाद्या दुर्गम, आदिवासी भागात अतिशय प्रतिकूल परिस्थितीत, हालअपेष्टा सोसूनही समाजकल्याणाचं कार्य करीत आहेत. अशा साऱ्यांनाच सलाम आहे. अशी निरपेक्ष समर्पित समाजसेवा हे एक असिधाराव्रत असतं, जे फारच थोड्यांना पेलता येतं.

'स्वतःला असं पूर्णतः झोकून देणं, साऱ्यांनाच शक्य नसतं. व्यक्तिगत इच्छा, आकांक्षा असतात, कौटुंबिक जबाबदाऱ्या असतात. परंतु त्याच वेळी समाजासाठी काही करावं, अशी आंतरिक तळमळही असते. आपली ही संस्था नेमक्या अशाच तरुण-तरुणींसाठी आहे. हा एक वेगळाच प्रयोग असल्यानं तुमच्या काही संकल्पना प्रारंभापासून स्वच्छ, स्पष्ट असायला हव्यात. हे लक्षात ठेवा, आपण इथे 'समाजसेवा'

करण्यासाठी जमलो नाही आहोत, आपण सामाजिक उपक्रमांत सहभागी होण्यासाठी एकत्र येत आहोत. समाजाविषयी तुम्हांला आस्था असायला हवी, समाजाविषयी कृतज्ञतेची भावना असायला हवी, वंचितांबद्दल सहानुभूती असायला हवी. मात्र आपण कुणावर काही 'उपकार' करतो आहोत, असं चुकूनही मनात आणू नका. ज्या उद्योगांच्या आर्थिक पाठबळावर आपण हे काम करणार आहोत, त्यांच्यासाठीही आम्ही हेच अधोरेखित केलं आहे – *नॉट चॅरिटी, धिस इज कॉर्पोरेट सोशल रिस्पॉन्सिबिलिटी.* तुम्ही स्वयंसेवक नाही आहात, सामाजिक कार्यकर्तेही नाही आहात. तुम्ही सारे 'समाजकर्मी' असणार आहात. रंगभूमीसाठी काम करणाऱ्यांना जसं 'रंगकर्मी' म्हटलं जातं तसंच काहीसं... इथे तुम्ही पोटाला चिमटा काढून काम करणं अपेक्षित नाही. म्हणूनच तुम्हा साऱ्यांना उत्तम मासिक मानधनही दिलं जाणार आहे. अर्थात हा पगार नव्हे. ही तुमची नोकरी नव्हे, हे तुमचं मिशन आहे, असलं पाहिजे. खरं तर तुम्ही कुठेही नोकरी करीत असाल तर तिथेही तुमचं काम हे तुमचं मिशनच असायला हवं.

'मी स्वतः आणि वैशाली आम्ही आजवर तसंच काम करीत आलो आहोत. आपल्या इथल्या 'मिशन'मध्ये तुम्ही तुमचं अगदी मनःपूर्वक योगदान देणं अपेक्षित आहे. तसं ते तुम्ही द्याल याची खात्रीही आहे. आम्ही जाहिरातीत 'करिअर' हा शब्द वापरला होता. होय, इथे तुम्ही सामाजिक स्वरूपाचं काम करीत असतानाही 'करिअर' करू शकता. तुमच्या कामगिरीनुसार इथे तुम्हांला 'प्रमोशन' दिलं जाईल. शक्य तितक्या अन्य सुविधाही दिल्या जातील. सगळा तपशील मी देत नाही. तो अजून ठरायचाही आहे, तरीही एक मात्र आवर्जून सांगू इच्छितो – तुम्हांला स्वतः छान जगता यावं व त्याचवेळी काही भरीव सामाजिक योगदानही देता यावं, याच उद्देशानं आम्ही 'स्वतंत्र सामाजिक' या संस्थेची मुहूर्तमेढ रोवली आहे. खरं तर, ही संस्था, संस्था न राहता, तिचं एक 'कुटुंब' व्हावं, अशी इच्छा आहे. तेव्हा भेटत राहू या, झपाटून काम करत राहू या. पुन्हा एकदा तुम्हा सर्वांचं स्वागत, धन्यवाद.'

आम्हांला हवी तशी तरुणाई मिळाली होती. त्यांना अनपेक्षित, अपूर्व अशी संधी मिळाली होती. कॉर्पोरेट कंपन्यांना उत्तरदायित्वाची ठोस दिशा दिसली होती. गावकऱ्यांच्या मनांत विकासाची आशा निर्माण झाली होती. या साऱ्यासाठी एक विश्वासार्ह संस्थाही आता उपलब्ध होती. 'स्वतंत्र सामाजिक' संस्थेचं काम विलक्षण जोमानं सुरू झालं.

माझा 'योगदाना'चा संकल्प आणि वैशालीचा 'सामाजिक दृष्टिकोन' यातूनच साकारली होती ही अभिनव संकल्पना... 'स्वतंत्र सामाजिक'. मनात येतं... नियतीनं माझी आणि वैशालीची युती यासाठीच तर घडवली नसावी?

तुमची मुलं ही तुमची नाहीतच,
चिरंजीव होऊ इच्छिणाऱ्या
जीवनाच्या उत्कट आकांक्षेची ती मुलं आहेत.
तुमच्या देहाच्या वाटेनं ती जन्माला आली असली,
तरी तुम्ही केवळ निमित्तमात्र आहात.
तुम्ही त्यांना आपलं प्रेम द्या,
पण आपले विचार मात्र देऊ नका.
तुम्ही त्यांच्यासारखे खुशाल व्हा, होण्याचा प्रयत्न करा
पण त्यांना तुमच्यासारखं बनवण्याचा
विचारही करू नका.
लक्षात ठेवा,
जीवन हे भूतकाळात रेंगाळत नसतं,
ते नेहमी पुढे जात असतं.

खलिल जिब्रानच्या पंक्तींचं हे मराठी भाषांतर... सुंदर, सुवाच्य अक्षरात लिहूनच ठेवलं होतं मी. फक्त 'सुवाच्य' नाही म्हटलं मी, 'सुंदर' म्हटलंय. अक्षर तसं छानच होतं माझं – पण आता आता त्याचं वळण बिघडलं होतं. मराठी लिहिण्याची सवयच मोडली होती.

इतक्या सुंदर आशयाला साजेसंच अक्षर हवं ना. म्हणूनच ते तशाच अक्षरांत लिहिलं दर्शिकेत. दर्शिकेतले 'संकल्प' आता 'कमलेश कोठुरकरां'साठी नव्हते, 'दिशाच्या बाबां'साठी होते! सतत 'मी', 'मी' करणारे कमलेश कोठुरकर... बाप झाले आणि किती आणि कसे बदलत गेले... काहीसं अद्भुतच म्हणावं लागेल. खरं सांगतो, खलिल जिब्रानच्या या ओळी मी वाचल्या नसत्या आणि त्यातही 'बाय चान्स' मला मुलगा झाला असता, तर त्यानंही माझ्या पावलांवर पाऊल टाकून, मोठं व्हावं, असाच मी प्रयत्न केला असता. 'लक्षात ठेव, तू कमलेश कोठुरकरांचा मुलगा आहेस,' हेच सतत बजावत राहिलो असतो. किंबहुना 'बापसे बेटा सवाई' व्हावा म्हणूनही आटापिटा केला असता!

आता मात्र कसलाही आटापिटा करायचाच नव्हता. दिशा तिच्या कलानंच वाढणार होती, मोठी होणार होती. आम्ही फक्त तिला 'सुजाण पालकत्वा' ची साथ द्यायची होती. म्हणजे मुळात आम्हीच 'सुजाण' व्हायचं होतं! दिशाचं शिक्षण हा आता आमच्यासाठी अगदी कळीचा प्रश्न होता! कारण परिस्थिती अगदीच बदलून गेली होती. गेल्या काही वर्षांत शिक्षणक्षेत्र कमालीचं बदललं होतं. दहावी, बारावी 'पॅटर्न' सुरू झाल्यानंतर 'मार्क्सवाद' फोफावला होता! परीक्षेतल्या 'मार्कां'चं महत्त्व अतोनात वाढलं होतं. त्यातूनच 'क्लास

संस्कृती' जन्माला आली होती. पूर्वी चांगली शाळा निवडण्यासाठी धडपड असायची. आता शाळेपेक्षा चांगला (आणि महागडा) क्लास लावण्याकडेच पालकांचा कल होता.

ज्या शाळांमध्ये आम्ही आनंदानं आणि अभिमानानं शिकलो होतो, त्या शाळांचाही दर्जा खालावला होता. हे एक कटू वास्तव होतं. पण पुन्हा एकदा प्रज्ञा मराठेच मदतीला धावून आली. 'बालवाडी ही अभ्यासासाठी नसते' हा तिचा 'फंडा' पटल्यामुळे आम्ही दिशाला तिच्याच बालवाडीत पाठवलं होतं. आता प्रज्ञाचा फंडा होता 'प्राथमिक शिक्षण हेसुद्धा आनंददायीच हवं.' प्रज्ञा आम्हांला तशी ग्वाहीच देत होती.

'मुलं आनंदानंच वाढायला हवीत, आनंदानंच शिकायला हवीत. त्यांना आनंदाचे असंख्य, अगणित अनुभव मिळायला हवेत. माझ्या 'प्राथमिक शाळे'त तेच त्यांना दिले जातील. 'अक्षरमंथन'मध्ये मुलांना 'शिस्त' लावली जाणार नाही. त्यांना कधीही 'शिक्षा' दिली जाणार नाही. त्यांना 'उपदेशाचे डोस' पाजले जाणार नाहीत. खेळ आणि संगीत हीच मुलांच्या आनंदाची आणि शिक्षणाची मुख्य साधनं असतील. मुलांच्या अंगच्या सुप्त 'कलां'ना इथे प्रेमानंच फुलवलं जाईल. इतर सारे विषयही छोटे प्रकल्प, गोष्टी, वर्णनं, छोट्या सहली आणि होय 'चर्चां'मधून मुलं शिकतील. छोटी छोटी कामं, छोट्या छोट्या कृतींमधून मुलं, स्वावलंबन आणि सहकार्याचेही 'धडे' गिरवतील. पण सर्वांत महत्त्वाचं म्हणजे – चौथीपर्यंत मुलांच्या 'परीक्षा' घेतल्या जाणार नाहीत! अशा या शाळेत तुम्ही दिशाला पाठवणार का?'

'अगदी आनंदानं,' आम्ही म्हटलं.

'अक्षरमंथन' या अभिनव शाळेत पहिलं नाव दाखल झालं. ते अर्थातच – दिशा कमलेश कोठुरकर.

आमचा निर्णय दिशानं अगदी सार्थ ठरवला. तिला बालवयापासूनच वाचनाची गोडी लागली. ती सुंदर लिहू लागली. सूर आणि तालाचं ज्ञान तर तिला उपजतच होतं. बालवाडीतच ती बडबडगीतं रचू आणि गाऊ लागली होती. आता 'अक्षरमंथन'मध्ये तर गाणं हेच शिकण्याचं सुरेल साधन होतं. सर्व विषय गाण्यांतूनच शिकवले जायचे. मौज म्हणजे, 'भूगोला'त 'दिशा' कळाव्यात यासाठी आमच्या दिशानंच प्रज्ञाच्या प्रोत्साहनानं ही 'प्रार्थना' तयार केली –

सहा दिशांना वंदन करू या
आवडीने गुण गाऊ या!!

मग एकेका दिशेचं 'गुण'वर्णन... उदाहरणार्थ उत्तरेचा निर्मळ वारा, वगैरे. ती 'दिशा वंदना' वर्गात म्हटली जाऊ लागली. मुलं आनंदानं कशी शिकतात, आनंदानंच कशी वाढतात याचा प्रत्यय आम्ही अगदी पदोपदी घेत होतो. काय मौज आहे पहा, आपल्या मुलानं खूप शिकून 'मोठं' व्हावं, असं तर सर्वच पालकांना वाटत असतं. मी तर स्वतःच तसा संकल्प केला होता. पण दिशाच्याबाबतीत म्हणाल तर, आम्हांला एवढंच वाटत होतं, तिनं आनंदात शिकावं

आणि नेहमी आनंदातच असावं, बस! (हा केवढा मोठा 'बदल' माझ्यातला!) प्राथमिक शाळेची तिची चार वर्षं कशी उलटली आम्हांला कळलंही नाही.

एव्हाना पुण्यातील जाणकारांनी शिक्षणतज्ज्ञांनी 'अक्षरमंथन'ची योग्य ती दखल घेतली होती. त्यांच्या भरभक्कम पाठिंब्याचा आणि आम्हा पालकांच्या विश्वासाच्या जोरावर प्रज्ञानं 'अक्षरमंथन'च्या माध्यमिक शाळेचाही ओनामा केला. तिनं प्रथम पाचवीची तुकडी सुरू केली. एका वर्षानं सहावीची. दहावीपर्यंत दिशा 'अक्षरमंथन'मध्येच शिकली. एकही परीक्षा न देता. दहावीच्या परीक्षेला मात्र प्रज्ञानं तिच्या तुकडीला बसवलं. तो अभ्यासही मुलामुलींनी स्वतःच करायचा होता. कारण 'अक्षरमंथन'चा 'फंडा'च होता – मुलांना शिकवायचं नसतं, त्यांची तीच शिकत असतात. शिक्षकांना फक्त 'शिकण्या'त त्यांची मदत करायची असते! सर्व मुलंमुली अगदी नव्वद-पंच्याण्णव नव्हे तरी सत्तर ते ऐंशी टक्के गुण मिळवून बोर्डाची 'दहावी' उत्तीर्ण झाली, तीही स्वयंअध्ययनाच्या जोरावर!

यापेक्षा महत्त्वाचं म्हणजे दिशाच्या अंगची कला शाळेमुळे अक्षरशः बहरत गेली. हे सगळं तर झालंच, पण शाळकरी वयातच दिशा इतकी समंजस, शहाणी झाली की मी तर 'वेडा'च झालो. काय काय म्हणून सांगू?

'चल, तुला नवे कपडे घेऊ या', म्हटलं तर तिचा प्रश्न असे 'बाबा, कशाला हवेत आता कपडे?' पॉकेटमनी तर नकोच म्हणायची, 'मला लागतील तेव्हा मीच मागेन म्हणायची.' पण मागायची क्वचितच! कळायचंच नाही, हिला पैसे कसे लागत नाहीत.

असं म्हणतात मुलींना खूप माया असते, विशेषतः बाबांविषयी. म्हणतात नव्हे ते अगदी खरं आहे. कधी कधी कामं आटोपून घरी परतायला मला रात्र होत असे. वैशाली दिवसभर दमून आल्याने जेवून घेत असे आणि नकळत तिचा डोळाही लागत असे. पण दिशा जागी राहणार. मी आल्यावर पटकन मला वाढणार, जेवायचं नसलं मला तर 'दूध तरी घे' असं म्हणून ते गरम करून आणून देणार!

एव्हाना मोबाईल फोन अवतरले होते. मी देऊ केला तर तिनं तोही घेतला नाही. म्हणाली, 'मला आता नको. कॉलेजला गेल्यावर घे. तेही मी सांगेन तेव्हा.' तिचेही 'फंडाज्' असे क्लिअर होते! दहावीनंतर तिनं सायकॉलॉजी घेऊन बीए करायचं ठरवलं. प्रवेशप्रकियेतून तिला मिळालं ते कॉलेज घरापासून खूपच दूर होतं. तसं घराजवळचं कॉलेजही चांगलं होतं. मी तिला, तिथे अगदी सहज प्रवेश मिळवून देऊ शकलो असतो पण या मुलीनं म्हटलं, 'बाबा, आपल्याकडे सगळीकडे घेऊन जायला ड्रायव्हर आहे. त्यात मी याच कॉलेजला प्रवेश घेतला तर मी एकटी कधी फिरणार? मला जे कॉलेज मिळालं आहे तिथेच जाईन मी. बसनेच जाईन. मला त्याचीही सवय असू दे.'

माझ्याकडे उत्साहाच्या जोडीला उतावळेपणा होता आणि 'हवं तसंच झालं पाहिजे' हा हेकाही. एकंदरीत संयम तसा कमीच होता. दिशानंच मला तो शिकवला म्हटलं तरी चालेल.

एखादी गोष्ट होत नसल्यानं मी अस्वस्थ झालो की ही हटकून म्हणणार, 'बाबा, होईल. थांब ना जरा!'

खरंच, काय काय म्हणून सांगू?

खलील जिब्रानच्या ओळी तर काळजावरच कोरून ठेवल्या आहेत मी. दिशाला माझ्यासारखं बनवण्याचा विचारही करू शकत नाही मी... पण खरं सांगू? जमलं तर आता या वयातही थोडंबहुत तिच्यासारखं होता आलं, तर नक्कीच आवडेल मला!

॰ ॰ ॰

'एमसीएस' आता फक्त पुण्यातली किंवा महाराष्ट्रातली नव्हे तर भारतातली एक अग्रगण्य कन्सल्टन्सी फर्म झाली होती. काही अतिशय प्रतिष्ठेचे प्रकल्प आम्ही हाताळत होतो. त्यात काही शासकीय पातळीवरचेही होते. 'एमसीएस'चा चेहरामोहराही आता पुरता बदलला होता. माझ्यापेक्षा सिनिअर्स असे सारेच आता निवृत्त झाले होते. त्यांची जागा 'ज्युनिअर्स'नी घेतली होती. मुख्य म्हणजे 'एमबीएज्'मध्ये आमच्या कंपनीविषयी खास आकर्षण निर्माण झालं होतं. 'कन्सल्टन्सी' क्षेत्रात येण्यासाठी अनेक जण विशेष उत्सुक होते. अशातल्या स्मार्ट आणि कल्पक तरुणांना मी आवर्जून संधी देत होतो. त्यातूनच भावी 'कमलेश कोठुरकर' घडू शकणार होते.

मी सुरू केलेलं 'प्रगती अभियान' आता पुण्यापुरतं न राहता, महाराष्ट्रभर फोफावत होतं. प्रगतिशील उद्योजकांचा एक 'दबाव गट' जरी नव्हे तरी 'प्रभाव गट' निश्चितच निर्माण झाला होता. 'कॉर्पोरेट युवा मंच'नं तर शिबिरं, कार्यशाळा, सामाजिक उपक्रमांचा धडाकाच सुरू केला होता.

'स्वतंत्र सामाजिक' उद्योगविश्वात 'उत्तरदायित्वा'चं तर ग्रामीण विभागात 'विकासा'चं लोण पोहोचवीत होती. त्याचवेळी 'समाजकर्मीं'ची नवी पिढीही घडवत होतं. पन्नाशीतच मी खूप काही साध्य केलं होतं, तरीही 'आता पुढे?' हा प्रश्न मनात खदखदत होताच. माझं त्या संदर्भातलं चिंतन मंथन अर्थातच माझ्या लाडक्या 'उद्योजकते'भोवतीच सुरू होतं. आजच्या तरुणांमधून फक्त भावी 'कमलेश कोठुरकर' घडून चालणार नव्हतं, भावी 'किर्लोस्कर' आणि 'नारायण मूर्ती'ही घडणं आवश्यक होतं. मी मागेच म्हटलं तसं नारायण मूर्ती हे माझ्यासाठी मूर्तिमंत आदर्श होते. त्यांचा आदर्श सर्व तरुणांपुढे ठेवणं, मला निकडीचं वाटत होतं.

मूर्तींचं झळझळीत कर्तृत्व, त्यांचे अनुभवाचे बोल, त्यांचे स्फूर्तिदायी विचार, हे सारं आजच्या तरुणांपर्यंत पोहोचवायला हवे होते. कोण पोहचवू शकेल ते? त्यासाठी कमलेश कोठुरकरच हवेत. त्यांचं प्रभावी वक्तृत्वही हवं. बस... माझं पुढचं मिशन ठरलंही... तरुणांमध्ये उद्योजक संस्कृती रूजवणं, त्यांना उद्योजकतेसाठी प्रेरित करणं. आजच्या भाषेत सांगायचं झालं तर, 'स्टार्ट अप, पुणे.' माझ्या व्याख्यानांतून मी आता तरुणाईमध्ये

'उद्योजकतेचा जागर'च सुरू केला. तुमच्यापैकीसुद्धा जे तरुण असतील, त्यांनाही मी हेच आवाहन करेन –

'मित्रहो, काळाची पावले ओळखा. तुमच्या मनी मानसी रूतून बसली असेल ती नोकरीची मानसिकता सोडा आणि उद्योजकतेची कास धरा! अवघ्या जगभरात आता बदलाचे वारे वाहताहेत, खुल्या अर्थव्यवस्थेमुळे व्यक्तिस्वातंत्र्याचं पर्व नव्यानं अवतरलं आहे. आज प्रत्येकाला, प्रत्येक क्षेत्रात प्रत्येकबाबतीत स्वतः निवड करण्याचं स्वातंत्र्य हवं आहे. ही निवड केव्हा करता येते? तर जेव्हा समोर पुरेसे पर्याय असतात, विपुलता असते, विविधता असते, समृद्धी असते तेव्हाच स्वातंत्र्याला खरा अर्थ प्राप्त होतो. तेव्हाच स्वातंत्र्याच्या कक्षा विस्तारत जातात. हे सारं प्रत्यक्षात येऊ शकतं ते फक्त उद्योजक संस्कृतीमध्येच. त्या संस्कृतीचं स्वागत करणं हाच खरा युगधर्म आहे आणि तुम्ही सारे तर नव्या युगाचे पाईक आहात.

'मित्रहो, आज वास्तव कमालीच्या वेगानं बदलते आहे. केवढे विलक्षण तंत्रवैज्ञानिक बदल घडताहेत. महाकाय उद्योगांची मिरास आता संपली आहे. अवजड यंत्रांच्या जागी आता संगणक येत आहेत. अवजड वाहतुकीला दूरसंदेशवहनाचा पर्याय लाभतो आहे. ग्राहक-उत्पादकांचे थेट संबंध प्रस्थापित होत आहेत. संपर्कक्षमतेतील अभूतपूर्व वाढीमुळे अक्षरशः क्रांतीच घडते आहे. ग्राहकांना नवनव्या सेवांची गरज असल्यानं सर्व्हिस इंडस्ट्री अर्थात सेवाक्षेत्र कमालीचं विस्तारत आहे. मोठमोठ्या उद्योगांनी आता आऊटसोर्सिंग, सबकॉन्ट्रॅक्टिंग सुरू केलं आहे. त्यामुळेच नोकरी न करता तुम्हीही कॉन्ट्रॅक्ट बेसिसवर – केवळ करार करून – उद्योगांच्या गरजा भागवू शकता. त्यांना विविध सेवा पुरवू शकता. अर्थात, सर्वांत महत्त्वाचा बदल झाला आहे तो हा – बहुउत्पादक आणि तरीही अन्य भांडवली तंत्रांमुळे आता 'श्रमिका'लाही स्वतः उत्पादक बनणं शक्य झालं आहे.

'प्रश्न आहे – तुम्ही या बदलाचा लाभ घेणार की नाही? उद्योजकतेची कास धरणार की नाही? उद्योजकता म्हणजे नेमकं काय? अगदी सोपी व्याख्या आहे – उद्योजकता म्हणजे कालानुरूप विचारांचं, कल्पनेचं संपत्तीमध्ये रूपांतर करणं! तुमच्याकडे 'कल्पना' असेल तर तुम्हीही उद्योजक होऊ शकता, तुमच्या कल्पनेचं संपत्तीत रूपांतर करू शकता – तेही फारसं भांडवल नसताना!'

'होय, नारायण मूर्ती यांनी तर कित्येक वर्षांपूर्वी ते करून दाखवलं आहे. स्वतःचा उद्योग सुरू करण्यासाठी मूर्ती यांनी सुधाताईंकडून फक्त दहा हजार रुपये घेतले होते. तेही त्यांनी फडताळात बचत करून ठेवलेले. एवढ्याशा भांडवलावर

तुम्ही उद्योग कसा सुरू करणार? या सुधाताईंच्या प्रश्नावर मूर्ती उद्गारले होते, 'आजच्या काळात 'ज्ञान' हेच खरं भांडवल असतं!' त्याच 'भांडवला'वर त्यांनी उभ्या केलेल्या 'इन्फोसिस'ची उलाढाल आज अब्जावधी डॉलर्सवर पोहोचली आहे. मित्रहो, तुमच्यासाठीही हीच वेळ आहे, हीच संधी आहे. होय तुम्हीही स्वतःचा उद्योग सुरू करू शकता.

कुठलाही असा उद्योग यशस्वी होण्याचा 'मंत्र' आहे – छे असा कोणताही मंत्र नाहीय, पण त्यासाठीची चार तंत्रं मात्र नक्कीच आहेत –

एक : तुम्ही जे उत्पादन किंवा सेवा विकू इच्छिता ती बाजारात का विकली जावी, या प्रश्नाचं उत्तर आहे तुमच्याकडे? त्यामुळे ग्राहकाचा काय लाभ होणार आहे सांगा! त्यांचा वेळ वाचणार आहे? इंधन वाचणार आहे? उत्पादकता वाढणार आहे?

दोन : तुमचं उत्पादन ग्राहकांनी आत्ताच का विकत घ्यावं? काय गरज आहे? छे, फक्त गरज नव्हे, 'निकड' हवी, तीही तातडीची! आहे तशी निकड? त्यासाठी जनमानसाचा अचूक मागोवा घेतलाय तुम्ही?

तीन : तुम्ही एकट्याच्या जोरावर यश मिळवू शकत नाही. ली आयकोका म्हणतात त्याप्रमाणे – स्वतःभोवती योग्य माणसं जमा करा. तीच तुम्हांला यशाच्या दिशेनं घेऊन जातील. थोडक्यात तुमच्याकडे टीम हवी, तीही कशी तर तंत्रज्ञान, मार्केटिंग, फायनान्स अशी वेगवेगळी तरीही परस्परपूरक कौशल्यं असणाऱ्या व्यक्तींची एकसंघ अशी टीम.

चार : उद्योजकासाठी आवश्यक अशी खंबीर मानसिकता! तुमच्याकडे सबुरी हवी, चिकाटी हवी, आत्मविश्वास हवा आणि होय लोकांना प्रभावित करण्याची क्षमता. अर्थात भांडवलाचीही गरज असतेच. पण तीच तर मौज आहे. या चार गोष्टी असतील तर भांडवल आपसूकच येतं; नाहीच आलं तरी मिळवता येतं!

'मित्रहो, भारतासारख्या विशाल बाजारपेठेत, जाल त्या दिशेला संधी दिसेल, असा आजचा काळ आहे. असंख्य सामाजिक समस्या आहेत, त्यामध्येच नवनव्या सेवांची/उत्पादनांची गरज आणि व्यवसायाच्या अमर्याद संधी दडल्या आहेत. अर्थात स्पर्धाही असणारच आहे. म्हणूनच यशस्वी व्हायचं असेल तर तुम्हांला आपलं वेगळेपण सिद्ध करावं लागेल आणि ते कायम राखूनच नवनवे ग्राहक मिळवावे लागतील. होय, त्यासाठी मूर्तींनी दिलेला हाच एक मंत्र आहे – वेगळेपणा! तुमच्या उत्पादनातला वेगळेपणा, तुमच्या 'सेवे'तला वेगळेपणा आणि तुमची योजना प्रत्यक्षात आणण्याच्या मार्गातला वेगळेपणा! येस! इफ यू वॉन्ट टू सक्सीड

इन मार्केट, यू हॅव टू ब्रिंग डिफरन्सिएशन. स्वतःची कल्पकता दाखवा, स्वतःचा वेगळेपणा सिद्ध करा आणि यशस्वी उद्योजक व्हा.

कविवर्य केशवसुतांच्या शब्दांत सांगायचं तर –

प्राप्तकाल हा विशाल भूधर, सुंदर लेणी तयात खोदा
निजनामे त्यावरती नोंदा, बसुनि का वाढविता मेदा?

धन्यवाद!'

तरुणाईमध्ये मी असा हा उद्योजकतेचा जागर करीत असतानाच, अनपेक्षितपणे काही घटना घडल्या. म्हणतात ना पैशाकडे पैसा येतो, तशीच प्रसिद्धीकडे प्रतिष्ठाही येत असते!

मागे मी उल्लेख केला होता, पुण्यात त्या काळात दोन राजकीय नेत्यांचा चांगलाच दबदबा होता. तसे दोघांचे पक्ष वेगळे होते, व्यक्तिमत्त्वं भिन्न होती. पण हुकूमत मात्र तीच आणि तशीच!

'आम्हांला बेदखल कराल तर याद राखा,' हाच अलिखित इशारा होता. मौज म्हणजे, मी मात्र आजवर त्यांची काहीच दखल घेतली नव्हती. पण झालं असं, या ना त्या कारणानं दोघे राजकारणापासून नव्हे, समाजकारणातूनही निवृत्त झाले. राजकीय क्षेत्रात तर पोकळी निर्माण झालीच; पण पुण्याच्या सामाजिक आणि सांस्कृतिक क्षेत्रातही! महत्त्वाच्या संस्था, उपक्रम, महोत्सव सर्वांवर दोघांचंच वर्चस्व होतं. निसर्गाला काय किंवा समाजाला काय 'पोकळी' मानवत नसते. राजकारणाशी मला काही देणंघेणं नव्हतं. पण सामाजिक आणि सांस्कृतिक क्षेत्रात नक्कीच स्वारस्य होतं. तिथे जेव्हा सक्षम नेतृत्वाची निकड निर्माण झाली, तेव्हा सर्वानुमते 'कमलेश कोठुरकर' हाच पर्याय स्वीकारला जाऊ लागला. सामाजिक संस्थांच्या अध्यक्षपदासाठी, सांस्कृतिक महोत्सवांच्या उद्‌घाटनासाठी मला निमंत्रित केलं जाऊ लागलं, ध्यानीमनी नसताना 'कमलेश कोठुरकर' हे नाव दिवसेंदिवस अधिकाधिक 'मोठं' होत गेलं. आता मात्र सर्वार्थानं पुण्याचं अनभिषिक्त नेतृत्व चालतच आलं माझ्याकडे. अर्थात या सर्वांवर 'कळस'ही चढायचा होताच, पण तो नंतर!

आत्मकथनाच्या शेवटच्या टप्प्याकडे वळतो आहे मी. तत्पूर्वी काही गोष्टी स्पष्ट करायला हव्यात. तुमच्यापैकी जी मंडळी चिकित्सक असतील त्यांना काही प्रश्न नक्कीच पडले असतील. मी माझी यशोगाथा सांगतो आहे, तोच माझ्या आत्मकथनाचा उद्देशही आहे, पण... मला कायम यशच मिळत गेलं काय? अपयश असं कधी आलंच नाही का? प्रश्न अगदी रास्त आहे; पण माझं उत्तरही अगदी स्पष्ट आहे. नाईक सरांच्या तोंडी ते येऊनही गेलं आहे.

मी जे क्षेत्र निवडलं होतं, कन्सल्टन्सीचं – त्या क्षेत्रात मुळातच फार मोठी जोखीम नसते. फार मोठ्या अपयशाचीही शक्यता नसते. त्यातूनही मी स्वतःची कन्सल्टन्सी फर्म सुरू केली असती तर काही जोखीम मलाही उचलावी लागली असती, पण 'एमसीएस'मुळे मला माझं कार्यक्षेत्र अगदी सहजच उपलब्ध झालं. पण तेही काही चालून आलं नाही माझ्याकडे! मी स्वतः जाऊन नाईक सरांना भेटलो, कुठलीही अपेक्षा न ठेवता अर्धवेळ काम करण्याची तयारी दर्शवली... तेव्हाच पुढचं सारं झालं. जी संधी मिळाली तिचा मी पुरेपूर लाभ उठवला, एवढंच. एक तर निश्चित – करिअरच्या प्रारंभी बहुतेकांना काही 'स्ट्रगल' करावा लागतो, तो मला करावा लागला नाही. पुढच्या माझ्या 'घोडदौडी'त माझी सिन्सिरिटी, माझी 'तयारी', माझी कल्पकता... या साऱ्याचा जेवढा वाटा आहे, तेवढाच नाईक सरांच्या उमदेपणाचा आणि गुणग्राहकतेचा, थोडाबहुत नशीबाचाही. नाईक सरांची दोन्ही मुलं अमेरिकेत स्थायिक झाली नसती तर – मी 'एमसीएस'चा 'एमडी' झालोही नसतो कदाचित. 'एमडी' झाल्यानंतरही दोन-तीन महत्त्वाच्या असाइनमेन्ट्स मिळवण्यात मला अपयश आलं तेवढंच. पण तेही काही खास नमूद करावं असं अपयश नव्हेच.

आणि खरं सांगू – मी 'अपयश' मुळात मानतच नाही. होय, माझ्या मते 'अपयश' असं काही मुद्दलात नसतंच. मानलं तर अपयश, नाही तर तो फक्त एक 'अनुभव' असतो. त्या अनुभवातून तुम्ही शिकला नाहीत तरच ते अपयश. अन्यथा तो एक टप्पा असतो, जो ओलांडून तुम्ही पुढे जायचं असतं.

जे. बी. फुक्वा हा एक अमेरिकन अब्जाधीश. एक मोठं बिझनेस डील त्याच्या हातून गेलं, तेव्हा त्यानं म्हटलं, '*नो, आय डिडन्ट फेल! नाऊ आय नो हाऊ टू गेट इट नेक्स्ट टाईम!*' माझ्या हातून गेलेल्या असाईनमेन्ट्सबद्दलही नेमका हाच विचार केला मी.

आता 'चिकित्सकां'ना पडला असेल असा दुसरा प्रश्न –

या साऱ्या प्रवासात मला काही तडजोडी कराव्या लागल्या की नाही? असं कसं होईल? काही ना काही तडजोडी सर्वांनाच कराव्या लागतात. मीही काही छोट्या-मोठ्या तडजोडी केल्याच. पण हेही अगदी ठामपणे सांगेन मी – ज्या काही तडजोडी केल्या त्या फक्त क्लाएन्ट्सच्या हितासाठी केल्या. केवळ स्वार्थापोटी नव्हे आणि 'तत्त्वां'च्याबाबतीत तर नव्हेच नव्हे! असं म्हणता येईल, त्याहीबाबतीत सुदैवीच होतो मी. खास मोहाचे प्रसंग असे काही आलेच नाहीत आयुष्यात. पण आले असते तरी मी – थोडा गडबडलोही असतो कदाचित, पण बळी नक्कीच पडलो नसतो. तुम्हांला काय वाटतं?

माझं सगळं आयुष्य – माझी जडणघडण मोकळेपणे मांडलीय आहे मी तुमच्यापुढे. तुम्हीच सांगा कुठे आणि किती शक्यता होती, तोल जाण्याची? घरचे संस्कार, दर्शिकेतले संकल्प, 'तो'ची निगराणी, वैशालीचं प्रेम, नाईक सरांचं मार्गदर्शन आणि दिशा बेटीचा अपार

विश्वास. माझी तात्त्विक तटबंदी इतकी भरभक्कम होती की छोट्या-मोठ्या मोहापायी मी यातलं काही पणाला लावणंच शक्य नव्हतं. जो पैसा कमावला होता, तो वैध मार्गानीच. जी प्रतिष्ठा मिळवली होती, तीही बेगडी नव्हे तर खरीखुरी.

सत्तेचं म्हणाल तर राजकीय सत्तेत मला स्वारस्य नव्हतं पण आता मला हेही कळून चुकलं होतं – खरी सत्ता ही नैतिक सत्ता असते! नेमकी तीच आणि तशीच तर मिळवली होती मी. तुम्हांला आठवत असेल – 'तो'ला मी स्वतःच एक प्रश्न केला होता, 'चांगलं वागून फक्त चांगलं होता येतं की 'मोठं'ही होता येतं?' आज अगदी निःसंदिग्धपणे सांगू शकतो मी – चांगलं वागूनच तुम्ही खऱ्या अर्थानं 'मोठं' होऊ शकता. तसाच तर झालो मी. हा फक्त माझा दावा नव्हे, तत्त्वांशी तडजोड करीत मी 'मोठा' झालो असतो तर आज जो आदर, जी प्रतिष्ठा मला मिळते आहे, ती नक्कीच मिळाली नसती आणि त्याहीपेक्षा म्हणजे अखेरीस माझ्या कारकीर्दीवर जो कळस चढला, तोही चढला नसता! कुठला 'कळस' म्हणतोय मी? थोडी प्रतीक्षा करा, तेही कळेलच!

आता शेवटच्या टप्प्याकडे... ॲक्च्युअली, शेवटच्या प्रसंगाकडे वळतोय.

असं म्हणतात, 'शिकणं' कधी संपत नसतं. अगदी खरंय ते. 'मोठं' होता होता खूप काही शिकलो होतो मी. पण नंतर दिशाकडूनही मला बरंच नवंनवं शिकता आलं होतं; आणि तरीही जे बाकी होतं, ते मला या प्रसंगातूनच शिकायचं होतं! त्या नंतर शिकण्यासारखं खास असं काही राहणारच नव्हतं. म्हणूनच हा शेवटचा प्रसंग.

नाही नाही म्हणता साठी आली होती माझी. एमसीएस तर एव्हाना शिखरावर पोहोचलं होतं म्हटलं तरी चालेल. षष्ट्यब्दीपूर्तीनंतर 'एमसीएस', नाईक सरांनी स्थापन केलेल्या 'ट्रस्ट'कडे सोपवून मी मुक्त होणार होतो. नंतरची काही वर्षं तरी मीच सुरू केलेल्या उपक्रमांसाठी देणार होतो. 'स्वतंत्र सामाजिक' तर होतीच.

दिशानं बीए नंतर विद्यापीठाच्या 'कला केंद्रा'त प्रवेश घेतला होता. तिनं स्वतःचा 'फ्युजन' हा ग्रुप सुरू केला होता. त्या ग्रुपतर्फे ती खूप वेगवेगळे धमाल कार्यक्रम करत होती. काही खास मित्रमैत्रिणी तर होत्याच तिच्या, पण एके दिवशी आल्या आल्या तिनं म्हटलं, 'आई-बाबा, मला एक छान मित्र मिळालाय आज!' ते सांगताना तिचे डोळे असे काही लकाकत होते की मी आणि वैशालीनं एकमेकांकडे पाहिलंच. चोराच्या वाटा चोराला कळत, तशाच प्रेमिकांच्याही प्रेमिकांना!

आम्ही काय ते त्या क्षणातच समजून चुकलो. 'आशुतोष राजवाडे. बाबा, चित्रकार आहे तो. आज त्यानं पेंटिंगचं असं डेमॉन्स्ट्रेशन दिलंय ना... मी तर वेडीच झाले. या वर्षी एका कॅलेंडरसाठीही पेंटिंग्ज दिलीयत त्यानं. मी दाखवीनच तुम्हांला...' वगैरे वगैरे.

त्यानंतर मग तिचं 'आशुतोष, आशुतोष'च सुरू झालं. जगात जणू दुसरा महत्त्वाचा विषय नव्हताच. घरी आली की 'आज आशुतोषनं काय केलं...' आणि 'आज आशुतोष म्हणाला...' हेच. पण खरंच.. तिनं ते कॅलेंडर आणून दाखवलं, तसा मीही वेडाच झालो. नेहमी कॅलेंडरवर असतात तशी सुबक गुळगुळीत पेंटिंग्ज नव्हती ती. ब्रशनं मारलेले रंगांचे फटकारे होते फक्त. क्रोध, प्रेम, करुणा अशा भावना व्यक्त करणारे.

त्याचं आर्टिस्टिक टॅलेन्ट अगदी पानोपानी झळकत होतं.

'ब्रिलियन्ट...' मी उद्‌गारलो.

'हो की नाही?' दिशा.

'आता मला कळलं.'

'काय?'

'तू का त्याच्या प्रेमात आहेस ते...'

'बाबाऽ...' दिशा चमकलीच, 'मी कधी म्हटलं, मी त्याच्या प्रेमात आहे?'

'ते म्हणावं लागतच नसतं, बेटा.'

'बाबा, तुमचं आपलं काहीतरीच. खूप आवडतो मला तो. खूप चांगले मित्र आहोत आम्ही पण म्हणजे काही...'

'दिशा बेटी...'

'काय?'

'सगळं मान्यच आहे. पण हे सांगताना तुझे गाल इतके लाल का बरं झालेयत?'

चटकन ओंजळीत चेहरा लपवला तिनं; पण गालांनी चुगली केली होतीच!

'मला तर केव्हाच कळलं होतं... पण एक सांग...'

'काय?'

'त्याला कळलंय का?'

अधोवदना दिशा बेटीचा सलज्ज 'हो.'

'म्हणजे बोललायत तुम्ही.'

'हो!'

'ग्रेट! त्याचंही तुझ्यावर...'

'हो,' म्हणत दिशानं पळच काढला तिथून!

मन अगदी आनंदून गेलं. प्रेमात पडण्याची जादू मी पण अनुभवली होतीच. आजही ती अनुभवत होतोच. आनंद तर झालाच, पण माझ्यातला 'बाप'ही जागा झाला. या 'आशुतोष'ला भेटायला तर हवंच!

'एकदा बोलव की त्याला घरी,' मी अगदी सहज म्हणतोय असं वाटावं, अशा स्वरात सुचवलंही.

दिशा फक्त हसली.

'काय झालं?'

'बाबा, आई... तीही गंमतच आहे.'

मलाही हसू आलं. एव्हाना आशुतोषच्या बऱ्याच गमती ऐकिवात होत्याच. आता ही आणखी एक.

'कुठली ग?'

'अहो, तो जात नाही कुणाच्या घरी...'

हे जरा अजबच होतं. 'का बुवा?'

'त्याला नाही आवडत. तो म्हणतो – घरी गेलं की खूप फॉर्मल वागावं लागतं. काका, मावशी, आत्या सगळ्यांशी खोटं खोटं हसून बोलावं लागतं. अवघडल्यासारखं होतं त्याला.'

'अग पण आपल्याकडे...'

'आणखी ऐका ना. म्हणतो, 'चिवडा खाणार का? चहा घेणार का?' म्हटलं की मुकाट्यानं घ्यावा लागतो. बरं तो धड पिऊनही देत नाहीत. इतके प्रश्न विचारतात की उत्तरं देता देता चहा गार होऊन जातो. एकदा तर माहितीय...'

'काय?'

'एका मित्राकडे गेला होता... इतका वैतागला की सगळे जरा आत गेले तसा पळूनच आला तिथून...'

'गंमत' सांगून दिशा लहान मुलीसारखी हसतच सुटली. तसा मीही बळेबळे हसलोच. एकूण आशुतोष हे काही वेगळंच प्रकरण आहे, हे तर दिसतच होतं. एरवी मीही हसून सोडून दिलं असतं, पण माझी पोर प्रेमात होती त्या 'प्रकरणा'च्या...

'ठीक आहे,' मी म्हटलं, 'घरी नाही तर नाही, बाहेर भेटू या, काय?'

'चालेल.'

'बिअर घेतो का तो?'

'हो, पण...'

'पण काय?'

'बाबा... पहिल्याच भेटीत तुमच्यासमोर बिअर घेईल तो... असं नाही वाटत मला.'

मुद्दा तसा रास्तच होता. तशातच जरा धीर करून मी म्हटलं, 'दिशा, तुझी हरकत नसली तर...'

'काय, बोला ना.'

'मला त्याच्या एकट्याशीच बोलायला आवडेल.'

'हो, चालेल की... मी सांगेन त्याला.'

'माझ्या ऑफिसवर येईल का तो? म्हणजे ऑफिस अवर्स नंतर....'

'होय, काहीच प्रॉब्लेम नाही. मी सांगते बाबा तसं.'

मी स्वतःशीच हसलो. तसाही मी हुशार होतोच, 'बिटविन द लाइन्स' वाचणारा होतो. दिशा 'मी सांगते त्याला' हे अशा स्टाइलमध्ये म्हणत होती की, 'मी सांगितल्यावर तो काय नाही म्हणतोय' हे अगदी स्पष्ट सूचित होत होतं. झालंही तसंच... तो 'येतो' म्हणाला.

৯ ৯ ৯

अखेर तो दिवस उजाडलाच. कमलेश कोठुरकर आणि आशुतोष राजवाडे प्रथमच आमने-सामने.

'*मे आय कम इन सर,*' असं पुरेशा अदबीनं म्हणत त्यानं केबिनचं दार उघडून प्रवेश केला. तसा मीही चटकन उठून पुढे गेलो.

'ये, ये...' म्हणत त्याच्याशी प्रेमानं शेकहॅन्ड केला आणि बघतच राहिलो. उंचपुरं, काहीसं 'रफ अँड टफ' स्टाईलचं व्यक्तिमत्त्व, निळ्या जीन्सवर इन केलेला ढगळा पांढरा सुती शर्ट, दणकट रूंद बेल्ट, उजव्या हातात तसंच दणकट घड्याळ, डाव्या हातात झोकदार सिल्व्हर चेन.... सावळाच पण तजेलदार चेहरा. कलंदर शैलीला साजेलशी झुलपं आणि माय गॉड त्याचे ते पाणीदार डोळे! हे सगळं टिपू शकलो मी कारण त्याची नजरही माझी केबिन न्याहाळत होती.

'छान आहे तुमची केबिन,' त्यानं म्हटलं, 'वास्तूही देखणी आहे... मस्तच!'

'थँक्स,' अगदी मनसोक्त सुखावत मी म्हटलं. काही झालं तरी ती एका 'कलावंत' नजरेची दाद होती. आता 'दाद' देण्याची माझी 'टर्न' होती.

'कॅलेंडरवरची तुझी पेंटिंग्ज पाहिली मी. *दे आर जस्ट ब्रिलियन्ट. अमेझिंग!*' अगदी भरभरून कौतुक तर केलंच मी, पण त्याच्या कलेचं 'रसग्रहण'ही. खूपच खूश झाला तो.

'सर, तुम्ही स्वतः चित्रकार आहात म्हणूनच तुम्ही हे सारं 'ऑप्रिशिएट' करू शकताय,' त्यानं म्हटलं.

मी (थोडा खिन्नसा) हसलो. त्यानं मला चित्रकार म्हटलं होतं, पण चित्रकला तर मी शाळेतच सोडली होती. छंद म्हणूनही जोपासली नव्हती. दिशाच्या निमित्तानं पुन्हा काही काळ ब्रश हाती घेतला होता, एवढंच.

'सर, दिशालाही खूप जाण आहे,' त्यानं म्हटलं, 'कलर सेन्स तर अगदी जबरदस्त आहे तिचा.'

'प्रश्नच नाही.'

'ॲक्च्युअली सर, म्युझिक, डान्स, ॲक्टिंग, रायटिंग... अक्षरशः सगळ्याच कलांमध्ये रमते ती. अमेझिंग! कलेत इतकी बुडालेली मुलगी मी तरी दुसरी पाहिलेली नाही.'

'बाप' म्हणून अर्थातच सुखावलो मी. मग...

'चिवडा खाणार का?' असं गमतीनं म्हणण्याचा मोह टाळून मी म्हटलं, 'चहा घेणार का?'

'शुअर.'

इन्टरकॉमवरून चहाची ऑर्डर दिली आणि नकळत मला माझ्या आणि नाईक सरांच्या भेटीची आठवण झाली. त्या वेळी नाईक सरांनी माझं नाव जसं उच्चारलं होतं, अगदी त्याच शैलीत मी म्हटलं, 'आशुतोष राजवाडे!'

'हां सर!'

'नाव फार छान आहे तुझं.'

तो फक्त 'छानसं' हसला.

'एक विचारू?'

'प्लीज, सर.'

'स्वतःचं नाव सांगताना... म्हणजे 'मी, आशुतोष राजवाडे' असं स्वतःला इन्ट्रोड्यूस करताना तुला काही वेगळं वाटतं का रे?'

'म्हणजे?'

'डू यू फील प्राइड इन युअरसेल्फ?'

तो क्षणभर विचारात पडला. 'साधं नाव सांगताना 'प्राइड' कशासाठी,' असंच बहुधा मनात आलं असावं त्याच्या.

'तसं काही नाही,' त्यानं म्हटलं, 'पण एक मात्र निश्चित...'

'काय?'

'एखादं पेंटिंग पुरं झाल्यानंतर, त्याच्या खाली कॉर्नरला सही करताना नक्कीच विचार करतो मी...'

'कसला?'

'आपण अगदी झोकात सही करावी, अशा लेव्हलचं ते झालंय का? त्या अर्थानं म्हटलं तर माझं नाव ही एक 'रिस्पॉन्सिबिलिटी'च वाटते मला.'

'ओह,' एवढीच प्रतिक्रिया माझी. त्याचे हे विचार म्हणजे... हे काही वेगळंच प्रकरण आहे, यात शंकाच नव्हती. आता हलकेच माझ्यातील 'बाबा' प्रश्न करू लागला.

'आशुतोष, तू मूळ पुण्याचाच की...'

'नाही सर, मी नगरचा... 'आर्ट स्कूल' जॉईन करायचं होतं म्हणून पुण्यात आलो.'

'चित्रकार व्हायचं, हे केव्हा ठरवलंस तू?'

छानसं स्मित करत त्यानं म्हटलं, 'ते ठरवावं असं लागलंच नाही सर.'

'म्हणजे?'

'अगदी छोटा असल्यापासून चित्रकलेची आवड होती. दुसऱ्या कशात इन्टरेस्टच नव्हता. पास होण्यापुरता अभ्यास करायचो एवढंच, बाकी मग सारखी चित्रंच काढायचो.'

'घरचा सपोर्ट होता?'

'छे,' किंचित हसून त्यानं म्हटलं, 'बाबा ऑक्ट्रायमध्ये होते. त्यांना कलेचं काहीच कौतुक नव्हतं. खूप चिडायचे. चित्रं काढून कुणाचं पोट भरतं का म्हणायचे, 'आर्ट स्कूल'ला पाठवायला तयारच नव्हते.'

'मग?'

'माझा एक काका आर्किटेक्ट होता. पुण्यातच राहायचा तो. त्यानं बाबांशी भांडूनच मला पुण्याला आणलं. त्याच्याकडेच राहिलो मी. 'आर्ट स्कूल'चा सगळा खर्चही त्यानंच केला.'

'ओह!'

'एक मला नेहमीच बजावायचा तो. म्हणायचा हे जे क्रिएटिव्ह टॅलेंट असतं ते सगळ्यांकडे नसतं. ज्यांना मिळतं त्यांनी ते जपायलाच हवं.'

'खरंय,' मी म्हटलं खरं, पण मी स्वतः मात्र...

तेवढ्यात चहा आला. मी स्वतःला बजावलंच होतं. तो चहा पिताना प्रश्न विचारायचे नाहीत... त्याला 'गरम' चहा पिऊ द्यायचा!

त्यानंच चहा पिता पिता काही प्रश्न केले. तेवढीच उत्तरं दिली मी. चहा झाल्यानंतर मात्र माझे प्रश्न सुरू झाले.

'अजूनही काकांकडेच राहतोस?'

'हो, म्हणजे त्याच्याच फ्लॅटमध्ये राहतो. पण काका आता अमेरिकेत सेटल झालाय. जाताना फ्लॅट माझ्या नावावर करून गेला.'

'अरे वा, चांगलाच लकी आहेस तू.'

'प्रश्नच नाही सर. लकी होतो म्हणूनच मला आगाशे सरही भेटले. काका आणि आगाशे सर. त्या दोघांनीच घडवलं मला.'

'आगाशे म्हणजे अनंत आगाशे?'

'हो सर.'

'ओह, फारच ग्रेट आर्टिस्ट होते ते. त्यांच्या पेंटिंग्जचं एक्झिबिशन पाहिलंय मी. त्यांच्याकडे शिकलास तू?'

'हो. ॲक्च्युअली मी ॲडमिशन घेतली तेव्हा ते प्रिन्सिपॉल म्हणून रिटायर झाले होते. पण त्यांची कोकणात जमीन होती. तिथे 'फार्म हाऊस' बांधून त्यांनी स्वतःचं 'गुरूकुल' सुरू केलं होतं. काही अगदी ठराविक मुलांना निवडून ते शिकवत असत.'

'त्यांनी तुलाही निवडलं होतं?'

'हो सर. डिप्लोमा केल्यानंतर तीन वर्षं मी त्यांच्याकडे शिकलो. आज मी जो काही आहे तो फक्त त्यांच्यामुळे.'

'ग्रेट. खरंच लकी आहेस तू. मला खात्री आहे तू एक मोठा चित्रकार होशील. खूप नाव होईल तुझं.'

तो हसला. खूप वेगळं हसला.

'का हसलास?'

'सर, 'मोठा' चित्रकार होईन की नाही माहिती नाही. एक 'चांगला चित्रकार' होण्याचा नक्कीच प्रयत्न करीन. 'नावा'चं म्हणाल तर आगाशे सरांनी फार वेगळी शिकवण दिलीय आम्हांला...'

'वेगळी म्हणजे?'

'ते नेहमी म्हणत, कलाकारानं फक्त स्वतःशी आणि कलेशी इमान राखायला हवं. पैसा, प्रसिद्धी या दुय्यम गोष्टी आहेत. कलाकार त्यांच्या मागे लागतो तेव्हा कलावंत म्हणून त्याचा कस कमी होत जातो. लोकांना काय आवडतं, काय विकलं जातं हाच विचार करीत राहिलं तर कलेला मर्यादा पडतात. कलाकार म्हणून तुमची वाढ खुंटते.'

'खरंय.'

'सरांनी आम्हांला बजावूनच ठेवलंय. एखाद्या गोष्टीत यश मिळालं म्हणून तेच गिरवत बसायचं नाही. एखादी शैली लोकप्रिय झाली म्हणून तिच्यातच अडकायचं नाही. त्यासाठी एक नियमच घालून दिलाय त्यांनी.'

'कुठला?'

'नऊ महिने काम, तीन महिने अभ्यास.'

'म्हणजे?'

'नऊ महिने अगदी दणकून काम करायचं. तीन महिने पुन्हा 'गुरूकुला'त परतायचं.'

'आणि?'

'नव्यानं विचार करायचा. नवं माध्यम निवडायचं, त्यानुसार शैली बदलायची, प्रयोग करायचे. थोडक्यात मोडून-तोडून स्वतःला पुन्हा नव्यानं घडवायचं. सर नेहमी म्हणत – साप जशी कात टाकतो तशीच कलाकारानंही टाकायला हवी.'

'आय सी.'

'सध्या आम्ही फक्त चित्रकारच आहोत. पण सरांचं स्वप्न होतं – एक छोटंसं कलाग्राम उभारायचं. तिथे मग संगीत, नृत्य, नाटक सर्व क्षेत्रांतील कलाकार येतील. रियाज करतील, साधना करतील, काही नवे प्रयोग करतील आणि पुन्हा नव्यानं स्वतःला सादर करतील.'

'फारच सुंदर कल्पना आहे.'

'हो सर. सरांचं ते स्वप्न पुरं करायचं, हाच आता आमचा ध्यास आहे.'

'फारच छान,' मी म्हटलं खरं पण काहीसा विचारातही पडलो. माझ्यासाठी तो फक्त एक 'कलाकार' नव्हता, दिशाचं ज्याच्यावर प्रेम होतं, तिनं ज्याला 'जोडीदार' म्हणून मनोमन निवडलं होतं असा 'तरुण' होता. माझ्या लाडक्या मुलीला तो कितपत सुखात ठेवू शकेल, हा प्रश्नही महत्त्वाचा होताच.

'आशुतोष, एक विचारू?'

'बोला ना सर!'

'सरांचं स्वप्न वगैरे सगळं ठीकच आहे. म्हणजे कौतुकास्पदच आहे ते, पण तुझी स्वतःची काही महत्त्वाकांक्षा असेलच ना?' माझ्या प्रश्नावर तो असं काही हसला की मी तर संभ्रमातच पडलो. काहीसा उपरोधही जाणवला मला त्याच्या हसण्यात. नकळत कपाळावर आठी उमटली माझ्या.

'हसलास का?'

'सर, तुम्ही महत्त्वाकांक्षा म्हणालात ना...'

'बरं, मग?'

'काही नाही. मला आगाशे सरांची व्याख्या आठवली अन् हसू आलं.'

'कसली व्याख्या. महत्त्वाकांक्षेची?'

'हो सर, अशी जबरदस्त व्याख्या केलीय त्यांनी की आम्ही जन्मात विसरणार नाही.'

'अच्छा?'

'हो सर. असं वाटेल कदाचित — फक्त शब्दांचा खेळ आहे पण तसं नाहीय — फार 'डीप मीनिंग' आहे.'

'तू सांग तर खरं.'

'ते म्हणायचे, एखादी आकांक्षा महत्त्वाची असणं म्हणजे ध्यास.'

'ओके.'

'एखादी आकांक्षा महत्त्वाची असणं म्हणजे ध्यास, पण स्वतःचं महत्त्व वाढावं एवढाच ध्यास असणं म्हणजे महत्त्वाकांक्षा!'

ओ *माय गॉड!* क्षणभर तर श्वासच थांबला माझा. छे फक्त शब्दांचा खेळ नव्हता तो — एक जबरदस्त फंडा होता, फारच जबरदस्त. मला मात्र तो आज 'क्लिअर' झाला होता. साठीत आल्यावर!

तो ऐकून मी इतका विचारात पडलो, इतका अंतर्मुख झालो की, मला पुढे काही प्रश्नच सुचेनात. संभाषणात मनच लागेना. थोडंसं जुजबी काही बोललो आणि आशुतोषला निरोप दिला.

'खूप छान वाटलं सर तुम्हांला भेटून,' त्यानं म्हटलं आणि नमस्कार करून तो निघून गेला. तो गेला खरा पण मन त्याचाच विचार करीत राहिलं.

क्षणभर डोळे मिटले तोच, 'खूपच आवडलेला दिसतोय तुला आशुतोष राजवाडे!' हा तर 'तो'चा आवाज!

'प्रश्नच नाही,' मी उत्तरलो.

'पण मग, एवढ्या विचारात का पडला आहेस?'

'विचारात म्हणजे...'

'बोल नं...'

'खूप सारे प्रश्न पडले आहेत मला.'

'कसले?'

'मला कळत नाही, हा मुलगा इतका वेगळा कसा? इतका स्वतंत्र, इतका स्वच्छंदी कसा राहू शकतो हा? इतकं सहज कसा जगू शकतो?'

'तो' हसला, अगदी जाणवेल इतका.

'हसलास का?'

'तुझ्या सगळ्या प्रश्नांची अगदी सोपी उत्तरं आहेत.'

'तू देऊ शकतोस?'

'अर्थात! देऊ?'

'प्लीज!'

'तुझा पहिला प्रश्न हा इतका वेगळा कसा? वेगळा आहेच तो. तुझ्यापेक्षा तर नक्कीच. का सांगू?'

'सांग ना!'

'कारण त्याला आयुष्यात काही मिळवायचं नाहीय!'

'तो'च्या स्वरात जराही उपरोध नव्हता. तरीही...

'म्हणूनच तर तो स्वतंत्र आहे!' त्यानंच पुढे म्हटलं.

'म्हणजे?'

'कसं आहे. पैसा, प्रतिष्ठा, सत्ता... काहीही मिळवायचं असलं तरी तुम्हांला सतत इतरांचा विचार करावा लागतो. एका अर्थी तुम्ही इतरांवरच अवलंबून असता!'

'तुला काय म्हणायचंय?'

'अगदी सरळ आहे, पैसा तुम्हांला फक्त स्वतःपुरता नको असतो, तो इतरांपेक्षा जास्त हवा असतो. प्रतिष्ठा तर तुम्हांला इतरांकडूनच मिळत असते. सत्ताही इतरांवरच गाजवायची असते.'

'हो, पण हे सगळं मिळवत असताना, तुम्ही इतरांचंही हित साधू शकता. किंबहुना स्वतःच्या हितापेक्षा त्यांच्या हिताला प्राधान्य देऊ शकता. मी तेच तर करत आलोय!'

'म्हणजे पुन्हा इतरांचाच विचार!'

'हो, पण...'

'त्यामुळे होतं काय, तुम्ही कळत न कळत स्वतःपेक्षा इतरांनाच महत्त्व देत राहता. पण आशुतोष... त्याच्या लेखी इतरांना काही महत्त्व नाहीय... कारण त्याला काही मिळवायचं नाहीय. म्हणून तर तो असा स्वच्छंदी राहू शकतो?'

'तो'नं तर अगदी मर्मच उलगडलं होतं त्याचं. तरीही...

'काहीच मिळवायचं नाहीय असं कसं म्हणतोस?' मी म्हटलं, 'त्याला आनंद तरी मिळवायचा आहेच ना!'

'तो' पुन्हा हसला जाणवेलसं.

'एक विसरतोयस तू.' त्यानं म्हटलं.

'काय?'

'आनंद मिळवायचा नसतो, तो मिळत असतो!'

'हो, पण...'

'तुमच्या आवडत्या क्षेत्रात तुम्ही रमलात की झालं... मग तर काय 'नाही आनंदा तोटा' अशीच अवस्था होते. आशुतोष हे पक्कं जाणून आहे म्हणूनच तर तो इतका सहज जगू शकतो. ना कसलं टेन्शन, ना कसली कॉम्पिटिशन!'

काय बोलणार मी 'तो' पुढे?

साऱ्याच प्रश्नांची उत्तरं देऊन त्यानं मला 'निरुत्तर' तर केलं होतंच पण मुख्य म्हणजे निःशंकही. होय, मनात आता कसले प्रश्न राहिलेच नव्हते. मुख्य म्हणजे 'माझ्या लाडक्या दिशाला तो किती सुख देऊ शकेल' याही प्रश्नाची गरज उरली नव्हती. त्याच्या सहवासात दिशा नेहमीच आनंदात राहणार होती आणि तेवढंही पुरेसं होतं मला. (हाही फारच मोठा 'बदल' होता माझ्यातला! एरवी मी त्याचं शिक्षण, त्याचं करिअर, त्याची महत्त्वाकांक्षा... या साऱ्याचा विचार केला असता, पण आता ते सारंच दुय्यम वाटत होतं.)

'मला एक मात्र कळलं नाही...' मी 'तो'ला म्हटलं.

'काय?'

'असं म्हणतात ना, मुली स्वतःचा जोडीदार निवडताना त्याच्यात वडिलांची प्रतिमा शोधत असतात.'

'असं म्हणतात खरं!'

'पण इथे तर उलटंच झालंय. आशुतोष माझ्यापेक्षा अगदीच वेगळा आहे!'

'तो' बहुधा विचारात पडला असावा. चटकन काही बोलला नाही. नंतर मात्र त्यानं म्हटलं, 'असं तर नसेल...'

'कसं?'

'तू जसा होऊ शकला असतास, तसाच तर दिशानं शोधला नसावा... तिच्याही नकळत!'

बाप रे! 'तो'चं हे स्टेटमेंट म्हणजे... भलतंच भेदक होतं. ते ऐकलं आणि काही क्षण तर बधिरच झालो मी. तेवढ्यात इंटरकॉमवर इंडिकेशन आलं.

'हं, बोला वाईकर,' मी म्हटलं.

'सर, मघाशी त्रिमिती फाउंडेशनच्या माधव गोखलेंचा फोन होता. तुम्ही मीटिंगमध्ये होता म्हणून दिला नाही. खूप महत्त्वाचं बोलायचंय म्हणत होते. त्यांना लावून देऊ?'

'हां हां, दे...'

हा फोन तसा अपेक्षितच होता. त्रिमितीतर्फे पुण्यातील सर्वांत मानाचा असा 'पुणे भूषण' पुरस्कार दिला जात असे. आजवर तो अनेक दिग्गजांना दिला गेला होता. दरवर्षी त्या पुरस्कारासाठी विविध क्षेत्रांतील मान्यवरांकडून नावे मागविली जात. गेली तीन वर्षे मलाही योग्य व्यक्तीचं नाव सुचविण्याचा मान मिळत होता. योगायोग असा की गेली तिन्ही वर्षे मी नाव सुचविलेल्या दिग्गजांचीच पुरस्कारासाठी निवड होत होती.

'नमस्कार गोखले, सॉरी मघाशी जरा मीटिंगमध्ये होतो.'

'नो प्रॉब्लेम.'

'हां, बोला. आपलं नेहमीचंच काम ना, पुणेभूषण पुरस्काराचं?'

'हो, म्हणजे त्या संदर्भातच फोन केलाय. गेली तीन वर्षे तुम्ही ज्यांचं नाव सुचवता, त्यांचीच निवड होतेय, त्यामुळे यंदा तुम्ही कुणाचं नाव सुचवताय, याची उत्सुकता होती.'

'मला जरा विचार करावा लागेल.'

'ओके. पण कोठुरकर, या वर्षी आम्ही जरा वेगळा विचार केला आहे?'

'म्हणजे?'

'कसं आहे, आजवर ज्या मान्यवरांना आपण हा मानाचा पुरस्कार दिला आहे, ते सारेच सत्तर, ऐंशीच्या घरातले होते.'

'पण ते साहजिकच आहे. हा एका अर्थी 'जीवनगौरव' पुरस्कारच असतो. तो अशा लोकांनाच मिळायला हवा.'

'मान्य आहे, पण यासाठी त्यांनी सत्तरी गाठायची वाट पाहायला हवी असंही नाही.'

'खरंय.'

'इतक्या उशिरा, अगदी आयुष्याच्या संध्याकाळी असा सन्मान देण्यापेक्षा जर लवकर देता आला, म्हणजे साठीच्या सुमारास, तर त्यांनाही नवी उमेद मिळू शकेल.'

'कल्पना चांगली आहे.'

'नक्कीच! मुख्य म्हणजे आम्ही यंदा ती अमलातही आणली आहे.'

'म्हणजे?'

'तेच कळविण्यासाठी फोन केलाय. कोठुरकर. त्रिमिती फाउंडेशनचा अध्यक्ष या नात्यानं मी तुम्हांला हे अधिकृतरित्या कळवीत आहे की...,' किंचित थांबून गोखलेंनी पुढे म्हटलं, 'या वर्षीच्या पुणे भूषण पुरस्कारासाठी तुमची निवड झाली आहे.'

'काय?' मी तर उडालोच. ओरडलोच.

'होय, तीही सर्वानुमते.'

विश्वासच बसेना. छे, हे कसं शक्य आहे? माझ्या नजरेसमोर आजवर ज्या मान्यवरांना हा सर्वोच्च पुरस्कार दिला गेला होता त्यांचे चेहरे आले. दिग्गज कलावंत, साहित्यिक, शास्त्रज्ञ, संशोधक, सामाजिक कार्यकर्ते... या साऱ्यांच्या रांगेत मी कसा बसू शकतो? छे... हे खरं नाही. आजवर अविश्वसनीय भासावं असं खूप काही झेललं होतं मी... पण हे म्हणजे काहीच्या काहीच!

'गोखलेसाहेब, अहो काय सांगताय तुम्ही हे? हे कसं शक्य आहे? माझा विश्वासच बसत नाहीय.'

'कोठुरकर, याचं कारण असं आहे, गेल्या काही वर्षांत तुम्ही पुण्याच्या उद्योगविश्वासाठी जे काही योगदान दिलं आहे तेही विश्वास बसू नये असंच आहे!'

'हो, पण...'

'एमसीएसला तर... तुम्ही शिखरावर पोहोचवलं आहेच... पण औद्योगिक क्षेत्रात तुमच्यामुळे एक नवं पर्व सुरू झालंय... नवं चैतन्य सळसळतंय. प्रगती, विकास, स्वातंत्र्य, समृद्धी हे सारे जणू आता परवलीचे शब्द झाले आहेत. कॉर्पोरेट विश्वाचं तुम्ही ग्रामीण विकासाशी नातं जोडलं आहे. तरुणांना तुम्ही उद्योजकतेची प्रेरणा देत आहात, त्यांच्यात सामाजिक जाणिवेची बीजं पेरता आहात! तुमचा विश्वास बसणार नाही, पण आज पुण्याच्या सामाजिक, सांस्कृतिक क्षेत्रातही अत्यंत आदरानं घेतलं जाणारं एकच नाव आहे, कमलेश कोठुरकर. त्यामुळे, आमच्यापुढेही दुसरा पर्याय नव्हताच...'

'गोखलेसाहेब, मी... छे, काय बोलू मी यावर? मला तर शब्दच सुचत नाहीयेत.'

'मी समजू शकतो, म्हणूनच फोन ठेवतो मी. उद्या प्रत्यक्ष भेट तेव्हा बोलूयात. 'त्रिमिती'तर्फे तुमचं हार्दिक अभिनंदन.'

फोन ठेवला आणि डोळे पाण्यानं भरून आले. माझ्याही नकळत हात जोडले गेले, त्या जोडलेल्या हातावर मस्तक टेकलं मी आणि...

‘अभिनंदन!’ ‘तो’चा हर्षभरित उद्‌गार कानी आला. त्याची प्रतिक्रिया माझ्या लेखी किती महत्त्वाची होती, हे तुम्ही जाणताच.

‘थँक्स...’ मी पुटपुटलो.

‘माझा जन्म सामान्य म्हणून जगण्यासाठी झालेला नाहीय! आठवीतच हे ठरवलं होतंस तू. आज ते खरं करून दाखवलंस. आज खऱ्या अर्थानं तुझा संकल्प पुरा झाला.’

‘हो!’

‘तुला आठवतंय, तू मला प्रश्न केला होतास, चांगलं वागून फक्त चांगलंच होता येतं की ‘मोठं’ही होता येतं?’

‘हो, आठवतंय.’

‘मी तेव्हा म्हटलं होतं, ‘चांगलं वागूनच ‘मोठं’ होता येतं,’ हा माझा विश्वास आहे. माझा तो विश्वास तू आज सार्थ ठरवलायस!’

‘थँक्स...’

‘तुला सांगू, माझ्या लेखी या पुरस्काराचं एक वेगळंच महत्त्व आहे.’

‘म्हणजे?’

‘तत्त्वांशी तडजोड न करताही आयुष्यात हवं ते मिळवता येतं, हे सिद्ध केलंयस तू. तरुणांसाठी तू एक आदर्शच ठरू शकतोस.’

आदर्श! तो शब्द अखेर ‘तो’च्याही तोंडी आला होता!

‘असं खरंच वाटतं तुला?’ मी प्रश्न केला.

‘प्रश्नच नाही,’ तो उत्तरला.

‘पुन्हा एकदा थँक्स... पण या साऱ्या प्रवासात तुझीही फार मोलाची साथ होती मला.’

‘ते तर कामच होतं माझं,’ ‘तो’नं म्हटलं, ‘आणि तसेही तू आणि मी, वेगळे का आहोत?’

‘खरंय.’

‘पण माझं राहू दे. जिची तुला खरी मोलाची साथ लाभलीय. तिला कळव ही आनंदवार्ता!’

‘अर्थात!’

वैशालीला फोन लावला. हे ऐकून तिला केवढा आनंद होईल, या नुसत्या कल्पनेनंच माझा आनंद दुणावला. तिनं फोन उचलला नाही. बहुधा मीटिंगमध्ये असावी. ‘ज्या व्यक्तीला तुम्ही फोन करता आहात, ‘तो’ व्यक्ती यावेळी उत्तर देत नाहीय!’

'तो व्यक्ती' नाही हो, ती... ती व्यक्ती! माझी सर्वांत प्रिय व्यक्ती आहे ती! पण हे सारं 'मोबाईल'ला सांगण्यात काही मतलब नव्हता. त्याला काय माझ्या भावना कळणार? तेवढ्यात माझ्या दुसऱ्या प्रिय व्यक्तीचा फोन आला.

'हां, बोल दिशा बेटी!'

'बाबा, आशुतोष?'

'हो हो, आला होता. आत्ताच गेला.'

'भेटलात ना तुम्ही?'

मला हसू आलं. तिला खरं तर 'कसा वाटला?' विचारायचं होतं.

'दिशा बेटी. यू मेड अ परफेक्ट चॉईस. खूपच आवडला मला तुझा आशुतोष.'

'थँक्स बाबा,' अत्यंत सुखावल्या स्वरात तिनं म्हटलं.

'दिशा बेटी.'

'हो, बाबा.'

'तुझ्या आशुतोषचा पायगुण बघ.'

'म्हणजे?'

'एक अतिशय आनंदाची बातमी आहे.'

'हो? कोणती बाबा?' ती तर नुसती ऐकूनच उत्तेजित झाली होती.

'फोनवर नाही सांगण्यासारखी. समोर आलीस तर सांगेन.'

'बाबा, इथे जवळच आहे मी. दहा मिनिटांत येतेच.'

आनंद मनात मावेनासा कसा होतो, हेच अनुभवत होतो मी.

उठलो आणि थेट गच्चीवर गेलो. कठड्यांवर हात ठेवून समोर नजर टाकली. समोर पुण्याचं विहंगम दृश्य होतं. उत्तुंग दिमाखदार गृहप्रकल्प, मॉल्स, चकाचक रस्ते, झाडी... नव्या युगाकडे वेगानं झेपावत असलेलं 'विद्येचं माहेरघर' माझं पुणे शहर... माझी जन्मभूमी, माझी कर्मभूमी. उभ्या भारतात भूषण व्हावे असे अमुचे पुणे! आज त्याच पुण्याचा मी 'भूषण' ठरलो होतो. 'पुणे भूषण' कमलेश कोठुरकर!

सरसरून काटाच आला अंगावर. डोळे पुन्हा भरून आले. तेवढ्यात 'बाबा, तुम्ही इथे आहात होय?' म्हणत दिशा गच्चीवर आली.

'कुठली बातमी बाबा, हे काय बाबा, तुमच्या डोळ्यांत पाणी?'

'बेटा, आनंदाश्रू आहेत हे!'

'पण बाबा...'

'दिशा बेटी, या वर्षीचा 'पुणे भूषण' पुरस्कार तुझ्या बाबांना जाहीर झालाय. आत्ताच फोन आला होता.'

'काऽय?' म्हणत दिशानं मिठीच मारली मला. तिच्याही डोळ्यांत पाणी तरळलं. 'बाबा, *आय ॲम सो प्राऊड ऑफ यू!'*

तिनं म्हटलं तसं मीही न राहूनच उद्गारलो, '*अँड आय ॲम सो हॅपी फॉर यू!*'

काय मौज आहे पाहा. पुणे शहरातला सर्वांत मानाचा पुरस्कार मला मिळाला होता. त्याचा तर आनंद होताच; पण तेवढाच, किंबहुना त्याहूनही अधिक आनंद होता तो दिशाला योग्य साथीदार मिळाल्याचा. माझ्या नजरेसमोर त्या क्षणीही आशुतोष झळकत होता. आपलं आयुष्य त्यानं कलेसाठीच समर्पित केलं होतं. पैसा, प्रसिद्धी, प्रतिष्ठा... साऱ्याकडेच पाठ फिरवली होती. आणि तरीही एक फार मोलाचा 'पुरस्कार' त्यानं पटकावला होता... माझ्या दिशा बेटीच्या प्रेमाचा!

'मला तुमचा खूप खूप अभिमान वाटतो बाबा,' दिशा म्हणत होती. तिच्या डोळ्यांतून अजूनही अश्रू झरत होते. तिचे ते शब्द ऐकले आणि माझ्या ओठांवर हलकेच स्मित उमटलं. अभिमान तर मलाही स्वतःचा वाटत होता पण... मनात आलं, असंच प्रेमानं जवळ घेऊन आशुतोषला म्हणावं, 'मला तुझा खूप हेवा वाटतो, आशुतोष!'

मनाशीच म्हटलं मी ते... पण तेवढ्यानंही मन कसं हलकं, हलकं होऊन गेलं!

बस एवढंच, इथेच थांबतो मी.

मी, कमलेश कोठुरकर.

■ ■ ■

यश-अपयश, व्यक्तिमत्त्व विकास, सकारात्मकतेसारख्या घटकांवर चर्चा करणारी **शिवराज गोर्ले** यांची महत्त्वाची पुस्तके

किंमत ₹299   पृष्ठे 248

यशस्वी व्हायचं कसं?

किंमत ₹250   पृष्ठे 208

तुम्ही बदलू शकता

किंमत ₹150   पृष्ठे 88

माझ्या प्रिय मुला

किंमत ₹125   पृष्ठे 92

घडवा स्वत:ला, फुलवा स्वत:ला